சிலாவம்

சு.தமிழ்ச்செல்வி

நியூ செஞ்சுரி புக் ஹவுஸ் (பி) லிட்.,
41-பி, சிட்கோ இண்டஸ்டிரியல் எஸ்டேட்,
அம்பத்தூர், சென்னை - 600 050.
☎ : 044 - 26251968, 26258410, 48601884

Language: Tamil
Silaavam

Author : **S.Tamilselvi**
First Edition: February, 2022
Copyright: Publisher
No.of Pages: 324
Publisher:
New Century Book House Pvt. Ltd.,
41-B, SIDCO Industrial Estate,
Ambattur, Chennai - 600 050.

Tamilnadu State, India.
Email: info@ncbh.in
Online: www.ncbhpublisher.in

ISBN. 978-81-2344-202-0

Code No. A4555

₹ **325/-**

Branches

Ambattur (H.O.) 044 - 26359906 **Spenzer Plaza (Chennai)** 044-28490027
Trichy 0431-2700885 **Pudukkottai** 04322- 227773 **Thanjavur** 04362-231371
Tirunelveli 0462-4210990, 2323990 **Madurai** 0452-2344106, 4374106
Dindigul 0451-2432172 **Coimbatore** 0422-2380554 **Erode** 0424-2256667
Salem 0427-2450817 **Hosur** 04344-245726 **Krishnagiri** 0434-3234387
Ooty 0423-2441743 **Vellore** 0416-2234495 **Villupuram** 04146-227800
Pondicherry 0413-2280101 **Nagercoil** 04652-234990

சிலாவம்
ஆசிரியர் : சு.தமிழ்ச்செல்வி
முதல் பதிப்பு: பிப்ரவரி, 2022

அச்சிட்டோர்: **பாவை பிரிண்டர்ஸ் (பி) லிட்.,**
16 (142), ஜானி ஜான் கான் சாலை, இராயப்பேட்டை, சென்னை - 14
☎: 044-28482441

All rights reserved. No part of this book may be reprinted or reproduced or utilised in any form or by any electronic, mechanical, or other means, now known or hereafter invented, including photocopying and recording, or in any information storage or retrieval system, without permission in writing from the publishers.

1

வந்த திசையைத் திரும்பிப் பார்த்தாள் வெங்கண்ணி... முயல்தீவு இருண்டு கிடந்தது. சற்று தெற்கே துறைமுக வெளிச்சம் தெரிந்தது. சரக்குக்கப்பல் வந்திருக்க வேண்டும். நிலையான வெளிச்சம் மட்டுமல்லாமல் ஊர்திகளின் வெளிச்சம் போல சில அங்குமிங்கும் நகர்ந்தபடி ஒளிர்ந்துகொண்டிருந்தன.

"தாயி கரையிலேருந்து வெளங்க வந்துட்டமாதிரி இருக்கு. இங்கனயே நங்காரத்த தள்ளிடுவம்மா" என்றார் அவளின் வயது முதிர்ந்த தந்தை சடையன்.

"............"

"நங்காரத்த தள்ளு தாயி."

"யப்பா இன்னும் கொஞ்சம் ஓடிப்போயி தள்ளுவமே..."

"ராலு வலதான தாயி எலக்க போறம். தாவுல போறாதாக்கும். இங்கனக்குள்ளயே வச்சி பாத்துறலாம்."

"ஒனக்கு பயமாருக்கா?"

"இந்தக் கடலே பத்து பாவத்துக்கு மேலதான். இதுக்கு மேலயும் எப்புடி தாவு எடுத்து ஓட?"

"இது தாவு வராதுப்பா."

"இல்லாட்டினாதான் என்ன இப்ப. இதுவும் ராலு வுழுவுற எடந்தான். இதுல வச்சி எலக்கிருவம். நங்காரத்த தள்ளு தாயி."

வெங்கண்ணிக்கு அந்த கொடமுத்திப் பாறைக்குப் போக வேண்டும். அங்குதான் முதன்முதலாக அவனை அவள் பார்த்தாள். அவளைப் பொறுத்தவரை அன்று நடந்ததும் சிலாவம்தான். இசக்கிமுத்து என்னும் உயிர்முத்தை அவள் எடுத்தது அன்றுதான்.

சிலாவத்தில் எல்லோரும் மூழ்கித்தான் முத்தெடுப்பார்கள். இவளுமேகூட மூழ்கினாள்தான். ஆனால், முத்து அவளை அள்ளியெடுத்து கரை சேர்த்திருந்தது.

அன்றைய நினைவுகள் மனதை இதமாய் வருட, அவள் தன் அப்பா கூறிய வார்த்தைகள் எதுவும் காதில் விழாதவளாக தனது தோணியை செலுத்திக்கொண்டிருந்தாள்.

“யாந்தாயி புயல்மதிரியில்ல தோணி பறக்க...”

“ஏ யப்பா பயந்துட்டியாக்கும். பாரு தோணி மெல்லத்தான் போகுது.”

“எப்பா முனியா நீதான் எம்மகள பாத்துக்கணும்.”

“எப்பா, பாரு இப்ப நான் ஒண்ணு சொல்லப்போறன்.”

“சரிதான் என்னத்த சொல்லப்போற?”

“சொல்றன். நீ பயப்படக்கூடாது பாத்துக்கோ.” இந்த ஒரு வார்த்தை போதாதா சடையனை பீதியடைய வைக்க? அதே பீதியடைந்த கண்களால் அவளை ஏறிட்டுப் பார்த்தார்.

“பாத்தியா சொல்றத்துக்குள்ளயே பீத்தவலயில சிக்குன ஓந்தி மாரியில்ல முழிக்க.”

“நான் எங்க முழிக்கன். அப்புடி என்னத்த சொல்லப்போற சொல்லேன் பாக்கன்.”

“பங்குனி உத்திரத்துக்கு திருச்செந்தூர் போயிருந்தியில்ல?”

“ஆமா...”

“என்ன வீட்லயே இருக்கச்சொல்லி போன.”

“ஆமா. நீ எம்பேச்ச எங்க கேட்ட?”

“அன்னைக்கு வீட்ல சும்மா இருக்கமேண்டுல்ல கடலுக்கு வந்தன்...”

“.....”

“கட்டுமரத்துலதான் வந்தன்.”

“.....”

“கரய ஒசப்புகூடி நண்டுவல எலக்கலாமெண்டுதான் போனன். கடல்ல எறங்கவும் வெளங்க போவமுண்டு தோனிச்சி.”

மகளின் பேச்சைக் கேட்டு அதிர்ந்தவராய் அவளைப் பார்த்தார்.

“நீவாடு வேகத்துக்கு மரம் அதுபாட்டுல போச்சி.”

“.....”

“பாத்தா கொடமுத்திபாறு பக்கமா வந்து நிக்கன். அப்பத்தான் புத்திக்கு ஒறைக்கிது. அடடா ஒத்தாளா வந்து கெடக்கமே. அதுவும் கட்டுமரத்துல வந்து கெடக்கமேண்டு மனசு படபடத்துப் போச்சி.”

“பொழுதும் அப்பத்தான் விடிஞ்சி வருது. கரையப்பாக்கன். கரமோப்பு ஒண்ணுமே கண்ணுக்குத் தெரியல. ஆடிப்போயி நிக்கன். அப்பத்தான் சோளபுறத்துலேருந்து பாய் ஒண்ணு வருது. அந்த வத்தய கண்டபெறகுதான் மூச்சு வருது எனக்கு. பத்து பேருருக்கும். ஆளுக்கொரு மெதப்புல எறங்குனாங்க”

“வேதகாரங்க வத்தையாக்கும்?”

“எறங்கும்போது அம்பா போட்டுல்ல எறக்குனாங்க?”

“அம்பா போட்டா, அப்ப நம்ப ஆளுகளாக்கும்.”

“நானும் அதான் நெனச்சன்.”

“எல்லாரும் எடம்பெற எடம்பெற கெடந்தாங்க. திருக்கவல போட்டிருப்பாகண்டு நெனைக்கன்.”

“எனக்கும் பயம் அத்துப்போச்சி. வலய எலக்கின. எடம்பெற கெடந்தாலும் தொணயிருக்கில்ல. எது ஆனாலும் பாத்துக்கிடலாமெண்டு ஒரு துணிச்சல் பாத்துக்க. வலய எலக்கிட்டன். வாங்கி பாத்தா வலயில ஒண்ணுமே கெடையாது. மறுபடி மறுபடி எத்துன நேரம் போட்டாலும் என்ன செய்ய கட்டமண்ணாதான் வருது.”

“பாரு தாயி இப்புடியே பொய்கத சொல்லியே தோணிய சிலோனுக்கு கொண்டு போயிடுவியோ?”

“நான் என்னக்கி ஓங்கிட்ட பொய் சொல்லியிருக்கன்? பாருப்பா நான் இன்னக்கிம் அந்த பாறுல கொண்டுபோயி வைக்கிறன். அதுக்குப் பிறகு சொல்லு பொய்க்கதயா நெசக்கதயாண்டு”

சடையன் கேட்டதிலும் தவறில்லைதான். வெங்கண்ணி எதையெதையோ பேசினாலும்கூட தான் போக நினைத்த இலக்கையும் வேகத்தையும் சற்றும் மாற்றிக்கொள்ளவில்லை.

சடையனால் நம்பாமலும் இருக்க முடியவில்லை. இவ்வளவு ஆழக்கடலுக்கு அவர் அவளை ஒருநாளும் அழைத்து வந்ததில்லை. அவருக்கு இந்தக் கடலின் ஒவ்வொரு அங்குலமும் அதன் ஆழமும் பாறையும் அதன் அமைப்பும் அத்துபடி என்றபோதும் பெண்பிள்ளை

என்பதால் வெங்கண்ணியை அவர் பத்து பாகத்துக்கு மேல் ஆழம் உள்ள கடலுக்கு அழைத்து வந்ததில்லை. எத்தனையோ முறை வெங்கண்ணி கெஞ்சிக்கேட்டும்கூட அவர் இதற்கு சம்மதித்ததில்லை. அதற்கு மேலும் பிடிவாதம் பிடித்தால் “யான் ஒருத்தன் உழப்பே போதுந்தாயி. நம்ம ரெண்டு பேரு உண்கவும் உடுத்தவும் என்ன கொறஞ்சிடப்போகுது. நீ வீட்டுலயே இருந்துக்க. பொம்பளப்புள்ளய கடல்தொழில் காட்டாமயே வளத்துட்டானே சடையண்டு யாரும் சொல்லிடக்கூடாது பாத்துக்க. அதுனால மட்டும்தான் ஒன்ன நான் தொழில்போக்கு கூட்டிப் போனனாக்கும். ஓம் அம்மய கேட்டுப்பாத்திருந்தா தெரியும். ஒருநாளும் தாவு கடலுக்கு அவள கூட்டிப் போனதேயில்ல” என்பார்.

அதனால்தானோ என்னவோ அவரில்லாத நாளில் அவள் அவ்வளவு துணிச்சலாய் நடுக்கடலுக்கு வந்திருக்கிறாள்.

“சொல்லு தாயி.”

“நீதான் நம்பலயில்ல. அப்பறம் எதுக்கு கேக்க? வேண்டாம் போ.”

“இந்த கெளட்டு அப்பன் ஓம்பேச்ச நம்பாம எங்க போவப்போறன் தாயி.”

“யப்பா இதுமாதிரியெல்லாம் பேசாதண்டு எத்தனை தடவ சொல்லியிருக்கன்?”

“தப்புதான் தாயி. நீ சொல்லு.”

“யப்பா இந்த போரியாதான் நான் கெடந்தன் அன்னைக்கி.”

“கொடமுத்தி பாறுல்ல இது. இவ்வள தூரம் ஓடிவந்துருக்க?. பயமில்லாமதான் ஓடிவந்தியா?”

“நங்காரத்த தள்ளவாப்பா?”

“எதுக்கு?”

“வலய எலக்குவமே...”

“தாவு கடல் தாயி. இருவது பாவத்துக்கு மேல இருக்கும். மேலக்கடல்தான் பாக்க சாதுவாருக்கு. உள்ள நீவாடு வேகமால்ல இருக்கும். இதுல வலய எலக்குனா வல நம்ம கைக்கு கெடைக்காது. வெறும் கயிறுதான் கெடைக்கும்.”

“நெசமாவாப்பா?”

“பொய் சொல்ல தேவ என்னருக்கு?”

“அப்படின்னா இங்கிட்டு வர்றவிய்க எல்லாம் என்ன புடிப்பாகளாம்?”

“பாறுல சிப்பி கெடக்கும். பாறுக்கு பக்கமா சங்கு கெடக்கும். பாறசுத்தியும் உள்ளயும் பெரிய மீன்க கெடக்கும்.”

“............”

“குளியாளுகதான் இங்க ஓடுவாக.”

“யப்பா இந்த பாறுல ஓடிருக்கியா நீ?”

“இங்கேருந்து சுலோன் வரைக்குமே நான் ஓடாத தாவுமில்ல. தடவாத பாறுமில்ல.”

“...........”

“இதுமாதிரி பாறுக்கு பாறு எடைவெளி இருக்கும். அதுக்குள்ள பெரிய மீன்க இருக்கும். உள்ள நொழஞ்சாதான் மீன பிடிக்கலாம். வீடுமாதிரியே சந்தும் பொந்துமா இருக்குற பாறுக்குள்ள மீனு மாதிரி நொழஞ்சிடலாம். முன்னுக்கு போகலாம். ஆனா, திரும்பி பின்னுக்கு வர முடியாது. பொந்து இருக்கத பாத்து ஒரு வழியால நொழஞ்சி மறுவழியால வெளிய வந்தாதான் உண்டு. நானெல்லாம் துணிஞ்சிடுவேன். போற போக்குலயே தங்கூசியால மீன கொளுக்கிகிட்டே போயி மறுவழியால வெளில வந்துருவன்.”

“பாறு பொந்துகுள்ள மாட்டிக்கிட்டா என்ன பண்ணுவிய?”

“மீனுக நம்மள சாப்பிட வேண்டியதுதான். புலி அஞ்சால மாதிரியான மீனுக கடிச்சிடும் தெரியுமா?”

“என்னப்பா?”

“ஆமாந்தாயி. தம்மூச்சிலதான் ஓடுறம். மூச்ச அடக்கி இருவது பாவம் தாவு ஓடணும். அதுக்கப்பறம் பாறைக்கு எடையில நொழஞ்சி மீன பாத்து கொளுக்கி விடணும். பெரிய மீனுக சாதுவாருக்குமா? கொளுக்குன வேகத்துக்கு துள்ளவும் துடிக்கவும் செய்யும். வாலால முள்ளால அடிக்கவும் செய்யும். எல்லாத்தயும் தாங்கிட்டு மீனயும் விட்டுறாம மூச்சயும் விட்டுறாம மேல வந்து சேரணும்.”

“......”

“நானெல்லாம் பலதடவை பாறைக்குள்ள ஒருபக்கமா நொழைஞ்சி மறுபக்கமா வெளிய வந்துருக்கன்.”

“உன்ன மாதிரி வேறாளு யாரும் துணிஞ்சி போயிருக்காங்களாக்கும்?”

“காலவாசல் கடக்கரையில மொத்தமே ஒரு ஏழெட்டு பேருக்குத்தான் இந்த வேலைய செய்யத் தெரியும்.”

“இப்ப வலய எலக்க வேண்டாமாப்பா?”

“நாந்தான் சொன்னேல்ல... எதுவும் புண்ணி 'மா இருக்காதெண்டு.”

“அப்ப என்ன செய்ய?”

“தோணிய திருப்பு. கரைகூடி பாப்பம்.”

“யப்பா நீ என்ன வெளயாட்றியா? இவ்வள தூரம் ஓடிவந்துட்டு கரயபோயி வைப்போங்க.”

“அப்பன்ன நங்காரத்த தள்ளு. நான் ஓடி நெலத்த பாக்கன்.”

“இன்னமும் ஓம்மனசுல ஒன்னய வாலிபப்பயன்னே நெனப்பியாக்கும்?”

“நானும் தன்மூச்சுல ஓடி வெகுகாலம் ஆச்சில்ல. இப்ப ஒருமூச்சுல ஓடித்தான் பாக்கனே.”

“அதெல்லாம் ஒண்ணும் வேண்டாம் போ. நீ சொன்னமாதிரி அப்புடி கரகூடி பாப்பம்.”

“அப்ப சரி, நேரத்த சொணக்காம தோணிய திருப்பு தாயி. தொழில பாக்கணுல்ல.”

“இங்கிட்டு தாவு எத்துன பாவம்ப்பா இருக்கும்?”

“இருவது பாவத்துக்கு மேல இருக்கும் தாயி.”

“நான் அன்னைக்கி தரய பாக்கல்ல.”

“யப்பா முனியா, இந்த பொண்ணு என்ன சொல்லவாறா.”

“வலயில பாடு ஒண்ணுமில்ல. அதான் வந்ததுக்கு தரயதடவி மச்சமோ ராலோ கைல வர்றத பிடிக்கலாமெண்டு தண்ணியில பாஞ்சிட்டன்.”

“.......”

“நான் நெனச்சமாதிரி இல்ல. போவப்போவ தர தெம்படவேயில்ல. எனக்கே குழியோடுறமாதிரி தோனிச்சி. நீ சொல்றத வச்சிப் பாத்தா பாதிதாவு போயிருக்கன் போல. அவ்வளதான் கீழ ஓடவும் முடியல... மேல வரவும் மனசில்ல. ஏதோ ஒண்ணு இழுத்து நடுக்கடல்ல அமுக்கி பிடிக்க, நெனப்பா நெசமாண்டே புரியல. அம்மா தாயி முத்தாரம்மா என்ன பாத்துக்க. யப்பா முனியா என்ன கரசேத்திடுன்னு வேண்டிக்கன். தத்தளிக்கன். வாயால மூக்கால உப்புநீரு உள்ள போகுது. இன்னக்கி அவ்வளவுதான் நம்மபாடு முடிஞ்சிதிண்டே நெனச்சனா இல்லயாண்டே தெரியலை. அதுக்கு பிறகு என்ன நடக்க ஏது நடக்க எதுவும் தெரியல. மறுபடியும் நெனவு வந்து கண்ண தொறந்து பாத்தா நான் கட்டுமரத்துல கெடக்கன். அங்கிட்டு மெதப்புல எறங்கி வலபோட்டு நின்னவுகதான், நான் தண்ணில பாஞ்சதயும் நேரமா மேல வராததயும் எடமா இருந்தே பாத்துட்டு வந்து காப்பாத்திருக்காக. என்னோட கட்டுமரத்துல தூக்கிப்போட்டு உள்ளங்காலு உள்ளங்கைய தட்டித் தட்டி தேச்சி உசுரு கொடுக்காக.”

அதிர்ச்சியில் வாயடைத்துப் போனவராக மகளையே பார்த்துக்கொண்டிருந்தார் சடையன்.

“அவுக வந்த வத்தைல ஏறாம கரவரைக்கும் எனக்கு தொணயா அவுக மெதப்புலயேதான் வந்தாக. வந்து விட்டுட்டுத்தான் போனாக.”

“பெரியாளாக்கும்?”

“வாலிபப் பயதான்.”

“வத்த எங்கிட்ருந்து வந்திச்சி பாத்தியா... சோளபுறத்துலேருந்தா இல்ல வாடபுறத்துலேருந்தா?”

“அதான் சொன்னனே சோளபுறத்துலேருந்துன்னு.”

“அப்ப காலவாசல் வத்தையா இருக்குமோ?”

“ஆமா, காலவாசல் வத்ததாம்பா.”

“இது நடந்து வாரம் பத்து நாள் ஆகுதுல்ல. எனக்கு யாந்தாயி சொல்லல?”

“நீ பயந்துருவப்பா. தெரிஞ்சா கடலுக்கு என்னய கூட்டிபோக மாட்டியே?”

“அந்த பய யாரு மவன்னு தெரியுமா தாயி?”

“பேரெங்க தெரிய. நான் யாரு எவரெண்டு விசாரிக்கவாச் செஞ்சன். மறுபடியும் பாத்தாக்க மூஞ்ச வச்சி கண்டுக்கிறலாம்.”

“வத்தைல வந்த மத்த ஆளுங்களுக்கு இது தெரியுமா?”

“தெரியாதுன்னுதான் நினைக்கன்.”

“அந்த பய வேற எதுவும் சொல்லலயாக்கும்?”

“பேசுனாத்தானே சொல்ல.”

“.....”

“மயக்கம் தெளிஞ்சதும் நான் கட்டுமரத்த கரைக்கு திருப்பிட்டன். ரொம்ப தூரம் வந்த பிறகு திரும்பிப் பாத்தா பின்னாலயே வந்திட்ருந்தாரே தவர, பக்கமா வந்து யாரு, என்ன ஏதுன்னு ஒண்ணும் பேசலப்பா.” வெங்கண்ணி சொல்லியவற்றைக் கேட்டு சடையன் உள்ளூர நடுங்கிப்போனார். “திருச்செந்தூர் முருகா, உன்ன பாக்க வந்தது குத்தமாய்யா? யப்பா முனியா, இலங்க முனீஸ்வரா.... நல்லா வளத்துடுவேண்டு நம்பித்தான, நீ இந்தப் பிள்ளைய எங்கிட்ட கொடுத்த. இப்படி அநியாயமா தொலச்சிடப்பாத்தனே!” புலம்பினார்.

“யப்பா எப்ப பாத்தாலும் எலங்க முனியசாமி கொடுத்தாருன்னு சொல்ற. இல்லன்னா முத்து சிலாவத்துல கெடச்சேன்னு சொல்ற. எத நான் நம்ப. எதுதாம்ப்பா உண்ம?”

“.....”

“நான் யாரு? என்னய எங்கேருந்து தூக்கிவந்த?”

“நீ யாம்மக தாயி.”

“நான் ஒண்ணோட மகதான். இப்ப இல்லேன்னு மறுத்தனாக்கும்? ஆனா உண்ம ஒண்ணு இருக்குல்ல? அதச்சொல்லு.”

“உண்ம அதுதான் தாயி. முத்து சிலாவத்துல கெடைச்ச பருவ முத்து நீ.”

“அட போப்பா. உண்மையாவே என்ன பெத்துப்போட்டது யாரு?”

“தாய் தகப்பன் இல்லாம உருவான தெய்வப் பொறப்பு தாயி நீ.”

“என்னோட மொகத்த பாத்து சொல்லேன் பாப்பம். நீ சொல்றது உண்மையா பொய்யாண்டு தெரிஞ்சிடபோகுது.”

“இந்த கெங்காமேல சத்தியமாச் சொல்றன். நீ தாயி தகப்பன் இல்லாத எனக்கு கெடைச்ச முத்துதான்.”

“தாயி தகப்பன் யாருன்னு தெரியாம வேணா இருக்கலாம். ஆனா நான் ஓங்கிட்ட எப்படி வந்து சேந்தேன்னு தெரியுமில்ல?”

“அதான் சொல்றனே தாயி.”

“யப்பா.. பொறுமய சோதிச்சி பாக்க?”

“.....”

“இது கருவல்பாறு தாயி. நீவாடு இருக்கபோல தெரியல. இங்கவேணா வலய எலக்கி பாப்பமா?”

“இதயெல்லாம் நானே செய்திட மாட்டன்?. நீ எதுக்கு இப்ப பேச்ச மாத்தப்பாக்க?”

நங்கூரத்தை பதியவிட்டு தோணியை நிலைநிறுத்தினாள். வலையின் தலைப்பில் சற்று பெரிய மிதவையைக் கட்டினாள். சிக்கில்லாமல் தென்னி ஒவ்வொரு அள்ளாக அடுக்கி கோத்து வைத்திருந்த வலையை சீராக எடுத்து விட்டுக்கொண்டேயிருந்தாள். மொத்தம் பத்து வலைகளிருந்தன. ஒரு வலையின் முடிவில் அடுத்த வலையின் ஆரம்பக் கயிற்றைக் கட்டி விட்டுக்கொண்டேயிருந்தாள். சடையன் சொன்னது சரியாகத்தான் இருந்தது. வலை விடவிட சீராக போய்க்கொண்டிருந்தது. நரம்புக் கயிற்றால் கட்டப்பட்ட மேவலையில் ஒரு அள்ளுக்கு ஒரு மிதப்புக்கட்டை கட்டப்பட்டிருந்தது. அவை வரிசையாக மிதந்து கடலில் வலை போகும் போக்கை காட்டிக் கொண்டிருந்தன. காவலை நூல் கயிற்றால் கட்டப்பட்டிருந்தது. அது கடல் நீரில் அலசாமல் இறங்கி நிற்க வேண்டி அதில் ஆங்காங்கே சம இடைவெளியில் சிறிய இரும்புக் குண்டுகள் கோக்கப்பட்டிருந்தன. வலை இறக்குவதில் அவளுக்கு உதவும் விதமாக எடுத்துக் கொடுத்துக் கொண்டிருந்தார் சடையன். மொத்த வலையும் இறங்கி முடித்த பின் கடைக்கயிற்றை தோணியுடன் இணைத்துக்கட்டினாள் வெங்கண்ணி. முதுமையின் சுருக்கம் விழுந்த தனது நெற்றியை அழுத்தித் துடைத்தவாறே கடலுக்குள் கிடக்கும் வலையைப் பார்த்தார் சடையன். வரிசையாக வட்டவடிவிலான மேரி ரொட்டி போன்ற மிதப்புக் கட்டைகள் மிதப்பதைப் பார்க்க அழகாயிருந்தது.

நேர்க்கோட்டை தத்தித்தத்தி வரும் சிற்றலைகள் ஆங்காங்கே வளைத்தும் நெளித்தும் போட்டது போலிருந்தது.

“கடல்ல வேகமில்ல தாயி. இப்படி சீரா இருந்தா பாடு நல்லாருக்கும்” என்றார் சடையன்.

“யப்பா நான் கேக்கனே, காதில விழுதா இல்லயா ஒனக்கு?”

“என்னத்த கேக்க? நீ கேக்காட்டியுமே நான் சொல்லாம விட்ருவனாக்கும்.”

“இப்படி புள்ளயிலேருந்து அம்மய கேட்டுட்டே இருந்தன். நான் யாரு. சொல்லு... சொல்லுண்டு. அதுவும் ஒன்ன மாதிரிதான் சொல்றன் சொல்றண்டு சொல்லாமயே கண்ணமூடிட்டு. பாத்துக்கப்பா நீயாவது சொல்வண்டுதான கெஞ்சுறன். யாங்கிட்ட எதுக்கு மறைக்க. கடைசி வரைக்கும் பொறந்த சங்கதிய தெரிஞ்சிக்காமயேதான் நான் வேகணும் போல.”

“யாந்தாயி இப்படியெல்லாம் பேசுற? நான் சொல்றன் தாயி. ஒண்ணுவிடாம எல்லாத்தையும் சொல்றன்.”

வெங்கண்ணி வலைக்கயிற்றை மெதுவாக தூக்கிப்பார்த்தாள். பாடு இருந்தால் கைக்குத்தெரியும். அவள் கைக்கு கனம் கொடுத்தது வலை. ஆனாலும் அனிச்சையாக அதை செய்தாளே தவிர கவனம் முழுவதும் சடையனின் வாய செவிற்காகவே காத்திருந்தது.

சடையன், மகளிடம் எல்லாவற்றையும் எப்படிச் சொல்வது? எங்கிருந்து ஆரம்பிப்பது என்று யோசித்துக்கொண்டிருந்தார். புதிதாக நாம் சொல்வதைக் கேட்டு தன் தாய் தகப்பன் மீது அக்கறை வந்து யாராயிருக்குமென்று தேடிப்போக நினைப்பாளோ? நம்மீது பாசமில்லாமல் போய்விடுமோ என்று பலவாறாக எண்ணி வருந்தினார். வெங்கண்ணியை அவர் கையிலேந்தும்போது பிறந்து ஒருநாள்கூட ஆகாத குழந்தையாய் இருந்தாள். அப்போதிருந்து அவர் அவளை சிறகுக்குள் தன் குஞ்சுகளை வைத்து பாதுகாக்கும் தாய்க் கோழி போலவே இன்றளவும் பாதுகாத்து வருகிறார். என்ன ஒன்று... செல்லமாய் வளர்க்க நினைத்து கொஞ்சம் பிடிவாதக்காரியாகவும் வைராக்கியக்காரியாகவும் வளர்த்துவிட்டார். இப்போது தன்னைப் பற்றி சொல்லியே ஆகவேண்டும் என்று கேட்டு பிடிவாதம் பிடிக்கிறாள்.

முடியாது என்றால் போகட்டும் என்று விட்டுவிடுவாளா? சொல்லித்தான் ஆகவேண்டும். அவளுக்கும் தன்னைப்பற்றி தெரிந்துகொள்ள உரிமையிருக்கில்லயா.

“ம்ம்ம்....” நீண்ட பெருமூச்சை இழுத்து விட்டுக்கொண்டார். அது அவரை ஆசுவாசப்படுத்தி பழைய நினைவுகளை மீட்டுக் கொண்டுவர அவருக்கு உதவியிருக்க வேண்டும்.

2

சடையனுக்கும் அன்னம்மாவுக்கும் கல்யாணம் ஆகி இருபத்து நான்கு ஆண்டுகள் ஆகியிருந்தன. கல்யாணத்தின்போது சடையனுக்கு வயது பத்தொன்பது.

அன்னம்மாவுக்கு பதினாறு. இன்றுவரை குடலில் ஒரு புழுபூச்சியும் உண்டாகவில்லை. சடையன் திடகாத்திரமான, திறமையான குளியாள்.

அன்னம்மாவுமேகூட கடல்வேலையும் கரைவேலையும் செய்து பழக்கப்பட்ட உரமான உடல்வாகு கொண்டவள்தான். இருந்தும் ஏனோ இத்தனை ஆண்டுகளில் ஒரு குழந்தைகூட அவள் வயிற்றில் உண்டாகவில்லை. ஊராரும் உறவினரும் அவள் உடலில் பேய் அண்டியிருக்கிறது என்றும் அவள் பயன்படுத்திய தீட்டுத்துணியை கருடன் தூக்கிச்சென்றதாலும், அதைப் பாம்புப் புற்றில்போட்டு துணியை பாம்பு தீண்டியதாலும் தோஷம் ஏற்பட்டுள்ளது அதனால்தான் வயிற்றில் எதுவும் தங்கவில்லை என்றும் இன்னும் ஏதேதோ காரணங்களை சொல்லிக்கொண்டிருந்தார்கள்.

பிள்ளைவேண்டி அன்னம்மாவும் சொல்வார் பேச்சையெல்லாம் கேட்டு நாளொரு வைத்தியம் பொழுதொரு பரிகாரமென எத்தனையோ செய்து அலுத்துப்போய்விட்டாள். அன்னம்மா படும் சிரமங்களைப் பார்த்து சகித்துக்கொள்ள முடியாத சடையன் ஒரு நாள் கடிந்து சொல்லிவிட்டான். “நம்ம என்னத்த கெட்டியா கதவ அடச்சி வச்சிருந்தாலுமேகூட கொடுக்குற தெய்வம் கூரய பொத்துக்கிட்டாவது கொடுக்குமாம். நமக்கு அந்த கொடுப்பின கெடையாது விட்ரு. இனிமே கோயிலு கொளத்த கூட்டியள்ளவும் வேண்டாம். ஆஸ்பத்திரி வாசல்னு அலக்கழியவும் வேண்டாம். ஒனக்கு நான் எனக்கு நீ. இப்புடியே இருந்துட்டு போய்டுவோம்ப்ப. முடியலண்டா ஒன்னாவே இந்த கடல்ல விழுந்து கதய முடிச்சிப்போம்” என்றான்.

‘ஊராரும் உலகத்தாரும் என்னதான் கேலிபேசட்டுமே. என் மாப்பிள்ளையால என்ன கொற எனக்கு. நாலு கையும் சேந்து தண்ணி

தள்ள வல்லம் கரை சேரத்தான் போகுது' என அன்னம்மாவும் ஒருவாறாக தன்னைத்தானே தேற்றிக்கொண்டாள்.

தூத்துக்குடி குளியாட்கள் தங்கள் கடலில் சிலாவம் நடைபெறாதபோது இலங்கை சிலாவத்துறைக்கு தொழில் செய்யப் போவார்கள். அப்படித்தான் அன்றும் கருப்பசாமி சம்மாட்டி தன்னுடைய வத்தையை இலங்கை சிலாவத்துறைக்கு விட இருக்கிறேன். யார் வருகிறீர்கள் என்று கேட்டார். அந்த வத்தையில் செல்ல மூன்று குளியாட்களும் இரண்டு தோடைகளும் வேண்டும். கருப்பசாமியும் குளியாள்தான் என்பதால் இன்னும் இரண்டு குளியாட்களும் இரண்டு தோடைகளும் தேவையாயிருந்தார்கள். பொங்கல் முடிந்த கையோடு புறப்பாடு என்று சொல்லியிருந்தார். பங்குனி வரை அங்கேயே தாங்கலில் இருந்தாக வேண்டும் என்பதால் பிள்ளைக்குட்டிகளோடு இருக்கும் குளியாட்கள் சற்று தயக்கம் காட்டினர். தவிரவும் நமது கடலில் பாடு இல்லை என்றாலோ தொழிலுக்குப் போக முடியாது என்றாலோகூட அயல்நாட்டு கடலுக்குப் போகலாம். இங்கேதான் சிலாவம் இல்லாவிட்டாலும் கடல்தொழில் நன்றாக இருக்கிறதே. எதற்காக பிள்ளைகுட்டிகளை விட்டுவிட்டு கடல்தாண்டி அக்கரைக்கடலுக்குப் போகவேண்டும் என்பது அவர்களின் எண்ணமாக இருந்தது.

சடையனுக்கு இந்த தொழில்பயணம் போய்வந்தால் தேவலாம் போலத் தோன்றியது. அவன் அன்னம்மாவிடம் தான் முத்துசிலாவத்துக்கு சிலோன் கடலுக்கு செல்ல விரும்புவதைப்பற்றி சொன்னான். "நான் மட்டும்தானா இங்கிட்டு கெடக்க. ஒத்தயாளா கெடக்க பிடிக்கல எனக்கு. அங்கிட்டு வந்து கெடந்தா வயித்துக்கு சொணங்காம பொங்கி போடமாட்டனாக்கும். என்னயும் கூட்டிப்போங்க" என்று பிடிவாதமாக நின்றுவிட்டாள். வேறு வழியில்லாமல் சம்மாட்டியிடம் கேட்டுக் கொண்டு அன்னம்மாவையும் கூடவே அழைத்துச்சென்றான். அவ்வாறு அன்னம்மாவை அழைத்துச்சென்றது தான் எவ்வளவு நல்லதாக போய்விட்டது என்று பிறகு நிம்மதியடைந்திருந்தான் சடையன்.

இலங்கையில் நீர்க்கொழும்பை ஒட்டிய கடற்கரைப் பகுதி அது. அங்குதான் சிலாவத்துறை இருந்தது. சிலாவத்தில் கிடைக்கும் முத்துச்சிப்பியில் மூன்றில் இரண்டு பாகம் இலங்கை அரசுக்குப் போய்விடும். ஒரு பங்கு குளியாளுக்கு. அதிலும் வத்தைக்கும் தோடைக்குமென பங்குபோட்டு கொடுக்கவேண்டியிருக்கும். மூச்சடக்கி குழியோடி குளித்து விலையுயர்ந்த முத்துக்களை எடுத்து

வந்தாலும் கடைசியில் பார்த்தால் வாயிக்கும் கையிக்கும் மட்டுமே எட்டக்கூடியதாக இருக்கிறது வருமானம். அதனால்தான் இவர்களுடைய வாழ்க்கையும் அலையில் அல்லாடும் தோணியைப்போல எந்நாளும் தத்தளித்துக்கொண்டேதான் இருக்கிறது.

கடற்கரையோரம் ஏற்கெனவே போட்டிருந்த ஓலக் குச்சலில் கொண்டு போன தட்டுமுட்டு சாமான்களை வைத்துக்கொண்டு அதே இடத்தில் தங்கிவிட்டார்கள்.

தூத்துக்குடி குளியாட்களின் வத்தை வந்திருக்கும் தகவலறிந்து இலங்கை அரசாங்க ஆட்கள் வந்துவிட்டார்கள். வந்த நாள் தொடங்கி பங்குனி வரை நாற்பது நாள் கடலுக்கு அனுமதி கிடைத்துவிட்டது இவர்களுக்கு.

தூத்துக்குடியிலேயேகூட இவ்வளவு நாள் முத்துக்குளிக்க அனுமதி கிடைத்ததில்லை. ஆறு சிலாவத்துக்கும் சேர்த்து நூறு நாள் என்பதே பெரிய விஷயமாக இருக்கும்.

நீண்ட தூரம் கடல்வழிப்பயணமாய் வந்தவர்கள் என்பதால் இன்று ஒருநாள் மட்டும் ஓய்வெடுத்துக்கொண்டு மறுநாள் முதல் தொழில்போக்கு ஆரம்பிக்கலாமென்று முடிவு செய்துகொண்டார்கள். மூன்று குளியாட்கள் இரண்டு தோடைகள் எல்லோருக்குமாக சேர்த்து அன்னம்மா சமைத்தாள். வந்திருந்த தோடைகள் இருவரில் ஒருவருக்கு மூக்குப்பொடி போடும் பழக்கமிருந்தது. கடல் பயணம் வரும் பரபரப்பில் தன் மூக்குப்பொடி டப்பாவை எங்கோ தவறவிட்டு விட்டு வந்திருந்தார் அவர். வந்ததும் பொடிடப்பா வாங்கினால்தான் தன்னால் உயிர் பிழைத்திருக்க முடியும் என்பது போல சம்மாட்டியிடம் இருந்த சில்லறையை வாங்கிக்கொண்டு கிளம்பினார். நாங்களும் வருகிறோமென்று சொல்லி ஊர் சுற்றிப்பார்க்கும் ஆர்வத்துடன் ஒரு குளியாளும் இன்னொரு தோடையும் அவருடன் கிளம்பிவிட்டார்கள். பொழுது மெல்ல மேலக்கடலுக்குள் இறங்கிக்கொண்டிருந்தது. சம்மாட்டி கருப்பசாமி சடையனை அழைத்துக்கொண்டு வத்தை கிடந்த இடத்திற்கு வந்தார். குழிக்கல், கயிறு போன்றவற்றைத் தனித்தனியாக எடுத்துப் போட்டுக்கொண்டு வந்திருந்தார்கள். அவற்றையெல்லாம் சரிசெய்து மறுநாள் முத்துக்குளித்தலுக்கான ஏற்பாட்டு வேலைகளைச் செய்துகொண்டிருந்தார்கள் இருவரும். சூரியன் முழுவதுமாக கடலுக்குள் மூழ்கிப்போயிருந்தது. அசைவதையும் ஆடுவதையும் மட்டுமே காணும்படியான பிறைநிலாவின் மெல்லிய ஒலியில் கடலைப் பார்த்தபடி உட்கார்ந்து குழியோட பயன்படுத்தும்

கயிறுகளை முறுக்காத்திக்கொண்டிருந்தார்கள். அப்போதுதான் கிழக்கேயிருந்து வரும் ஒற்றையடிப்பாதையில் ஒரு உருவம் வருவதைப் பார்த்தார்கள். இந்த நேரத்தில் இந்த இடத்திற்கு யார் வரப்போகிறார்கள்?

இந்த இடத்தில் யாருக்கும் அப்படியொன்றும் வேலை இருப்பதைப் போலவும் தெரியவில்லையே. அரசாங்க ஆட்கள் யாராவது நம்மைத்தேடிக்கொண்டு வருகிறார்களோ என்ற எண்ணம் இருவர் மனதிலும் தோன்றியது. வருபவரை எதிர்கொள்ள எத்தனித்த அதே நேரத்தில் அந்த ஆள் இவர்கள் இருப்பதை கவனிக்காதவனாக கடலைநோக்கி வேகவேகமாக நடந்தான். கையில் வட்டமான கைப்பிடியுள்ள சற்று பெரிய பிளாஸ்டிக் கூடை இருந்தது. அவனது அந்த வேகம், கடலைநோக்கிச் செல்வது, இதற்கான காரணம் அவன் கையிலிருக்கும் அந்த கூடையாகத்தான் இருக்குமென்று சடையன் மற்றும் கருப்பசாமி இருவராலும் புரிந்துகொள்ள முடிந்தது. ஏதோ விபரீதம் நடக்கப்போகிறது என்பதுபோல இருவரது உள்ளுணர்வுக்கும் புலப்பட்டிருக்க வேண்டும். இருவரும் சுதாரித்துக்கொண்டு மறைந்து நின்றார்கள்.

சற்று தூரம்தான் என்றபோதும் அவர்களின் முனைப்பான கவனிப்பால் என்ன நடக்கிறது என்பதை தெரிந்துகொள்ள முடிந்தது.

கடல் அமைதியாய் கிடந்தது. சிறுசிறு அலைகள் கரையை எட்டிப்பார்த்துவிட்டு திரும்பிச் சென்றுகொண்டிருந்தன. அவன் கடலுக்குள் இறங்கினான்.

முழங்காலளவு தண்ணீரில் வந்து நின்றவன் கையிலிருந்த கூடையை ஆழக்கடலை நோக்கி தூக்கி வீசினான். அவ்வளவுதான்... தான் வீசியெறிந்த பொருள் நினைத்த தூரத்தில் போய் விழுந்ததா? என்ன ஆச்சு ஏதாச்சு என்று நின்று பார்க்கும் நிதானம் அற்றவனாக அந்த இடத்தைவிட்டு அகன்று மறைந்தான்.

வத்தை மறைவிலிருந்த இருவரும் சட்டென்று வெளிப்பட்டு ஓடத்தொடங்கினர். அலையில் ஆடி ஆடி கூடைக்குள் பாதியும் கடல்நீரில் மீதியுமாக மிதந்துகொண்டிருந்த அந்த துணிமுடிச்சு முதலில் கருப்பசாமி கையில்தான் கிடைத்தது.

சுற்றியிருந்த துணியை விலக்கியபோது குழந்தை வீல்வீலென்று அழுதது.

கடல்நீரில் நனைந்ததால் உடல் நடுங்குவது போலிருந்தது. சட்டென்று தன் தலையில் கட்டியிருந்த துண்டை அவிழ்த்து அதில் குழந்தையை வாங்கி உடல் ஈரத்தை ஒத்தியெடுத்தான் சடையன். இருவரும் எதுவும் பேசிக்கொள்ளவில்லை.

அதிர்ச்சியில் உறைந்துபோயிருந்தனர். தன் கையிலேந்தியிருந்த குழந்தையை அதன் நடுக்கத்தைப் போக்கும் விதமாக ஒரு தாயைப் போல தன் நெஞ்சோடு அணைத்துக்கொண்டான். சடையனுக் குள்ளிருந்த தாய்மை சட்டென்று வெடித்து நெகிழ்ந்தது.

"ஏவே, சடையா என்ன புள்ளண்டு பாக்க..."

"என்னவோ இருக்கட்டுமே. அதுக்கு இப்ப என்ன பண்ண? பாரு பாவத்த, என்னமா நடுங்குதிண்டு."

"இப்பதான் பொறந்துருக்கும் போலவே."

"ஆமாவே, பாக்க அப்படித்தாவே தெரியிது."

"சரி சரி, அது கெடக்கட்டும். என்ன புள்ளண்டு பாருவே மொதல்ல."

சடையன் பார்த்துவிட்டுச்சொன்னான்.

"பொம்பளவே."

"அதான் கதயாக்கும். பொம்பள புள்ள வேண்டாமெண்டு வீசிட்டுப் போறானாக்கும்."

"பெத்தவனுக்கு மனம் ஒப்பாதுவே."

"அப்பன்னா மொற தவறி பொறந்ததாக்கும்."

"அப்படில்லாம் இருக்காதுவே."

"பகையாளிக்கு பொறந்த பிள்ளையோ என்னவோ. பழிதீக்க நடந்ததா இருக்குமோ?"

"ஏதோ ஒண்ணுவே... புள்ளய காப்பாத்திடணும் பாத்துக்க."

"அப்ப சரிவே. கொஞ்ச நேரம் இங்கயே கெடப்பம். யாராவது தேடிட்டு வந்தா கொடுத்திடலாம்."

"யாரும் வரமாட்டாங்கவே."

"சரி. அப்படின்னா வாவே போயி போலிசுல கொடுத்திடலாம்."

“வேண்டாம்வே.”

“பெறவு இந்த புள்ளய என்னதாவே செய்யலாம்குறே?”

“ஏவே, என்னய பாரு. பிள்ளையில்லாத நான் வளக்க மாட்டனாக்கும்?”

“ஏவே, நீ என்னவே சொல்ற?”

“நல்லா யோசிச்சிப்பாருவே. எங்களுக்கு கல்யாணம் முடிஞ்சி வருசம் இருவத்திநாலாகுதில்ல. இதுவரைக்கும் புள்ளக்குட்டி பொறந்திச்சாக்கும்.”

“அதுக்கு?”

“பொறக்கலயில்ல?”

“நீ என்னவே சொல்ற?”

“நாங்க இந்த புள்ளய வளக்கணுமெண்டு கணக்குல எழுதிருக்குவே!”

“ஏவே சடையா, மூள கொழம்பி போச்சோ ஒனக்கு?”

“இந்த கடல்தாயி எங்களுக்கு கொடுத்த வரமா நெனக்கன்”

“அன்னம்மா ஒத்துகிற வேண்டாமாக்கும்?”

“என்னால இந்த புள்ளய விட்டு பிரியமுடியாதுவே. அன்னம்மா ஒத்துகலண்டாலும் நானே வளத்துருவன்.”

“புள்ளய கையில புடிச்சி அஞ்சி நிமிசம்கூட ஆகல. அதுக்குள்ள என்ன பாசம் பாயபோட்டு சுத்திக்கிச்சாக்கும். பிரிய முடியாதுண்டு வசனகத பேசறவே.”

“ஏவே, நம்ப மாட்டியா நீ. நான் பொய் சொல்றண்டா நினைக்க? மனசு கெடந்து அடிச்சிக்குதுவே. இது உனக்கான பிள்ள. இத எதுக்காகவும் விட்டுக்கொடுத்துறாதண்டு ‘நெஞ்சாங்கொல’ பாடாபடுத்துதுவே.”

“எல்லாம் சரிதான். தாயில்லாம, பாலில்லாம பொறந்த சிசுவ எப்படிவே காப்பாத்துவ?”

அப்போதுதான் சடையனுக்குமே அது புரியவந்தது.

“பாத்துக்கவே, இது என்னோட பிள்ளையாக்கும். காப்பாத்தியே ஆகணும். அதுக்கான வழியமட்டும் சொல்லுவே.”

“என்னத்த வழியச்சொல்ல. நான் தப்பிக்க வழிசொல்றன். நீ மாட்டிக்க யோசன கேக்க.”

“புள்ளைக்கி பசிக்கும்வே. மொதல்ல பால் ஊத்தியாவணும்வே” தவியாய் தவித்தான் சடையன்.

“மொதல்ல அன்னம்மாகிட்ட புள்ளய கொடுப்பம். அதுக்கப்பறம் நம்ம போயி எங்கயிருந்தாலும் தேடி கண்டுபிடிச்சி பசும்பால் வாங்கிட்டு வருவோம்.”

“சரி வாவே போவம்.”

அன்னம்மா பிள்ளையைப் பார்த்ததும் என்ன சொல்வாளோ ஏது செய்வாளோ என்ற பயம் இருவருக்கும் இருக்கவே செய்தது. ஆனால், அங்கு நடந்தது வேறாக இருந்தது.

குச்சலுக்குள்ளே அப்போதுதான் வேலைகளை முடித்துவிட்டு சற்று தலைசாய்த்து படுத்திருந்தாள் அன்னம்மா. முன்னிரவு என்பதால் லாந்தர் விளக்கு கரிபடியாமல் பளிச்சென்று இருந்தது. அதன் மெல்லிய வெளிச்சம்கூட அவ்விடம் முழுவதையும் துளங்கச் செய்துகொண்டிருந்தது. குச்சலுக்கு வெளியே நின்று, “யாம்ப்ப, அன்னம்மா நம்ம புள்ளய பாத்தியாப்ப?” என்றான். அவன் வார்த்தையைக் கேட்டு சட்டென்று ஒருமுறை உடல் உதறி சிலிர்த்தது அன்னம்மாவுக்கு.

அவளது உடலிலும் மனதிலும் சதாசர்வ காலமும் பிள்ளை யில்லையே என்ற கதறல் இருந்துகொண்டேயிருக்கும். பிள்ளை என்ற வார்த்தையை யார் சொன்னாலும் அவள் நெஞ்சில் முள் தைக்கும். சடையன் எந்த முன் அறிவிப்பும் இல்லாமல் வாசலில் வந்து நின்று கொண்டு ‘நம்மபுள்ள’ என்றதும் மூச்சுக்குழலில் சுருக்கு விழுந்து விட்டதைப்போல திணறிப்போய்விட்டாள். சட்டென எழுந்தவளிடம் உள்ளே வந்து சடையன் கொடுத்தானா இல்லை இவள் பிடுங்கிக் கொண்டாளா என்று தெரியவில்லை. லாந்தர் வெளிச்சத்தில் அன்னம்மா பிள்ளையைப் பார்த்தாள்.

சடையனுமேகூட அவளுடன் சேர்ந்து அப்போதுதான் நன்றாகப் பார்த்தான். குழந்தை செக்கச்செவேரென்று அழகாய் ரோசாப்பூபோல இருந்தது.

“நம்ம புள்ளயா?” விழிவிரிய கேட்டாள்.

“ஆமாம்” என்றான் தலையாட்டியபடி.

அவளுக்கு ஒரு கணம் எதுவும் புரியவில்லை. இது கனவா? இல்லை இவ்வளவு நாளும் பிள்ளையில்லை என்று வருந்தியழுதது கனவா என்று குழம்பினாள்.

“எந்தங்கமே” நெஞ்சோடு அணைத்துக்கொண்டாள். நெஞ்சு விம்மிப் புடைப்பதுபோலிருந்தது.

“யப்பா திருச்செந்தூர் முருகா, முத்தாரம்மா கண்ண திறந்துட்டீங்க. எங்குலம் காத்துட்டீங்க...” அவளால் தன் உணர்ச்சிகளை கட்டுப்படுத்திக் கொள்ள முடியவில்லை. இப்படியொரு பேரானந்தத்தை அவள் இதுவரை அனுபவித்ததில்லை. இது அவளது ஒவ்வொரு செல்லிலும் ஏற்படுத்தும் இன்ப அதிர்வுகளை அவளது உடலால் தாங்கிக்கொள்ள முடியவில்லை. கண்களிலிருந்து நீர் பெருகியபடி இருந்தது.

இதுவரை வெளியே, அன்னம்மா என்ன சொல்வாளோ, இரைவாளோ, கத்தி கரைச்சல் வளர்ப்பாளோ என்று தயங்கியபடி நின்று கவனித்துக் கொண்டிருந்த கருப்பசாமி குச்சலுக்குள் எட்டிப்பார்த்தான்.

“அன்னம்மா, இங்கிட்டு பாருப்ப. முத்தாரம்ம கணக்கா பொம்பளப் புள்ள வந்து சேந்துருக்கு. சந்தோசந்தான?”

அன்னம்மாவுக்கு பேச்சு வரவில்லை. குழந்தையை நெஞ்சோடு இறுக அணைத்தபடி கருப்பசாமியை பார்த்தாள். கண்ணீர் பதில் சொல்வது போல அவளது கன்னங்களில் இறங்கிக்கொண்டிருந்தது.

“இங்க பாருப்ப, யாரு கேட்டாலும் இது நீ பெத்த புள்ளதாண்டே சொல்லணும் புரியிதா?”

அன்னம்மாவுக்கு இதைக் கேட்டதும் சட்டென்று ஒருமுறை உடல் உதறியது.

“என்ன?” பிள்ளை பறிபோய்விடுமோ என்று அதிர்ந்தாள். பிள்ளை யாருடையது, எப்படி சடையனின் கைக்கு வந்தது என்று விசாரிக்கக்கூட அவளுக்கு பயமாக இருந்தது.

“நீ பாத்துக்கப்ப, புள்ளக்கி பசிக்குமில்ல. நாங்க போயி பால் டப்பா வாங்கிட்டு வாறம்.”

3

சடையனும் கருப்பசாமியும் கிளம்பிப்போய்விட்டார்கள். இதுவரை கண்மூடிக்கிடந்த குழந்தை அழ ஆரம்பித்தது. நிச்சயமாக அது இப்போது பசியால்தான் அழுகிறது என்பதை அன்னம்மாவால்

உணர முடிந்தது. இப்போதுதான் இருவரும் போயிருக்கிறார்கள். பசுமாட்டுப் பாலோ பால்பவுடர் டப்பா பாலோ ஏதோ ஒன்றை தேடிக்கண்டுபிடித்து வாங்கிவர எவ்வளவு நேரம் ஆகுமோ.

நீர்கொழும்பு வரை கால்நடையாக நடந்தேதான் போய்வர வேண்டும். அதுவரை இந்த சிசு எப்படி பசி பொறுத்துக் கிடக்கும். கடவுளே முத்தாரம்மா. பிள்ளை முன்னைவிட அதிகமாய் வீறிட்டு அழுதது. குழந்தையை தோளில்போட்டு தட்டியும் கைகளில் ஏந்தி ஆட்டியும் ஏதேதோ செய்து பார்த்தாள். குழந்தையை சமாதானப்படுத்த முடியவில்லை. குழந்தை தொடர்ந்து அழும் சத்தம்கேட்டு தூரத்தில் இருக்கும் குச்சலில் தங்கியிருந்த கருவாட்டுக்கார கிழவி, “ஏந்தாயி புள்ளய இப்புடி கத்த விடுற?” என்றபடி வந்தாள். அவள் குழந்தையை தன் கையில் வாங்கிக்கொள்வாளோ என்ற பயம் ஏற்பட்டது அன்னம்மாவுக்கு.

“என்னவோ தெரியல. கைலகாலுல தங்க மாட்டேங்குது” குழந்தையை கிழவி பார்த்துவிடாதபடி குச்சலை விட்டு வெளியே வந்து இருட்டுக்குள் அங்குமிங்குமாக நடந்தாள்.

“தாயி, புள்ள பசிக்கில்லா அழறமாதிரி இருக்கு.”

“பசியாலயில்ல. வேற என்னமோ தெரியல ஆச்சி.”

“எதுவாருந்தாலும் அழுவுற புள்ளக்கி பால குடுத்துத்தான் அமத்தணும். தெரிஞ்சிதா?

“ம்” கிழவி சொல்லியதைக்கேட்டு வெலவெலத்துப்போனது அன்னம்மாவுக்கு. ‘வசமா மாட்டிக்கிட்டமே, கிளடிக்கிட்டயிருந்து எப்படித் தப்பிக்க?’

“தலைச்சன் பிள்ளையா?”

“ஆமாம்.”

“அதான் புரியல. மொதல்ல ஒரு எடத்துல ஒக்காரு தாயி.”

“புள்ளக்கி பால கொடு. பசியே இல்லன்னாலும் சப்புற சொகத்துல வலிய மறைக்கும். ஓஞ்சி ஓஞ்சி அழுதாக்கூட பரவால்ல. இப்படி ஒரேடியா கத்துனா புள்ளக்கி தொண்ட வறண்டு போயிருமில்ல.”

கிழவி விடுவதாயில்லை. அன்னம்மாவுக்கும் வேறு வழி தெரியவில்லை. அதற்கு மேல் யோசிக்க அவளுக்கு எதுவுமில்லை. உட்கார்ந்து குழந்தையை அணைத்து தன் கன்னிமார்பை சப்பக்

கொடுத்தாள். கிழவி சொன்னது உண்மைதான். குழந்தை அழுவதை நிறுத்திவிட்டு கேவியபடி பாலுக்கு முயன்றுகொண்டிருந்தது.

தளிர் உதடுகளால் குழந்தை தன் பசித்த வயிற்றின் உபாதைகளை அன்னம்மாவின் உடலுக்குள்ளும் மனதிற்குள்ளும் எப்படி கடத்தியதோ தெரியவில்லை. அவளது உடலும் மனமும் உருகிக் கரையத் தொடங்கி யிருந்தன. குழந்தையின் சங்குவயிறு நனைந்து நிறைந்திருக்க வேண்டும். சப்பிய வாயை எடுக்காமல் அப்படியே தூக்கிப்போனது. குழந்தையின் கடைவாய் வழியாக ஒழுகிய பால் அவளது இளகிய மனதை மேலும் சில்லிட வைத்தது. அன்னம்மாவால் இதை நம்ப முடியவில்லை. இயற்கை இப்படியெல்லாம்கூட அற்புதங்களை நிகழ்த்திக்காட்டுமா? 'கடவுளே முத்தாரம்மா எம்புள்ளய காப்பாத்திட்டம்மா!'

"பாத்தியா தாயி. இப்ப எங்க போச்சி. அழுவ? கொழந்தைகளுக்கு என்ன நோவாயிருந்தாலும், மொத வைத்தியம் நம்ம அணைச்சி குடுக்குற தாய்ப்பாலுதான். என்ன கிட்ட நல்ல பத்தியபொடி கருவாட்டு பொடி இருக்கு. நாளைக்கு வாங்கிவந்து போட்டு கொழம்புவச்சி சாப்பிடு. குழந்தைக்கு பாலு கொறயாம கெடைக்கும்."

"ம்" தலையை மட்டும்தான் ஆட்ட முடிந்தது அவளால்.

"புள்ளய பத்தரமா பாத்துக்க. மசண்ட நேரம் காத்து கருப்பு பின்னால வர்ற நேரம். புள்ளபாலு வாடக்கி எங்கன்னு இருக்கும். அதான் கிட்ட வந்துகூட புள்ளய தொட்டு பாக்காம போறன். வரட்டா" என்றபடி கிழவி அவ்விடத்தைவிட்டு அகன்றாள்.

சடையனும் கருப்பசாமியும் வேகவேகமாக வந்து சேர்ந்தபோது குச்சலுக்குள் குழந்தை ஆழ்ந்து உறங்கிக்கொண்டிருந்தது. பக்கத்தில் குழந்தையை அணைத்தபடி அன்னம்மா படுத்திருந்தாள்.

"என்னாப்ப, புள்ள ரொம்ப அழுதுட்டுதா? நாங்க எங்கயும் சொணங்கல. தூரமா போயிட்டு வர நாழியாயிட்டு" என்றான் சடையன், ஏதோ தவறு செய்துவிட்டு மன்னிப்பு கேட்பவனைப்போல.

"நீயே பாரு. முத்தாரம்மா புண்ணியத்துல வயறு நெறஞ்சி நிம்மதியா தூங்கி கெடக்க..."

"ஏதுப்ப பாலு?"

"மரம் வச்சவன் தண்ணி ஊத்துவான்ல்ல. புள்ளய கொடுத்த முத்தாரம்மா தாயிதான் ஊருணிய சொரக்க வச்சிருக்கா."

“என்னாப்ப சொல்ற நீ?”

“நம்பலயில்ல. நீயே பாரேன் புள்ள வயத்த. மொட்டுன்னு இருக்க” என்றபடி வெளிச்சத்திற்கு லாந்தரை எடுத்து கிட்டே காட்டினாள். அன்னம்மா சொல்வது உண்மைதான் என்பது போல அமைதியாக தூங்கிக்கொண்டிருந்தது குழந்தை. இப்போது கருப்பசாமியும் பக்கத்தில் வந்து உட்கார்ந்துகொண்டான். சடையனின் சாரத்தை நான்காய் மடித்து மெத்தென்று போட்டு அதில் கிடத்தி யிருந்தாள். இப்போது தான் குழந்தையை முழுவதுமாக நன்றாகப் பார்த்தார்கள் இருவரும்.

“புள்ள செவப்பா களையா இருக்குவே” என்றான் கருப்பசாமி. சடையனுக்கு பெருமை பிடிபடவில்லை. அவன் கருப்பசாமியையும் அன்னம்மாவையும் புன்னகைத்தபடி மாறிமாறி பார்த்தான்.

“அன்னம்மா தாய்ப்பால் கொடுத்தத நம்ப முடியலவே” என்றான் சடையன்.

“ஆமாவே. என்னாலயும் நம்பமுடியலதான். ஆனா ஏற்கெனவே இதுமாதிரி நடந்துருக்காம்வே.”

“.....”

“நம்ப மேட்டுப்பட்டியில புள்ளய பெத்து போட்டுட்டு தாயி செத்துப்போக, பாட்டியா கெழடு தூக்கி வளக்கணுமெண்டு ஆச்சிதா. பசிக்கு புள்ள கத்தும்போதெல்லாம் சும்மா தூக்கி சப்பக்கொடுத்திருக்கு கெழடு. பட்டமரத்துல பாலு ஊறுற மாதிரி பாலு சொறந்து வந்திச்சாம். அதிசயமா பேசிகிட்டாங்க. இன்னைக்கி அந்த அதிசயம் நம்ம கண்ணு முன்னாலயே நடக்குதுவே.”

“இப்ப சொல்லுங்க சம்மாட்டி. யாம் மாப்புளக்கி இந்த புள்ள எங்கேருந்து கெடக்க?” என்று கேட்டாள் அன்னம்மா.

“கடல் தாயி கொடுத்த புள்ள இது.”

“பாருங்க ரெண்டுபேரும், புள்ளக்கி நான் தாயாக்கும். எதுவும் மறைக்க வேண்டாம் ஆமா.”

“நீயே சொல்லுவே” என்று குச்சலை விட்டு வெளியே போய் விட்டான் கருப்பசாமி.

குழந்தையை விட்டு அகல மனமில்லாதவனாய் அதன் பக்கத்திலேயே படுத்துக்கொண்டான் சடையன். நடந்த எல்லாவற்றையும்

அன்னம்மாவுக்கு சொன்னான். நமக்காகவே பிறப்பெடுத்த குழந்தை என்று இருவரும் நம்பிக்கையோடும் மகிழ்வோடும் இதுபற்றியே வெகுநேரம் வரை பேசிக்களித்தார்கள். முத்துக்குளிக்க வந்த இடத்தில் கிடைத்த விலைமதிப்பற்ற முத்தல்லவா. வெயிலும் மழையும் இறங்கி வரும் ஓட்டைகளைக்கொண்ட அந்த குச்சலுக்குள் நிலவு இறங்கி வந்துகொண்டிருந்தது.

இனி இந்த உலகில் எங்களுக்கு எதுவும் பெரிதில்லை என்பது போல மூன்று உயிர்கள் நிம்மதியாக உறங்கிக்கொண்டிருந்தன. நிலவும் அவர்களுக்கு காவல் இருப்பது போல் தன் பிறை கண்களால் இரவு முழுவதும் சிமிட்டாமல் பார்த்துக்கொண்டேயிருந்தது.

சடையனுக்கு இரவுவரை எதுவும் தோன்றவில்லை. பொழுது விடியப்போகிறது என்றவுடன் அவன் மனதில் பலவிதமான ஐயங்கள் எழத்தொடங்கின. ‘இந்த விஷயம் வெளியே பரவி யாராவது தேடிக்கொண்டு வந்தால் என்ன செய்வது? பிள்ளைக்காரர்களுக்கு பிள்ளையைக் கொடுத்துதானே ஆகவேண்டும். முடியாது என்று மறுக்க முடியுமா? மறுத்தால்தான் விடுவார்களா?’ என்று பயந்தான்.

விஷயம் போலீக்கு போனால், ஏன் இதையெல்லாம் போலீசுக்கு உடனேயே தெரியப்படுத்தவில்லை என்று கேள்விமேல் கேள்வி ஆயிரம் கேட்பார்களே. என்ன பதில் சொல்வது. எல்லாவற்றிற்கும் மேலாக பிள்ளை நமக்கில்லாமல் போய்விடுமே என்று நினைத்து கலக்கமுற்றான். எது நடந்தாலும் பிள்ளையை மட்டும் விட்டு விடக்கூடாது என்று முடிவு செய்துகொண்டான். முத்துச்சிலாவத்துக்கு கிளம்பும் அந்த அதிகாலை நேரத்துக்கு முன்னதாகவே சடையன் தன் சம்மாட்டி கருப்பசாமி முன் வந்து நின்றான்.

“சம்மாட்டி, பாரு என்னாலயெல்லாம் சிலாவத்துக்கு வர முடியாது.”

“என்னவே நீ சொல்ற?”

“சிலாவத்துல பருவமுத்தே எனக்கு கெடைக்க, இதுக்கு மேல என்ன வேணும்?”

“சடையா, நான் சொல்றத கேளு. ரொம்ப ஆசப்படாத. வேறமாதிரி நடந்து போச்சின்னா பெறகு நீதான் வேதனபடணும்.”

“அதுமாதிரி எல்லாம் எதுவும் நடக்காதுவே. இது எங்களுக் கின்னே வந்து சேந்த புள்ள. முத்து சிலாவத்துல கடல்தாயி தூக்கிக் கொடுத்த பருவமுத்துவே. இது எங்ககூடவேத்தான் இருக்கும்.”

"என்னவே சடையா நீ இப்படி ஆயிட்டியே. சப்பக்குடுத்தா ஒண்ணோட பொய்மாருலேருந்துகூட பாலு சொறந்துரும் போலருக்கே."

"...."

"நீ உருகுறதையும் பதறுறதையும் பாத்தா எனக்கே பாவமாருக்குவே."

பரிதாபமாக கருப்பசாமியைப் பார்த்தான் சடையன்.

"அப்பசரி ஒண்ணு செய்வம் வா. ஒனக்காக நான் இதச் செய்யிறன்."

"...."

"இந்த தடவ சிலாவத்துல சம்பாதிக்கிறத மறந்துடு நீ. என்ன நான் சொல்றது புரியுதாக்கும்?"

"புதையலே கெடச்சிருக்கு. இதுக்கு மேலவும் சம்பார்த்தன வேண்டாம்வே எனக்கு!"

"அப்பசரி, அன்னம்மாகிட்ட இன்னக்கி பகல் ஒருபொழுது மட்டும் யார் கண்லயும் படாம இருந்துக்கச் சொல்லு. பொழுது சாஞ்சதும் நம்ம வத்தைய தூத்துக்குடி பாக்க திருப்பிடுவம்."

"சம்மாட்டி..."

"நான் இப்ப சம்மாட்டியில்ல. சம்மாட்டியா இருந்தா ஒன்ன திரும்பிப்போக சொல்லிருப்பனாக்கும். குழியோடுன்னுல்ல சொல்லி இருப்பேன். நான் ஒன்னோட சேத்தாளியாக்கும். காசுபணத்த இன்னைக்கில்லன்னாலும் நாளைக்கு சம்பாதிச்சிக்கிறலாம். ஆனா, இந்த மாதிரி பாக்கியமெல்லாம் கெடைக்கும்போது தக்கவச்சிக்கிட்டாத் தான் உண்டு பாத்துக்க. இந்த புள்ளய நேத்து நம்ம பாக்கலேண்டா பத்து நிமிசத்துல உசுரு போயிருக்கும். நம்ம தூக்கியெடுத்து காப்பாத்துனது மறுபடியும் அத எமன் கையில கொடுத்துட்டு போக இல்ல. அந்த புள்ளய பத்தரமா வளத்து எடுத்து ஆளாக்கி பாக்கணும். அதுக்கு ஒன்னயும் அன்னம்மாவையும் விட்டா வேத்தாளு யாருமில்லை."

"....."

"பசிச்சவனுக்குத்தான் சோத்தோட அருமயும் ருசியும் தெரியும். நீ கவலப்படாதவே. ஓங்குடும்பத்த தூத்துக்குடில கொண்டாந்து விட்டுட்டு ஒனக்கு பதிலாக வேற ஒரு குளியாள கூட்டிட்டு வந்தர்றன்."

சடையனுக்கு நன்றிப்பெருக்கால் வாயடைத்துப்போனது. நாக்கு எழவில்லை.

“அன்னம்மாக்கிட்ட சொல்லி பயணமா இருக்கச்சொல்லுவே” என்றான் சம்மாட்டி கருப்பசாமி.

சொன்னதுபோலவே அன்று அந்தி சாய்ந்த நேரத்தில் கிளம்பிவிட்டார்கள்.

அங்குள்ளவர்களிடமும் முத்துக்குளித்தலை கண்காணிக்கும் அரசாங்க ஆட்களிடமும் சோறுபொங்கி போ வென சடையனுடன் வந்த அவனுடைய பெண்டாட்டிஅன்னம்மா க்கு வந்த இடத்தில் உடம்புக்கு முடியாமல் போய்விட்டது. அதனால் தூத்துக்குடிக்கே திரும்பிப் போகிறார்கள் என்று சொல்லிவிட்டான் சம்மாட்டி கருப்பசாமி.

யாருக்கும் சந்தேகம் வராதபடி ஒவ்வொரு விஷயத்திலும் கவனமாயிருந்தபோதும் சடையனுக்கு ஏனோ மனதுக்குள் கெத்துகெத்தென்று ஒருவிதமான படபடப்பு இருந்துகொண்டே யிருந்தது. வத்தையில் ஏறுவதற்கு முன்பாக சடையன் ஒரு காரியம் செய்தான். அங்கிருந்த முனியன் கோயிலில் பிள்ளையைக் கிடத்தி வேண்டிக்கொண்டான். ‘புள்ளய மழ, தண்ணி, காத்து, கருப்பு எதுவும் நெருங்காம பத்தரமா கொண்டுபோயி அக்கரை சேக்கணும். நீதான் தொணயா கூட வந்து காக்கணும்’ என்று விழுந்து வேண்டிக் கொண்டவன் அந்த முனியனின் காலடியில் கிடந்த மண்ணை அள்ளி குழந்தையை சுற்றியிருந்த சாரத்துணியின் ஓர் ஓரத்தில் முடிந்து கட்டிக்கொண்டான்.

“இந்த முனி துடியான சாமிதாம்வே, ஒன்னோட குடும்பத்த பத்தரமா கொண்ட கரசேக்கும் பாத்துக்க” என்று சம்மாட்டி கருப்பசாமி சொன்னபோதும் அவனுக்குள்ளும் ஏதோ ஒரு பயம் இருந்து கொண்டேதான் இருந்தது. அன்னம்மாவோ தன் நினைவில் வந்த அத்தனை தெய்வங்களையும் நேர்ந்துகொண்டிருந்தாள்.

கடல்வழிப் பயணத்தில் வழி நெடுக மூவருக்கும் வேறு பேச்சே இல்லாதது போல குழந்தையைப் பற்றியே பேசிக்கொண்டு சென்றார்கள்.

“அதுசரிவே, புள்ள தமிழா இருக்குமா இல்ல சிங்களமா இருக்குமா?” என்றான் கருப்பசாமி.

"கண்டுபுடிச்சி என்னத்த செய்யப்போற? சிங்களமாருந்தா கடல்ல தூக்கி வீசிருவமாக்கும். இது பச்சமண்ணுவே. தெய்வத்துக்கு சமம் தெரிஞ்சிக்க. இந்த சிசுவ போயி தமிழா சிங்களமான்னு கேக்க எப்புடிவே மனசு வருது?"

"நான் ஒரு வார்த்த கேட்டதுக்காவே நீ இவ்வளது பேசுற. நான் கேட்டதென்னவோ தப்புதான்வே. ஆனா, நான் நீ நெனைக்க மாதிரி கேக்கலவே. எல்லா தண்ணியும் கலந்ததுதான்வே கடல் தண்ணி. எப்பவும் கடல்ல கெடக்க நம்ம எதுலயாச்சிம் பேதம் பாத்துருக்கமாவே" என்றான் சடையனை சமாதானப்படுத்தும் விதமாக.

முயல் தீவில் பத்திரமாக வந்து இறங்கிய பிறகுதான் மூவருக்கும் நல்ல உயிர் வந்தது. துணியில் முடிந்து எடுத்து வந்த மண்ணை கடலில் மிதந்து வந்த தென்னங்குடுவைக்குள் நிரப்பி முயல்தீவில் வைத்து வழிபட ஆரம்பித்துவிட்டான் சடையன். நாளடைவில் அவனுக்கு மட்டுமல்லாது அங்குள்ள எல்லோருக்குமே சிலோனிலிருந்து வந்த முனியசாமி கண்கண்ட தெய்வமாகிவிட்டார்.

சடையன் சொல்லி முடித்தபோது முகத்திலும் நெற்றியிலும் முத்துமுத்தாய் வியர்த்துப்போயிருந்தது. வெங்கண்ணியை ஏறெடுத்துப் பார்க்கவும் திராணியற்றவர் போல தலை கவிழ்ந்திருந்தார்.

"இப்ப நீயே சொல்லு தாயி. நீ கடல்தாயி எங்களுக்குக் கொடுத்த முத்தா? முனியசாமி கொடுத்த சொத்தா? இல்ல முத்தாரம்மன் போட்ட மடிப்பிச்சையா?" என்றார் மெலிந்த குரலில்.

"யாம்ப்பா ஒனக்கு இப்படி வேக்குது?" என்றவாறே தனது தாவணி தலைப்பால் துடைத்துவிட்டாள்.

"ஒன்னயவிட ஒசப்பா இந்த ஒலகத்துல யாராவது இருப்பாங்களாப்பா? இந்த சாமியவிடவெல்லாம் பெரிய சாமி நீதாம்ப்பா."

"......"

"ஒனக்கு நான் பெரிசின்னா. அதேமாதிரி தாம்பா எனக்கு நீயும்."

ஏனோ இப்போது சடையன் குலுங்கிக் குலுங்கி அழ ஆரம்பித்திருந்தார்.

வெங்கண்ணிக்கும் அழுகை வருவது போலிருந்தது. பேச்சை மாற்றி சூழலை மாற்ற விரும்பியவளாக,

"யப்பா வலய பத்துவம் வா" என்றாள்.

மகுடிக்குக் கட்டுப்படும் பாம்பு போல மகளின் வார்த்தைக்கு கட்டுப்பட்டவராய்,

"ந்தோ வாறன் தாயி" என்றவர், வலைகளை மீனுடன் தோணிக்குள் இழுத்துப்போட அவளுக்கு உதவினார். எல்லா வலைகளிலும் மீன்களும் இரால்களும் ஆங்காங்கே தென்பட்டன. "இன்னைக்கு நல்ல பாடாக்கும்" என்றவாறே நங்கூரத்தை இழுத்து தோணிக்குள் போட்டாள். பாய்மரத்தை நாட்டினாள். தோணி முயல்தீவை நோக்கி மெல்ல நகரத்தொடங்கியது.

4

சடையனுக்கு மனது நிலைகொள்ளாமல் பரிதவித்துக் கொண்டிருந்தது. வெங்கண்ணி தன்னுடைய பிறப்பு பற்றிய விபரங்களை எல்லாம் கேட்டுத் தெரிந்து கொண்ட பின்னரும் தன் மீது பாசம் குன்றாத மகளாகவே இருக்கிறாள் என்ற நிம்மதி ஒருபக்கம் இருந்தபோதும் நேற்று அவள் ஆவேசம் வந்தவளைப்போல குடமுத்தி பாறுக்கு தோணியைச் செலுத்தியதும் அதற்கான காரணமாக அவள் சொன்ன முன்நிகழ்வுகளுமே மீண்டும் மீண்டும் நினைவுக்கு வந்து அவரை துயரப்படுத்திக் கொண்டிருந்தன.

இது தற்செயலாக நடந்தவையாக இருக்குமா? இல்லை ஊழியாக இருக்குமா என்று மனம் பேதலித்து நின்றார். இவள் தண்ணீருக்குள் பாய்ந்ததை அந்தப் பயல் எப்படி எதேச்சையாக பாத்திருக்கமுடியும்? அப்படியே என்றாலும் தரைதொடாத நடு ஆழத்தில் ஏதோ பிடித்து அழுத்தியது போல இருந்தது என்றாளே வெங்கண்ணி, அது என்னவாக இருக்கும்? அந்தப் பயல் மட்டும் சொல்லி வைத்ததுபோல எல்லாவற்றையும் கவனித்துக் கொண்டிருந்துவிட்டு வந்து தூக்கிக் காப்பாற்றினான் என்பதெல்லாம் தற்செயலாக எப்படி நடந்திருக்கும்? 'யப்பா முனியா ஓம்மகள காப்பாத்திருப்பா. வந்தது தூக்குனது எல்லாம் எம்பொண்ணு நெனக்கிற மாதிரி காலவாசல் பயலாவே இருக்கணும்ப்பா. காத்து கருப்புன்னு எந்த எடஞ்சலும் எம்பொண்ணுக்கு நேந்துரக்கூடாதுப்பா.' மனதிற்குள் வேண்டிக்கொண்டார். சடையன் இவ்வளவு தூரம் எதையோ நினைத்து பயம் கொள்வதற்கான காரணம் இல்லாமலும் இல்லை.

சடையன் நல்ல குளியாள்தான். பிறந்ததிலிருந்து கடலே கதி என்று கிடப்பவர். பன்னிரண்டு வயதிலேயே குழியோடிப் பழகியவர்.

தூத்துக்குடியின் கடைசி சிலாவம் வரை முத்தெடுத்துக் கொண்டிருந்தவர். கடலின் ஒவ்வொரு அசைவும் அவருக்கு அத்துபடி. கடலின் ஆழம், பாறைகள், அவற்றின் தன்மைகள், பாறைகளில் பரவிக்கிடக்கும் பவளப்பாறைகள், தூவிகள், அவற்றிடையே மறைந்து கிடக்கும் மீன்கள் உட்பட அனைத்தும் அவருக்கு அத்துபடி என்றபோதும் தன் மகளுக்கு நிகழ்ந்த அந்த சம்பவத்தை அவரால் என்னவென்று புரிந்து கொள்ள முடியவில்லை.

அவர் தனது இளம் வயதில் கடலுக்குச் செல்லும் போதெல்லாம் அவனுடைய அம்மா அப்பாவும் பாட்டியும் மறக்காமல் திரும்பத் திரும்ப சொல்லியனுப்பிய விஷயம்தான் இன்று அவரை இந்த அளவுக்கு கலங்க வைத்துக் கொண்டிருக்கிறது.

"ஏலேய் சடையா, இந்த கடல்தான் நம்மள வாழவைக்கிது. நமக்கு எந்த நாளும் அது தீங்கு செய்யாது. இருந்தாலும் நீ ஒத்தாளா ஆழக்கடலுக்கு போகக்கூடாது. இன்னைக்கி சொல்றதுதான் நல்லா கேட்டுக்க. காத்து கருப்புன்னு ஏதோ ஒண்ணு ரெண்டு நம்ம கடல்ல தவிச்சிக் கெடக்குதாம். பாத்து கவனமா கடலோடணும் ஆமா" என்பார்கள்.

"காத்தாவது கருப்பாவது அப்புடியெல்லாம் ஒண்ணுமே இல்ல. எதையாவது சொல்லி என்ன பயமுறுத்தலாம்ண்டு நெனைக்க. நான் பயப்பட மாட்டனாக்கும்" என்று தன் அம்மாவிடம் வம்படிப்பார் சடையன்.

"ஏலேய் நான் சொல்றத கேக்கமாட்டியாக்கும். பேய், பிசாச நம்ம யாரும் இதுவரைக்கிம் கண்ணால கண்டதில்லதான். ஆனாலும் இது உண்மயாவே நடந்தது. நம்பாம இருக்க முடியுமாக்கும்" என்பவள் தொடர்ந்து "நம்ம வலக்குடி இளம்பிள்ளை வயசு இருவது இருவத்திரண்டுதான் இருக்கும். வாட்டசாட்டமான பயலாம். பேரு முத்துராசா…" ஆரம்பித்தால் முழுக்கதையும் சொல்லி முடிக்காமல் விட மாட்டாள்.

காலவாசல் மற்றும் அதனை ஒட்டிய பகுதிகள் வலக்குடி என்றே ஆரம்பத்தில் அழைக்கப்பட்டது. இந்த வலக்குடியை சேர்ந்த முத்துராசா கதையை பிறருக்குச் சொல்லாதவர்களும் பிறர் சொல்லக் கேட்காதவர்களும் இப்பகுதியில் யாரும் இருக்க முடியாது.

முத்துராசா திறமையான குளியாள். தன்மூச்சில் இருபத்தைந்து பாகம் ஓடுவானாம். பொதுவாக குளியாட்கள் எல்லோருமே முதலில்

குழியோடி சிற்பிகள் கிடப்பதை உறுதிப்படுத்திக் கொள்வார்கள். அதுவரைதான் அவர்களால் மூச்சடக்க முடியும். மேலே வந்து மூச்சு வாங்கிக்கொண்டு மறுமுறை குழியோடி அடையாளமாய் பார்த்து வைத்த சிப்பிகளைச் சேகரித்து வருவார்கள். ஆனால் முத்துராசா எத்தனை முறை குழியோடினாலும் அத்தனை முறையும் சிப்பிகளோடு தான் மேலே வருவானாம். எடுத்து வரும் சிப்பிகளை உடைத்துப் பார்த்தாலும் எல்லாவற்றிலும் முத்து இருக்கும். அதிலும் முக்கால்வாசி பருவ முத்தாகவே இருக்குமாம்.

அப்போதெல்லாம் எடுக்கும் முத்தில் மூன்றில் இரண்டு பங்கு மன்னருக்குப் போகவேண்டும். ஒரு பங்குதான் குளியாளுக்கும் தோடைக்கும் தோணிக்கும். அதிலும் பருவ முத்தாக இருந்தால் அதை மன்னரின் பங்கில் ஒதுக்க வேண்டும். இந்த முத்துராசா எடுக்கும் முத்துக்கள் எல்லாமே அளவில் சற்று பெரிய முத்துக்களான பருவ முத்துக்களாகவே இருந்துவிடுமாம்.

பாண்டிய மன்னனுக்கு பெயர் தெரியுமளவுக்கு முத்துராசா தேர்ந்த குளியாளாக இருந்திருக்கிறான். மன்னருக்கும் அரசியாருக்கும் முத்துராசாவை நேரில் பார்த்துப் பாராட்ட வேண்டுமென்ற எண்ணம் ஏற்பட்டிருந்தது.

முத்துராசாவை அரண்மனைக்கு அழைத்துச் செல்ல காவலர்கள் வந்திருந்தனர். அவனுக்கு பாண்டிய மன்னன் பொன்னும் பொருளும் பரிசாகக் கொடுத்து அரசாங்க வேலையும் கொடுக்கப் போகிறான் என்று ஊரே பேசிக்கொண்டது. அவனை அரண்மனைக்கு வழியனுப்பி வைக்க கடற்கரையில் திரண்டிருந்தனர் சனங்கள்.

முத்துராசா நல்ல அங்கபங்கமாய் இருப்பான். தன்மூச்சில் குழியோடுபவன் என்பதால் சுறா போன்று உடல் வலிமை மிக்கவனாகவும் இருந்தான். மன்னர் அழைத்து அரண்மனைக்குச் செல்கிறான், கடலோடி போல அரைகுறை ஆடையோடு அவனை அனுப்பக்கூடாது என்று நினைத்த உறவினர்கள், அறிந்தவர் தெரிந்தவர்களிடமெல்லாம் விசாரித்து நல்ல உடுப்பாக அணிவித்து அனுப்பினர். மதுரை வீரன் போல கம்பீரமான தோற்றத்தில் செல்பவனைப் பார்த்துப் பார்த்து பூரித்தனர்.

அரண்மனைக்குள் நுழையும் போது பார்த்தால் ஏதோ ஒரு தேசசத்தின் அரசகுமாரன் போல தெரிகிறான். அங்கிருந்த ஆண்கள் பெண்கள் அத்தனை பேரும் வைத்த கண் வாங்காமல் முத்துராசாவையே பார்த்துக் கொண்டிருந்தனர்.

மன்னனை வணங்கி நிற்கிறான் முத்துராசா.

"இளைஞனே உன்னுடைய பெயர்?"

"முத்துராசா அரசே"

"உன்னை எதற்காக அழைத்து வரச்சொன்னேன் தெரியுமா?"

"தெரியாது மன்னா"

"எல்லோரை விடவும் மூன்று பங்கு மூச்சடக்கி முத்தெடுக்கிறாயாம். நீ எடுத்துக்கொடுத்த முத்துக்கள் எல்லாமே மிகவும் அற்புதமாக இருக்கின்றன. உன்னை பாராட்டி பரிசு கொடுக்கும் விருப்பத்தோடு தான் நேரில் அழைத்திருக்கிறேன்."

முத்துராசாவுக்கு என்ன பதில் சொல்வதென்று எதுவும் தெரியவில்லை.

"சரி நீ முத்துக்குளிப்பதில் மட்டும் தான் திறமைசாலியா அல்லது வேறு வித்தைகள் எதுவும் தெரியுமா?"

"வித்தையெல்லாம் எதுவும் தெரியாது மன்னா. அம்மா அப்பா வேற எதையும் கத்துக்கொடுக்கல."

"இளைஞனே உரமேறிய உடல் உனக்கு. உனது வலிமையை, பராக்கிரமத்தை வெளிக்காட்டுவது போல எதையாவது கற்று வைத்திருக்கலாமே. நாட்டு மக்கள் பார்த்து மகிழ்வார்களே."

முத்துராசாவால் என்ன சொல்ல முடியும். அவனால் மன்னர் என்ன சொல்கிறார் என்று கூட புரிந்து கொள்ள முடியவில்லை.

"சரி அது கிடக்கட்டும். வீர விளையாட்டுக்கள், போட்டிகள் எதுவும் உங்கள் பகுதியில் நடப்பதில்லையா?"

"பொங்கல் பண்டிகையப்ப குழிகல்ல மொழங்கைல நிறுத்துற போட்டி நடக்கும் மகாராசா."

"ம்."

"ரெண்டு பக்கமும் தோள்பட்டயில இருந்து குழிக்கல்ல எறக்கி மொழங்கையில நிறுத்திக் காட்டுவன் அரசே."

"ஓ! அப்படியா? இங்கே அரண்மனையில் எங்களின் முன்பாக அதை உன்னால் செய்து காட்ட முடியுமா?"

"முடியும் மன்னா."

"அமைச்சரே"

"உத்தரவிடுங்கள் அரசே."

"இந்த இளைஞனின் திறமையை சோதித்தறிய ஏற்பாடு செய்யுங்கள்."

"ஆகட்டும் மன்னா."

மறுநாளே அமைச்சர் அதற்கான அனைத்து ஏற்பாடுகளையும் செய்திருந்தார். குழியோடும் கற்கள் கொண்டுவரப்பட்டிருந்தது. அதுவரையில் அரண்மனையில் தனக்குக் கிடைத்த உபசாரங்களைப் பார்த்து அசந்து போயிருந்தான் முத்துராசா. தர்பார் எங்கும் ஒரே பேச்சாகக் கிடந்தது. முத்துக்குளிக்கும் இளைஞன் ஒருவன் தனது இரு முழங்கைகளிலும் குழியோடும் கல்லை நிறுத்திக் காட்டப்போகிறானாம். இதைப் பார்க்காமல் தவறவிட்டுவிடக் கூடாது என்று எல்லோரும் அந்த நிகழ்வைக் காண ஆர்வமாகக் கூடியிருந்தார்கள்.

பட்டத்து இளவரசி காதுக்கும் முத்துராசா பற்றிய செய்திகள் எட்டியிருந்தன. அவளது கழுத்தை அலங்கரித்துக் கொண்டிருக்கும் முத்துமாலையில் கோர்க்கப்பட்டிருக்கும் அனைத்து முத்துக்களையும் மூச்சடக்கி எடுத்துக் கொடுத்தவன் அவனே என்றும் சொல்லக் கேட்டிருந்தாள்.

இளவரசிக்கு முத்துராசாவைப் பார்ப்பதற்கு முன்பாகவே அவனைப் பற்றிய வசீகர எண்ணங்கள் அவள் மனதில் மெலிதாய் படியத் தொடங்கியிருந்தன. நிகழ்வைக் காண அவளும் தன் அன்னையான அரசியாருடன் ஆர்வமாய் வந்திருந்தாள்.

முத்துராசாவைப் பார்த்த மாத்திரத்திலேயே இளவரசியின் மனம் கனியத் தொடங்கிவிட்டது.

கிட்டத்தட்ட பதினைந்து கிலோ எடை கொண்ட இந்த குழிக்கல்லை இறக்கைபோல முழங்கையை பக்கவாட்டில் விரித்து அதில் நிறுத்திக் காட்டுவதென்பது எவ்வளவு பெரிய காரியம். அதுவும் இரண்டு பக்கமும் இரண்டு கற்களை பார்த்தோர் வியந்து போனார்கள். இளவரசியோ மயங்கிப் போனாள்.

சில பரிசுகளை பெற்றுக்கொண்டு வலக்குடிக்கு திரும்பியிருந்தான் முத்துராசா.

இது நடந்து ஒரு வாரம் பத்து நாட்கள் ஆகியிருக்கும். முத்துராசா பற்றிய நினைவுகளை மனதிலிருந்து நீக்க முடியாமல் தவித்தாள்

இளவரசி. சில நாட்களிலேயே மறுபடியும் அவனைக் காணத் துடித்தாள். பசி, தூக்கம் மறந்து போனது அவளுக்கு.

தன் தந்தையின் முன் வந்து அனுமதி கேட்டு நின்றாள்.

"நீ என்ன சொல்கிறாய் மகளே?" நம்ப முடியாமல் கேட்டான் மன்னன்.

"ஆம் தந்தையே, என் கழுத்தை அலங்கரிக்கும் இம்முத்துக்களைப் பற்றி இதுநாள் வரை நான் அறிந்துகொள்ள முற்பட்டதில்லை. இப்போது எனக்கு முத்துக்குளித்தல் பற்றி தெரிந்து கொள்ளும் ஆர்வம் ஏற்படுகிறது. நான் எனது தோழியருடனும் பாதுகாப்புக்கு போதிய காவலர்களுடனும் சென்று முத்துக்குளித்தலை அருகிலிருந்து காண ஆசைப்படுகிறேன். அனுமதி தாருங்கள் தந்தையே."

இளவரசியின் உள்மன விருப்பம் பற்றி சந்தேகிக்காத பாண்டிய மன்னனும் "உன் விருப்பம் நிறைவேறட்டும் இளவரசி" என்று அனுமதி அளித்துவிடுகிறார்.

அவ்வளவுதான். தூத்துக்குடி வந்த இளவரசியை மறுபடியும் யாராலும் அரண்மனைக்கு அழைத்துச்செல்ல முடியவில்லை. மந்திரித்து விட்டவளைப்போல கடற்கரையையே சுற்றி வந்துகொண்டிருந்தாள்.

"கடலும் கடல்சார்ந்து வாழும் மக்களும் என்னை வெகுவாக கவர்ந்து விட்டார்கள். இந்த கடற்கரைப் பரப்பிலேயே எனது பொழுதுகள் கழிய வேண்டுமென்று விரும்புகிறேன். ஆகவே தந்தையே எனக்கு இந்த கரையோரம் வசிப்பதற்கேற்ப உப்பரிகையுடன் கூடிய மாளிகை ஒன்றை அமைத்துத்தாருங்கள்" என்று பாண்டிய மன்னனுக்கு ஓலை அனுப்பினாள்.

மகளின் விருப்பத்தை அறிந்து பதறி ஓடி வந்தார்கள் மன்னரும் அரசியாரும். மகளை அரண்மனைக்கு வரும்படி மன்றாடினர்.

"எனக்கு அரண்மனையோ அந்தப்புர வாழ்க்கையோ தேவை யில்லை. எந்த வசதிகளும் இல்லையென்றாலும் நான் இந்த கடற்கரையிலேயே என் காலத்தைக் கழிப்பேன்" என்று உறுதியாக கூறி பெற்றோருடன் செல்ல மறுத்துவிட்டாள்.

இளவரசியின் இந்த மாற்றத்திற்கு முத்துராசா மீது அவள் கொண்ட மையல்தான் காரணம் என்பதை தாமதமாக புரிந்து கொண்டார் மன்னர். அவர் என்ன செய்வது ஏது செய்வது என்று எதுவும் புரியாமல் தவித்தார். இது குறித்து ஏதாவது ஒரு நல்ல முடிவை எடுக்க

வேண்டும் என்னும் எண்ணத்தில் அமைச்சருடன் ஆலோசனை நடத்திக்கொண்டிருந்தார்.

அதற்குள்ளாக இது மன்னருக்கும் பாண்டிய நாட்டிற்கும் ஏற்பட்டிருக்கும் மிகப் பெரிய நெருக்கடி. இதை நாமாகவே தீர்த்து வைத்து மன்னரிடம் நல்ல பெயர் வாங்க வேண்டும் என்று தப்புக் கணக்கு போட்டுவிட்டான் பாண்டிய நாட்டின் சேனாதிபதி.

இரவோடு இரவாக தமது வீரர்கள் சிலருடன் வந்து எதுவும் அறியாத முத்துராசாவை நடுக்கடலுக்கு அழைத்துச் சென்றார்கள். நாற்பது குழியோடும் கற்களை அவன் உடலோடு பிணைத்து கைகால்களையும் கட்டி ஆழ்கடலுக்குள் தூக்கிப்போட்டுவிட்டு வந்து விட்டனர். என்னதான் வலிமையானவனாக இருந்தாலும் கைகால்கள் கட்டப்பட்ட நிலையில் அவனால் எதுவும் செய்யமுடியவில்லை. தன்மூச்சில் குழியோடும் போது ஒரு கல்லின் எடையே அவனைத் தரைக்கு விரைவாகக் கொண்டு செல்ல போதுமானதாக இருக்கும். இப்போது நாற்பது கற்கள் அவன் அகழ்ந்து முத்தெடுத்த குழிக்குள்ளேயே கொண்டு போய் சேர்த்திருந்தது. இப்போது அவன் அசைத்து ஆபத்தை உணர்த்த இணைப்புக்கயிறு இல்லை. அய்யோ குழியோடியவன் இன்னும் கயிற்றை ஆட்டவில்லையே ஆபத்தில் சிக்கியிருப்பானோ என்று அவனை வெளியே இழுக்க தோடைகள் இல்லை. என்ன செய்வான் அவன்? கற்களோடு கைகால்களையும் கட்டி கடலுக்குள் வீசும் போது சேனாதிபதி சொன்ன வார்த்தைகள் மட்டுமே அவன் சிந்தனை முழுவதும் நிரம்பி இருந்தது. "நீ அப்படியென்ன பெரிய வீராதி வீரனா. உனக்கு எங்க இளவரசி கேக்குதா? ராசவாழ்வு வாழவேண்டிய எங்க இளவரசிய கடல்பாசி நாத்தமடிக்கிற உன் நெனப்புல அலையவிட்டுட்டேல்ல. போ அப்படியே போயிடு." திரும்பத் திரும்ப இந்த வார்த்தைகளே அவனுக்குள் ஒலித்துக் கொண்டிருந்தன. 'இளவரசி உன்னத்தான் விரும்புகிறாள். உனக்காகத் தான் இங்கு வந்திருக்கிறாள்' என்று இத்தனை பெரிய சமுத்திரமும் அதன் அலைகளும் நீரோட்டமும் அதில் வாழும் உயிரிகளும் அவன் காதுகளில் சொல்லிக்கொண்டே இருந்தன. அவனுக்கு தன் கைகால்கள் கட்டப்பட்டிருப்பதோ குளிகற்கள் தன்னை இழுத்து வந்து தரையோடு பதியவைத்திருப்பதோ மூச்சுக்காற்று கிடைக்காமல் உயிர் தவிப்பதோ எதுவும் அவன் சிந்தனைக்கு எட்டவில்லை.

இப்போது 'இளவரசியைப் பார்க்காமல் வந்து விட்டோமே' என்ற ஒரே தவிப்பு மட்டுமே அவனுக்கிருந்தது.

எல்லாம் அடங்கும் நேரம் அவன் ஆன்மா கடல்தாய் முன் மண்டியிட்டிருந்தது. "கடல்தாயே வழிகாட்டு. நான் இளவரசிய பாக்கணும்."

கடல்தாய் அவனை ஏமாற்றவில்லை. இத்தனைகாலமும் சிப்பிக் குள்ளிருந்து முத்தெடுத்துக்கொண்டிருந்த முத்துராசாவின் உயிரை கரைக்கு விடாமல் சிப்பியொன்று வாய்பிளந்து தன் வயிற்றுக்குள் வாங்கி பத்திரப் படுத்திக்கொண்டது.

சேனாதிபதியின் இந்த கொலைபாதகச் செயல் எப்படியோ காட்டுத்தீயென எங்கும் பரவிவிட்டது. இளவரசிக்கும் இது தெரியவர ஆவேசம் கொண்டவளாக வெகுண்டு எழுந்தாள். சேனாதிபதியையும் அவனுக்குத் துணை நின்ற வீரர்களையும் தமது வாளால் வெட்டிச் சாய்த்தாள். அப்படியும் அவளது ஆவேசமும் கோபமும் குறையாமல் இருப்பதைப் பார்த்த பாண்டிய நாட்டு மக்கள் என்ன நடக்குமோ ஏது நடக்குமோ என்று அஞ்சி நடுங்கினர். 'இன்னொரு நெருப்பை ஏற்குமோ பாண்டிய நாடு' மகளின் கால்களில் விழுந்து மன்றாடினான் மன்னன்.

சற்று கோபம் குறைந்த இளவரசி முத்துராசாவின் கொலைக்கு மன்னருக்கு நான் தரும் தண்டனை இதுதான் என்பது போல முத்துராசாவைத் தள்ளிய அதே கடலில் தன் உடலிலும் குழிக்கல்லைக் கட்டிக்கொண்டு ஆழம் அடைந்தாள். சிப்பியொன்று முத்துராசாவின் உயிரை வயிறுக்குள் வாங்கிக்கொண்டது போலவே இளவரசியின் உயிரையும் கரையில் அலையவிடாமல் மற்றொரு சிப்பி வாய்பிளந்து தன் வயிற்றுக்குள் வாங்கி பத்திரப்படுத்திக் கொண்டது.

அப்போதிருந்து இளவரசியைத்தேடி முத்துராசாவும் முத்து ராசாவைத் தேடி இளவரசியும் ஆழ்கடலில் அலைந்து கொண்டிருக் கிறார்களாம்.

சடையனுக்கு இப்போது இதுதான் பெருங்கவலை. அந்த முத்துராசாதான் தன் மகளை தண்ணீருக்குள் மூழ்கடித்து பின் காப்பாற்றி கரைசேரச் செய்திருப்பானோ என்ற எண்ணம் பெரும் நோயாக பீடித்திருக்கிறது.

"யப்பா இலங்கை முனியசாமி, நீ கொடுத்த பொண்ணு, அதுக்கு எந்த குத்தப்பாடும் வந்துறக்கூடாது."

5

வெங்கண்ணி விழிப்பு வந்து பார்த்தபோது குச்சலுக்குள் சடையன் படுத்திருந்த இடம் வெறுமையாக இருந்தது. 'அதுக்குள்ள எழும்பி எங்க போச்சி இந்த அப்பா? எப்பவும் நமக்கு பிறப்பாடு தானே கண்ணுமுழிக்கும்' என்ற எண்ணவோட்டத்தோடு எழுந்து வெளியே வந்தாள். கீழ்வானத்தில் புதிய நட்சத்திரம் தெரிந்தது. குச்சலுக்கு வெளியே சுற்றிலும் பார்த்தாள். எங்கும் சடையனில்லை. சட்டென்று அவளுக்கு எல்லாம் விளங்கி விட்டது. 'நான் கடலுக்கு வரக்கூடாது. அதான ஒன்னோட திட்டம். சரிதான் நானும் பாக்கிறேன்' மனதிற்குள் முணுமுணுத்தபடி தூக்குச்சட்டியில் இரவே தண்ணீர் ஊற்றி வைத்திருந்த பழைய சோறும் தொட்டுக்கொள்ள அவித்த மீனும் எடுத்துக் கொண்டு வேகவேகமாய் கடற்கரைக்கு ஓடினாள். அவள் நினைத்தது போலவே சடையன் தான் மட்டும் கடலுக்குப் போக ஆயத்தமாகிக் கொண்டிருந்தார்.

"யப்பா, என்ன செய்ற நீ?"

குரல் கேட்டு திடுக்கிட்டு நிமிர்ந்தவர் "இப்ப எதுக்கு நீ இங்க வந்த?" என்றார்.

"நான் எதுக்கு வரப்போறன்? நீதான் என்னய கடல்போக்கு கூட்டிப்போறதில்லண்டு முடிவு பண்ணிட்ட போல. நான் என்னத்த செய்ய. அதான் என்னோட பங்க பிரிச்சி வாங்க வந்தனாக்கும்."

"பங்கா? என்ன பங்கு. சொத்து என்ன இருக்கு பங்கு பிரிக்க. அப்புடியே இருந்தாலும் என்னத்துக்கு பிரிக்கணும். ஓட்ட சாமாஞ்சட்டா இருந்தாலும் எல்லாமே ஒனக்கு மட்டும் தானே தாயி."

"அது சரிதான், நல்லாச்சொல்லுவ. நான் மட்டும் தொழிலுக்கு போகவேண்டாமாக்கும். வல மெதப்பெல்லாம் பாதிபாதி போட்டுட்டுப் போ. தோணிய நீ எடுத்துக்க. கட்டுமரத்துல நான் போறன்."

வெங்கண்ணிக்கு தன் அப்பா சடையனை எங்கு அடித்தால் அவள் நினைப்பது நடக்கும் என்பது நன்றாகத் தெரியும்.

"என்னத்துக்கு இப்ப நீ கடலோடணுமுன்னு புடிச்சபுடியா நிக்க?"

"ஓழைப்பு வேண்டாமாக்கும்?"

"நான் ஒழக்கல?"

"அப்ப நான் மட்டும் திண்டுட்டு திரியணுமாக்கும்?"

"குச்சல்ல இருந்து அப்பனுக்கு அவிச்சி பெரட்டி கொடுக்கலாமில்ல தாயி?"

"இப்ப மட்டும் வாயிக்கி ருசியா வடிச்சி பொரிச்சி போடலயாக்கும் நான்?"

"எந்தாயி, ஒன்னகிட்ட பேசி என்னைக்கு செயிச்சிருக்க நான்? தொரமாரே வந்தாலும் தோத்துதான் போவணும். படிக்க அனுப்பலயேண்டு கவலபட்டதுண்டு. ஆனா ஒன்னோட அறிவுக்கும் தெறமைக்கும் முன்னால படிப்பாவது பட்டயமாவது."

"யப்பா எதையோ பேசி என்னய ஏமாத்திடலாமெண்டு நினைக்க?"

"ஒன்னைய ஏமாத்த இனிமே புதுசா யாராவது பொறப்பெடுத்து தான் வரணும். இது தெரியாதா எனக்கு."

"அப்படில்ல வளத்து வச்சிருக்கியாக்கும் நீ. அதுக்கு நான் என்னத்த செய்ய?"

"நீ தனியா கடலோடவும் வேண்டாம், கரைய நின்னு திண்டாடவும் வேண்டாம். எங்கூடவே வா. எப்பயும்போல நானே உன்னய தொழில்போக்கு கூட்டிப்போறன்."

'அப்புடி வா வழிக்கி.' வாய்க்குள் முணுமுணுத்துக்கொண்டாள்.

"தாயி, நீ வரதாயிருந்தா குச்சலுக்கு ஒடி கஞ்சி ஊத்தி எடுத்துட்டு வந்திடு" என்றார்.

"இங்க பாருப்பா எல்லாம் கையோட எடுத்துட்டுதான் வந்திருக்கன்" என்று தன் கையிலிருந்த தூக்குச் சட்டியை தூக்கிக் காண்பித்தாள்.

"சரிதான் எல்லாத்தயும் யோசிச்சி முடிவு பண்ணிட்டுத்தான் வந்துருக்கபோல."

"ஆமா, பின்ன வயசான காலத்துல அப்பன் தொழில்போக்கு போவ, அத வேடிக்க பாக்க வந்தன்னு நெனச்சியாக்கும்?"

"ஒன்னையத்தான் நானும் ஒன்னோட அம்மையும் வளத்தமெண்டு நெனச்சிருந்தம். இப்ப யோசனபண்ணி பாத்தா நீதான் தாயி எங்கள வளத்திருக்க."

"சரிதான். தோணில ஏறிக்கப்பா. நான் தள்ளி விட்டு ஏறிக்கிறன்."

சடையன் ஏறிக்கொண்டார். கரையோரத் தரையில் நின்றிருந்த தோணியை தண்ணீருக்குள் தள்ளி விட்டவள் தாவி தானும் தோணியில் ஏறிக்கொண்டாள். துடுப்பு மரத்தை தான் வலிப்பதற்காக பற்றியிருந்தார் சடையன்.

“யப்பா, நீ போயி அணியத்துல ஒக்காரு. இதயெல்லாம் நானே பாத்துக்கன்.” என்றவாறே அவர் கையிலிருந்த துடுப்புகள் இரண்டையும் தன் கையில் பற்றிக்கொண்டாள். இருள் விலகாமல் இருந்தது.

“யப்பா இன்னைக்கு வான்தீவு பக்கமா ஓடிப்பாப்பமா?”

“அங்க போயி மாத்தரம் என்னத்த பாத்துரப் போறம் ?”

“ரெண்டு நாளா நானும் பாக்கத்தான் செய்றன். அங்கதான் நெறயா பாயி தெரியிது”

“அதுக்கு என்ன பண்ணச்சொல்ற தாயி?”

“பாடு இல்லாமயா அத்தன வல்லங்களும் அங்க போகுது?”

“யாரோ போறாங்க. நாம மட்டும் என்ன பாடுபாக்காம வெறுங்கைய வீசிக்கிட்டா வாறம்?”

“யப்பா வரவர ஒன்னோட போக்கே எனக்கு புரிபட மாட்டங்குதுப்பா.”

“யாந்தாயி இப்படி சொல்ற? நான் என்ன இப்ப புரியாத மாதிரி பேசிட்டன்னு நெனைக்க?”

“மலைன்னா உச்சி ஏறணும், கடல்ன்னா ஆழம்போகணும், வேகம்ன்னா புயலா பாயணும்ப. இப்ப என்னன்னா கொஞ்சம் வெளங்க போவண்டாலும் இவ்வளவு மலைப்பு காட்டுற?.”

“அப்ப ஓடம்புல ஓடுனது எளரெத்தம். என்னன்னவோ பேசிச்சி எத்தனயோ செய்து காட்டிச்சி, இப்ப ரெத்தமெல்லாம் சுண்டி போயி நிக்கன். அன்னக்கி பேசின மாதிரி இன்னக்கிம் பேசிக்கிட்டு திரிய முடியுமாக்கும்.”

“இப்ப நீ எங்கதான் போகலாண்டு நெனைக்க?”

“ரொம்ப தாவு போகவேண்டாம் தாயி. கரைய பக்கமா வலய எறக்கிவிடுவம். கடல் சாந்தமாத்தான கெடக்கு.”

“சரி விடு. ஓம்போக்குலயே போயிக்க. நான் என்ன நெனச்சேண்டா, பாய் தெரியிற பக்கமா போயி அந்த பயல கண்டமெண்டா ஒனக்கு அடையாளம் காட்டி விடலாமெண்டுதான் நெனைச்சன்.”

வெங்கண்ணி சாதாரணமாகத்தான் சொன்னாள். இருந்தும் சடையனுக்கு தூக்கிவாரிப் போட்டதுபோலிருந்தது. அந்த நிகழ்வை கேள்விப்பட்டதிலிருந்து அவரை ஆட்டிவைத்துக் கொண்டிருக்கும் பயம் அப்படி. அவனை உண்மையான பயல் என்று நம்பி ஏதாவது ஆபத்தில் சிக்கிக்கொள்வாளோ என்று அஞ்சினார்.

“யப்பா நீதான அந்தப் பய யாரு? அந்தப் பய யாருன்னு கேட்டுட்டுக் கெடந்த?”

“.....”

“இப்ப என்னவோ புலியடிச்ச ஆட்டுக்குட்டி மாதிரி பரிதாபமா முளிக்க?”

“அவன் காலவாசல் பயதாண்டா நான் ஏன் பயப்பட போறனாக்கும்?”

“பெறகு யாருண்டு நெனைச்ச?”

“ஒனக்கு முத்துராசா கத தெரியாதாக்கும்?”

“அதுக்கென்ன. இந்த கடக்கரையில யாருக்கு அது தெரியாம கெடக்கு?”

“அன்னைக்கு வந்து ஒன்ன தூக்கி காப்பாத்துனது அந்த கருப்பா இருந்தா?”

வெங்கண்ணி விழுந்து விழுந்து சிரித்தாள். சிரித்ததோடு நிற்கவில்லை. அவளுக்கு இதுதான் தன் அப்பாவிடம் மனம் திறக்க சரியான சந்தர்ப்பமென்று தோன்றியிருக்க வேண்டும்.

“யப்பா, கருப்பா இருந்தா என்ன? எதுக்காக பயப்படுற? பேசாம ஓம்மருமவனாக்கிப் போடேன். நமக்குத் தொணையா நம்ம கூடவே கெடக்க.”

“என்னத்த சொல்லற தாயி?”

“யப்பா நான் சும்மா வெளையாட்டுக்கு சொன்னனாக்கும்.”

“இதுல வெளையாட என்ன இருக்கு? அப்பன் நான், எம்மகளோட மனசுல என்ன இருக்குன்னு கண்டுபுடிக்க தெரியாமயா கெடக்கன்?”

“யப்பா”

“நீ ஒண்ணும் சொல்ல வேண்டாம் தாயி. நீ ஆள மட்டும் அடையாளம் காட்டு. மத்தத நான் பாத்துக்கிறன்.”

சடையனுக்கு இதுவரை மனதுக்குள் இருந்த காத்து கருப்பு பற்றிய பயம் எங்கே போனதென்றே தெரியவில்லை. அவரளவில் வெங்கண்ணிக்கு அந்தப் பயலை பிடித்திருக்கிறது. அவ்வளவுதான் விஷயம். அதை தெரியப்படுத்தத் தான் இவ்வளவு கதைகளையும் சொல்லியிருக்கிறாள் என்று நினைத்தார். என்னதான் பாசத்தக் கொட்டி வளத்தாலும் நான் அப்பன்தான. வயசு பொம்பளபுள்ள இதையெல்லாம் அப்பன்கிட்ட வெட்டு ஒண்ணு துண்டு ரெண்டுன்னு சொல்லிட முடியுமா? அம்மான்னு ஒரு உசுரு கெடக்க இதெல்லாம் நடந்திருந்தா இந்த பொண்ணு இவ்வளவு கஷ்டப்பட்டிருக்க வேண்டாம். பாவம் தாயத்த புள்ள அப்பங்கிட்ட சாடைமாடையாத்தான் சொல்லியாவணும் என்று நினைத்தார். தன் மகள் ஒரு பயலை விரும்புகிறாள் என்ற நினைவே அவருக்கு உவப்பாயிருந்தது. அன்று பிறந்த குழந்தையாக கையில் ஏந்திய மகள் வளர்ந்து பெரியவளாகி இன்று தனக்கு துணையாக ஒருவனை ஏற்கும் அளவுக்கு வந்து நிற்கிறாள். நான் நல்லபடியாய் அவளை வளர்த்துவிட்டேன். அவளும் நல்லபடியாய் வளர்ந்திருக்கிறாள். குறை ஒன்றும் இல்லை. நினைக்க நினைக்க பெருமையாக இருந்தது சடையனுக்கு. ஏனோ அவரது கண்களி லிருந்து கண்ணீர் வடிந்துகொண்டிருந்தது. மகளுக்குத் தெரியாமல் முண்டாசுத் துண்டால் அதை துடைக்க முயற்சித்தார். ஆனாலும் வெங்கண்ணி கண்டுகொண்டாள். ஏதோ ஒருவிதமான குற்ற உணர்வு மேலிட சடையனை பரிதாபமாக பார்த்தாள்.

“யப்பா, நான் ஏதாவது தப்பு பண்ணிட்டன்னு நீ நெனைக்க?”

“அய்யய்யோ அப்புடியெல்லாம் ஒண்ணுமில்ல தாயி.”

“அப்பறம் ஏம்ப்பா ஓங்கண்ணுல தண்ணி வருது?”

“இந்த நேரம் அம்மா நம்மகூட இல்லயேன்னு நெனச்சன் தாயி. அதான்.”

“ஆமாம்ப்பா அம்மா இல்லயேண்டு நெனச்சா எனக்கும் ரொம்ப வேதனையாத்தான் கெடக்கு. என்னதான் நான் ஒனக்கு பொங்கி போட்டாலும், பேச்சுத்தொணைக்கி கூடவே நிண்டாலும் அம்மா கவனிப்புபோல வருமா. இந்த வயசான காலத்துல அம்மா ஓங்கூட கெடந்திருக்கணும். உட்டுட்டு போயிருக்கக் கூடாது.”

"நான் எனக்கு தொணயா கெடக்க நெனக்கல தாயி. ஒன்னகிட்ட நல்லது கெட்டது கேட்டு சொல்லவும் செய்யவும் இல்லாம போயிட்டுதேண்டுதான் கவலையா கெடக்கன் பாரு."

"அதுக்கு நீ என்ன செய்வையாம்? எனக்கு கொடுப்பின அவ்வளவு தான்" என்றாள் வெங்கண்ணி ஆற்றாமையோடு. அவளுக்கும் தொண்டை அடைப்பது போலிருந்தது. வந்த அழுகையை அவளால் அடக்க முடியவில்லை.

"கடல்தாயி மடிமேல நின்னு கண்ணு கலங்க. தொடச்சிக்க தாயி. அப்பன் நானில்ல. உனக்கு என்ன கொற சொல்லு."

"உன்னமாதிரி ஒரு அப்பா இருக்க எதாச்சிம் கொறகாண கெடக்குமாக்கும். ஒன்னோட தொணயே போதும்பா எனக்கு."

அவளது கவலை தோய்ந்த முகத்தைப் பார்க்க சகிக்காத சடையன் சூழலை மாற்ற விரும்பினார்.

"தாயி, வான்தீவு பக்கமாவே ஓடிப்பாப்பம். பாய நாட்டு."

"வேண்டாம்ப்பா, வழக்கமா போற கடலே ஓடுவம். அணியம் சூரியன பாக்க இருந்தா சரிதான் பாத்துக்க."

"அந்த பயல அடையாளம் காட்டுறேண்டே?"

"யப்பா, இப்ப பாத்து என்ன செய்யப்போற நீ?"

"அவன பெத்தவங்க யாருண்டு தெரியவேண்டாமாக்கும்?"

"தெரிஞ்சிக்கிட்டு?"

"பேசப் போறனாக்கும். என்னோட மகளுக்கு மாப்பிள்ளை பயல கொடு எண்டு கேப்பனாக்கும்." சொல்லிவிட்டு மகளின் முகத்தைப் பார்த்தார். அவளால் அவர் முகத்தை எதிர்கொண்டு பார்க்க முடிய வில்லை. வெட்கத்தால் தலைகுனிந்தவள் வேறு பக்கம் திரும்பி நின்று கொண்டாள்.

"எந்தாயி இவ்வளவு வெக்கப்படுறிய. அந்தப் பய மேல அவ்வள உயிராக்கும்?"

இப்போது உண்மையாகவே வெட்கம் அவளைத் தின்றுவிடும் போலிருந்தது. பதிலேதும் சொல்ல முடியாமல் திணறினாள். எதற்கும் ஓர் அளவு இருக்கிறது. அவனைப்பற்றிய பேச்சால் ஒரே நேரத்தில் எத்தனை உணர்வுகளை தாங்கிக்கொள்ள வேண்டியிருக்கிறது.

வெட்கம், கூச்சம், பரவசம், மகிழ்ச்சி எல்லாம் சேர்ந்து அவளது உடலை சிலிர்க்க வைத்தது. அவளால் இதற்கு மேல் அவனைப்பற்றிப் பேசுவதை தாங்கிக்கொள்ள முடியாது போலாகிவிட்டது. ஓரக்கண்ணால் தன் அப்பாவைப் பார்த்தாள். அவர் தன் மகளின் மணவாழ்க்கை பற்றிய சிந்தனைகளில் லயித்திருப்பவரைப் போல தெரிந்தார். இந்த எண்ண ஓட்டத்திலிருந்து அவரை மீட்டுக் கொண்டுவர விரும்பியவளாக "யப்பா, ராவுத்தர் கடைக்கி போற வேலயிருக்குன்னு சொன்னேல்ல நெனவிருக்கா?"

"நீ சொல்லி என்னைக்குத் தாயி மறந்திருக்க?"

"சரிதான்ப்பா, இன்னைக்கி போயிட்டு வாறியா?"

"இன்னைக்கு தொழில்போக்கு வந்தாச்சி, இப்ப போயி இதச்சொல்ற, கரையவே சொல்லிருந்தான்ன தாயி? இவ்வளவு தூரம் ஓடிவந்துட்டமே."

"இன்னக்கி மட்டும் இங்கனக்குள்ளயே வலய எறக்கிப் பாப்பமே. நேரத்துல கரைக்கி போயிரலாம்."

"ஒசப்பு கடலால்ல இருக்கு. மாப்பு வரலண்டா?"

"யப்பா நல்லா பாரு. நீவாடு இல்ல. தெளிஞ்ச கடல். வலய எலக்கிட்டு, சும்மாருக்காம தரைய தடவி கூட பாக்கலாம்."

"வான்தீவு பக்கம் போவண்ட. அதுக்குள்ள என்ன நெனப்பு வந்திச்சி ஒனக்கு?"

"கொளுசு அறுந்திச்சின்னு சொன்னேல்ல. அத மாத்தி புதுசு வாங்கித்தர மாட்டியாக்கும்."

"நாளைக்கு தொழில்போக்கு வேண்டாம். பகல்ல போனா கறுக்காத வெள்ளியா பாத்து எடுக்கவும் தோதாருக்குமே."

"ராவுத்தர் கட வெள்ளிய எப்ப வேணுன்னாலும் நம்பி எடுக்கலாம். பகல்ல தான் போவணுமெண்டு இல்ல."

"அந்த பயல அடையாளம் காட்டுறமிண்டு சொன்ன."

"......."

"நானும் மொவத்த பாத்துட்டண்டா, நிம்மதியா இருப்பன்ல்ல தாயி"

"யப்பா, எனக்கே இப்ப பாத்து அடையாளம் காட்ட முடியுமாண்டு தெரியல."

"என்னத்த சொல்லற தாயி. அப்பன் ஒரு கிளடுன்னு கூட எரக்கம் காட்டாம இப்படி நெஞ்சுல நெருப்ப அள்ளி கொட்டுறியே தாயி."

"யப்பா, என்ன நீ இப்புடி இருக்க?"

"தாயி ஒனக்காவத்தான் இந்த உசுரு உழுந்து பெரண்டு ஒழப்பறிச்சிக்கிட்டு கெடக்க. ஒன்னோட சிரிப்பு எங்காலுக்கு சக்கரமாக்கும். தெரியாத மாதிரி கேக்க?"

"யப்பா, ரொம்ப பேசாத. எனக்கு அழுக அடக்கமாட்டாம வருது. கடல்தாயி மடிமேல கண்கலங்கி நிக்கவேணாண்டு நீதான சொன்ன?"

"சரி இந்த கடல்லயே வலய எலக்குவம். யந்தாயி கைராசிக்கு பாடு கொறைவிருக்காது" என்றவர் நங்கூரத்தை பதியவிடவும் வலையை விடவும் வெங்கண்ணிக்கு உதவினார். அவரது மனக்கண்களில் இப்போது ராவுத்தர் கடை வெள்ளிக்கொளுசுகள் வரிசைகட்டி நின்றன. என்றாலும் கூட தன் மகளின் மனசுக்குள் இருப்பவனைப் பார்க்க முடியாமல் போய்விட்டதே என்ற ஏமாற்றம் ஒருபுறம் அவரை வருத்தமுறவே செய்தது. பாவம் சடையன். வயதான அவரால் என்ன செய்ய முடியும். வெங்கண்ணியை மிகவும் பிடிவாதக்காரியாக வளர்த்துவிட்டாரே. அவள் மனது வைத்தாலன்றி எதுவும் நடக்காது அவளிடம் என்பதையும் நன்கு உணர்ந்தே இருந்தார். எனவே சடையனுக்கு வேறு வழியில்லை. அவளாக முன்வந்து என்றைக்கு அவனை அடையாளம் காட்டப்போகிறாளோ தெரியவில்லை. அதுவரை அவர் பொறுத்திருந்துதான் ஆகவேண்டும்.

6

வெங்கண்ணி தன் அப்பா சடையனைத் தேடிக்கொண்டு வந்த போது அவர் முனியசாமி கோயிலடியில் யாரோ இரண்டு பேருடன் பேசிக்கொண்டிருப்பது தெரிந்தது. பொழுதடையும் நேரமாக இருந்ததனால் தூரத்திலிருந்து பார்க்க முகம் சரியாகத் தெரியவில்லை. அருகில் சென்றவளுக்கு உச்சந்தலை நரப்பை யாரோ வெடுக்கென்று சுண்டியிழுத்தது போலிருந்தது. அவன் அங்கு வந்து நிற்பானென்று அவள் கொஞ்சமும் நினைக்கவில்லை. அவன் இவளை ஆவலாய் பார்த்த அதே நேரம் அவளால் அவனை ஏறெடுத்தும் பார்க்க முடியாமல் அவதியுற்றாள். சடையன் கேட்ட ஓரிரண்டு கேள்விகளுக்குக்கூட என்ன ஏதென்று பதிலேதும் சொல்லாமல் நிமிட நேரம்கூட தாமதிக்காமல் அவ்விடம் விட்டு அகன்றாள்.

'நம் அப்பாவைத்தேடி எதற்காக வந்திருப்பான். அவனுடன் வந்திருக்கும் அந்த பெரியாளு யாராக இருக்கும்? பயலோட அப்பாவா இருக்குமோ. நம்ம மறஞ்சி திரிஞ்சி பாக்குறது தெரிஞ்சி போயிருக்குமோ. ஒங்க பொண்ண ஆபத்திலேருந்துதேன்னு காப்பாத்த செஞ்சன். ஆனா அது தப்பான மனப்போக்குல பாக்குறதும் வைக்கிறதுமா கெடக்கு போல. கொஞ்சம் கண்டிச்சி வைங்கன்னு சொல்லிட்டுப் போக வந்திருப்பாகலோ. கடவுளே முனியசாமி என்ன காப்பாத்திரய்யா. எங்கப்பாவுக்கு என்னால கெட்ட பேரு வந்துறக்கூடாது. இவன் பெரிய தொரையாக்கும். இந்தப்பயல போயி நெனச்சமே. இப்புடியெல்லாமா ஒரு பொண்ணபத்தி அப்பங் கிட்டயே போட்டுக்கொடுப்பான். சேச்சே என்ன சென்மமோ தெரியலயே, இவனப்போயி நல்லவன்னு நம்பிட்டமே' என்று அவனைப்பற்றி தவறாக யோசித்த அதே வேளையில் 'நம்ம புத்தி ஏன் இவ்வளவு மட்டமா யோசிக்கிது. கண்டிப்பா அவன் ரொம்ப நல்லவனாத்தான் இருப்பான். நம்மள பாக்கலாமேண்டுதான் அந்த ஆளு அப்பாவ பாக்க வர்றத தெரிஞ்சிக்கிட்டு கூடவே வந்திருக்கானாக்கும். என்னய ஏக்கமா பாத்தமாதிரியாத்தான இருந்திச்சி. நாமதான் நின்னு பாக்காம வந்துட்டம். காலவாசல்லருந்து இந்த நேரத்துல கட்டுமரத்துல தான் வந்திருப்பாங்க. பாக்கணுமெண்டு வந்தவங்கள இப்படி அலட்சியம் பண்ணிட்டு வந்துட்டமே. இப்ப என்ன செய்ய? வெங்கண்ணியின் மனம் தவியாய் தவித்தது. யார்கிட்டயாவது சொல்லி விசாரிக்கச்சொல்லலாமா? என்று யோசித்தாள்.

அப்பாவைத் தவிர அவளுக்கு நம்பிக்கையான கூட்டாளியாய் பேத்தை இருக்கிறாள் தான். இருந்தாலும் அவளிடம் இதுவரை அவனைப் பற்றி எதுவும் சொல்லியதில்லை. அதற்கான சந்தர்ப்பமும் வாய்க்க வில்லை. எடுத்த எடுப்பில் சட்டென்று சொல்லிவிடக்கூடிய விஷயமா இது. அப்படியே சொல்வதென்றாலும் அவனை யாரென்று சொல்வாள். அவனுடைய பெயர்கூட அவளுக்குத்தெரியாது. அன்று நடந்ததை யெல்லாம் சொல்லலாமென்றால் யார்தான் அதையெல்லாம் நம்பத் தயாராக இருக்கிறார்கள். சடையனேகூட அவள் கூறியவற்றை முழுமையாக நம்பவில்லையே. பலவாறாக யோசித்து எதுவும் செய்யத்தோன்றாது சோர்ந்து போனாள் வெங்கண்ணி. சடையன் வந்து சொன்னாலன்றி எதையும் தெரிந்துகொள்ள முடியாதென்று எண்ணியவள் அவன் வந்து சொல்லப்போகும் வார்த்தைகளுக்காகக் காத்திருந்தாள். மனதில் மீண்டும் மீண்டும் அவனைப் பார்க்க வேண்டும் என்ற எண்ணமே அவளை நிலைகொள்ளவிடாமல் அலைக்கழித்துக் கொண்டிருந்தது. அவர்கள் காலவாசல் கடற்கரையிலிருந்து முயல்

தீவுக்கு வந்திருந்தார்கள். முனியசாமி கோயில் மணல் மேட்டுக்கு நேர் வடக்கில் கரையோரம் வத்தையை நங்கூரமிட்டிருந்தார்கள்.

அப்பாவிடம் வந்த வேலை முடிந்ததும் இந்த வழியாகத்தான் செல்லவேண்டும் என நினைத்தவள் அந்த மணல்மேட்டின் சரிவில் இருந்த ஒடைமரமொன்றின் பின்னால் மறைந்து கொண்டாள். மறைந்திருந்து அவனைப் பார்ப்பதை இந்த குறுகிய காலத்திற்குள்ளாக வெகு நேர்த்தியாக கற்றுக்கொண்டிருக்கிறாள். எனவே இது அவளுக்கு பழக்கமானதுதான். காலவாசல் வத்தைகளில் இவன் தொழில்போக்கு போகும் வத்தையை, அதன் பாயை எவ்வளவு தூரத்தில் நின்றாலும் அடையாளம் கண்டுகொள்ளவும் பழகியிருந்தாள். வத்தையில் தெரியும் ஐந்தாறு தலைகளில் இவன் தலையை கண்டுபிடிக்கத் தெரிந்திருந்தது அவளுக்கு. அவன் செல்லும் வத்தையை, அதன் பாயை, வத்தைக்குள் இருக்கும் அவனை தூரத்திலிருந்தேனும் பார்ப்பதே அவளுக்கு மகிழ்வைத் தரும் விஷயமாக இருந்தது. இரண்டு நாட்கள் தொடர்ச்சியாக பார்க்க முடியாமல் போனால் தவியாய் தவித்துப் போவாள்.

அன்று அதிகாலை கீழ்வானில் ஒளிரும் நட்சத்திரத்தை பார்க்காமல் விட்டதால் இதுவும் தட்டிப்போய் விட்டதோ என்று நினைப்பாள். அன்று மேலுக்கு போட்டிருந்த கத்தரிப்பூ கலரு தாவணி நல்ல யோகத்தை தரவில்லையோ என்று எண்ணி அதை அடுத்தடுத்த நாட்களில் அணியாமல் தவிர்ப்பாள். குச்சலை விட்டு கிளம்பும் போது வாசலோரம் தென்னண்டைப்பக்கம் கெவுளி சொன்னால் அன்று அவன் அவளுடைய கண்களுக்கு நன்றாகவே தென்படும் விதமாக வந்து போவான். அதே நேரம் வடவாண்டைப் பக்கம் சொன்னால் அவனைப் பார்க்க முடியாது. இப்படி இந்த மூன்று மாதங்களுக்குள்ளாக அவள் அவன் பொருட்டு கண்டுபிடித்து வைத்திருந்த நல்ல நிமித்தங்களும் கெட்ட நிமித்தங்களும் ஏராளமாக இருந்தன. ஆனால் இன்று அவன் அவள் வசிக்கும் இடத்திற்கே வந்திருக்கிறான். அதுவும் அவள் அப்பாவுடன் பேசிக்கொண்டு நிற்கிறான். பேசும் விஷயம் நல்லதோ கெட்டதோ இதற்கான நிமித்தங்கள் என்னென்ன என்பதையும் அவள் மனம் அன்னிச்சையாக ஆராயத்தொடங்கிவிடும்.

சடையனிடம் பேசிவிட்டு இருவரும் வத்தை கிடக்குமிடம் நோக்கி வந்து கொண்டிருந்தார்கள். ஒருகணம் வெங்கண்ணியின் உடல் சட்டென்று உதறி அடங்கியது. இருள் ஓரளவு எல்லாவற்றின்மீதும் கவிந்திருந்தது. வளர்பிறை, முன்நிலவுக்காலம் என்றாலும்கூட நிலவின் ஒளி இன்னும் மரங்களுக்கிடையே ஊடுருவி பரவியிருந்தது.

வானத்தில் நட்சத்திரங்கள் மட்டும் நன்றாக ஒளிர்ந்து கொண்டிருந்தன. கடல் மற்றும் கடற்கரை பகுதிக்கு அந்த ஒளிர்வேகூட போதுமானதாகத் தான் இருந்தது. உடன் வந்தவருடன் அவன் பேசிக்கொண்டே சென்றான். இப்போது அவளுக்கு கூடுதலான பலன் கிடைத்திருக்கிறது. அவனது குரலையும் கேட்க முடிகிறது.

“மாமா, இவரு வயசான ஆளால்ல இருக்காரு?”

“என்னலே இப்புடி சொல்லிட்டே. அவரு நல்ல குளியாளு தெரியுமுல்ல. வலுவான ஆளுதான். வயசு கூடுனாலுமேகூட அவ்வளவு சீக்கிரத்துல வலுகொறஞ்சி போகாது.”

“......”

“நாளைக்கு அவரோட ஓட்டத்த பாத்துட்டு நீயே சொல்லுவே பாரு.”

இவ்வளவு மட்டுமே அவர்கள் பேசிக்கொண்டு சென்றது அவள் காதில் விழுந்தது. அவர்கள் அவள் மறைந்திருந்த இடத்தை கடந்து போய்விட்டார்கள். அவர்கள் அறியாதவாறு அவர்களின் பின்னால் சென்றவள் இருவரும் வத்தையில் ஏறி கடலில் காலவாசல் கடற்கரை நோக்கி நீண்டதூரம் செல்லும் வரை பார்த்துக்கொண்டே நின்றாள். வத்தை இருளில் மூழ்கி கண்ணுக்குத் தெரியாமல் மறைந்த பிறகே குச்சலுக்கு திரும்பினாள்.

அதுவரை அவளைக் காணாது தேடிக்கொண்டிருந்தார் சடையன். அவருடன் சேர்ந்து வெங்கண்ணியின் தோழி பேத்தையும் தேடிக் கொண்டிருந்தாள்.

இவளைக்கண்டவுடன் பேத்தைதான் கேட்டாள்.

“ஏம்ப்ப வெங்கண்ணி, எங்கப்ப போன நீ? கடக்கரயில கெடப்பியோன்னு போயி தேடிட்டு வாறனாக்கும்?”

“வயத்துக்கு சரிப்படலண்டு காட்டுக்குள்ள போயிட்டு வாறன். அதுக்குள்ள அவசரமெண்டு வலபோட்டு தேடணுமாக்கும்?”

“அவசரமெண்டு தேடலப்ப. பொழுதுபோச்சில்ல. பேய்பிசாசு வெளிக்கெளம்புற நேரம். வயசுப்பொண்ண காணோமெண்டா யோசிக்கமாட்டாங்களாக்கும்?”

அவள் அவனைப் பார்ப்பதற்காக மரத்தின் மறைவில் நின்றதோடு இல்லாமல் அவன் போகும் வத்தை கண்ணிலிருந்து மறையும் வரை நேரம் போவது தெரியாமல் அங்கேயே நின்றதும், வெங்கண்ணியின் புத்திக்கு இப்போதுதான் உரைத்தது.

பேத்தைக்கு வெங்கண்ணி ஏதோ பொய்சொல்லி சமாளிக்கிறாள் என்று மட்டும் தோன்றியது. அதனால் அதற்கு மேலும் இதைப்பற்றி பேசி வெங்கண்ணியை திண்டாடவிட அவள் விரும்பவில்லை. வெங்கண்ணியுமேகூட பேத்தையின் இந்த நாகரீகமான செயலை உணர்ந்தாள். பேத்தை காப்பாற்றிவிட்டாளென்று நிம்மதிப் பெருமூச்சு விட்டாள்.

"யப்பா, எதுக்காக என்ன அவ்வள அவசரமா தேடினியாம்?"

"வேலயில்லாம சும்மா தேடுவனாக்கும்?"

"யாருகூடவோ பேசிக்கிட்டு இருந்தன்னுதான நான் போனன்?"

"காலவாசல் ஆளுங்க வந்திருந்தாங்க. மொரகல்லு ஒடைக்க அவுக வத்த போகுதாம். கூப்பிட வந்தாக."

"அந்த கடக்கரயில ஆளுல்லயாக்கும்?"

"நான் அந்த வேலய நல்லா செய்வேங்குற நம்பிக்க தான் தாயி."

"பெரியாளு ஒருத்தரு ஓங்கிட்ட பேசிகிட்டு கெடந்தாரே அவருதான் சம்மாட்டியா?"

"அவரு தோடயாக்கும். பக்கத்துல நிண்டான்ல்ல பய. அவன் அப்பா தான் சம்மாட்டி. கல்லு ஓடக்கிற வேலக்கு ஆளு கூப்பிட சின்னப்பய அவனுக்கு தெரியாதில்ல. அதான் பெரியாள தொணக்கி கூட்டிவந்திருக்கான்."

"காலவாசல் ஆளுங்கள ஒனக்கு நல்லாத் தெரியுமாக்கும்?"

"என்னத்த தெரியாம கெடக்கு. எல்லாம் ஒரே கடல்லதான கெடந்து வாறம்."

"பெரியாளுகள தெரிஞ்சிருக்கும். வாலிப பயலுகள தெரியுமாக்கும்?"

"தெரியாமத்தான் ஒண்ணுக்குள்ள ஒண்ணா கடல்ல கெடந்து வாறமாக்கும்?"

"அப்படின்னா வந்தாளுக பேரச்சொல்லன் பாப்பம்."

இதுவரை வெங்கண்ணி இப்படி வளைத்து வளைத்து விசாரிப்பதைப் பார்க்க வினோதமாக இருந்தது பேத்தைக்கு. இப்போது ஏதோ புரிந்த மாதிரி இருந்தது. காலவாசல் ஆட்கள் வந்தது, இவள் சற்று நேரம் காணாமல் போனது, காட்டுக்கு போனேனென்று பொய் சொன்னது, இப்போது வந்த ஆட்கள் பற்றி துருவித்துருவி விசாரிப்பது கடைசியாக

அவர்கள் பெயரை தெரிந்து கொள்ள பிரயாசைப்படுவது எல்லாவற்றையும் வைத்துப்பார்த்து ஒரு முடிவுக்கு வந்திருந்தாள் அவள். ஆனால் எதையும் வெளிக்காட்டிக் கொள்ளாமல் நடப்பவற்றை வேடிக்கையாக பார்த்துக்கொண்டிருந்தாள்.

“பெரியாளு பேரு முத்துகருப்பன். அந்தப்பய பேரு இசக்கிமுத்து.” இசக்கிமுத்து இந்தப் பெயரை அறிந்து கொண்டதில்தான் அவளுக்கு எவ்வளவு பேரானந்தம். பெயரைக் கேட்ட அந்த நொடியே ஆயிரம் முறையேனும் தமக்குள் செபித்திருப்பாள் போன்றதொரு பூரிப்பும் நிம்மதியும் அவளது முகத்தில் அப்பட்டமாகத் தெரிந்தது. வெங்கண்ணிக்கு இதற்கு மேல் அவரிடமிருந்து தெரிந்துகொள்ள வேண்டியது எதுவுமில்லை என்பதைப்போல

“சரிப்பா, இன்னமும் சோத்துபான தண்ணி ஊத்தி மூடல. சோறு ஆறிட்டுதாண்டு பாக்கன்” என்றவாறே குச்சலுக்குள் நுழைந்தாள். அவள் பின்னாலேயே வந்து இசக்கிமுத்து பற்றி விசாரிக்கவேண்டுமென்று நினைத்த பேத்தையும் ‘சரி கொஞ்சம் பொறுத்து பிறகு விசாரிப்போமென’ மனதை மாற்றிக்கொண்டு தன் குச்சலுக்கு சென்றுவிட்டாள்.

வெங்கண்ணியின் மனமும், உடலின் ஒவ்வொரு செல்லுமே இசக்கிமுத்துவின் பெயரைச் சொல்லிக்கொண்டிருந்தன. ‘அப்பாதான் அந்தப் பய யாரு, அந்தப்பய யாருன்னு கேட்டுக்கிட்டே கெடந்திச்சி. அப்பாகிட்ட சொல்லிடுவமா? என்று யோசித்தாள். சோத்துப்பானையில் சோறு ஆறிப்போயிருந்தது. தண்ணீர் ஊற்றி பானையின் வாய் அளவுக்கு பொருந்தும் சற்று குழிந்த தட்டு ஒன்றை போட்டு மூடினாள். பிறகு கஞ்சி வடிக்கும் அரிக்கன் சட்டியை கவிழ்த்து மூடினாள். இப்படி இரண்டு அடுக்கில் மூடுவதால் மட்டுமே பூனை நாய் உருட்டுவதி லிருந்தும், எறும்பு ஏறுவதிலிருந்தும் பழஞ்சோத்தை பாதுகாத்து மறுநாள் கடல்தொழிலுக்கு கொண்டுபோக ஏதுவாக இருக்கும். எப்போதும் போலவே இன்றும் கடல்தொழில் முடித்து திரும்பி வந்து அடுப்பு மூட்டி சோறு வடித்திருந்தாள். பிடித்த மீன்களில் குழம்புக் கென்று பொறுக்கி எடுத்து வந்த கலப்புப் பொடி போட்டு குழம்பு வைத்தாள். சூரியன் மேற்கில் உட்காருவதற்கு முன்பாகவே இருவரும் சுடச்சுட சாப்பிட்டிருந்தார்கள். சூரியன் மறைவதற்குள் இரவு சாப்பாட்டை முடித்திட வேண்டும் என்பது வெங்கண்ணியின் அம்மா அன்னம்மா கற்றுக் கொடுத்த பழக்கம். பெரும்பாலும் இங்குள்ள மக்கள் அனைவருக்குமே இதுதான் பழக்கமாக இருக்கிறது. தண்ணீர் ஊற்றி வைத்த பழைய சோற்றைத்தான் கடல்தொழிக்கு போகும் போதும் கையோடு எடுத்துப்போவார்கள். தனிமையில் போய் அவனது

நினைவுகளில் திளைப்பதற்காகவே அவள் வேலை இருப்பதாகச் சொல்லி குச்சலுக்குள் ஓடினாள். ஆனால் சடையன் தான் சொல்ல வந்ததை மகளிடம் இன்னும் சொல்லவில்லையே என்று எண்ணமிட்டவராக வெங்கண்ணியை அழைத்தார்.

"தாயி, உள்ள என்னத்த செய்ற? செத்த வர்றியா இங்கிட்டு"

"ந்தோ வாறம்ப்பா" என்றவாறே வெளியே வந்தவளுக்கு அப்போதுதான் சடையன் சொல்ல வந்த செய்தியை விசாரிக்காமலே போய்விட்டது புத்திக்கு உரைத்தது.

"சொல்லுப்பா எதுக்காக என்ன தேடினியாம்?"

"அதான் சொன்னேல்ல தாயி. மொரகல்லு ஒடக்கிறதுக்கு கருவா மகன் வத்த போகுதாம். என்னய கூப்பிடுறாக. வாரம், பத்து நாளு தொடந்து போகணும்."

"அதுக்கு?"

"நீ தொழிலுக்கு போறத மறந்துட்டு பத்து நாளும் குச்சல்லயே கெடக்கணும். அதான்."

"யப்பா, நீ என்ன சொல்ற? நீ தொழில்போக்கு போவ. நான் ஒழப்ப ஒரல்ல போட்டுட்டு குத்துவமா பொடப்பமான்னு காத்துக் கெடக்கணுமாக்கும். ஒக்காந்திருக்கணுமாக்கும்."

"நீ ஒத்தாளா கடலோடக்கூடாது தாயி."

"அப்ப நீயே கூட்டிப்போ."

"நான்தான் சொல்றேன்ல்ல தாயி."

"மொரகல்லு ஒடைக்க போகாட்டிதான் என்ன?"

"அப்படியெல்லாம் பேசக்கூடாது தாயி. யாரோ முக்கியப்பட்டவுக மொரகல்லு வச்சி வீடு கட்டணுமெண்டு ஆசப்படுறாக. அவக யாருகிட்ட கேப்பாக? கடலுக்கு அடியில கெடக்குற கல்ல நம்மதான எடுத்துக்கொடுக்கணும். முடியாதெண்டு சொல்ல முடியுமாக்கும்? தொழிலுக்கு துரோகம் பண்றமாதிரி ஆயிடாதாக்கும்?"

"....."

"நம்மால மட்டும் தான் ஒரு வேலைய செய்யமுடியுமெண்டா எந்த கஷ்டம் வந்தாலும் மலைக்கக்கூடாது தாயி. யாருக்கெண்டாலும் தட்டிக்கழிக்கக் கூடாது. அதுதான் தொழில் தருமம்."

“சரிதாம்ப்பா, நானும் தொழிக்கு போகணும். அதான் எனக்கு வேண்டியது.”

“ஒத்தயில வேண்டாம் தாயி. நீ வேணும்னா இந்த பத்துநாளும் பேத்த கூட கம்பெனி வேலக்கு போயேன்.”

“கம்பெனி வேலையெல்லாம் எனக்கு ஒத்துப்பட்டு வராதுப்பா.”

“....”

“பேத்தய எங்கூட கடலுக்கு கூட்டிப்போகட்டாப்பா?”

“அந்த கொமரு கடல்போக்கு போயி நான் கண்டதில்லையே தாயி.”

“கேட்டுப்பாக்கனே.”

“தொழில் தெரியணுமில்ல?”

“அத நான் பாத்து கத்துக் கொடுத்துக்கிறேம்ப்பா.”

“சரி தாயி, ஒன்னோட விருப்பம். ”

“யப்பா, நாளைக்கு ஒரு நாளு மட்டும் நம்ம போயிட்டு வந்திறலாமா?”

“அதான் சொன்னேல்ல தாயி. நாளையிலேருந்து போயாகணுமெண்டு.”

“ஒன்னகிட்ட ஒரு விசயம் சொல்லணும்.”

“அதுக்கென்ன தாயி இப்ப சொல்லன்.”

“இங்கவச்சி எனக்கு சொல்ல வரமாட்டங்குது. கடல்ல ஓடும்போதுன்னா சொல்லிடுவன்.”

“பாத்தியா, நான் சொன்னா நம்பமாட்டேண்டேல்ல. இப்ப ஒன்னோட வாயாலயே வருது பாரு.”

“என்னத்தப்பா சொல்ற?”

“நீ கடல்தாயி மகண்டு சொன்னா ஏத்துகிட்டியா. இப்ப கடல்தாயி மடில நிண்டாதான் சொல்ல முடியுதுங்குற. இதுதான் தாயிபுள்ள பிணைப்பாக்கும்.”

“சரி அப்புடியே இருந்துட்டுப் போகட்டும். நீ என்ன செய்யப் போற அதச்சொல்லு.”

"நாளைக்கு வாறேன்னு ஒத்துக்கிட்டன் தாயி. போயித்தான் ஆகணும்.?"

"அப்ப நான் சொல்ல நெனைக்கிறது முக்கியமில்லையாக்கும் ஒனக்கு?"

"முக்கியமில்லயிண்டு யாரு தாயி சொன்னாங்க?" என்றவர் வானத்தை அண்ணாந்து பார்த்தார். கீழ்வானிலிருந்து நிலவு எழுந்து வந்து கொண்டிருந்தது. வானெங்கும் ஆங்காங்கே நட்சத்திரங்கள் பூத்திருந்தன.

"நாளைக்கு வரைக்கும் நீ எதுக்கு காத்துக்கெடக்கணும். நிலா வெளிச்சத்தப் பாரு. பளீருன்னு தெரியிது. கட்டுமரத்த தள்ளி கொஞ்ச தூரம் ஓடிட்டு வரலாம் வா. ஓந்தாயி மடில நின்னு நீ நெனைக்கிறத சொல்லு தாயி." சடையன் தன் மகளின் மனதை நன்றாக அறிந்திருந்தார். அவருக்குமேகூட அவள் சொல்லப்போகும் விஷயத்தை கேட்க மறுநாள் வரை காத்திருக்க முடியாதென்றே தோன்றியது.

நாய் புகுந்துவிடாதவாறு குச்சல் கதவை அடைத்து வைத்துவிட்டு அப்பனும் மகளும் கடலை நோக்கி நடந்தார்கள்.

7

சடையன் தான் உடைத்த ஏழெட்டு கற்களை கூடைக்குள் எடுத்துப்போட்டு கயிற்றை ஆட்டினார். மேலே வத்தையில் நிற்கும் தோடைகளுக்கு இழுத்து எடுத்துக்கொள் என்று கூறும் குறிப்பு அது. அவருக்கு இளைப்பு ஏற்பட்டது போல தோன்றியது. சட்டென்று தன் இடுப்பில் கட்டி பிணைக்கப்பட்டிருந்த கயிற்றை சொடுக்கினார். அடுத்த கணமே சரசரவென கயிற்றை இழுத்து சடையன் மேலே வர உதவினர் இரண்டு தோடைகளும். தண்ணீருக்கு மேலே வந்து மூச்சை இழுத்து விடுவதற்குள் விழிகள் இரண்டும் பிதுங்கி வெளியே வந்துவிட்டது போலாகிவிட்டது அவருக்கு. இதுபோல தன்மூச்சில் அவர் ஓடி வெகுநாட்கள் ஆகியிருந்தது. இப்போதுதான் தொழில் கத்துக்கொள்பவர் போல சிரமப்பட்டார். இந்த வத்தையின் சம்மாட்டி கருவா மகன் குழியோடி கல்லுடைக்கத்தான் சடையனுக்கு ஆள் அனுப்பி அழைத்துவரச் சொன்னார். ஆனால் சடையனின் வயதான தோற்றத்தைப் பார்த்துவிட்டு அவரை குழியோட வேண்டாம். வத்தையில் தோடையாய் நின்று உதவினால் போதுமென்று சொல்லிப் பார்த்தார். சடையன் இதை ஏற்றுக்கொள்ளவில்லை. முடியும் மட்டும்

ஓடிப்பார்க்கிறேன் என்று பிடிவாதமாக இடுப்பில் கயிற்றைக் கட்டிக்கொண்டு கடலுக்குள் பாய்ந்துவிட்டார்.

“ஏவே, என்னத்த கண்டியவே? மீன பாத்தியளோ?” என்றார் தோடை ஒருவர். இங்குள்ள எல்லோரும் கடலுக்குள் அதிகமாய் பயப்படுவது சுறாமீனைப் பார்த்துதான். சுறாமீன் மீதான பயத்தால் அதை குறிப்பிடும்போது ‘சுறா’ என்றுகூட சொல்ல மாட்டார்கள். மீன் என்றுதான் சொல்லுவார்கள். மீனைப் பார்த்துவிட்டால் அதற்கு மேல் கடலுக்குள் பாடுபார்க்க மாட்டார்கள். உடனடியாக கரைக்கு வந்துவிடுவார்கள். அதன் பிறகு மறுநாளோ அடுத்த நாளோ கூட தொழிலுக்குப் போகமாட்டார்கள். மூன்று சமுதாயக் கடவுள்களையும் கண்டு முறையிட்டு, வழிபட்ட பிறகே கடலுக்குள் இறங்குவார்கள்.

சடையனைப் பார்த்தபோது அவர் மீனைப் பார்த்து பயந்தவர் போலவே தெரிந்தார். அதனால் தான் தோடை அப்படி கேட்டார்.

“சொல்லுவே, மீன பாத்துட்டியோ?” என்றார் மறுபடியும் அந்த தோடை.

“இல்லவே, எளப்பு மாதிரி வந்திட்டுதாக்கும்.”

“சரிதான்வே, இப்புடி கைய கொடுத்து உந்தி மேல வாவே. செத்த நாழி மரத்துல சாஞ்சி கெடந்தா எல்லாம் சரியாயிடும்” என்றவாறே கையை நீட்டினார் தோடை. சடையனுக்கும் சற்று நேரம் ஓய்ந்து உட்கார்ந்து ஆசுவாசப்படுத்திக்கொண்டால் தேவலாம் போலிருந்தது. தோடையின் பேச்சுக்கு மறுப்பு காட்டாமல் அவரின் கையைப்பற்றி தாவி வத்தைக்குள் ஏறிவந்தார். அதற்குள் மற்றொரு தோடை கஞ்சி கலயத்தில் இருந்த பழஞ்சோற்று தண்ணீரை ஒரு கிண்ணத்தில் ஊற்றி எடுத்து வந்தார்.

“ஏவே, இந்தாவே இந்த அன்னதண்ணிய தொண்டைக்குள்ள எறக்கி பாருவே. நெஞ்சடைப்பு சரியாகுதாண்டு.”

தெளிந்த அந்த குளிர்ச்சியான அன்னத்தண்ணீர் அதில் கரைந்திருந்த உப்பின் சுவை அவரது நாவுக்கும் தொண்டைக்கும் தேவாமிர்தமாகத் தெரிந்தது. எனினும் சட்டென்று உள்ளே இறங்கவில்லை. ஒவ்வொரு மிடறாக விழுங்கினார். தொண்டைக்குள் ஊசி குத்துவதைப்போல வலித்தது.

‘இந்த வேலக்கு ஒத்துக்கிட்டு வந்தது தப்போ’ என எண்ணத் தொடங்கினார். மொத்தமாக அவர் இதுவரை பதினைந்து கற்களை மட்டுமே உடைத்து எடுத்திருந்தார். கல்லுடைக்கும் தொழிலை நன்கு

பழகியவர் என்பதால்தான் இந்த இயலாத வயதிலும் கூட இத்தனை கற்களை வாலிபப் பயல்களுக்கு சளைக்காமல் உடைத்திருக்கிறார் என்று தோடைகள் இருவரும் வியந்து பேசிக்கொண்டிருந்தார்கள். இந்த மொரைகற்கள் பெரிய பெரிய பாறைகளாக கடலுக்குள் வளர்ந்து கிடக்கும். இந்த தூத்துக்குடி கடல் பகுதியில் ஏராளமான பவளப் பாறைகள் கடலுக்கடியில் வளர்ந்திருக்கிறது. மொரைகல் பாறைகளும் பவளப்பாறை வகையைச் சேர்ந்ததாகத்தான் இருக்க வேண்டும். கடலின் தரைமட்டத்திலிருந்து உயர்ந்திருக்கும் இப்பாறைகள் ஆழக்கடல்களிலும் கிடந்த போதும் சற்று ஆழம் குறைந்த கடல்பகுதிகளில்தான் கல்லை உடைத்து எடுக்கிறார்கள். ஐந்து பாவம் முதல் ஏழு பாவம் வரை மட்டுமே கல்லுக்காக குழி ஓடுவார்கள். ஒரு கல்லை உடைத்து எடுக்க குறைந்தது ஐந்து குழியாவது ஓட வேண்டியிருந்தது. முதல் குழியோடி உடைக்க ஏதுவான பாறையை அடையாளம் கண்டு வருவார்கள். இரண்டாவது குழியோடி கடப்பாறையை குத்திவைத்துவிட்டு வருவார்கள். மூன்றாவது நான்காவது குழியோடி கடப்பாறையை சுத்தியலால் அடித்து இறக்கு வார்கள். சில பாறைகள் கடினமானதாயிருக்கும். சில பாறைகள் இலகுவாக உடைபட்டு வரும். இன்னும் சில அடித்த மாத்திரத்திலேயே சிதறி ஓடும். குழியோடும் ஆட்களின் திறமையைப் பொறுத்து நாளொன்றுக்கு ஐம்பது முதல் அறுபது கற்கள் வரை உடைத்து எடுத்துவர முடியும்.

சற்று நேர இளைப்பாறுதலுக்குப் பிறகு மறுபடியும் கடலுக்குள் பாய ஆயத்தமானார் சடையன்.

"ஏவே, நெஞ்சடைச்சி போச்சிண்டே. அதுக்குள்ள தேவலையாயிட்டு தாக்கும். பாய நிக்க?"

"ஆமாவே, தேவலையாயிட்டு எண்டுதான் நெனைக்க. இப்ப எளப்பு எதுவும் தெரியல. கயத்த ரெண்டையும் கைல புடிச்சிக்கவே."

"ஏவே, நான் சொல்றது புரியலயாக்கும். கைகாலு மொட மானாலும் கூட மருந்து போட்டு நேராக்கிறலாம். நெஞ்சடச்சி நின்னுபோனா பெறகு என்னத்தச் செய்றதாம்."

"அதான கேக்கன். ஏவே, ஒனக்கு உசிரு வெளையாட்டா கெடக்காக்கும்?" என்றார் மற்றொரு தோடை.

"ஏவே, கடல்தொழிலுல்ல பாக்கன். உசிருக்கு பயந்தமெண்டா மசுரகூட பிய்க்க முடியாதுவே." என்றவாறே கடலுக்குள் பாய்ந்தார்

சடையன். அவருக்கு தன் உடல் நலம், உயிர் பாதுகாப்பு எல்லா வற்றையும் விட முக்கியமான ஒன்றாக இருந்தது சம்மாட்டி கருவா மகனிடமும் கருவா பேரனிடமும் தான் ஒரு நல்ல குழியாள் என்று மெய்ப்பித்துக் காட்டுவது. அவர்களின் மதிப்பில் தான் உயர்ந்து நிற்கவேண்டும் என்று ஆசைப்பட்டார். அதற்கான ஒரே வழி இந்த வேலையில் மற்றவர்களை விடவும் ஒருபடியாவது கூடுதலாய் தனது உழைப்பையும் அனுபவத்தையும் காட்டவேண்டியதுதான் என்று நினைத்தார். உடல் தளர்ந்த இந்த நிலையிலும் கருவா மகன் மற்றும் பேரனின் மதிப்பில் உயரவும் மனதில் இடம் பிடிக்கவும் இவ்வளவு பிரயாசைப்பட வெங்கண்ணியே காரணம். அவளது விருப்பம் நிறைவேற வேண்டும். அதற்கு முதலில் கருவா குடும்பத்துக்கு என் மீது மரியாதை ஏற்பட வேண்டும். பிறகு அதுவே என் மகள் மீது அவர்களுக்கு நல்ல எண்ணத்தையும் நம்பிக்கையையும் ஏற்படுத்தும். அவ்வாறு நிலமை கனிந்து வந்தால் வெங்கண்ணியின் விருப்பம் நிறைவேறுவதில் எந்த சிக்கலும் ஏற்படாது என்று நினைத்தார். 'பாவம் வெங்கண்ணிதான் எவ்வளவு ஆசையோடும் நம்பிக்கையோடும் இருக்கிறாள். அவள் ஒரு நல்ல மகளாய் வளர்ந்திருப்பதால்தான் தன் மனதுக்கு விருப்பமான ஒருவனை கண்டுகொண்ட பின்பும் அந்த உறவை தானே வளர்த்துக்கொள்ள நினைக்காமல் தகப்பனிடம் நாகரீகமாய் சொல்லியிருக்கிறாள். அப்படிப்பட்ட மகளுக்கு நான் ஒரு நல்ல தகப்பனாயிருந்து அவள் விரும்பும் வாழ்க்கையை அமைத்துக் கொடுக்க வேண்டாமாக்கும்.'

நேற்று அந்தியடங்கிய அந்த முன்னிரவு நேரத்தில் கட்டுமரத்தில் மகளுடன் கடல்போக்கு போனது அத்தனையும் மீண்டும் சடையனின் நினைவுக்கு வந்தன.

சடையன் தன் மகள் மனதில் உள்ள விஷயங்களை தன் போக்கில் சொல்லவேண்டுமென்று நினைத்தார். கடல் தொழிலில் ஈடுபட்டிருக்கும் போதுதான் தயக்கமில்லாமல் அவளால் சொல்லமுடியும் என்பதையும் அவர் நன்றாக அறிந்திருந்தார். ஆகையினால் கையோடு தூண்டில்களை எடுத்து வந்திருந்தார். கட்டுமரத்தை காசுவாரித்தீவு பக்கமாக செலுத்திக் கொண்டிருந்தாள் வெங்கண்ணி. அவ்வளவு தூரம் போகவேண்டாமென்று நினைத்தார் சடையன். இருந்தபோதும் அவள் மனம்போகும் போக்கில் விட்டாலன்றி அவளது மனதில் இருக்கும் விஷயங்களை தெரிந்து கொள்ள முடியாதென்று நினைத்துப் பேசாமல் இருந்துவிட்டார்.

"தாயி நான் மரந்தள்ளுனா, நீ தூண்டி போட்டு பாக்கலாமல்ல?"

“காத்து பின்னுக்கில்ல தள்ளுது. கம்ப வலுவா புடிச்சாகணுமேன்னு பாக்கன்.

“நாளைக்குவேற மொரகல்லு ஒடைக்க போகணுமெண்ட. நீயே மண்டூக்க விட்டுப்பாரு.”

மண்டூக்கில் இறைமீனைக் கோர்த்து கடலில் விட்டார் சடையன்

“யப்பா, மொரகல்லு யாருக்காம். தூத்துகுடி ஆளுகளுக்கா? இல்ல வெளியூரு போகுதாமா?”

“மட்டக்கடத்தெருவுல கோபாலசாமி நாயக்கருன்னு ஒருத்தரு. கெவருமண்டு ஆபிசராம். ஏற்கனவே மொரகல்லு போட்டு கட்டகுத்துன வூடு கட்டிருக்காராம். அவரோட ரெண்டாவது பொஞ்சாதிக்கோ என்னமோ இன்னொரு வூடு கட்டணுமெண்டு கல்லு எறக்கச்சொல்லிருக்காராம். வெங்கண்ணி இப்படி மொரகல்லு உடைக்கப் போவது பற்றி கேட்பதும் அதற்கு இவர் பதில் சொல்ல வேண்டியிருப்பதும் அவருக்கு ஒருவிதமான அலுப்பை ஏற்படுத்தியிருந்தது. இருந்தாலும் என்ன செய்வது? அவள் மனம் சுணங்கிவிடாமல் பார்த்துக் கொண்டால்தானே அவருக்கு தேவையான செய்திகளை அவளிடமிருந்து பெறமுடியும். எனவே அலுத்துக்கொள்ளாமல் கேட்பதற்கெல்லாம் பதில் சொல்ல வேண்டுமென்று முடிவு செய்து கொண்டார்.

“எத்தனை பேருப்பா கல்லு ஒடைப்பீக?”

“நான் போற வத்தையில மூணு குளியாளு ரெண்டு தோட. கொஞ்சம் பெரிய வத்தையெண்டா அஞ்சி குளியாளு மூணு தோட போவம். ஏழெட்டு வத்த போவும் போல. அதான் காலவாசல் ஆளுகளோட அல்லாம என்னையெல்லாம் வந்து அழச்சிருக்காகண்டா பாத்துக்க.”

“நேத்து ஒன்ன அழக்க வந்தாகளே, அவுகளும் கல்லு ஒடைப்பாகளோ?”

“அதுல பெரியாளு தோட. அந்த வாலிபப்பய குளியாளு.”

“அவுக வேற வத்தையில போவாகளோ?”

“இல்லதாயி, அவுக போற வத்தைக்கு ஆளு கெடைக்கல எண்டதாலதான என்ன வந்து அழைச்சாக. ”

“அப்ப நாளைக்கு மாமனாரும் மாப்பிள்ளையும் ஒரே வத்தயில ஓடி, ஒரே மலைய ஒடைக்க போறீகளாக்கும்?”

சடையனுக்கு தூக்கிவாரிப் போட்டது போலிருந்தது. அவள் சொல்லிய விஷயத்தை சட்டென்று அவரால் சீரணித்துக்கொள்ள முடியவில்லை. ஏதேதோ பேசி கடைசியாக இவள் சொல்ல வேண்டிய விஷயத்துக்கு வருவாள் என்று நினைத்திருந்தார். சற்றும் ஆயத்தமாகாத நிலையில் ஒருவரின் தோளில் பெரும் சுமையை சட்டென்று தூக்கிவைத்ததைப்போல உணர்ந்தார். ஒரு நிமிடம் ஒன்றும் புரியாமல் விழிபிதுங்கிப் போனார்.

"யார தாயி சொல்ற?"

"....."

"கருவா பேரனயா?"

"கருவா பேரனெண்டுதான் அழைப்பியோ?" மாப்பிள்ளையிண்டு சொல்லமாட்டியாக்கும்?"

"சொல்றன் தாயி. இனிமே அப்படியே சொல்றன்."

மகளிடம் சொல்லிவிட்டாரே தவிர அவரால் அப்படி சொல்ல முடியவில்லை. வெங்கண்ணி அவன்தான் தனக்கு மாப்பிள்ளையாகப் போகிறவனென்று அவ்வளவு உறுதியாக நினைக்கிறாள். அதில் மாற்றமோ குழப்பமோ ஏற்பட்டுவிடுமோ என்ற சந்தேகம் அவளுக்கு துளியும் இருப்பதாகத் தெரியவில்லை. 'கடல்தாயி மடியில் நின்று கொண்டு இவ்வளவு தீர்க்கமாக பேசுகிறாளென்றால் புரிந்துகொள் இது கடவுளால் உண்டாக்கப்பட்ட பிணைப்பு' என்று அவள் சொல்வதைப்போல தோன்றியது சடையனுக்கு.

ஆனால் சடையனால் அவ்வளவு உறுதியாகவெல்லாம் நம்ப முடியவில்லை. கருவா குடும்பம் பெரியது. சற்று வசதி படைத்த குடும்பமாகவும் இருந்தது. கருவாவுக்கு நான்கைந்து பிள்ளைகள். பேரப்பிள்ளைகளின் எண்ணிக்கை அதைவிடவும் மூன்று மடங்கிருக்கும். அதில் ஒருவன்தான் இசக்கிமுத்து. வெங்கண்ணி ஆசைப்படுவது போலவே அந்தப் பயலுக்கும் இவள்மீது விருப்பம் இருக்குமா. கருவா குடும்பத்தில் யாரிடம் சென்று இதுபற்றிப் பேசுவது? அந்தப் பயலுக்கு நம் மகளைக் கட்டிவைக்க சம்மதிப்பார்களா என்று பலவிதமான சிந்தனைகள் அவர் மனதில் தோன்றியது.

இங்குள்ள மக்களைப் பொறுத்தவரை பெண் மற்றும் மாப்பிள்ளைக்கான முக்கியமான தகுதி என்றால் அவர்கள் கடற்கரையில் வசிக்கவேண்டும். இரண்டாவது ஆணாயிருந்தாலும்

பெண்ணாயிருந்தாலும் உழைப்பாளியாக இருக்க வேண்டும். ஒருவருக் கொருவர் பிடித்துப்போயிருந்தால் வேறு பேச்சுக்கே இடமில்லை. மற்றபடி பொருளாதார ஏற்றத்தாழ்வுகளை எல்லாம் யாரும் பெரிதாக கண்டுகொள்வதில்லை. ‘அள்ளிக்கொடுக்க கடலம்மா இருக்கக்குள்ள, நீஞ்சி கரயேற கைகாலு மட்டும் இருந்தா போதாதாக்கும்’ என்பவர்களே இங்கு அதிகம். ஆனால் இந்த வழக்கமான நடைமுறைகள் வெங்கண்ணி விஷயத்தில் ஒத்துவராமல் போய்விடுமோவென்று உள்ளுக்குள் சடையனுக்கு ஒரு சந்தேகமும் பயமும் ஏற்பட்டிருந்தது.

“எப்பா, முனியசாமி எம்பொண்ணு வாழ்க்கையில வெளக்கேத்தி வையப்பா.”

“கடல்தாயே, ஓம்பொண்ணுக்கு நல்ல வழி காட்டம்மா.”

பித்தம் கொண்டவரைப்போல மனதுக்குள் புலம்பிக்கொண்டிருந்தார்.

“யப்பா, என்னப்பா நெனக்க? பேச்சு மூச்சயே காணும். ஒனக்கு அந்தப் பயல பிடிக்கலயாக்கும்?”

“அப்புடியெல்லாம் இல்ல தாயி. வயசாயிட்டுல்ல. அதான் ஏதோ யோசனயில கெடக்கன்.” தன் மனதில் ஏற்பட்டிருக்கும் குழப்பங்களை யெல்லாம் மகளிடம் சொல்லி அவளது நம்பிக்கையைக் குலைக்க வேண்டாமென்று நினைத்தார்.

“மரத்த கரையாக்க திருப்பிவிடு தாயி.”

“தூண்டி கொண்டுவந்த போல.”

“கொண்டு வந்தன்தான். ஆனா இப்ப கரைக்கு போகணும் தாயி.”

“இப்ப கரைக்கு போயி என்னத்த செய்யப்போற?”

“தூங்கணும் தாயி. நாளைக்கு மொரகல்லு ஒடைக்க போக வேண்டாமாக்கும்?”

வெங்கண்ணி கட்டுமரத்தை முயல்தீவுக்குத் திருப்பினாள்.

“கரபோற வரைக்கும் மரத்துலயே படுத்துட்டு வாயம்ப்பா.” அவள் சொல்லுக்கு கட்டுப்பட்டவரைப்போல தூண்டிலை இழுத்து மேலே போட்டுவிட்டு மரத்தில் படுத்துக்கொண்டார். இப்படி ஓய்ந்து கிடக்கிறேனென்று படுத்துக்கொண்டது கூட அவருக்கும் ஒருவகையில் ஆறுதலாகத்தான் இருந்தது. வெங்கண்ணியுடன் பேசுவதை தவிர்க்க முடிந்ததே என்று நிம்மதியடைந்தார். எதையாவது பேசி அவளுடைய மனதில் பொய்யான நம்பிக்கையை விதைக்கவோ அல்லது அவளது

நம்பிக்கையை சிதைக்கவோ நேர்ந்ததென்றால் என்ன செய்வதென்று பயந்தார். படுத்துவிட்டாரே தவிர அவரால் கண்களை மூட முடிய வில்லை. வானத்தைப் பார்த்தார். நிலவு இவரைப்பார்த்து கேலி செய்வது போல புன்னகைத்தது. ஆனால் அவர் அதை பொருட்படுத்த வில்லை. பார்வை மட்டுமே வானத்தில் பதிந்திருந்தது. சிந்தனை முழுதும் கருவா குடும்பத்தையே சுற்றிவந்தபடி இருந்தது. நல்ல வேளையாக கருவா வத்தையில் கல்லுடைக்கப் போகும் சந்தர்ப்பம் வாய்த்திருக்கிறது. இதை பயன்படுத்திக்கொண்டு நம் உழைப்பை காட்டியாக வேண்டும். எப்படியாவது நம் மகள் ஆசையை நிறைவேற்றி வைக்க வேண்டும். நம் மகள் கருவா குடும்பத்தின் மருமகளாகும் வரை ஓயக்கூடாது என்று பலவாறாக யோசனை ஓடிக்கொண்டிருந்தது அவருக்குள்.

அதே உறுதிப்பாட்டோடு வந்தவர்தான் இப்போது தன்மூச்சில் ஓடியதால் ஏற்பட்ட நெஞ்சடைப்பைக்கூட பொருட்படுத்தாமல் மறுபடியும் கடலுக்குள் பாய்ந்திருக்கிறார்.

8

“யப்பா இத்தோட மறந்துடு இந்த வேலயயெல்லாம். தெரிஞ்சிதா?”

“இப்ப என்ன ஆயிட்டுதெண்டு நெனைக்க?”

“எதாவது ஆனாத்தான் ஆமாம்பியா. நெஞ்சித்தவண்டு சொன்னாகளே, மூச்சு அப்படியே நிண்டு போயிருந்தா என்னோட நெலமய கொஞ்சமாச்சும் நெனச்சி பாத்தியாக்கும்?”

“அதுமாதிரியெல்லாம் ஒண்ணும் ஆகாது தாயி.”

“நீ பெரிய முனிவராக்கும். என்ன நடக்கும், எது நடக்காதுன்னு எல்லாத்தையும் ஒன்னோட கையில வச்சிருக்கியாக்கும்.”

சடையனால் அதற்கு மேல் எதுவும் பேச முடியவில்லை. அமைதியாக இருந்தார்.

“அப்பா சொல்லு நெஞ்சித்தவக்கி என்ன வைத்தியம் செய்யலாம்?”

“அதெல்லாம் ஒண்ணும் வேண்டாம்மா. இப்ப நல்லாத்தான கெடக்கன்.”

“நீ சொல்றதயெல்லாம் கேக்க முடியாதுப்பா.”

“ஓந்தி நச்சி போட்டு குடிமருந்து வச்சித்தாறன்.”

“தாயி, நான் என்ன எளவட்டப்பயலா? எனக்கு போயி ஓந்தன் சாறு தாறேங்குற?”

“யப்பா, பாரு மருந்துன்னா எல்லோருக்கும் ஒண்ணு தான் தெரியுமா?”

“இல்ல தாயி, இப்ப எனக்கு வேண்டாம்.”

“யப்பா, இதுவரைக்கும் இத நீ குடிச்சதே இல்லயாக்கும்?”

“யாங் குடிச்சதில்ல. ஆ ஊன்னா போதும். ஓங்கம்மா இதத்தான கொடுப்பா எனக்கு.”

“அப்ப அம்மா கொடுத்தா குடிக்கலாம் நான் கொடுத்தா மட்டும் வேண்டாம்பியோ?”

“அது வேற காலகட்டம். அன்னைக்கி ஒடம்புல வலு இருந்துது. தன்மூச்சில திமிங்கிலமாட்டம் கடலயே கூறுபோட்டுப் பாயிவோம். தண்ணிக்குள்ளயே வலுவா மல்லுகட்டும்போது நெஞ்சித்தவ வரும். வீட்டுக்கு வந்து இந்த ஓந்திசாற குடிச்சிட்டு கடக்கரைய ஒரு சுத்து சுத்தி வந்தா ஒடம்புல ரெத்தம் பிறுபிறுண்ணு ஏறுற மாதிரி இருக்கும்.”

“இப்பவும் அப்படித்தாம்பா இருக்கும். நான் தாறன். நீ குடிச்சிப்பாரு.”

வெங்கண்ணி முடிவு செய்துவிட்டால் அதைச் செய்யாமல் விடமாட்டாள் என்பதை நன்கு அறிந்தவர் தானே சடையனும். அதனால் ‘ஏதோ உன் விருப்பம்போல செய்யம்மா’ என்று சொல்லிவிட்டார். இது போதாதா வெங்கண்ணிக்கு. ஓடிச்சென்று காட்டுக்குள்ளிருந்து ஓந்தன் என்று சொல்லக்கூடிய ஓணான் ஒன்றைப் பிடித்து வந்தாள். சற்று பெரிய மூங்கில் குடுவைக்குள் அதனை சுருட்டி மடக்கி வாலை முறித்து திணித்தாள். அதனுடன் கொஞ்சம் சதைக் குப்பை மற்றும் சல்லியைப்போட்டு சற்று சிறிய பச்சை மூங்கில் குச்சியால் நசுக்கினாள். நன்றாக நசுக்கிய பின் அதனை ஒரு வெள்ளைத்துணியில் கொட்டி முறுக்கிப் பிழிந்தாள். ஓந்தன் சாறு சதைக்குப்பை வாசனையுடன் அரை டம்ளருக்கும் அதிகமாகவே இருந்தது. அதனுடன் பேத்தையின் அப்பா ஏற்கனவே வாங்கி வந்து கொடுத்திருந்த நாட்டு சாராயத்தை சம அளவு ஊற்றிக் கலந்தாள். அதை அப்படியே சடையனிடம் கொண்டுவந்து கொடுத்தாள்.

“கண்ண மூடிக்கிட்டு குடிச்சிருப்பா.”

“யாந்தாயி கண்ண மூடிக்கிட்டு குடிக்கணும்? எத்தன தடவ குடிச்சிருப்பன். நல்லாத்தான் இருக்கும்.”

“ஓமட்டுமோண்டு சொன்னம்ப்பா ”.

“ஒடம்புக்கு நல்லதெண்டு நெனச்சா என்னத்த ஓமட்டப் போகுது?”

“சரி அப்ப குடி.”

கையில் குவளையை வாங்கியவர் ஏனோ சற்று நேரம் அதை பார்த்தபடியே உட்கார்ந்திருந்தார்.

“என்னப்பா குடிக்காம கையில வச்சிகிட்டே ஒக்காந்திருக்க? கருப்பட்டியாவது தரட்டுமா?.”

“அதெல்லாம் ஒண்ணும் வேண்டாம் போ தாயி.”

“வேற என்னத்த யோசிக்கிறியாம்?”

“ஒன்னோட அம்மைய கட்டிக்கிட்ட அஞ்சாறு வருசத்துக்கு அப்பறமும் எங்கம்மா இருந்திச்சி. அவனுக்குத்தான் கல்யாணமாயி பொஞ்சாதி வந்திட்டாளே, அவ பாத்துகிறமாட்டாளாக்கும்ன்னு அம்மா ஒருநாளுகொட அசட்டையா விட்டதில்ல. நெஞ்சித்தவண்டாலும் மண்டையிடினாலும் தானே அறைச்சி, தாங்கையாலயே பத்து போட்டாதான் நிம்மதிபடும். பெறவு ஓங்கம்மாவும் அப்படித்தான் என்னோட ஒடம்பு கொஞ்சம் சோர்ந்தாலும் போதும் ஒலகத்துல எத்துன வைத்தியம் இருக்கோ அத்தனையையுமே செய்துடுவா. இப்ப நீ. அவங்க ரெண்டுபேரயுமே மிஞ்சிட்ட. ஒரு மனுசனுக்கு வேற என்ன வேணும் சொல்லு. தாயத்த புள்ளைங்க எத்தனயோ பேரு அடுத்தவங்ககிட்ட கையேந்தி தர்மமெடுத்து சாப்புடுறாங்க. அவங்கள பாக்கும்போதெல்லாம் எனக்கு ஒங்க மூனுபேரு நெனப்புந்தான் வருது. எத்துன பேருக்கு இதுமாதிரி கொடுப்பிண கெடைக்குது. வாழ்க்க முழுக்க என்னய பாத்து பாத்துல்ல கவனிக்கிறீங்க. ஒரு மனுசனுக்கு ஒரு தாயி இருப்பா. கொஞ்சம் புண்ணியம் பண்ணியிருந்தா கட்டுறவளும் தாயா கெடைப்பா. ஆனா என்னய மாதிரி ஒண்ணுக்கு மூணு தாயா கெடைக்க கொடுத்து வச்சவன் என்னத்தவர யாரும் இருக்கமாட்டாங்க தாயி.”

சடையன் பெருமை பொங்க சொல்லிக் கொண்டிருக்கும்போதே அதை வெறும் வாய் வார்த்தையாக அவர் சொல்லவில்லை என்பது போல கண்களிலிருந்து கண்ணீர் பெருகிக்கொண்டிருந்தது.

“யப்பா, நீ அடிக்கடி சொல்வல்ல மனம்போலத்தான் வாழ்க்கன்னு. அதான் ஒன்னோட நெஞ்சு நெறைஞ்சு நிம்மதில பொங்குது. ஒன்னோட மனசு யாருக்கும் வராதுப்பா.”

யாரு செஞ்ச புண்ணியமோ நீ எனக்கு மகளா வந்து சேந்த. நீ மட்டும் கெடைக்கலேன்னா இந்த நிம்மதி சந்தோஷமெல்லாம் கோடிகோடியா கொட்டிக் கொடுத்திருந்தாலும் எங்களுக்கு கெடைச்சிருக்காது தாயி.”

சரிப்பா, நீ மருந்த குடி மொதல்ல. அடுப்புல வைக்காத பண்டமாக்கும். இருக்க இருக்க சலிப்படிச்சிருமில்ல.”

“சரி தாயி” என்றவாறே மடமடவென குடித்தார். குடித்து முடித்த போது சடையனின் முகம் அஷ்டகோணலானது. எதற்கும் இருக்கட்டுமே என்று தன் கையில் தயாராக வைத்திருந்த கருப்பட்டியை உடைத்து ஒரு வில்லல் கொடுத்தாள்.

“இந்தாப்பா இத வாயில போட்டு சப்பிப் பாரு.”

அவசர அவசரமாக கருப்பட்டியை வாங்கி வாயில் போட்டவருக்கு சாவகாசமாக அதை சப்பி சுவைக்க முடியவில்லை. நரநரவென்று மென்று கருப்பட்டியின் சுவையை வாயெங்கும் பரப்பிய அதே வேளை தொண்டை மற்றும் உணவுக் குழலெங்கும் பரவும்படி விழுங்கினார். அவருக்கு மேலும் கூடுதலாக இரண்டு மூன்று கருப்பட்டி வில்லல்களை வெங்கண்ணி கொடுத்துக்கொண்டிருந்தாள். ஓந்தன் சாற்றின் நெடி அவரது உடலை சற்று நேரத்திற்குள் குலுக்கி எடுத்திருந்தது.

“திக்குமுக்காடி பொயிட்டியேப்பா. அவ்வளோ கடுமையாவா இருந்திச்சி.”

இல்லை என்பதுபோல தலையாட்டினார் சடையன். அவரால் இப்போதுகூட பதில் சொல்ல முடியவில்லை.

“நான் எதாவது ஒண்ணுகெடக்க ஒண்ண கலந்து கொடுத்திட்டனாப்பா.”

“இல்ல தாயி. மருந்துல எந்த பழுதும் இல்ல. எனக்கு வயசாயிட்டுதுல்ல தாயி. கொடலு ஏத்துக்கல. அதான். ”

“சரிப்பா, மருந்து குடிச்சிட்டேல்ல. ஒரே எடத்துல ஒக்காந்துருக்க வேண்டாம். எழும்பி போயி கடக்கரைய ரெண்டு சுத்து சுத்திட்டு வா.”

“நான் போறம்மா” என்றவாறே எழுந்து கொண்டார் சடையன். ஓந்தன் சாற்றை நாட்டுச்சாராயத்துடன் கலந்து குடித்தால் உடலுக்கு உடனடியாக வலிமை கூடும் என்பது இவர்களது நம்பிக்கை. தன்மூச்சில் ஓடும்போது நீண்டநேரம் மூச்சடக்கி குழிக்குள் நிற்கலாம். மூச்சுத் திணறலோ, நெஞ்சடைப்போ ஏற்படாது என்பதால் குழியோடும் காலத்தில் மட்டும் அவ்வப்போது இதை தயார் செய்து மருந்தாக குழியோடும் ஆண்கள் அத்தனை பேருமே குடிப்பார்கள்.

சடையன் கடற்கரையை நோக்கி நடந்தார். வெங்கண்ணி என்ன நினைத்தாளோ குச்சலின் வாசல் தட்டியை இழுத்துக் கட்டிவிட்டு அவர் பின்னாலேயே சென்றாள். சற்று எட்ட அடியை எடுத்து வைத்து நடந்தால்தான் அவரை பிடிக்கமுடியும் என்று தோன்றியது. நிலவின் வெளிச்சம் இன்னும் பளீரென்று தெரியவில்லை. கால்சோட்டை மாட்டிக்கொண்டு வந்திருந்தாலாவது முள்ளா கல்லா என்று பார்க்காமல் ஓடலாம். கால்களில் முள்ளும் கிளிஞ்சல் ஓடுகளும் குத்தியதால் அவளது வேக நடைக்கு அவ்வப்போது தடையேற்பட்டபடியே இருந்தது. கூப்பாட்டு குரல் கேட்கும் தூரத்தில் தான் சடையன் சென்று கொண்டிருந்தார். கூப்பிட்டு சற்று நிற்கச் சொல்லலாமா என்று நினைத்தாள். ‘அதெல்லாம் வேண்டாம். அப்பா மருந்து குடிச்சிட்டு போகுது, இந்த நேரத்துல பின்னாலயிருந்து கூப்பிடக்கூடாது’ என்று தனக்குத்தானே சொல்லிக்கொண்டாள். ஓந்தன் சாறு குடித்த சடையன் எல்லோரையும் போல கடற்கரையை ஒரு சுற்று சுற்றி வரட்டுமென்று அவளால் இருக்க முடியவில்லை. குடித்த போதே குடல் அத்தனையையும் வெளியே தள்ளிவிடுவது போல குமட்டியதையும் தலைநடுக்கம் எடுத்ததையும் நினைத்துப் பார்த்துவிட்டுத்தான் அவரை தனியே விடக்கூடாதென்று இப்படி ஓடிவருகிறாள். அவள் நினைத்தது போலவே தான் நடந்தது. நிதானமாக நடத்துகொண்டிருந்தவரின் கால்கள் பின்னுவது போலிருந்தது. நடக்க முடியாமல் தள்ளாடினார். நடந்தால் விழுந்து விடுவோமோ என்று நினைத்தவர் அசையாமல் ஓரிடத்தில் அப்படியே நின்றார். நிலவொளி பிரகாசமாயில்லை என்றாலும்கூட இருட்டும் அவ்வளவாயில்லை. அந்த மசண்டை நேரத்திலும் பார்க்க பழகிய அவளுடைய கண்களுக்கு சடையன் தள்ளாடி நின்றதும் ஓரளவு தெரிந்தது. ஓடிச்சென்று அவரை தாங்கிப் பிடித்துக்கொண்டாள்.

“யப்பா நான் தப்பு பண்ணிட்டனாக்கும்?”

இல்லை என்பதுபோல கையசைத்தார்.

“பெறவு எதுக்கு இப்புடி தள்ளாடி சாயிறியாம்?”

“கெழக்கொடலுக்கு ஏத்துக்கிற முடியல.”

“ஓந்தன் சாறு கொடுக்கலாமெண்டு எல்லோரும் சொன்னாக. அப்பன் தெம்பாருக்கட்டுமேன்னு ஆசப்பட்டுட்டன்.”

“அதுனால எந்த தப்பும் இல்ல தாயி.”

“பெறவு?”

“நாட்டுச்சரக்கோட வீரியம்.”

“என்னப்பா சொல்ற?”

“ஓங்கம்மா செத்த பெறகு, ஒன்ன பத்தரமா பாத்துக்கணுமேன்னு மருந்துக்குக்கூட குடிக்காம இருந்திட்டனா. நாட்டுச்சரக்க நெறைய ஊத்தி கலந்திருப்ப போல. அதான் ஆட்டுது. வேற ஒண்ணும் இல்ல தாயி. பயப்படாத.”

வெங்கண்ணி சிறு பிள்ளையாக இருந்தபோது உடம்பு வலி என்று சொல்லி எப்போதாவது கள் குடித்துவிட்டு வருவார் சடையன். அதன் பிறகு அவர் குடித்து அவள் கண்டதில்லை. இன்று இப்படி அவர் போதையில் தடுமாற, தானே காரணமாகி விட்டேனே என வருந்தினாள்.

“யப்பா வா வீட்டுக்கே போயிருவம்.”

“இல்ல தாயி, கடக்கரைக்கே போவம்.”

சடையனின் விருப்பப்படியே அவரை கைதாங்கி கடற்கரைக்கு அழைத்துச் சென்றாள். அதற்குமேல் அவரால் நிற்கவோ நடக்கவோ முடியாது போல தோன்றியது அவளுக்கு.

கடற்கரையின் குறுமணல் பரப்பில் சடையனின் துண்டை விரித்துப் போட்டு படுக்க வைத்தாள். எப்போது கீழே விழுவோம் என்று காத்திருந்தவரைப் போல தலையை சாய்த்ததும் ஆழ்ந்து போய் விட்டார். வெங்கண்ணிக்கு சற்று பயமாகக்கூட இருந்தது. மருந்து கலந்த போது ஏதாவது தவறு நேர்ந்துவிட்டதோ என்று அஞ்சினாள். நாட்டுச்சாராய போதையில் கிடக்கிறாரா? அல்லது தூக்கத்தில் கிடக்கிறாரா என்று தெரியவில்லை. மருந்து முறிந்தால் நஞ்சாக மாறிவிடும் என்பார்களே அப்படி எதுவும் ஆகியிருக்குமோ என்று நினைத்தவளுக்கு சட்டென்று அழுகை வந்துவிட்டது. தாயிக்கி தாயாவும் இருந்த நம்ம அப்பாவ நானே இப்படி படுக்கபோட்டுட்டனே. ‘யப்பா முனியா, இந்த பாவத்துலேருந்து என்ன காப்பாத்திறப்பா’

மனமுருக வேண்டிக்கொண்டாள். சடையனின் நெஞ்சிலும் மூக்கிலும் கைவைத்துப் பார்த்தாள். சுவாசம் சீராக இருப்பது போலவே தோன்றியது. யாரையாவது துணைக்கு அழைத்து வரலாமா என்று யோசித்தாள். தன் அப்பாவை தனியே இப்படி போட்டுச் செல்லவும் அவளுக்கு மனம் வரவில்லை. எழுந்து நின்று கடலைப் பார்த்தாள். என்ன நினைத்தாளோ கடலுக்குள் இறங்கினாள். "தாயே கடலம்மா, எனக்கு இருக்க ஒத்த தொண. கண்ண தொறக்காம கரையில கெடக்க. நீயே பாரு. எங்கப்பாவுக்கு என்ன நீதான் கொடுத்தயாம். இன்னக்கி ஒன்னக்கிட்ட நான் கெஞ்சி கேக்கன் எனக்கு எங்கப்பாவ காப்பாத்திக் கொடுத்திறு." குனிந்து தன் சேலை முந்தானையை கடல் நீரில் கசக்கி அலசினாள். பின் அந்த முந்தானை கொள்ளும் அளவு கடல்நீரை அள்ளி வந்தாள். சடையனின் வாயில் ஒரு மிடறு அளவுக்கு பிழிந்து விட்டாள். முகம் கைகால் எங்கும் ஈரத்துணியால் துவட்டிவிட்டாள்.

மறுபடியும் கடலைப் பார்த்தாள். அலைகள் ஒன்றன் பின் ஒன்றாக நிதானமாக வந்துகொண்டிருந்தன. 'கவலைப்படாதே மகளே. உனக்குத் துணையாய் நான் இருக்கிறேன்' என்று சொல்வதைப் போல இருந்தது. தன் அப்பாவைப் பார்த்தாள். அவர் ஆழ்ந்து நிம்மதியாக தூங்கிக்கொண்டிருந்தார். அவரைப் பார்த்தபடியே பக்கத்தில் சற்று நேரம் உட்கார்ந்திருந்தவள், அசதியில் கண்கள் இழுக்கவே அப்படியே படுத்து உறங்கிப்போனாள். இப்போது நிலவு கடலுக்கு மேலே வந்திருந்தது. தந்தையும் மகளும் படுத்துறங்கும் அழகை ரசித்தபடி நிலவும் கடலும் அவர்களது உறக்கம் கலைந்து விடாதவாறு இருவரையும் காவல் காத்துக்கொண்டிருந்தன.

9

வத்தை வான்தீவிற்கும் சற்று மேற்கே அலையில் ஆடியபடி மிதந்து கொண்டிருந்தது. வத்தையுடன் பிணைக்கப்பட்ட கயிற்றி லிருந்து இறங்கிய சிங்கிவலையின் மிதப்புகள் வரிசையாய் மிதந்து கொண்டிருந்தன. கடலுக்குள் இறங்கி பாடு எப்படி இருக்கிறது என்று பார்க்கலாமா என யோசித்தாள் வெங்கண்ணி. கடலுக்குள் இவள்தான் இறங்க வேண்டும். பேத்தை இறங்கமாட்டாள். வெங்கண்ணி அவளை தொழிலுக்கு அழைத்தபோது போட்ட முதல் ஒப்பந்தமே இதுதான். பேத்தைக்கு கடல்தொழிலுக்கு வருவதில் அவ்வளவாய் விருப்பமில்லை. சிறு வயதுமுதலே கம்பெனி வேலைக்குப் போய் பழகியவள். 'காத்து மழைக்கி கலங்க வேண்டாம். வேலயில கைய வச்சிட்டா வீட்டுக்கு

வாறப்போ கூலியோட வரலாம். கடல் தொழில்ல வருமானம் நிச்சயமில்ல. பாடு இருந்தாலும் ஆச்சி, இல்லன்னாலும் போச்சின்னுட்டு போக வேண்டியதுதான். கம்பெனிகாரன் ஒசந்தாலும் சரி உழுந்தாலும் சரி நமக்கு கவலயில்ல. நாள தள்ளுனா தாள எண்ணலாம். எடையில ஆசப்பட்டா டீ,வடை, சுண்டல் சாப்டுக்கலாம்' என்பது பேத்தையின் வாதமாக இருந்தது.

ஆயிரம் தான் கொடுத்தாலும் கம்பெனிகாரன் கிட்ட கையேந்தி தான் கூலிய வாங்கணும். கடல் போக்கு வந்தா நம்மதான் மொதலாளி. கம்பெனியில மட்டும் என்ன நோட்டும் பேனாவும், பாட்டும் கதையுமாவா பொழுது போகப்போவுது? இதே மீனு, ராலு, நண்டு, கருவாடுன்னு கவுச்சிலதான் கைவச்சாவணும். கைநெறைய அள்ளி வந்தாலும் கட்டமண்ணா திரும்பி வந்தாலும் கடல்போக்குல நாமதான் ராசா. யாருக்கும் பயந்து பதில் சொல்லி கெடக்க வேண்டாம் என்பது வெங்கண்ணியின் வாதம். வெங்கண்ணி பேத்தையை தன் வழிக்கு கொண்டு வந்தபோதும் பேத்தை, "வெங்கண்ணி, நல்லா கேட்டுக்கப்ப. ஒங்கூட நான் கடல்போக்கு வந்தாலும் வத்தையை விட்டு கடலுக்குள்ள இறங்க மாட்டேன் பாத்துக்கப்ப" என்று பிடிவாதமாக சொல்லி அதற்கு வெங்கண்ணியும் சம்மதித்த பிறகே இவளுடன் தொடர்ந்து கடல்தொழிலுக்கு வந்து கொண்டிருக்கிறாள்.

சிங்கிவலை, நண்டுவலை போல எடுத்து வருவதால் பேத்தை இதுவரை தண்ணீருக்குள் ஓடாமல் தப்பித்து வருகிறாள். இழுப்பு வலை, சுருக்கு வலையெல்லாம் எடுத்து வந்தால் இப்படி கடலுக்குள் காலை நனைக்காமல் இருக்கமுடியாது. என்ன கண்டிஷன் போட்டாலும் தன்னோடு தொழில்போக்கு வர பேத்தை ஒத்துக்கொண்டாளே அதுவே போதுமென்று நிம்மதி பட்டுக்கொண்டிருந்தாள் வெங்கண்ணி.

சடையன் எழுதிக்கொடுத்து விட்டவரைப்போல கருவா மகன் வத்தையிலேயே தொழிலுக்கு போய்க்கொண்டிருக்கிறார். இப்போது புதிதாய் வல்லம்வேறு வாங்கியிருக்கிறார்களாம். வல்லம் வாங்கிய கடனெல்லாம் கட்டி தீரும்வரை உழைத்துக்கொடுப்பாரோ என்னவோ யாருக்கு தெரியும். தவிரவும் இசக்கி முத்துவை விட்டு விலகுவது இல்லையாம். மருமகனாக வரப்போகிறவன் கூடவே இருந்து பாதுகாக்க நினைக்கிறாரோ என்று கூட எண்ணத்தோன்றியது வெங்கண்ணிக்கு. சரி, அவர் விருப்பப்படி யாருடன் வேண்டு மானாலும் தொழிலுக்குப் போகட்டும் இவளை இவள் விருப்பப்படி கடல்தொழிலுக்கு போக அனுமதிக்கலாமில்லை. அதுவும் முடியா தென்றால் என்ன செய்வது. தானில்லாமல் வெங்கண்ணி மட்டும்

தனிவழி போகக்கூடாது என்று கண்டித்துவிட்டார். “என் உழைப்பு போதும். குச்சலிலேயே இரு. இல்லண்டா கம்பெனி வேலைக்கு போ” என்று சொல்லியிருந்தார். அவர் கூறிய இரண்டையுமே அவளால் ஏற்றுக்கொள்ள முடியவில்லை. அதனால்தான் பேத்தை எத்தனை கண்டிஷன் போட்டாலும் பரவாயில்லை, அவள் தன்னுடன் வந்தால் போதுமென்று அவளை துணை சேர்த்துக்கொண்டிருக்கிறாள்.

கடல் கொஞ்சம் ஓய்ந்திருந்ததுபோல தெரிந்தது. மிகச்சிறிய அலைகள் ஒன்றன்பின் ஒன்றாய் சீராக கரைசெல்வதைப் போல தோன்றியது. நீவாடு தெரியவில்லை. கடல் இதுபோலிருந்தால் பாடு நன்றாக இருக்கும். வலையைப் பார்த்தாள். மிதப்புகள் வரிசையாக மிதந்து கொண்டிருந்தன. கொண்டலில் இறக்கிவிட்டு வந்த வலைகள் இப்போது நங்கூரமிட்டிருந்த வத்தையைத் தாண்டி கோடையில் போய் கிடந்தது. சிறிய வட்ட வடிவிலான ரொட்டி போன்ற மிதப்புகளில் சில தண்ணீருக்குள் மூழ்கி மூழ்கி மிதப்பது போலிருந்தது. ‘வலையில பாடு கெடக்க மாரியில்ல இருக்கு. எறங்கி பாத்துறலாம்’ என நினைத்தவள் பேத்தையிடம் அதை காண்பிக்க வேண்டி அணியத்தில் உட்கார்ந்திருந்த அவளைப் பார்த்தாள். அவளோ ஏதோ பலமான சிந்தனையில் ஆழ்ந்திருப்பவளைப்போல எதையோ வெறித்துக் கொண்டிருந்தாள்.

“பேத்த, என்னப்ப யோசன?”

“ஒன்னுமில்லப்ப. சும்மாதான் கடல பாத்து கெடக்கன்.”

“சரி, நீ இரு. நான் தண்ணிக்குள்ள ஓடி வலய கோறி பாத்துட்டு வர்றன்”

“என்னப்ப சொல்ற? இப்பயேவா வலய கோறணும்?”

“அங்க பாத்தியாப்ப, வலயில பாடு கெடக்க மாதிரியில்ல இருக்கு.”

“இக்கும் பாடு கெடக்குறத்த நீ கண்டியாக்கும்?”

“கட்ட மெதக்குறத வச்சி தெரிஞ்சிகிறலாம்ப்ப.”

“எப்பவும் போல எல்லாம் மெதந்துதான கெடக்கு?”

“அப்பறம் ஒனக்கு புரிய கத்துத்தாறனாக்கும். இப்ப ஒருதடவ பாத்துட்டு வாறன். அந்த மால எடுத்து வீசுவியா இப்புடி?”

தன் பக்கத்தில் கிடந்த, நீலநிற மெல்லிய நரம்புக்கயிற்றால் பின்னப்பட்டிருந்த பைபோன்ற அந்த மாலை எடுத்து அட்டியில் நின்ற

வெங்கண்ணி பிடித்துக்கொள்ளும் விதமாக வீசினாள். அதை கடலுக்குள் விழுந்து விடாதவண்ணம் லாவகமாக பிடித்தவள் தன் இடுப்பில் கட்டிக்கொண்டு தண்ணீருக்குள் குதிக்க ஆயத்தமானாள்.

"வெங்கண்ணி இருப்ப நானும் வாறன்."

"எதுக்கு?"

"நான் மட்டும் பாடு பாக்க மாட்டனாக்கும்?"

"அப்புடியா. அப்ப சரி. இன்னொரு மாலு கெடக்கு பாரு. அத எடுத்து கட்டிக்கிட்டு நீ இங்கேருந்து பாத்துக்கிட்டு வா. நான் அந்த மொனையிலேருந்து வாறன். வேல பாரமில்லாம சட்டுன்னு முடிஞ்சிரும்."

"இல்ல... இல்ல... நான் தனியா பாக்கமாட்டன். ஓங்கூடவே வாறன்"

"என்ன பயம். நம்ம கடல்தானப்ப பேத்த?"

"பயமெல்லாம் ஒன்னுமில்ல."

"அப்பறம் என்னப்ப? இங்கிட்டேருந்து தான் வாயேன்."

"இல்லப்ப, நான் ஓங்கூடவே வாறன்."

"நீ தண்ணிக்குள்ள எறங்க மனசு வச்சதே பெரிசுப்ப. எங்கூடவே தான கெடக்கங்க. சரிதான் வாப்ப. எதுக்கும் இருக்கட்டுமேன்னு தான் சொலறன். அந்த மால மட்டும் எடுத்து இடுப்புல கட்டிக்க."

இருவரும் கடலுக்குள் குதித்தனர். வலையின் கடைசியிலிருந்து பார்த்துக்கொண்டு வந்தார்கள். வெங்கண்ணி கணிப்பு சரியாகவே இருந்தது. ஆங்காங்கே ரால் கிடந்தது. மீன்களும்கூட நிறைய பட்டிருந்தது. மீன்களை பேத்தையின் மாலிலும் ராலை வெங்கண்ணி மாலிலும் எடுத்து போட்டுக்கொண்டு வந்தார்கள். மால்கள் கடல்நீரில் மூழ்கிக்கிடந்தபோதும் அதிக மீன்கள் சேர்ந்துவிட்டபடியால் ஏதோ கனமான மூட்டை ஒன்றை இடுப்பில் கட்டி இழுத்து வருவது போலிருந்தது பேத்தைக்கு. வத்தையில் கொண்டுபோய் கொட்டி விட்டு வந்து மறுபடியும் எடுத்தார்கள். "இவ்வளவு நாளு ஓங்கூட வந்ததுல இன்னைக்குத்தான்ம்ப்ப இவ்வள பாடு பாக்கன்" என்றாள் பேத்தை.

"காத்து இதுமாதிரி மெதவலா இருந்தா நம்பி வலய எளக்கலாம். ஒரு நாழி கெடந்தா கூட போதும். வலகோர முடியாம கை வலிச்சி போயிடும்."

"நல்ல நேரம்தான் போலருக்கு. இந்த வருசமாச்சிம் பத்துபேருக்கு சோறு போட்டுறணும்ன்னு நெனச்சன். போட்டுறலாம்."

வெங்கண்ணி பேத்தையை பார்த்தாள். அவளால் எதுவும் பேச முடியவில்லை. அவள் முகத்தைப் பார்க்கவே பாவமாக இருப்பது போலிருந்தது.

"சோறாக்கி போடுற நாளு நெருக்கத்துல வந்துட்டுதாக்கும்?"

"ஆமா. பங்குனி 28 இல்லயா."

"வருசம் தவறாம சோறாக்கி போடுவிகளோ?"

"நெனக்கிறதுதான். எல்லாமா முடியுது?"

"...."

"இப்ப ரெண்டு வருசமாத்தான் எங்கப்பா ஒழைப்பு வருது. அதுலயும் முக்காவாசி கள்ளுகடைக்கிம் குட்டிச்செவத்துக்குமே போயிடுது. அதுக்கு முன்னாடி அதுவும் இல்ல. நான் ஒருத்தி ஒழச்சி ரெண்டு பேரு சாப்பிடத்தான் சரியா போகுது."

"சரி விடுப்ப பேத்த. எல்லாம் சரியாயிரும்."

"என்ன சரியாவப்போகுது? செத்துப்போன எங்கம்மாவும் தங்கச்சிகளும் உசிரோட வந்திருவாங்களா? புத்திகெட்டு திரியிற எங்கப்பாவுக்குத்தான் நல்ல புத்தி வந்திறப் போகுதா?"

"..."

"எங்கம்மா என்ன மட்டும் எதுக்கு விட்டுட்டுப் போகணும்?"

"எனக்கு சினிமாக்கொட்டக தீப்புடிச்ச சம்பவம் எதுவுமே அவ்வளதா தெரியாது. நாங்க இங்கயே கெடக்கதால யாரும் வந்து சொன்னாத்தான் உண்டு. அப்ப நான் சின்னபுள்ள வேறயா பயந்தெருவைன்னு சொல்லி யாரும் வந்து சொல்லல. ரொம்ப நாள்பட்டு பெறவுதான் கொஞ்சம் கொஞ்சமா தெரியவந்திச்சி."

"அப்ப எனக்கு ஒம்போது வயசு. எங்களுக்கு காலவாசல்ல வீடு. ஈயடிச்சாம் பள்ளிக்கொடத்துல நாலு படிச்சிக்கிட்டிருந்தன்."

"எனக்கும் ஒனக்கும் ஒரே வருசமாருக்குமோ"

"ஆமா. நானும் அப்படித்தான் நெனைக்கன்."

"சரி மேல சொல்லு."

"லட்சுமி தேட்ருல பாவமன்னிப்பு படம் ஓடிருக்கு. சிவாஜி கணேசன் நடிச்ச படம். சிவாஜி கணேசன் படம்னா இங்க எல்லாருக்குமே ரொம்ப புடிக்குமாம். அதுவும் எங்கம்மாவுக்கு பித்தே பிடிச்சிருமாம். எப்பவும் காலவாசல் பொம்பளங்க எல்லாத்துக்கும் சினிமா பாக்க போற பழக்கம் உண்டு. சினிமா பாக்கவேண்டி பொய்சொல்லிட்டு கருவாட்டு கூடய தூக்கிட்டு போன பொம்பளைங்க நெறையவாம். சிவாஜி படம் ஓடுனாலும் எம்ஜிஆர் படம் ஓடுனாலும் வேலைய முடிச்சிட்டோ இல்ல தள்ளிவச்சிட்டோ ஓடிப்போயி தேட்ருல ஒக்காந்து படத்த பாத்துட்டு வந்தால்தான் தூக்கம் வரும் அவங்களுக்கு. அன்னைக்கி எங்கம்மா படத்துக்கு போக இருந்தது எனக் தெரியாது. தெரிஞ்சிருந்தா நானும் அழுது அடம்பிடிச்சி எங்கம்மா கூடவே போயிருப்பனில்ல."

"ஒன்னோட நல்ல நேரமாக்கும்?"

"அம்மா தங்கச்சிக மரணிச்சத விட நான் தப்பிச்சது ரொம்ப நல்ல நேரமாக்கும்?"

"நான் அந்த அர்த்தத்தில சொல்லலப்ப."

"சரி விடு."

"நீ சொல்லும்ப்ப."

"நான் காலையிலேயே பள்ளிக்கூடத்துக்கு போயிட்டேன். எங்கம்மா ரெண்டு தங்கச்சிகளையும் அழச்சிக்கிட்டு அக்கம்பக்கத்து சனங்ககூட மேட்னி பாக்க போயிருக்காங்க."

"மேட்னின்னா?"

"சினிமா தான்."

"பாவ மன்னிப்புண்டாக?"

"ஆமா பாவமன்னிப்பு தான். ஆனா மேட்னிக்கு போனவுங்க மேட்னிக்கு போனவுங்கன்னுதான் பேசிக்கிட்டாக. எனக்கு நல்லா நெனைப்பிருக்குப்ப."

"அது சரி. அப்ப படத்துக்கு ரெண்டு பேராக்கும்?"

"ஆமாம்ப்ப, அப்படித்தானாக்கும்."

"மேல சொல்லுப்ப."

“படம் ஓடிக்கிட்டு இருக்கக்குள்ளயே என்ன ஆச்சோ ஏது ஆச்சோ தெரியல தேட்ருல தீ புடிச்சி எரியுதாம். எல்லா கதவயும் அடச்சி கெடந்ததால யாராலயும் தப்பிச்சி வெளிய ஓடமுடியல. உள்ளயே கெடந்து பாதிக்கிமேல கருகி செத்துப்போச்சிதாம். எங்கம்மா, ரெண்டு தங்கச்சிய ஒடம்மகூட அடையாளம் காட்டவே முடியலண்டாக.”

“பாத்தா நான் பயந்துருவேண்டு என்ன கூட்டிபோயி காட்டவேயில்ல.”

“.....”

“மறுநாளு பொட்டலங்கட்டி வந்தப்பதான் பாத்தன்.”

“....”

“உள்ள கையிகாலு மண்டையெல்லாம் இருந்திச்சாண்டே தெரியல.”

“காலவாசல்லயே இருவதுக்கு மேல மரணிச்சதால யாருயாரோ வந்தாக. பலபேரு என்னய கட்டிபுடிச்சிக்கிட்டு அழுதாக.”

“எனக்கு அழுக அழுகையாவும் வருது. எல்லாம் புதுசு புதுசாவும் இருக்கு. கொஞ்ச நேரம் அழுவுறதும் கொஞ்ச நேரம் வேடிக்க பாக்குறதுமா அங்கயும் இங்கயுமா திரிஞ்சி கெடக்கன்.”

வெங்கண்ணியின் கண்களிலிருந்து கண்ணீர் வடிந்து கொண்டு இருந்தது. அதை வெளிக்காட்டிவிடாதவாறு துடைத்துக்கொண்டு பேத்தையை பரிதாபமாக பார்த்தாள். அவளும் கண்ணீர் வடிப்பாள் என்றுதான் நினைத்தாள். அவளை அழாதே என்று சொல்லி கண்களை துடைத்துவிடக்கூட மனதளவில் தயாராகியிருந்தாள். ஆனால் பேத்தையோ எந்தவித சலனமும் இல்லாமல் நடந்த சம்பவங்களை விவரித்துக்கொண்டிருந்தாள். ‘இந்த வேதனையை கடந்த பத்தாண்டு களாக நெஞ்சுக்குள் வைத்து எப்படியெல்லாம் வெந்து மடிந்திருப்பாள். எத்தனை இரவுகள் தூங்காமல் அழுதிருப்பாள். இதற்கு மேலும் இவளால் அழமுடியுமா? கடல்தாயே என்ன மன்னிச்சிறம்மா. இவ கண்ணுல தண்ணி வரணும்ன்னு நான் தெரியாம நெனச்சிட்டம்மா’

“தீக்காயத்தோட ஆஸ்பத்திரில கெடந்தவுகள எம்ஜிஆர் வந்து பாத்துருக்காருப்ப. எங்கப்பால்லாம் எம்ஜிஆர் கால்ல உழுந்து கதறி அழுதிச்சிதாம். அவரு எல்லோருக்கும் ஆறுதல் சொல்லிட்டு போனாராம்ப்ப.”

“எம்ஜிஆர நீ பாத்தியாப்ப?”

“நானெல்லாம் பாக்கல. அவரு காலவாசலுக்கா வந்தாரு. ஆஸ்பத்திரிக்கில்ல போனாராம்.”

“...”

“ஆனா சிவாஜி கணேசன் இதையெல்லாம் கேள்விப்படாமலா இருந்திருப்பாரு? பாக்க வரலயாம்ப்ப. அவருக்காவ தான எல்லோரும் படம்பாக்க போனாங்க. வரணுமா இல்லயா? எல்லோரும் அவருமேல கோவமா இருக்காங்க தெரியுமா?”

“அதான கேக்கன். ஒதவ முடியலண்டாலும் வந்து ஆறுதல சொல்லலாமில்ல?”

“யாரு ஒதவி கேட்டாக. சம்பவம் நடந்த எடத்துல வந்து நிண்டா போதுமே. துக்கத்தயெல்லாம் மறந்துட்டு தூக்கி கொண்டாடிருக்க மாட்டாங்களாக்கும். மனுசங்களோட அரும எல்லாருக்குமா புரிஞ்சிடுது?”

“பேத்த இன்னைக்கு பாடு போதும். இதயெல்லாம் எடுத்து ஒண்ணு சேத்து நேரமிருக்கவே ஏலத்துல விட்டுறணும்.”

“நானும் இதத்தான் சொல்லுவமெண்டு நெனைச்சன்.”

“சரி வத்தையில ஏறி வலய கோரு. நான் முறுக்கிக்கிறாம எடுத்து விடுறன்” என்றாள் வெங்கண்ணி.

“இருவரும் சேர்ந்து எல்லா வலைகளையும் வத்தைக்குள் பிடித்துப் போட்ட பிறகு பார்த்தார்கள். ரால் மற்றும் மீன்களுடன் குவிந்து கிடந்தது. கரைய எடுத்துப்போட்டுதான் எடுக்கணும். வலயிலயே ரொம்ப நேரம் கெடந்தா ராலு கெட்டுரும்.”

“நான் ரால மட்டும் எடுக்கவாப்ப?”

“வேண்டாம். நங்காரத்த கௌப்பு. நான் பாய நாட்டுறன். தொளவ போட்டு போய்ச்சேர நாழியாவும்” என்றவாறே பாயை நாட்டினாள் வெங்கண்ணி. பேத்தையும் அதற்குள்ளாக நங்கூரத்தை எடுத்து வத்தைக்குள் போட்டிருந்தாள். வத்தை மெதுவாக நகரத் தொடங்கியது.

வாடகொண்டல் காற்று வத்தையை முயல்தீவை நோக்கி செலுத்திக்கொண்டிருந்தது. அணியத்தில் பேத்தையும் அட்டியில் வெங்கண்ணியும் உட்கார்ந்திருந்தனர்.

‘வெங்கண்ணியோட வந்ததால நல்ல ரூவா கெடைக்கபோகுது. அம்மா தங்கச்சிக மரணிச்ச நாளுல பத்துபேருக்கு சோறாக்கி போடுற செலவோட செலவா வெங்கண்ணிக்கு ஒரு ரவிக்க துணி எடுத்து கொடுத்திறணும்' என்று யோசித்துக்கொண்டிருந்தாள் பேத்தை. அதே நேரத்தில் ‘பேத்த நம்ம கூட வந்ததாலதான் இந்த பாடு. இன்னைக்கு வத்தைக்கு கெடக்கிற பங்கு ரூவாய பேத்தையோட அம்மா தங்கச்சிக மரணிச்ச நாள் செலவுக்கு கொடுத்திறணும்' என்று யோசித்துக்கொண்டு வந்தாள் வெங்கண்ணி. இருவருடைய எண்ண ஓட்டங்களையும் தெரிந்து கொண்டு புன்னகைத்து ரசிப்பதைப் பால தலையசைத்து ஆடியசைந்து முயல்தீவை நோக்கி மிதந்து கெ ண்டிருந்தது வத்தை.

10

வல்லத்துக்கு நீராட்டு செய்ய வேண்டும் என்று கருவா மகனிடம் சொல்லியிருந்தார் சடையன். கேரளாவிலிருந்து பழைய விலைக்கு வாங்கிய வல்லம். வல்லம் வாங்குவதற்கே வாங்கிக்க, வச்சிக்க; கொண்டு வா, கொடுத்துட்டுப்போ; இருந்தா கொடு, இந்தா புடி; என்று சொந்தம் சோளிகளிடமும் அக்கம் பக்கத்தினரிடமும் தானாக கொடுத்தவர்கள் மட்டுமல்லாது சிலரிடம் கேட்டு வாங்கியும் வல்லத்துக்கான தொகையைத் தேற்றி சொந்தமாய் கருவா குடும்பத் திற்கும் ஒரு வல்லம் வந்து சேர்ந்திருந்தது. கருவா மகன்களிடம் வல்லம் வாங்கலாமென்ற எண்ணம் இருந்ததென்னவோ உண்மை தான். ஆனால் அவர்களது எண்ணங்களை உறுதியாக்கி இவ்வளவு விரைவில் வல்லத்தை கடற்கரையில் கொண்டுவந்து நிறுத்தியதில் முக்காலும் பிரயாசை பட்டதும் அதற்கான வழிகளுக்கு கோடு போட்டுக் கொடுத்ததும் சடையன் தான். வழி காட்டியதோடல்லாமல் தன்னுடைய சேமிப்பிலிருந்தும் சிறு தொகையை கொடுத்திருந்தார் சடையன். பழைய விலைக்கு வாங்கிய வல்லம் என்பதால் பழுது பார்க்கும் வேலையும் இருந்தது. முழுதாய் பதினைந்து நாட்கள் ஆகி விட்டது வல்லம் முழுவதும் பழுதுபார்த்து வண்ணமடித்து முடிக்க. வல்லத்துக்கு ‘கருவா' என்ற பெயரை வைத்து அதையே வல்லத்தின் இரண்டு பக்கமும் பெரிய எழுத்துக்களில் எழுதியிருந்தார்கள். இப்போது வல்லத்தைப்பார்க்க புதிது போலவே இருந்தது.

தொழிலுக்கு தயாராகிவிட்டது வல்லம். இந்த வல்லத்தில் பதினைந்து பேர் போகலாம். எட்டு குளியாட்கள், ஐந்து தோடைகள், மண்டாட்டி ஒருவர், சம்மாட்டியோடு சேர்த்து பதினைந்துபேர் கணக்கு.

வல்லத்துக்கு போகக்கூடிய தொழிற்போக்கு குளியாட்களுக்கும் தோடைகளுக்கும் முன்பணம் கொடுத்து சேர்த்தாகி விட்டது. ஆனால் மண்டாட்டி மட்டும் கிடைக்கவில்லை. பாய்மரத்தில் ஓடியும் தொளவ போட்டும் ஓடிப்பழகியவர்கள் டீசலில் இயங்கும் வல்லத்தின் கானாக் கம்பியை பிடிக்க பயந்தார்கள். இசக்கிமுத்து தானே வல்லத்துக்கு மண்டாட்டியாக இருக்கிறேன் என்று சொல்லியிருந்தான். அவனுக்கு கற்றுத்தர திருச்செந்தூரிலிருந்து ஒரு மண்டாட்டி வரவழைக்கப்பட்டு இருந்தான். காலவாசல் கடற்கரையிலும் சரி பக்கத்துப் பக்கத்து ஊர் கடற்கரையிலும் சரி விரல்விட்டு எண்ணிவிடக்கூடிய அளவில் வெகு சொற்பமானவர்களிடமே வல்லம் இருந்தது. அந்த வல்லங்களின் மண்டாட்டிகள் ஒவ்வொருவரும் கானாக்கம்பி பிடிக்க புதிதாக கற்றுக்கொண்டவர்கள்தான். வல்லத்தை நன்றாக இயக்கி பழக்கப்பட்ட மண்டாட்டிகள் வெளியூரிலிருந்து வந்து வாரம் பத்து நாள் வல்லத்தில் ஓடி புதிய மண்டாட்டிகளுக்கு கானாகம்பியை எப்படி பிடிப்பது வல்லத்தை எப்படி இயக்குவது என்று எல்லாவற்றையும் சொல்லிக் கொடுத்து விட்டுப் போவார்கள். அதேபோல இந்த கருவா வல்லத்துக்கும் மண்டாட்டிக்கு பயிற்சி கொடுக்க திருச்செந்தூரிலிருந்து ஒரு மண்டாட்டி வந்திருந்தான். இசக்கிமுத்து வல்லம் பற்றி அத்தனை விஷயங் களையும் அவனிடமிருந்து கற்றுக்கொள்ள வேண்டும் என்று மிகுந்த ஆர்வத்தோடு இருந்தான்.

இன்றுதான் வல்லம் கடலுக்குள் இறக்கி விடப்பட்டிருக்கிறது. கடலில் இறக்கும்போது சூடம் ஏற்றி எலுமிச்சை அறுத்து பழம் சர்க்கரை செலவழித்து எல்லோரும் செய்வதைப் போலவே தான் குறையில்லாமல் செய்திருந்தது கருவா குடும்பம். நாளைக்கு ஆட்களை ஏற்றிக்கொண்டு தொழிலுக்கு போகவேண்டியதுதான் பாக்கி என்றிருந்த போது சடையன் தான் வல்லத்துக்கு நீராட்டு செய்ய வேண்டும் என்று பிடிவாதமாக சொல்கிறார். தொழிலுக்கு போகும் வல்லங்களுக்கு வாரத்திற்கு ஒருமுறையோ மாதத்திற்கு ஒருமுறையோ நீராட்டு செய்வது வழக்கம் தான். தொழில்போக்கில் பாடு நன்றாக இருக்கும்போது கண்பட்டு விடக்கூடாதே என்பதற்காக நீராட்டு செய்வார்கள். தொழில் தொடர்ந்து சரியில்லாமல் போனாலும் நீராட்டு செய்து மந்த நிலையை கழிப்பார்கள். ஆனால் இன்னும் தொழிக்கே எடுக்காத வல்லத்துக்கு நீராட்டு தேவையா என மறுத்த கருவா மகன் உள்ளிட்ட யாருடைய பேச்சுக்கும் செவி சாய்க்கவில்லை சடையன்.

நீராட்டு நானே செய்கிறேன் என்று அதற்கு தேவையான பழம், பூ, பொறிகடலை, சர்க்கரை, தேங்காய் எல்லாவற்றையும் வாங்கி வந்து

விட்டார். நம் குடும்பத்தின் மீதும் நம் தொழில்மீதும் சடையன் இவ்வளவு அக்கறையோடு இருக்கிறாரே என்று கருவா குடும்பத்தினர் வியப்படைந்திருந்தனர். அதே நேரம் அவர் மீதும் அக்கறை காட்டத் தொடங்கியிருந்தார்கள். அவர் சொல்லுக்கு கட்டுப்படுவதோடு அவரை பெரிதாய் மதிக்கவும் செய்தனர். தன்னுடைய மகள் வாழப்போகும் குடும்பம் என்பதால்தான் கருவா குடும்பத்தின் முன்னேற்றத்திற்காக இவ்வளவு பிரயாசைப் படுகிறார் என்பது யாருக்கும் தெரியாது. இசைக்கி முத்துவுக்கு அவர் இவ்வாறு நடந்து கொள்வது மனதிற்கு உவப்பாக இருந்தாலும்கூட அவனுமேக்கூட அவர் தனக்கும் வெங்கண்ணிக்குமிடையே ஏற்பட்டிருக்கக்கூடிய பிணைப்பு பற்றி அறிந்திருக்க மாட்டார் என்றே நம்பினான். அரசல் புரசலாகக்கூட யாரும் இதுபோல யோசித்து எதுவும் பேசவில்லை. இப்படியொரு எண்ணத்தோடு தான் இருப்பதை யாரும் உணராமல் இருப்பதுகூட சடையனுக்கு ஒருவிதமான குற்ற உணர்வை ஏற்படுத்தியிருந்தது. சரியான சந்தர்ப்பம் அமையட்டுமென்று அவர் காத்திருந்தார்.

நீராட்டுப்பட்டை ஒன்றையும் கட்டியிழுக்க சிறிய கயிறு ஒன்றையும் எடுத்து வந்தான் இசக்கி. அவன் கடல்நீரை மட்டையால் இழுத்துத்தர அதை வாங்கி சடையன் அணியம் முதல் அட்டிவரை வல்லத்தின் எல்லா பகுதிகளையும் நீராட்டிக்கொண்டு வந்தார். வல்லத் திற்குள் இருக்கும் ஒவ்வொரு காணும் அவரும் வெங்கண்ணியும் வசிக்கும் குச்சலை விடவும் விஸ்தாரமாய் இருப்பது போல தோன்றியது அவருக்கு. அணியத்து காணுக்குள் நங்கூரம் உள்ளிட்ட கயிறுகள் வாகாய் சுருட்டி எப்போது வேண்டுமானாலும் எடுத்து விட்டுக்கொள்ளலாம் என்பது போல வைக்கப்பட்டிருந்தன. இந்த வேலைகள் அனைத்திலும் சடையனின் கைநேர்த்தியே புலப்பட்டுக் கொண்டிருந்தது. எஞ்சின் காணுக்குள் வல்லத்துக்கான எஞ்சின், அது ஓட தேவைப்படும் பெரிய பெரிய டீசல் கேன்கள், எஞ்சினை கயட்டவும் மாட்டவும் தேவையான உப கருவிகள் போன்றவை இருந்தன. நடுகாணில் மண்ணெண்ணெய் அடுப்பு சமைப்பதற்கான பாத்திர பண்டங்கள் அரிசி, வெங்காயம், புளி, உப்பு போன்ற பொருட்கள் இருந்தன. பயணத்தின் போது பெண்கள் குழம்புக்கு அம்மியில் அரைத்த மிளகாய் சாந்தை நல்லெண்ணெய்யோ, விளக்கெண்ணெய்யோ ஊற்றி பிசைந்து கொடுத்தனுப்புவார்கள். நடுகாணில் எப்போதும் பசியாற்றக்கூடிய உணவுப் பொருட்களை தட்டுப்பாடில்லாமல் இருக்கும்படி வைத்துக்கொள்வார்கள். எவ்வளவு காற்றடித்தாலும் மழைபெய்தாலும் இந்த நடுகாணில் அடுப்பு மூட்டி

சோறு ஆக்கிவிடலாம். பின்னாலுள்ள காணில் மீன்பெட்டிகள் இருக்கும்.

இந்த வல்லத்தில் எல்லாமே இதுவரை பயன்படுத்தாத புதிய பொருட்களாகவே இருந்தன. வல்லத்தை முழுமையாக நீராட்டி முடித்த சடையன் அணியத்தில் ஆரம்பித்து ஆங்காங்கே பொட்டு வைத்துக்கொண்டு வந்தார். சாமந்தியும் மரிக்கொழுந்தும் சிவப்பலறியும் வைத்துக்கட்டிய கதம்ப மலர்ச்சரத்தை அணியத்தில் சூட்டினார். வல்லம் புதுப்பொலிவோடு தான் இருந்தது. என்றாலும் நீராட்டலுக்குப் பிறகு இன்னும் கொஞ்சம் வனப்பும் அழகும் கூடியதுபோலத் தோன்றியது சடையனுக்கு. பூரிப்பால் அவரது முகம் மலர்ந்திருந்தது. இதை யெல்லாவற்றையும் கவனித்துக்கொண்டிருந்த இசக்கி முத்துவுக்கும் இதுபோல் தோன்றியிருக்க வேண்டும்.

“மாமா, நாங்கூட இந்த வேண்டாத வேலையெல்லாம் செய்ய வேணுமாக்குமெண்டு நெனச்சேன். ஆனா இப்ப பாக்கக்குள்ள தான தெரியுது வல்லத்துக்கும் உசுரு கெடக்குதெண்டு.”

“ஏலே, என்னலே சொல்ற நீ.”

“ஒங்களுக்கு தெரியலயாக்கும். வல்லம் சிரிக்கிற மாதிரியில்ல கெடக்கு.”

“ஆமாம்லே. சரியாச் சொன்ன பே. சிரிச்ச மொகத்தோட சீதேவி கனக்கால்ல கெடக்க.”

“ஒங்க மக மாதிரியாக்கும்?” ஏதோ ஒரு நினைப்பில் இருந்தவன் வாய்விட்டுப் பேசுகிறோம் என்ற உணர்வில்லாமல் சட்டென்று சொல்லி விட்டான். அவன் முகத்தை ஒரு கனம் உற்று பார்த்தார். அவ்வளவு தான் இசக்கிமுத்துவுக்கு சர்வ நாடியும் ஒடுங்கிப்போனது. ஏன் இப்படி சொன்னோமென்று மனதிற்குள் வருந்திக்கொண்டிருந்தான் இசக்கி முத்து. சடையனுக்கும் அதே சிந்தனைதான் ‘திடீரென்று ஏன் இந்தப் பயல் இப்படி கேட்கவேண்டும்? நம் மனதை ஆராயப்பார்க்கிறானா? அல்லது வெங்கண்ணி மீது ஆசை வைத்திருப்பதை மெதுவாக என்னிடம் தெரியப்படுத்தவும் அதுபற்றி மேற்கொண்டு பேசவும் விரும்புகிறானா. எப்படியோ எந்த ஒன்றை பார்த்தாலும் இசக்கிமுத்துவுக்கு நம் மகளின் நினைவு வருகிதே என்று நினைத்தவருக்கு நெஞ்சு நிறைந்து பூரித்தது. அவர் தன் இளமைப்பருவ நாட்களை எண்ணிப் பார்த்தார்.

அப்போதெல்லாம் கடல்தொழிலுக்குப் போனாலுமே கூட எப்போதும் அவருடைய மனைவி அன்னம்மாவைப் பற்றிய நினைவுகளே

முழுமையாக அவருடைய மனதை ஆக்ரமித்திருக்கும். எப்போது கரைக்கு வந்து அவளை பார்ப்போம் என்று ஏக்கமாக இருக்கும். நல்ல சிப்பிகளாகக் கிடைக்கும் போது அதை யாருக்கும் தெரியாமல் மறைத்து எடுத்து வந்து அன்னம்மாளுக்கு கொடுக்கத் தோன்றும். குழியோடும் போது நல்ல வகை மீன்கள் தென்பட்டால் மறுபடியும் மூச்சடைக்கி ஓடி அதை தேடிப் பிடித்து வந்து அன்னம்மாளிடம் கொடுப்பது. அவள் அந்த மீனை ஆய்ந்து முடிக்கும்வரை பக்கத்திலே உட்கார்ந்து அதைப் பிடிப்பதற்காக தான் மேற்கொண்ட சாகசங்களை கதையாகச் சொல்வது. அதையெல்லாம் கேட்டு வியக்கும் அன்னம்மாள் கடைசியாகச் சொல்லும் அந்த வார்த்தைகள் போதும் அவருக்கு. மூன்று கலயம் கள்ளையும் ஒரே மொடக்கில் குடித்ததைப் போல போதையேறிவிடும்.

“எட்டு தெசயிலயும் சுத்தி அலஞ்சாலும் என்னோட மாப்புள்ள கணக்கா ஒத்த வீரனயும் காணமுடியாதாக்கும். இந்த மகராசனுக்கு மாலயிடயில்லா நான் இத்தனை காலமும் தவம் கெடந்தனாக்கும்” என்பாள். அன்னம்மாளுக்கு எப்போதுமே சடையன் மீது தான் கொண்டிருக்கும் அளவில்லா அன்பை வெளிப்படுத்த இந்த வார்த்தைகளைத் தவிர வேறு கிடைத்ததில்லை. அன்னம்மாளை காலம் அவரிடமிருந்து பிரித்து எடுத்துக்கொண்ட போதும் நினைவுகள் அப்படியே உயிர்ப்புடன் இருந்ததாலோ என்னவோ சடையன் சற்று நேரம் அந்த நினைவுகளில் லயித்திருந்தார்.

அவரது எண்ண ஓட்டம் பற்றி அறிந்து கொள்ள முடியாத இசக்கி முத்து நன்றாக பயந்து போனான். நான் அப்படி கேட்டது இவரின் மனதை வருத்தி விட்டதோ. அல்லது நம்மீது கோபமாக இருக்கிறாரோ. இந்த வார்த்தையையே பொறுத்துக் கொள்ள முடியாதவரா நம் விருப்பத்தை ஏற்று கல்யாணம் செய்து வைக்கப் போகிறார் என்று மனதிற்குள் குமைந்தான். யோசிக்காமல் அவசரப்பட்டு இப்படி கேட்டுவிட்டேனே தன்னைத்தானே நொந்து கொண்டான். என்னைப்பற்றி என்ன நினைத்திருப்பார்? அவர் முகத்தைப் பார்த்து எப்படி பேசுவது. இந்த கடல்தாயி நான் கேவலப்பட்டு நிக்கிறது வேடிக்க பாக்காளாக்கும். தாயே நான் இப்ப எங்குட்டு கரயேற? பேதலித்தவனைப்போல எதுவும் செய்யத்தோன்றாது கரைதெரியாத கடலை வெறித்தபடி இருந்தான்.

‘இது நல்ல சந்தர்ப்பம். இந்த நேரத்த தவறவிட்டுற கூடாது. இந்த இசக்கி பய என்னப்பத்தி என்னமோ நெனச்சிட்டுப் போறான். எனக்கு எம்பொண்ணு வாழ்க்கதான் முக்கியம். எம்பொண்ணுக்காவ

கடல்தாயே ஒண்ண சாட்சியா வச்சி எம்மனசுல கெடக்கத்த சொல்ல போறன். நீதான் நல்ல வழி கொண்டுபோகணும்' மனதிற்குள் வேண்டிக்கொண்டவர் இசக்கிமுத்துவைப் பார்த்து,

"மாப்புள்ள" என மிக எதார்த்தமாக அழைத்தார். அவருக்கு எத்தனை நாள் கனவு இது. எத்தனை நாட்கள் மனதிற்குள்ளேயே இப்படி அழைத்துப் பார்த்திருப்பார். அதனால் தான் வெகு இயல்பாக அவரால் இப்படி அழைக்க முடிகிறது. இசக்கி முத்து இதைக்கேட்டு திடுக்கிட்டு திரும்பினான். அவனால் நம்ப முடியவில்லை. சடையனின் முகத்தைப்பார்த்தான். அவர் ஒரு புன்சிரிப்புடன் இவனை எதிர்கொண்டு பார்த்தார். 'ஏலே, எல்லாம் எனக்கு தெரியுமுலே' என்று சொல்வதுபோல இருந்தது அவரது புன்சிரிப்பு.

"மாமா என்ன சொல்றிய?"

"இப்பத்தேன் வல்லம் வாங்கிருக்கிய. ஒடனே கல்யாணம் கட்டி வையெண்டு வீட்ல கேக்க முடியாதில்ல?"

தலையை மட்டும் ஆட்டினான். அவனுக்கு இப்போதும் கூட இங்கு நடப்பதெல்லாம் உண்மையா அல்லது ஏதும் கனவா என்று நம்பமுடியாமல் இருந்தது.

"ஆனாலும் மாப்புள்ள பெத்தவங்க கிட்ட உள்ளத சொல்லி வையி. நாளைக்கு இது தெரியாம வேற எங்குட்டும் வாக்கு குடுத்துற கூடாதுல்ல."

மறுபடியும் சரி என்பது போல தலையை மட்டும் ஆட்டினான். அவனுக்கு பேச்சு வரவில்லை.

"பாத்துக்க நானே வந்து பேசிடுவன். ஆனா பொண்ண பெத்தவன் மொதமொதல்ல பேச்ச ஆரம்பிக்கிறது நல்லா இருக்காதுல்லலே. ஊரு வழக்கப்படி ஒன்னோட அப்பன் ஆயிய வந்து பேசச்சொல்லு." ஏனோ இதைச்சொல்லும்போது அவரது நாக்கு தழுதழுத்தது. கண்கள் கலங்கியது.

'யோவ் என்ன மனுசன்யா நீ? பெத்த பொண்ணுக்காக ஒரு அப்பன் இப்படியெல்லாம் யோசிப்பானாய்யா? அதுக்கே வெங்கண்ணி ஒன்னோட ரெத்தம்கூட கெடையாது.' மனதிற்குள் சொல்லிக்கொண்டான். சடையனைப் பார்க்க இப்போது முனியசாமி போலத் தெரிந்தார். ஓடிச் சென்று அவரது கால்களில் விழுந்து அழுதால் தேவலாமென்று தோன்றியது இசக்கிமுத்துவுக்கு.

"ஏலே, மாப்புள்ள, இந்த வல்லம் யோகமடா ஒனக்கு" என்றார்.

அவன் கடலைப் பார்த்தான். 'இந்த வல்லம் மட்டுமல்ல, வெங்கண்ணியும் இந்த சடையனும்கூட ஒனக்கு யோகம்தான்' என்று சொல்லி அவனை வாழ்த்துவது போலிருந்தது. அனிச்சையாய் அவன் கைகள் மேலெழுந்து குவிந்தன. இதை கவனித்துக்கொண்டிருந்த சடையனும் கையெடுத்துக் கும்பிட்டார். இந்த குற்றமற்ற தன் இரு பிள்ளைகளின் வணக்கத்தை ஏற்றுக்கொள்ளாமலா இருக்கப்போகிறாள் கடல்தாய்.

11

வானத்தை துளைத்துக்கொண்டு போய்விடுமோ என்பது போல மேல் நோக்கி சீறிப் பாய்ந்தது வாணம். வெகு தூரத்திற்கு அப்பால் பூக்களை கடலின் மீது தூவியது. ஒளிப்பூக்கள் சிதறும் அதே நேரம் வெடியொலி கடலோசையுடன் மோதி கலந்து இன்னிசையாய் மாறியொலிக்க அதை அலைகள் கரையெங்கும் கொண்டு சேர்த்துக் கொண்டிருந்தன.

முயல்தீவு முனியசாமிக்கு செய்யும் கொடைத் திருவிழாவைப் பார்க்க அந்த கடல்தாயே வருவதுபோல அலை கரைநோக்கி ஆர்ப்பரித்து இடைவிடாது வந்து கொண்டிருந்தது.

காலவாசல் மேட்டுப்பட்டி சனங்களை ஏற்றிவந்த வல்லங்கள் அனைத்தும் முயல்தீவைச் சுற்றி ஆக்கிரமித்து நிறுத்திவைக்கப்பட்டு இருந்தன. தீப்பந்தங்கள் அலங்கார மின் விளக்குகள் வெடிமுழக்கம் மக்களின் கூச்சல் சத்தங்களுக்கு மிரண்ட முயல் தீவின் சிறு விலங்குகள் தீவின் இன்னொரு மூலையில் அடர்ந்திருக்கும் புதர்களுக்குள் பதுங்கிக் கிடந்தன.

வெங்கண்ணியுமே கூட அப்படித்தான் முனியசாமி கோயிலை விட்டு விலகி சற்று தூரத்தில் கடலைப் பார்த்தபடி கரையில் குறுமணல் பரப்பில் யாருக்காகவோ காத்திருப்பவள் போல மன அமைதியற்று உக்கார்ந்திருந்தாள். நிலவொளியில் கடலும் தீவும் பளபளத்துக் கொண் டிருந்தது. முனியசாமிகோயில் திடலில் நான்கைந்து பெட்ரோமாஸ் லைட்டுகள், அவற்றின் ஒளியில் ஆங்காங்கே பெண்களும் ஆண்களும் கூட்டம் கூட்டமாக அமர்ந்து ஆதியந்த கதைகளிலிருந்து நேற்று நடந்த மீன்சந்தை சண்டை வரை அனைத்தையும் கதைத்தபடி இருந்தனர்.

குமரப்பருவ ஆண்கள் கடற்கரையோரம் கும்பலாய் சேர்ந்து சினிமாப் பாட்டு பாடுவதும் சீட்டியடிப்பதுமாக குதூகலித்துக் கொண்டிருந்தனர்.

முயல்தீவின் வண்ண வண்ண விளக்குகளின் ஒளி ஆகாயத்தையே பிரகாசமாக்கிக் கொண்டிருந்தது.

மரங்களடர்ந்த காடுகளும் மணல் மேடுகளும் நிறைந்த தீவில் மரங்களுக்கிடையே ஊடுருவிய ஒளி அதில் கூடுகட்டி இருந்த பறவை களையும் பதற்றமடைய வைத்திருக்க வேண்டும். அந்த நள்ளிரவு நேரத்திலும் அவை படபடவென அச்சத்தோடு சிறகடித்துக் கொண்டிருந்தன.

இருளும் ஒளியும் கலந்த அந்த மந்தகாச வெளிச்சத்தில் வெங்கண்ணியின் முதுகுக்குப் பின்னே மெதுவாக வந்து நின்றாள் பேத்தை.

மெய்மறந்து யோசனையில் ஆழ்ந்திருப்பதாக நினைத்து அவளது கண்களைப் பொத்த எத்தனித்த பேத்தையின் இரு கைகளையும் பிடித்துக் கொண்ட வெங்கண்ணி "இப்ப நான் எதப்பாத்துடக் கூடாதெண்டு என்னோட கண்ண பொத்துற"

"எப்ப நான் ஒன்ன எங்கயெல்லாம் தேடுனேந் தெரியுமா? நீ என்னடான்னா இங்க வந்து ஒக்காந்திருக்கே"

"எதுக்காக தேடுனியாக்கும்?"

"எதுக்காகவா? எல்லோரும் கோயில் கொடையில நிக்கிறாக. அங்க பாத்தியா எவ்வளோ வெளக்கு, எவ்வளோ வெளிச்சம். ஆடல் பாடல் நிகழ்ச்சி வேற ஆரம்பிக்கப் போவுது. இந்த வருசம் ஆடல் பாடலுக்கு தஞ்சாவூருலேருந்து ஆளுங்க வந்துருக்காங்களாம். சனங்க எல்லாம் சொர்க்கலோகத்துலயே இருக்குற மாதிரி ஒலாத்திக்கிட்டு இருக்காக. நீ என்னடான்னா இங்க வந்து ஒத்தையில ஒக்காந்துக்கிட்டு இருக்குறதுமில்லாம எதுக்கு தேடுனேன்னு என்னய வேற கேள்வி கேக்குற."

"எனக்கு இதெல்லாம் புடிக்கல பேத்தை. அதான் இப்புடி வந்துட்டன்."

"ஏன் புடிக்கல?"

"காரணமெல்லாம் ஒண்ணுமில்ல. ஆனா எனக்கு அங்க இருக்க முடியல."

“எனக்குத் தெரியும் எதுக்காவ நீ இப்புடி கண்ணுகுத்துன முயலுமாதிரி இஞ்ச வந்து ஒக்காந்திருக்கண்ணு.”

“ஏனாம். தெரிஞ்சா சொல்லுறது தான. ”

“அந்த இசக்கி பய மேல ஒனக்கு கிறுக்கு அதான?”

“நீ என்னப்ப சொல்ற பேத்த? இப்புடியெல்லாம் வாயிக்கி வந்ததயெல்லாம் பேசாதப்ப.”

“எனக்கு எல்லாம் தெரியும் போப்ப. என்னகிட்ட மறச்சிறலாமுன்னு நெனைக்க.”

“.....”

“என்னாவே தெரியும் ஒனக்கு?”

“எல்லாமே தெரியும் ”

“எல்லாமேண்டா?”

“போனவருச சாமகொடையில சாமிகூடவே தீப்பந்தம் புடிச்சிக் கிட்டு போனது யாருன்னு ஒனக்கு நெனவிருக்கா?”

“......”

“இருட்டுண்ணும் பாராம கல்லுமுள்ளுன்னும் பாராம பொதருக்கு பொதரு மறஞ்சி நின்னு பாத்தத நானும் பாத்தேன்ல்ல”

இதற்கு மேல் அவளிடம் மறைக்கமுடியாதென்று தோன்றியது. இருந்தபோதும் எதுவும் பேசாமல் அமைதியாக கடலையே பார்த்துக் கொண்டிருந்தாள்.

“இப்ப சொல்லு”

“என்ன சொல்லச் சொல்லுற?”

“இசக்கி பய நெனப்புதான இப்புடி தவிச்சி நிக்க?”

“தெரியல”

“சும்மா சும்மா தெரியல தெரியலன்னு சொல்லிக்கிட்டு இருக்காதப்ப”

“.....”

“அந்தப் பயல ஒத்தயில சந்திச்சி பேசிருக்கியாவே”

“பேசியிருக்கன்”

“எப்ப?”

“போனவருசம் எட்டாம் பூசயன்னிக்கி மறுநாள் ”

“வாக்கு கொடுத்தானாக்கும்?”

“இல்ல”

“அப்பறம்?”

“கருவாடு காயவச்சிக்கிட்டு இருந்தன். குனிஞ்சி நின்டதால பாக்கல. எப்ப வந்தாக எப்புடி வந்தாக எந்தத் திக்கிலருந்து வந்தாகன்டு தெரியல. நிமுந்துபாத்தா நெடுநெடுன்னு முனியசாமி மாதிரி முன்னால வந்து நிக்கிறாக. எனக்கு கையிகாலெல்லாம் ஒதறிப்போயிட்டு.”

“......”

“என்ன ஏதுன்னு கேக்க முடியல. நாக்கு சுருண்டு தொண்டைக்குள்ள போயிட்டு. எதுக்க நிக்க வைக்கல. வூட்டுக்குள்ள ஓடிப்போய் மறைஞ்சிக்கிட்டன்.”

“அடிப்பாவி. அப்புறம்?”

“வெளியவே நின்னுக்கிட்டு கூப்பிட்டாக.”

“நீ என்ன பண்ணுன?”

அன்று நடந்தவைகளை அப்படியே பேத்தையிடம் சொல்லத் தொடங்கினாள்.

“நானும் ஆறு மாசமா ஒன்ன கவனிச்சிக்கிட்டுதான் இருக்கன். நான் போற எடம் வாற எடமெல்லாம் மறஞ்சி மறஞ்சி நின்னு பாக்க. நேரா வந்து நின்னா ஓடிப்போயி ஒளிஞ்சிக்கிற” என்றான் இசக்கி.

அவனாலுமேகூட எத்தனையோ முன் யோசனைகளுடன் வந்தும் நினைத்ததுபோல பேசமுடியாமல் போய்விட்டது.

“நான் பாக்க வந்தது புடிக்கலன்னா பரவால்ல நான் போறன்” அவன் வந்ததால் ஏற்பட்ட அதிர்வுகளிலிருந்து மீளாதிருக்கும் அவளுடைய நெஞ்சத்தை இப்படியொரு வார்த்தையைச் சொல்லி மோசமாய் பதறச் செய்துவிட்டான் போல

“இல்ல.... அப்புடியெல்லாம் இல்ல...”

வந்திருப்பது இரையா இல்லை பகையா என பாறைகளுக் கிடையே இருந்து எட்டிப்பார்க்கும் கிளாத்தி மீனைப்போல குச்சலின்

வாசல்படலை மெல்ல விளக்கி மெதுவாக எட்டிப்பார்த்தாள் வெங்கண்ணி.

அவனுக்குமேகூட நெஞ்சம் படபடப்பது போலிருந்தது. நாக்குழறியது. இருந்தபோதும் அவன் அங்கு போடப்பட்டிருந்த பரண்மீது கிடந்த கருவாட்டுப்பொடிகளை திருப்பிப்போட்டவாறே தன் பதட்டத்தைச் சற்று குறைத்துக்கொண்டவனாகத் தெரிந்தான்.

“சரி நான் போகட்டா?” என்றான் நலிந்த குரலில்.

‘அய்யோ போகட்டா என்கிறானே. உண்மையாகவே போய் விடுவானோ? அவனை போக வேண்டாம் என்று எப்படி சொல்வது’ என்று பதைபதைத்தாள். பேச நாக்கு எழவில்லை. அது மறுபடியும் மேலண்ணத்தோடு ஒட்டிக்கொண்டது போலிருந்தது. “ம்” என்று ஒற்றைத் தலையசைப்பில் அவனுக்கு பதில் சொல்லி விடுவது சற்று எளிதாக இருக்கும். ஆனால் அவள் சொல்லவிரும்பும் பதில் அதுவல்லவே. வேண்டாம் என்றல்லவா சொல்லியாக வேண்டும். அதை எப்படிச் சொல்லுவது. முனியசாமி என்ன காப்பாத்து. இவன இங்கேருந்து போவவிட்டுறாதய்யா.

இவ்வள நாளா எப்புடியெல்லாம் ஏங்கித் தவிச்சன். தவமா தவங்கெடந்தனே இந்த மொகத்த பாக்க. போற,வாற எடத்துலயெல்லாம் மறஞ்சி மறஞ்சி நின்னு தலையையும் தலைப்பா கட்டையும் கையையும் காலயும் தனித்தனியா பாக்கவே அந்த பாடுபடுவேனே. இப்ப மொத்தமா வந்து எதிர்க்க நிக்கிறாக. ஆனா என்னால ஏறெடுத்தும் பாக்க முடியலயே முத்தாரம்மா... எனக்கு தைரியத்தக் கொடு. வெளியே வர விரும்புகிறாள். ஆனால் கால்கள் ஒத்துழைக்க மறுக்கின்றன. கால்கள் செயலிழந்து விட்டனவா என்று கூட எண்ணத்தோன்றியது அவளுக்கு. அடியை பெயர்த்து அடுத்த அடியாக வைக்க முடியவில்லை. ஐயோ அவன் போய்விட்டால் என்ன செய்வது என்று தவித்தாள்.

“அப்பா இல்லையா?”

அவன் சட்டென்று இப்படியொரு கேள்வியைக் கேட்டதால் அவள் பிழைத்தாள். இந்தக் கேள்வி அவளை ஓரளவு ஆசுவாசப் படுத்திக்கொள்ள உதவியிருக்க வேண்டும்.

“அப்பா கடலுக்கு.”

“ரெண்டு பேரும்தான போவீங்க?”

இதற்கு என்ன பதில் சொல்வாள் அவள். ஏற்கனவே அவன்மீது கொண்ட மையலாலும் வெட்கத்தாலும் வாயடைத்து நிற்பவளிடம் நீ ஏன் கடலுக்கு போகவில்லை என்று கேட்டால், போகாததற்கான காரணத்தை அவள் எவ்வாறு கூறுவாள். காலையில் தன் அப்பா சடையனிடம் சொன்னாளே "அப்பா நான் மூணுநாளு கடலுக்கு ஒதுக்கு. நீ மட்டும் போயிட்டு வா" என்று அதை அப்படியே இவனிடமும் சொல்ல முடியுமா என்ன?

"மண்ட இடி, மேலுக்கு நோவுண்ணு தங்கிட்டேன்" என்றாள் ஒருவாறாக சமாளித்து.

"சரி... நான் போகட்டா?"

"இல்ல...வேண்டாம்..."

"வெளியால வந்தான்ன... நானும் மொகத்த ஒருதடவ பாத்துட்டு போவன்ல்ல?"

இந்த வார்த்தையைக் கேட்டு மீண்டும் ஒருமுறை அவள் உடல் அதிர்ந்து சிலிர்த்து, வெட்கமும் படபடப்பும் அதிகமானது. இந்த முயல்தீவு முனியசாமிதான் அவளை இழுத்து வந்து வெளியே விட்டிருக்க வேண்டுமென்று தோன்றியது அவளுக்கு.

இதுவரை ஏதோ ஒரு தயக்கத்தோடும் பதற்றத்தோடும் நின்று கொண்டிருந்த இசக்கி தன்முன்னே வந்து நிற்பவளை விழுங்கி விடுபவன் போல பார்த்தான்.

"உண்மையாவே நீ அந்த சமுத்திரத்தாயோட மகளாத்தான் இருக்கணும். இவ்வள அழகா இருக்க. பாத்துக்கிட்டே இருக்கலாம் போலருக்கு. நீ நெசமாவே பொண்ணா இல்ல ஏதாவது தெய்வப் பொறப்பா? என்ன ஏமாத்திடாத பதிலச் சொல்லு." தாவி அவள் கைகளைப் பற்றிக்கொண்டவன் ஒரு பைத்தியக்காரனைப்போல அவளிடம் பிதற்றிக் கொண்டிருந்தான்.

"நீ இல்லாம என்னால வாழவே முடியாது. நீ சொல்லு என்ன கல்யாணம் பண்ணிக்கிறியா?"

அவள் என்ன சொல்லுவாள்? அவள் தான் அவனுக்காக எப்போது எப்போது என்று தவம் கிடக்கிறாளே.

"உங்க தாயிதகப்பன் சம்மதிப்பாங்களா?"

"மாட்டாகளா?"

“தாயிதகப்பன் யாருண்ணே தெரியாத அனாதப்பொண்ணு நான்”

“அப்புடியெல்லாம் சொல்லாத. நீ இந்த சமுத்திரத்தாயோட மக”

“அது உண்மையா இருக்காதுன்னு எல்லாருக்குமே தெரியும்.”

“எல்லோரும் தான் சொல்றாக நீ முத்து சிலாவத்துல கெடச்ச பருவமுத்துன்னு”

“யாரு பாத்தாக”

“யாரும் பாக்கயில்ல. சொல்லக்கேள்விதான்”

“எல்லாரு போலவும் எனக்கும் அம்மா அப்பா இருப்பாக. யாரோ எவரோ. எங்க இருக்காகளோ? அவங்க பெத்துப்போடாம நான் மாயமா மந்திரமா உருவாகியிருக்க முடியாதுல்ல?”

“எப்புடியோ இலங்கைக்கு சிலாவத்துக்கு போன ஒங்கப்பாவுக்கு நீ கடல்லேருந்துதான கெடச்சிருக்க?”

“கடல்லேருந்து கெடச்சிருந்தாலும் யாராவது பெத்துதான போட்டுருப்பாக”

“சிலாவமுத்து. பருவமுத்து”

“பருவமுத்துன்னா கூடுன வெலைக்கு வித்துருப்பாகல்ல”

“வெல கூற முடியாத பருவமுத்து”

இவ்வளவு நேரமும் தான் பற்றியிருந்த அவளது கரங்களை விட்டு விடாமல் இறுகப் பற்றிக்கொண்டான். அவனது பிடியிலிருந்த தனது கரங்களை விடுவித்துக்கொள்ள ஏனோ அவளும் முயற்சிக்காமலே இருந்துவிட்டாள்.

“இந்த முத்து இனிமே என்னோட சொத்து”

“நீங்க பண்ணண்டு படிச்சிருக்கியளாம்?”

“ஆமாம். அதுக்கென்ன?”

“படிக்காத என்னக் கட்டுவியளோ?”

“படிச்சது கணக்கு வழக்கு பாக்கத்தான்.”

“வல்லத்துக்கு சம்மாட்டின்னாக?”

“ஆமா அது தொழிலுக்காக்கும்”

“இன்னொரு தடவ ஒன்ன நான் பாக்கக்குள்ள எந்தாயி தகப்பங்கூடத்தான் வருவேன்.”

“....”

“ஒன்ன பொண்ணுகேட்டு வந்து நிப்பன். குறிச்சி வச்சிக்க.”

“முடியாது போனா பாக்காமயே இருந்திருவியளோ?”

“அப்புடியெல்லாம் ஆகாது. அடுத்த கொடைக்கு முனியசாமி முன்னாடி நம்ம சோடியா நிப்போம் பாரு.”

அவளால் பதிலேதும் சொல்ல முடியவில்லை. அப்படியே உறைந்துபோய் நின்றாள். அவ்வளவுதான் அவன் போய்விட்டான். என்ன செய்யமுடியும் அவளால். அவன் போவதையே பார்த்துக் கொண்டு நிற்பதைத்தவிர.

வெங்கண்ணியின் கண்களிலிருந்து தாரை தாரையாக வடிந்து கொண்டிருந்தது கண்ணீர்.

“வெங்கண்ணி.... இஞ்ச பாருப்ப எதுக்கு இப்ப அழுகுற? அழுவாத. கண்ணத்தொட”

“......”

“இசக்கி பய வந்துருவான்ப்ப கவலைப்படாத.”

“ஒடனே வந்துருவன்னா. அடுத்த கொடயில புருசன் பொண்டாட்டியா நிப்போன்னா. இப்ப எங்க இருக்காகன்னே தெரியலையே. காலவாசல்ல யாருமே ஆறுமாசமா அவுகளப் பாக்கலயாம். எங்க போயிருப்பாக?”

“விடு வெங்கண்ணி.... வந்திடுவாக.”

“இந்த முத்தாரம்மன்தான் அவுகள கொண்டாந்து சேக்கணும்.”

“கண்டிப்பா இசக்கி பய வருவாக. ஒங்க கல்யாணம் நடக்கும். நீ இந்த முத்தாரம்மன் மேல பாரத்த போட்டுட்டு நம்பிக்கயோட இரு.”

“.....”

“சரி... இப்ப எழுந்து வா போயி சாமி கும்பிடுவோம்.” வெங்கண்ணியின் கைகளைப் பிடித்து இழுத்து எழுப்பிவிட்டாள் பேத்தை. இருவரும் ஒளிவெள்ளத்தில் தகதகக்கும் அந்த கோயில் திடலை நோக்கி மெல்ல நடந்தார்கள்.

“அன்னைக்கு மட்டும் எனக்கு கடல்ல அப்புடி ஒரு சம்பவம் நடக்காம இருந்திருந்தா இசக்கிய நான் பாத்துருக்கவே மாட்டன். எனக்கு இன்னைக்கு நான் இப்படி துயரப்பட்டு நின்னுருக்கவும் மாட்டன்.”

“என்ன சொல்ற வெங்கண்ணி?”

“அதயேன் கேக்க? அதுவும் பெரிய கததான் போ.” சடையனிடம் சொல்லிய கதையை இப்போது பேத்தையிடமும் சொல்லத் தொடங்கி யிருந்தாள் வெங்கண்ணி.

12

“இந்தா பாருப்ப வெங்கண்ணி, நான் கூப்பிட்டது ஒனக்கு கேக்கலயாக்கும்?” என்று கேட்டுக்கொண்டே வந்தாள் பேத்தை.

“எப்ப?”

“தெரியாத மாதிரி கேக்க பாத்தியா”

“நம்பலன்னா விடுப்ப”

“நம்பாம என்ன. நம்புறன் நம்புறன். நானே நம்பலன்னா எப்படி?”

“....”

“இன்னைக்கு நேத்தா நீ இப்புடி இருக்க. ஒருவருசமா நானும் ஒன்னய கவனிச்சிக்கிட்டே தானப்ப இருக்கன்.”

“சரி சொல்லுப்ப”

“என்னத்த சொல்ல?”

“எதுக்கு பின்ன கொலவ போட்டியாம்?”

“ஆமாப்ப, எவனோ எடுத்த வேலய வுட்டுட்டு எருமகிடாவ செரச்சானாம். அந்த கதையாத்தான் இருக்கு என்னோட கதயும்.”

“சரிதான் சொல்லுப்ப பேத்த.”

“அரசன நம்பி புருசன கைவிட்ட கதயா ஒன்னோட தொழில் போக்கு போற மெதப்புல கம்பெனி கணக்கு வழக்கயெல்லாம் ரத்து பண்ணிக்கிட்டுல்ல வந்திருக்கன்.”

“அதுக்கு என்னவாக்கும் இப்ப?”

“அதுக்கு என்னவா?”

“ஆங்”

“நடுவூட்டுக்காரன் கொடுமய எங்கபோயி சொல்ல?”

“என்ன சொல்ற பேத்த. கஞ்சி காய்ச்சலயா? குச்சலுக்குள்ள வாப்பு. சோறும் மரக்கறியும் இருக்கு பாரு. போட்டுத் திண்டுட்டு அப்பறம் பேசு.”

“வேண்டாம்ப்ப வெங்கண்ணி. நேத்து காய்ச்சின பழங்கஞ்சி கெடக்க.”

“அது கெடந்தா கெடக்கட்டுமே. இப்பத்தேன் ஆக்குனே. தட்டுலபோட்டு ரெண்டு வாயி திண்டுட்டு போவியா.”

“நான் சோத்துக்கு வந்தேண்டா நெனைக்க.”

“அப்புடி நெனப்பனாக்கும்?”

“அதான பாத்தன். தொழில்போக்கு போயி ஏழெட்டு நாளு ஆவுமுல்ல?”

“இதுக்கு மேலயும் கரைய கெடக்க நம்ம என்ன சீமத்தொர பரம்பரயாக்கும்?”

“எங்கப்பா நோக்காளியால்ல கெடக்க, எனக்கு எங்கேருந்து ஒழக்கவும் உண்கவும் நெனப்பு வரப்போகுது?”

சடையனுக்கு வயதாகி விட்டது என்றபோதும் படுக்கையில் விழும் அளவிற்கு வயதாகி விடவில்லை. அவரை ஒத்த வயதுக்காரர்கள் பலர் இன்றைக்கும் கரைவலை இழுத்து உழைத்துக்கொண்டிருக்கிறார்கள். சடையனுமேகூட நல்ல திடகாத்திரமான உடல்வாகு கொண்டவர் தான். கருவா வல்லத்தில் குளியாளாய் ஓடத் துணிந்தவர்தான். ஆனால் வல்லத்தின் சம்மாட்டியான கருவா மகன் அந்தோணி, குழியோட அவரை அனுமதிக்காததால் வல்லத்தில் தோடையாய் நின்று தொழில் செய்தார். இசக்கிமுத்து கடல்தொழிலில் வேகமாய் இருப்பதை பார்த்து பூரிப்பவர், எப்போதும் அவனுக்கு துணையாய் இருப்பதையே தொழிலாக எண்ணியிருந்தவர். அவனோடு அல்லும் பகலும் கடலுக்கும் கரைக்குமாக அலைந்து கொண்டிருந்தவர். இவ்வளவு குறுகிய காலத்திற்குள் இப்படி முடங்கிப்போவார் என்று யாரும் எதிர்பார்க்கவில்லை. அதற்கான காரணம் இதுவாகத்தான் இருக்க

முடியும் என்பதை யூகிக்க முடியும் என்றால் அது அவருக்கும் இசக்கி முத்துவுக்கும் மட்டுமே ஆகக்கூடியதாக இருக்கும். ஆனால் இசக்கி முத்து இப்போது இங்கில்லை. அவனுக்கு அவர் நோய் வாய்ப்பட்டு கிடப்பதும் தெரியப்போவதில்லை. சடையனுக்கு தன்னுடைய ஏமாற்றத்தை தாங்கிக்கொள்ள முடியாமல் போனது கால் பங்கென்றால் தன் மகள் வெங்கண்ணிக்கு அவள் விரும்பிய வாழ்க்கை கிட்டாமல் போய்விடுமோ என்ற கவலை முக்கால் பங்காக அவரை நிலைகுலைய வைத்து இறுதியில் படுக்கையிலும் தள்ளி விட்டிருக்கிறது.

பார்க்கப் போனால் அவரை விடவும் வெங்கண்ணிதான் இதில் அதிகமாய் பாதிக்கப்பட்டிருப்பவள். ஒரு பக்கம் மனதுக்கு விருப்ப மானவன், பெண்கேட்டு பெத்தவங்களோட வாருவேன்னு சத்தியம் பண்ணிக் கொடுத்துவிட்டு போனவன் எங்க போனான் என்ன ஆனான்னே தெரிஞ்சிக்க முடியாத துயரம். இன்னொரு பக்கம் தன்னையே உயிராய் நினைத்து வளர்ந்தெடுத்த அப்பா நோய்வாய்ப்பட்டு கிடப்பது. இந்த இரண்டையும் தாங்கிக் கொண்டு அவள் இவ்வளவு தூரம் சமாளிப்பதே பெரிது என்று தோன்றியது பேத்தைக்கு.

“எப்ப வெங்கண்ணி, என்ன ஏதெண்டு ஒங்கப்பாகிட்ட கேக்கலயாக்கும்?”

“கஞ்சி குடிக்க முடியாம கெடக்குறவருகிட்ட எப்புடி விசாரிக்க? என்னண்டு விசாரிக்க?”

“இசக்கி முத்து பயல பத்தி ஏதாச்சிம் தெரியிதாண்டு கேட்டுப்பாறம்ப்ப.”

“அப்பா நல்லபடியா எழும்பி வரட்டும்.”

வெங்கண்ணியை வியப்பாகப் பார்த்தாள் பேத்தை.

“மனுசங்க எப்பவும் கூடவே கெடப்பாங்கண்டு ரொம்ப நம்பிக்க வைக்காதப்ப.”

“என்னப்ப இப்புடி பேசுற. கெடக்குறது எங்கப்பாவாக்கும்.”

“யாரா இருந்தான்னப்ப நெஞ்சாங்கூட்டுல கெடக்குற ஈசல் விசுக்குன்னு வெளிய பறந்துட்டுதுன்னா அவ்வளதான் கத. அப்பறம் கடவுளாலயும் தடுக்க முடியாதுப்ப. புரிஞ்சிக்க.”

“நீ இப்புடியெல்லாம் என்னகிட்ட பேசாதப்ப.”

“ஒங்கப்பா, இசக்கி பய ரெண்டு பேரயும் வுடுப்ப. அடுத்ததா ஒனக்கு யாரு இருக்கா சொல்லு பாக்கன்.”

"நீ தான்."

"என்னயத்தான மனசுல நிறுத்துற. பெறகு நல்லது கெட்டத ஒனக்கு நான் சொல்லாம வேற யாரு சொல்லுவாங்களாம்?"

"சொல்லு ஆனா எங்கப்பாவ பத்தி தப்பும் தவறுமா வாயிக்கி வந்ததயெல்லாம் பேசாதப்ப."

"சரிப்ப அதவுடு. கரவல இழுக்க போவமாப்ப? அத கேக்கத்தான் வந்தனாக்கும்."

"எங்கப்பா தனியாளா கெடப்பாகலேப்ப"

"கரவல தான? வந்துரலாம்ப்ப."

"கரவலக்கெல்லாம் நான் போனதேயில்லப்ப."

"ஒங்கப்பாவ பாத்துக்கிட்ட மாதிரியும் இருக்கும் ஒழச்ச மாதிரியும் இருக்கும்."

"நீ சொல்றது நெசந்தாம்ப்ப. போவம் ஒழைப்பு இல்லாம எத்தன நாளுதான் கெடக்க?"

"அது மட்டுமில்லப்ப. அம்பா போட்டுத்தான் கரவல இழுப்பாங்க. கொஞ்ச நேரம் கூட்டத்தோட சேந்து நம்மளும் சத்தமா அம்பா போட்டமெண்டா நெஞ்சமூத்தமெல்லாம் கொரஞ்சி போவுமில்ல அதான்."

"சரி சரி போவலாம் போ. அப்பாவுக்கு கஞ்சி குடுத்துப்பாத்துட்டு வாறனாக்கும்."

வெங்கண்ணி ஏழெட்டு நாட்களாக தொழிக்கு போவதுபற்றி யோசிக்கவில்லை. இப்போது பேத்தை நினைவு படுத்தியவுடன் அந்த எண்ணம் நெருப்பைப்போல மனதில் பரவத்தொடங்கி விட்டது. கரைவலை இழுப்பது பற்றிய சிந்தனைகள் மனதிற்குள் ஓட குச்சலில் செய்ய வேண்டிய சின்னச்சின்ன வேலைகளையும் சுறுசுறுப்பாய் செய்து முடித்தாள். முன்னெல்லாம் ஒருவேளை சோறாக்கினால் மூன்று வேளைக்கும் அது உதவும். ஆனால் சடையன் பாயில் விழுந்தது முதல் இரண்டு வேளையும் சுடு கஞ்சி காய்ச்சுகிறாள். வாய்க் கசப்பிற்கும், செரிமானம் ஆகவும், பசி எடுக்கவும் என்று முயல்தீவில் கிடக்கும் பெரண்டை உள்ளிட்ட மூலிகைகளை தேடிப்பிடித்து கொண்டுவந்து துவையல் அரைத்துக்கொடுக்கிறாள். இதனால் குச்சலில் வழக்கத்தை விடவும் அதிகமாகவே வேலை செய்யவேண்டியிருந்தது. இப்போதும்

கூட அப்படித்தான் கஞ்சியும் தூதுவேல தொவையயலையும் எடுத்துக் கொண்டு வந்து படுத்திருக்கும் சடையன் பக்கத்தில் உட்கார்ந்து கொண்டாள்.

“எப்பா, கஞ்சி குடிக்கணும் எழும்பு” என்றவாறே கைத்தாங்கி பிடித்து உட்கார வைத்தாள்.

“நீ குடி தாயி” என்றார் பலவீனமான குரலில்.

“நான் குடிச்சிட்டன். மிச்சமாயிருக்கு கொஞ்சம். அதத்தேன் கொடுக்கிறன். நீ குடிப்பியாக்கும்.” வெங்கண்ணி எப்போதும் இப்படித் தான் சொல்வாள். தான் கொடுக்கும் எந்த ஒரு உணவுப்பொருளையும் அவர் முழுமையாக உண்ண வேண்டும் என்பதற்காக அவள் கையாளும் யுக்தி இது. சடையனுக்குமேகூட இது தெரியும் தான். இருந்தாலும் அவர் அதை தெரிந்ததுபோல காட்டிக்கொள்ள மாட்டார்.

“எப்பா, நீ இத குடிச்சிட்டு படுத்துக்க. நான் கரவலக்கி போறன்.”

“கரவலக்கா?”

“ஆமாம். பேத்த போலாமெண்டு சொல்லிச்சி.”

“ரெண்டு பேரும் கொமருகளா இருக்கிய?”

“அதனால என்ன? பாடு கெட்டுடப்போகுதாக்கும்?”

“ஆம்பள பொம்பள இணையாளுக்கு பங்காக்கும்.”

“கொமருகளா இருந்தா என்ன? நாங்களும் நல்ல ஆளுக தான். ஆம்பளக்கி எணையா இழுப்பமாக்கும்.”

“அதுசரி. போங்க. எல்லாரு கூடவும் சேந்து இழுக்கணும். சேந்து வேல செய்யணும்.”

“சரிப்பா. நீ இத குடிக்கலாமில்ல?”

“சரிதாயி. குடிக்கிறன்.”

“எப்பா, ஒனக்கு இப்ப என்னதான் பண்ணுது? ஏன் இப்புடி கெடக்க?. ஆஸ்பத்திரிக்கு கூப்பிட்டாலும் வரமாட்டன்னு சொல்ற. கோயில் கொளத்துக்கு கூட்டிப்போறேண்டாலும் வேண்டாமென்கிற. நீ என்னதாம்ப்பா மனசில நெனைக்க?”

“....”

“என்னய ஒத்தயில விட்டுட்டு போக திட்டம் ஏதும் வச்சிருக்கியோ?”

“என்னோட ஒடம்புக்கு ஒண்ணும் நோவு இல்ல தாயி.”

“பின்ன எதுக்காவ இப்படி கெடக்க?”

“மனசுல தெம்பில்லாம போனதால ஒடம்பும் உழுந்து போச்சிது தாயி.”

“ஓம் மனசுக்கு என்னப்பா கொற? நான் தப்பு பண்ணிட்டண்டு கவலபடுறியா?”

“ஐயய்யோ, அப்புடியெல்லாம் நெனக்கமாட்டன் தாயி.”

“நீ என்னப்பெத்த தாயில்லயா? ஒன்ன போயி நான் நாக்குமேல பல்லபோட்டு சொல்லுவனா தாயி. அப்புடி நெனைச்சேனெண்டா முனியசாமி என்ன காப்பாத்துவாராக்கும். அந்த முத்தாரம்மா என்னோட கண்ண குத்திரமாட்டாளாக்கும்.”

“பெறகு என்ன வந்துச்சாம் ஓம் மனசுக்கு. இப்புடி ஒடிஞ்சிபோயி கெடக்க?”

“ஒன்னக்கிட்ட சொல்லவும் முடியாம மறைக்கவும் மாட்டாம கெடந்து தவிக்கிறன் தாயி.”

“எப்பா, நான் ஓம்மக தான? என்னகிட்ட சொல்ல யாரு குறுக்க நிக்கிறாக?”

“.....”

“சொல்லுப்பா.”

“நீ கரவலக்கி போறேண்டு சொன்னியே தாயி?”

“போவணும்தான். நீ விஷயத்த சொல்லு. என்னன்னு தெரிஞ்சிக்கிட்டு நிம்மதியா போவனாக்கும்.”

ஐந்தாறு நாட்களுக்குப்பிறகு சடையன் இன்றைக்குத்தான் ஓரளவு பேசுகிறார். இந்த சந்தர்ப்பத்தை நழுவ விடக்கூடாது என்று எண்ணினாள்.

“நீ போயிட்டு வா தாயி. வந்த பெறகு சொல்லாம விட்ற போறனாக்கும்?”

“எப்பா, கஞ்சிய குடிச்சிட்டு மெதுவா குச்சலுக்கு வெளிய வந்து பாக்குறியா?”

“ஒடக்கி போகணுமெண்டா இந்த கம்ப ஊணிக்கிட்டே நடக்குறியா?”

“ம்” தலையாட்டினார் சடையன்.

“ஓட மரத்து ஓரமா ரெண்டு குழி வெட்டி வச்சிருக்கன். பக்கத்துலயே பட்டையில தண்ணி வச்சிருக்கன். இருந்துட்டு குண்டிய மட்டும் கழுவிட்டு வாப்பா. நான் வந்து மண்ண தள்ளி மூடுவனாக்கும். மம்பட்டிய எடுத்து மண்ண தள்ளுறண்டு காலுல போட்டுக்காதப்பா.”

“நீ வாறவரைக்கும் மூடாம கெடந்தா நாறிப்போயிறாதாக்கும்?”

“நாறி கெடந்தா கெடக்கட்டுமே. இங்குட்டு யாரு வந்து பாக்கப் போறாங்களாம்?”

“நாப்பண்ண கொளறி வச்சிறாதாக்கும்?”

“எப்பா, இப்ப என்ன நீ சொல்ல நெனைக்க? நான் பேண்டத நானே மூடிட்டு வாரமெண்டுதான சொல்லணும் ஒனக்கு. சொல்லு, செய்யி. எனக்கென்ன வந்துது. ஆனா மம்பட்டிய தொடாத. சங்குளி சப்பாத்து கெடக்கு. அத எடுத்து போட்டுட்டு போறன். அதால தள்ளி மூடு.”

“சரி தாயி.”

அவர் நலிவுற்று படுத்த நாளிலிருந்து வெளிய வாசல் போவதென்றாலும் அவரை வெங்கண்ணிதான் அழைத்துக்கொண்டு போய், குச்சலுக்கு பக்கத்திலேயே குழி வெட்டிக்கொடுத்து, வெளிய போகவிட்டு, கழுவ தண்ணீர் ஊற்றி, குழியையும் மண்ணைத்தள்ளி நன்றாக மூடிவிட்டு வருவாள். ஆரம்பத்தில் சடையனுக்கு இது சங்கடமாகவே இருந்தது. மகளிடம் சொல்ல கூச்சப்பட்ட சடையன் எழுந்து தடுமாறி நடந்து போவதைப் பார்த்துவிட்டு வெங்கண்ணியே தான் பிடித்துக் கொண்டுபோய் விட்டாள். சடையன் சங்கடப்படுவதை பார்த்து

“எப்பா, ஒருநாளு புள்ள என்னய தூக்கியாந்து, அதுலேருந்து நான் கழிஞ்சது கக்குனது எல்லாத்தையும் தொடச்சிவிட்டு தூக்கி செல்லங்கொஞ்சினியில்ல நீ. அப்ப வேண்டான்னு மறுத்தனாக்கும். அன்னைக்கி நான் ஒனக்கு புள்ள. இன்னைக்கி நீ எனக்கு புள்ள. என்ன விட்டா இதயெல்லாம் ஒனக்கு வேற யாரும் செய்வாங்களாக்கும்.” என்று சமாதானப்படுத்தினாலுமே கூட வசதிகளை செய்து கொடுத்து விட்டு சற்று மறைவாய் போய் நின்று கொள்வாள். அவருக்கு கழுவ தண்ணீர் ஊற்றும் போதுகூட முகத்தை வேறு பக்கமாய் திரும்பிக் கொண்டுதான் ஊற்றுவாள்.

“காலாற குச்சல சுத்தி நடந்து பாருப்பா.”

“கடக்கர கண்ட வாக்குல திறிஞ்சிட்டு வரணுமெண்டு இருக்கு தாயி.”

“எப்பா, ஒத்த ஆளா போயிறாதப்பா. வந்த பெறகு வேணுமெண்டா நான் ஒன்ன கூட்டிட்டுப் போறன்.”

“சரி தாயி. நீ போயிட்டு வா.”

“எப்பா, நான் வேணுமெண்டா இப்பயே கடக்கரக்கி ஒன்ன கைதாங்கி போகட்டா?”

“கரவலக்கி போறமெண்ட, கிளம்பளயாக்கும்?”

“நாளைக்கி போய்க்கலாமெண்டு நெனைக்கன்.”

“அந்த கொமருக்கு எணை வேண்டாமாக்கும்.”

“ஆமாப்பா ஏழெட்டு நாளா ஒழப்பேயில்லாம போயிட்டுதில்ல, சோத்துக்கில்லண்டு சொன்னிச்சி. நான் போய் வந்தர்றன். நீ பத்தரமா இங்கயே கெட.”

“சரி தாயி. நீ போய் வா.”

வெங்கண்ணி நான்கு தப்படிகூட எடுத்து வைத்திருக்க மாட்டாள். பின்னாலிருந்து கூப்பிட்டார்.

“தாயி.”

“என்னப்பா?”

“ஆவில அவிச்சி திங்கிற மாதிரி மீனு கெடைச்சா” அவர் சொல்லி முடிப்பதற்கு முன்பாக வெங்கண்ணி கூறினாள்.

“வெலக்கி விட்டுறாம வீட்டுக்கு கொண்டாறணும். அதான?” கேட்டுவிட்டு கலகலவென்று சிரித்தாள் வெங்கண்ணி. சடையனும் சிரித்தார். சிறுவயது முதல் தன் மழலை வார்த்தைகளில் ஆரம்பித்து சடையன் கடலுக்கு முத்துக்குளிக்கப் போனாலும் சங்குக்குளிக்கப் போனாலும் பருவலைக்கு போனாலும் அவரிடம் வெங்கண்ணி கூறும் வார்த்தைகள் இவை. இன்று சடையன் தன்னை அறியாமலே அதே வார்த்தைகளில் தன் மகளிடம் கேட்பதை உணர்ந்து சிலிர்த்தார்.

“நான் பொய்யெல்லாம் சொல்லல தாயி. நீ என்ன பெத்த தாயே தான்” என்றார் கண்கள் கலங்க. அந்தப் பேச்சை மாற்ற விரும்பிய வெங்கண்ணி,

“எப்பா, ஒனக்கு ஒடம்புல நோவு இல்ல. இன்னைக்கி எவ்வள வலுவா பேசுற பாத்தியா? மீனு திங்க ஆசபடுற. எங்க என்ன இந்த கடக்கரயில தனியாளா தவிக்க விட்டுட்டு போயிடுவியோன்னு பயந்தன். பரவால்ல. தேறிட்டப்பா” என்றாள்.

“யய்யா முனியசாமி என்னோட அப்பாவ எனக்கு காப்பாத்தி கொடுத்திட்ட” கோயில் இருந்த திசை நோக்கி கையெடுத்து கும்பிட்டவாறே கரைவலை இழுக்க பேத்தையுடன் சென்றாள்.

‘அப்பாவை பழையபடி தேற்றிவிட வேண்டும். அப்பாவின் மனசுக்குள் இருக்கும் கவலையை என்னவென்று அறிந்து முற்றிலுமாக போக்க வேண்டும்’ என்று பலவாறாக யோசித்தபடி நடந்தாள் வெங்கண்ணி.

சடையனுமேகூட ‘இனிமேலும் நாம் இப்படியே முடங்கிவிடக் கூடாது. நாடுவிட்டு நாடு அலைந்து திரிந்தாலும் அந்தப்பயலை தேடிக் கண்டுபிடித்து கூட்டிவர வேண்டும். எம்மகள வாழவச்சி கண்குளிர கண்டுட்டுதான் சாவனாக்கும்’ மனதிற்குள் உறுதி எடுத்துக்கொண்டார் சடையன்.

13

வலையை சூரியன் கிழக்கிலிருந்து உச்சி கிளம்பும் நேரத்திலேயே ஆண்களும் பெண்களுமாக சேர்ந்து கரையோர கடலில் இறக்கி இருந்தார்கள். இப்போது சூரியன் மேற்கே வந்து நிற்கிறான். அந்தியில் உட்காருவதற்கு முன்னதாக வலையை இழுத்து, வலைமடிக்குள் கிடக்கும் மீன்களை அள்ளிச் சேகரித்துவிட வேண்டும். அதன்பிறகு தான் தலைக்கு தக்கபடி மீன்களைப் பிரித்து பங்கிட்டுக்கொள்வார்கள். அல்லது மொத்த மீனையும் ஏலத்தில் விட்டு கிடைக்கும் தொகையை பங்கிட்டுக்கொள்வார்கள். இந்த வேலைகளையெல்லாம் முடித்து வலையையுந் தட்டி சரிசெய்து காயப்போட்டுவிட்டு வருவதற்குள் இருட்டிவிடும். குழம்புக்காக எடுத்துவரும் மீனை அதற்குப் பிறகுதான் பெண்கள் சுத்தம் செய்து சமைப்பார்கள்.

பேத்தையும் வெங்கண்ணியும் வலை இழுப்பதற்கு மட்டும் தான் வந்திருக்கிறார்கள். வலை இறக்கும்போது வரவில்லை. பங்கு கொஞ்சம் குறைவாகத்தான் கிடைக்கும். கடற்கரையில் இன்று நான்கைந்து கரைவலைகள் இறக்கப்பட்டிருப்பதால் இழுப்பதற்கு ஆட்கள் பற்றாக்குறை ஏற்பட்டிருக்கிறது. அதனால் தான் பேத்தைக்கு அழைப்பு வந்திருந்தது.

வலை இழுக்க ஆண்களும் பெண்களுமாய் முப்பதுபேர் போல வந்து நின்றார்கள். பேத்தையும் வெங்கண்ணியும் அடுத்தடுத்து நின்று கொண்டார்கள். வலையைப் பிடித்ததும் சற்று வயதான கண்ணையன் அம்பா போட ஆரம்பித்தார். வழக்கமாய் அவரும் அவரது மனைவி முனியம்மாவும் தான் அம்பா பாட்டு பாடுவார்கள். மற்றவர்கள் அவர்களைத் தொடர்ந்து அம்பா போடுவார்கள்.

"யாலாடை ஏலதெண்டு போடம்மா போடு போடு."

"எல்லாரும் போனாகண்டு போடம்மா போடு போடு"

"நாம்போனே மாங்காதோப்பு போடம்மா போடு போடு."

"ஏறிட்டு பாருதாயே போடம்மா போடு போடு."

"ஏளமொகம் கண்பாரம்மா போடம்மா போடு போடு."

"ஆராயிரம் பேரக்கொண்டு போடம்மா போடு போடு."

"ஆரவள்ளி நாடகத்த போடம்மா போடு போடு."

"கொண்ட கொலையுதம்மா போடம்மா போடு போடு."

"கொண்டப்பூ வாடுதம்மா போடம்மா போடு போடு."

"வேலாயி உங்கெணறு போடம்மா போடு போடு."

"வேட்டி தப்ப கல்லுண்டோ போடம்மா போடு போடு."

"எண்ணிக்க வாயாலே போடம்மா போடு போடு."

"எழுதிக்க ஓலையிலே போடம்மா போடு போடு."

அம்பா பாட்டு என்று பிரத்யேகமான பாடல்கள் எதுவுமில்லை. என்றாலும் அன்றைய நிலையில் அவர்களுக்கு ஏற்படும் பிரச்சனைகள், வேதனைகள், வேடிக்கை, கிண்டல், கேலி, தமாஷ் என்று அவர்களுக்கு தோன்றுவதே பாடுபொருளாக இருக்கும். ஆனால் ராகத்திலும், ஒத்தசைவிலும் அம்பாவின் தனித்தன்மை மேலோங்கியிருக்கும். கால் புதையும் கடற்கரை மணலில் இழுப்பு வலையின் பாரம் முழுவதையும் இழுப்பவர்களின் உடல் மட்டுமே ஏற்காத வண்ணம் பாதியை பூமி ஏற்றுக்கொள்ளும் வகையில் பக்கவாட்டில் சாய்ந்த நிலையில் நின்று பாடலுக்கும் இசைக்கும் ஏற்ப ஒத்த அசைவில் அவர்கள் கால்கள் நிகழ்த்தும் வித்தையை பார்த்துக் கொண்டே இருக்கலாம்.

வெங்கண்ணிக்கு இழுப்பு வலை இழுப்பது மிகவும் பிடித்துப் போனது.

“எப்ப பேத்த, இத்தன நாளா இந்த கடக்கரயில தான கெடக்கம். ஒரு நாளாவுது இத இழுத்து பாத்தமாக்கும்?”

“நானும் இதத்தாம்ப்ப நெனைக்கன். கும்மாளமா இருக்குள்ள?”

“பேச்ச அப்பறம் வச்சிக்கப்ப. இப்ப அம்பா போடு.”

அம்பா போடும் சத்தம் வானம்வரை கேட்குமென்றே தோன்றியது. கடல்நீர் அந்த நீட்டிப்பாடும் குரல் ஓசையையும் பின்னிசையாய் அம்பா போடும் மற்றவர்களின் குரலோசையையும் அக்கறைக்கு எடுத்து சென்றாலும் ஆச்சர்யப்படுவதற்கில்லை.

வெங்கண்ணிக்கு ஏனோ தன் அப்பா அம்மாவைப் பற்றிய நினைவு சட்டென்று வந்தது. இவ்வளவு நேரமும் தன் அப்பாவை குச்சலில் தனியே விட்டுவிட்டு வந்தது அறவே மறந்து போயிருந்ததும் கூட இப்போதுதான் புத்திக்கு உறைத்தது. வயதான காலத்தில் அம்மாவும் அப்பாவும் இப்படி அம்பா போட்டு கரைவலை இழுத்துக் கொண்டும் இங்குள்ள கிழடுகள் போல கிண்டலும் கேலியுமாய் பேசிச் சிரித்துக் கொண்டும் இருந்தால் எவ்வளவு நன்றாக இருந்திருக்கும். அனுபவிக்க அம்மா அப்பாவுக்குத் தான் கொடுத்து வைக்கவில்லை என்றால் பார்த்து சந்தோஷப்பட நமக்கும் யோகமில்லாமல் போய் விட்டதே என்று வருந்தினாள். அதே நேரம் அவளுக்கு இசக்கிமுத்து ஞாபகமும் வந்தது.

‘இந்த பாழாப்போன மனசு எவ்வள தந்திரம் கத்து வச்சிருக்கு பாரேன். எடுத்ததும் அந்தப்பய நெனப்ப நெஞ்சுக்குள்ள கொண்டு வந்தா நான் தப்பா நெனைச்சிருவேண்டு நல்லபுள்ள கணக்கா அம்மா அப்பாவ நெனைக்கவச்சி பெறகு அந்தப் பயல பத்தி நெனைக்க வைக்குதாம்’ தன் மனதை பற்றி வக்கனை எடுத்தபோதும் இசைக்கி முத்துவைப் பற்றிய நினைவுகளை அவள் இறுக பற்றிக்கொள்ளவே செய்தாள். வாழ்க்கையின் அந்திம நாட்களில் நானும் அவனும் இதுபோல ஊரோடு கூடி வலையிழுப்போம். நானும் அவனும் மாறி மாறி அம்பா போடுவோம். அவனை முதன் முதலில் பார்த்தது முதல் எல்லாவற்றையும் நான் பாடுவேன். இப்படி சொல்லாமல் கொள்ளாமல் என்னை தவிக்கவிட்டு எங்கோ போய்விட்டதைக்கூட பாடுவேன். அவன் என்ன பதில் சொல்கிறான் என்பதை இந்த ஊரே கேட்டு ரசிக்கட்டும்.’ இப்படியாக அவளது கற்பனை விரிந்துகொண்டிருந்தது. சட்டென்று அம்பா பாடலும் பாடலுக்குரிய குரலும் மாறியிருந்தது. வெங்கண்ணி யார் என்பது போல பேத்தையைப் பார்த்தாள்.

“முனியன் தாத்தாவும் அவரு சம்சாரம் லெச்சுமி கெழவியும்” என்றாள் பேத்தை.

“ஏலவல ஏலவல ஏலேலோ ஏலதெண்டு”

“கூடுனமே கூடுனமே கூட்டுவண்டி காளபோல”

“வெள்ளரிக்கா ஏலேலோ தாரணடி”

“வெறகொடிக்க ஏலேலோ கம்புதாறன்”

“கூடுகட்டி ஏலேலோ நான் வளத்த.”

“குஞ்சரத்த ஏலேலோ யாரடிச்சா?”

“தொட்டிகட்டி ஏலேலோ தூணிறுத்தி”

“தொரைமகன ஏலேலோ போட்டு ஆட்டி”

“கோவங்கொடி ஏலேலோ ராமேஸ்வரம்”

“கொடியமனம் ஏலேலோ தூத்துக்குடி”

“தூத்துக்குடி ஏலேலோ நகர்தனிலே”

“காலவாசல் ஏலேலோ தெருவினிலே”

“ஆடுவதும் ஏலேலோ கட்டிலடி”

“அருமைமகன் ஏலேலோ தொட்டிலடா”

“வெள்ளவேட்டி ஏலேலோ கெட்டுமாறு”

“வெங்கப்பய ஏலேலோ நம்பாளுக”

“ஓடி ஓடி ஏலேலோ நூல்எளக்கி”

“உயிலக்கர ஏலேலோ குயிலவள்ளி”

“வள்ளிக்கும் ஏலேலோ தெய்வானக்கிம்”

“மயிருபுடி ஏலேலோ சண்டையெல்லாம்”

“சண்டவரும் ஏலேலோ சம்மாங்கோடு”

“சாட்சிசொல்லும் ஏலேலோ கொஞ்சிகெட”

“இந்த வயசுலயும் கிளமுனியனுக்கு பாரேன் கெப்புற” என்றாள் பேத்தை.

"கிளடு லெட்சுமி முனியன் கிட்ட கொஞ்சிக்கெடக்க வேண்டுமாக்கும்?"

"ஆமாம், கிளடு ஏத்துக்கலண்டா வெள்ள வேட்டி உடுத்திப் போயி வள்ளிய கெட்டிவருவமெண்டுல்ல சொல்றாரு."

"நீ வள்ளிய கெட்டிவந்தா நான் ஒன்னோட அண்ணன் ஆத்தங்கர புள்ளயாரு கூட போய் வாழ்வமெண்டு பாடலாமில்ல இந்த லெச்சுமி"

"வெங்கண்ணி நீ என்னப்ப இப்புடி சொல்ற?"

"இப்ப என்ன நான் சொல்லிட்டனாக்கும்?"

"யாருக்கும் கேட்டுச்சாக்கும்?"

"கேக்கட்டுமே இப்ப என்னவாம் அதுக்கு?"

"பொம்பள இப்படியெல்லாம் பேசலாமாக்கும்?"

"ஆம்பளண்டா மட்டும் பேசலாமாக்கும்?"

"ஆம்பள அனேகம் பேசலாம். கேட்டு ரசிப்பாக. பொம்பள பேசுனா மொகத்த சுளிப்பாக. ஒழுக்கங்கெட்டவம்பாக."

"அம்பா பாட்டு சும்மா தமாசுக்கில்லயாக்கும்?"

"தமாசுக்குத்தான் எண்டாலும் அதுலயும் வரமொற இருக்குள்ள?"

"என்னப்ப பெரிய வரமொற?"

"ஆமாம்ப்ப. கெட்டிக்கிட்டவன கிண்டலும் கேலியும் சொல்லி எவ்வளவும் பாடலாம். ஆனா இன்னொருத்தன கெட்டிக்குவேன்னு பாடிறக்கூடாதுப்ப."

"என்னப்ப நீ இப்புடியெல்லாம் பேசுற?"

"நானா பேசுறன். ஒலகமே இப்படித்தாம்ப்ப பேசுது. எல்லா எடத்துலயும் இதுதேன் சட்டதிட்டமாக்கும். நம்ப கடக்கர எவ்வளதோ பரவால்ல. வெளியூரெல்லாம் போயி பாரு எப்புடி இருக்காகெண்டு."

"இந்த சட்டதிட்டமெல்லாம் எனக்கு புடிக்கலப்ப."

"எனக்கு மட்டும் புடிக்குதாக்கும். யாரோ சொல்லிட்டு போயிட்டாக. நம்ம தலையெழுத்து நாம கேட்டு கெடக்கம்."

வெங்கண்ணிக்கு இசக்கிமுத்துவின் முகம் மனக்கண்ணில் தோன்றியது.

‘நான் அப்புடியெல்லாம் செய்யமாட்டேம்ப்ப’ என்றான்.

“எப்ப பேத்த, நீ யார கெட்டிப்ப?” என்றாள் வெங்கண்ணி.

“என்னப்ப இது. திடுதிப்புன்னு இப்படி கேட்டா என்னத்த சொல்லுவன் நான். என்னமோ மாமன் பெத்த பயலுக பத்துபேரு, அத்த பெத்த பயலுக அஞ்சாறு பேரு வந்து வாசல்ல நிக்கிறமாதிரியில்ல கேக்க.”

“சரிதான் சொல்லன் யாரையாவுது கெட்டிப்பேல்ல ”

“பொம்பளயா பொறந்துட்டா புருசன்னு ஒரு கொடுமய ஏத்துக்கிட்டுத்தேன் ஆகணுமெண்டு எம்மா அடிக்கடி சொல்லுவாக. நான் மட்டும் தப்பிச்சிக்க நெனைப்பனாக்கும்?”

“இசக்கி பயகூட எனக்கு கொடுமயாத்தான் இருப்பானாப்ப?”

“அட அவனயே காணோமாம் கதயில, அவளுக்கு புள்ள பதினாறாம் சவையில. அந்தப் பய எங்க போனான் எங்க இருக்காண்டு எதுவுமே தெரியல அவன நெனச்சி நீ உரல இடிக்க.”

பேத்தை ஏதோ ஒரு ஆதங்கத்தில்தான் அப்படி பேசுகிறாள் என்பது வெங்கண்ணிக்கு நன்றாகவே தெரியும். என்றபோதும் அவளால் பேத்தையின் பேச்சை சகித்துக்கொள்ள முடியவில்லை.

“சரிதான் விடுப்ப, இனி ஒன்னக்கிட்ட அந்த பயலப்பத்தி பேசுனண்டா சோட்டாலயே அடி.” கோவமாய் முகத்தை திருப்பிக் கொண்டாள். பேத்தை ‘நான் ஏன் இப்படி பேசினேன்’ என்று மனதிற்குள் வருந்தினாள். வெங்கண்ணிக்கு பேச்சுத்துணையாகவும் உற்ற தோழியாகவும் இருப்பவள் பேத்தை மட்டும் தான் என்ற போதும் இதுபோல் மனம்விட்டு அவ்வளவு எளிதில் எதையும் அவள் பேசியதில்லை. பேத்தையாக ஒருமுறைக்கு இருமுறை வற்புறுத்தி கேட்டால் ஒன்றிரண்டு விஷயங்களை சொல்வாள். மனதில் நினைக்கும் அனைத்தையும் கொட்டிவிட மாட்டாள். ஆனால் இன்று அம்பா போட்டதுமுதல் அவளது மனது இலகுவாகிவிட்டது போல தோன்றியது அவளுக்கு. நினைப்பவற்றை மனதிற்குள்ளேயே மறைத்து வைத்துக்கொள்ள வேண்டும் என்ற சிந்தனையெதுவும் இல்லாமல் கொட்டிவிட்டாள்.

‘கொஞ்சம் கூட யோசித்துப்பார்க்காமல் வெங்கண்ணியின் மனதை புண்படுத்தி விட்டேனே. இவளை இப்போது எப்படி சமாதானப்படுத்துவது’ என்று நினைத்தாள்.

வலை முழுவதும் இழுத்து முடித்த போது வலையின் மடியில் ஏராளமான மீன்கள் குவிந்து கிடந்தன. பெண்களும் ஆண்களுமாக அவற்றை மீன் வாறும் கூடைகளில் அள்ளிக்கொண்டுபோய் கரையில் கொட்டிவிட்டு வந்தார்கள். மீன் குவியலில் மீன்கள் துள்ளித் துடித்துக் கொண்டு கிடந்தன. வெங்கண்ணியின் முகத்தைப் பார்த்தாள் பேத்தை. அது வாடிப்போயிருந்தது. 'வந்ததுலேருந்து எவ்வள சிரிப்பும் கொம்மாளமுமா இருந்திச்சி. இப்ப மொகம் இப்புடி வாடிப்போயி கெடக்க. எல்லாத்துக்கும் நாந்தான் காரணம்' மறுபடியும் தன்னைத் தானே கடிந்து கொண்டாள். இந்த இறுக்கமான சூழலை அதிக நேரம் நீடிக்க விடக்கூடாது என்று நினைத்தவள்

"ஏம்ப்ப வெங்கண்ணி, ஒங்கப்பா கறிக்கி மீனு கொண்டுவரச் சொன்னாகல்ல?" அந்த கனத்தில் வெங்கண்ணியின் எண்ணத்திலும் அதே தான் ஓடிக்கொண்டிருந்தது.

"ஆமாப்ப எடுத்துட்டுதான் போகனும்."

"மீனு அவிக்கிறதுக்கா வேண்டி கேட்டாகளோ?"

"ஆமாம்." என்றாள் கோவத்தில் நொடித்தட்டி.

"ஏமேல கோவத்தில இருக்கியாப்ப?"

"என்ன கோவம்?" முகத்தைத் திருப்பிக்கொண்டாள்.

"என்கிட்ட மொகங்கொடுத்து பேசமாட்டியாக்கும்?" அதற்கு மேலும் வெங்கண்ணியால் தன் கோவ நாடகத்தை நீட்டித்துக்கொண்டு போக முடியவில்லை.

"சரிதாம்ப்ப, இன்னொரு தடவ இப்புடிச் சொல்லாத புரிஞ்சிதா?"

"யப்பா, பேசிட்டியே. பெரிய புண்ணியத்த கட்டிக்கிட்ட போ."

"நீ என்ன மீனு எடுக்கப்போறப்ப?"

"கறியாக்கத்தான் சின்ன மீனா பாத்து பெறக்கணும்."

"எங்கப்பா அவிச்சி திங்கணுமெண்டு ஆசப்பட்டாக."

"சாலமீனு, சீலாமீனு பெறக்கிக்க. முள்ளோட வாயில போட்டு சவச்சி சப்பிட்டு துப்பிறலாம்."

"ஆசைக்கி மீனு திங்க அதான் லாயக்கு. எங்கப்பாவுக்கும் அப்புடி திங்கிறதுதான் புடிக்கிம்."

“பல்லிடுக்குல முள்ளு பூந்துகிட்டு தொந்தரவாயிற போகுதுப்ப. அதயும் பாத்துக்க.”

“எங்கப்பாவுக்கு இந்த வயசிலயும் பல்ல பாக்கணுமே. பத்து கிலோ புளியங்காய கொடுத்தாலும் பத்தே நிமிசத்துல நறநறன்ன மென்னு துப்பிருவாராக்கும்.”

“இதெல்லாம் நம்ம ஆளுகளுக்கு கடல்தாயி கொடுக்குற வரம்ப்ப.”

“அதான் போலப்ப.”

எல்லோரும் மீன் குவியலைச் சுற்றி வட்டமாக குனிந்து நின்று கொண்டு மீன்களை ரகவாரியாக பிரிக்கும் வேலையை செய்து கொண்டு இருந்தார்கள். ஒவ்வொரு வகையான மீனுக்கும் ஒரு விலை உண்டு என்பதால் இப்படி பிரித்து ஏலம் விடுவார்கள். இப்படி பொறுக்கி யெடுத்துக் கொண்டிருக்கும் போது விரும்பிய மீனை ஒரு குறிப்பிட்ட அளவில் எல்லோருமே கறிமீனென்று எடுத்துக்கொள்வார்கள்.

“பேத்த தான் ரொம்ப துள்ளுது. அத மொதல்ல தனியா பெறக்குங்க” என்றார் வயதானவர் ஒருவர்.

“தாத்தா நான் எங்க துள்ளன். சும்மா நின்னு பெறக்கறன்ல்ல. பாருங்க இங்கிட்டு.”

“ஒன்னய யாருப்ப சொன்னாக? நீ காலு மொளச்ச பேத்த. நான் வாலு மொளச்ச பேத்தய சொன்னனாக்கும்” என்றார். எல்லோரும் சிரித்தார்கள்.

“இதுக்குத்தேன் தண்ணிகுள்ள கெடக்க பிராணிக பேரயெல்லாம் புள்ளைகளுக்கு வைக்க கூடாதெங்கிறது.”

“தாத்தா, இதுல வெங்கண்ணி கெடக்குமாக்கும்?”

“வெங்கண்ணிய நான் கண்ணால பாத்தே ரொம்ப காலம் ஆகுதில்ல?”

“தாத்தா இந்தா நிக்கிறதப் பாரு வெங்கண்ணி. நல்லா கண்ணு குளுற பாத்துக்க” என்றாள் பேத்தை.

“மின்னறி சொன்னதயேத்தான் இப்பயும் சொல்லுறன்: “இது காலுமொளச்ச வெங்கண்ணி. நான் சொல்லுறது வால் உள்ள வெங்கண்ணி.”

மறுபடியும் எல்லோரும் சிரித்தார்கள். அவர்களது சிரிப்பொலி கேட்டுத்தானோ என்னவோ கிழ்வானில் பிறை நிலவு மெதுவாய் எட்டிப் பார்த்து கடற்கரைக்கு வர ஆரம்பித்திருந்தது.

14

முன் நிலவுக்காலம். கீழ்வானிலிருந்து எட்டிப்பார்த்த நிலவு மெதுவாய் மேலே வர ஆரம்பித்திருந்தது. சடையனை அழைத்துக் கொண்டு வெங்கண்ணி கடற்கரைக்கு வந்திருந்தாள். சடையனால் இப்போது ஓரளவு நடக்க முடிகிறது என்றபோதும் தாங்கலுக்காக கைகம்பு ஒன்றை அவரது கையில் கொடுத்திருந்தாள்.

“யப்பா, ஒன்னய நெனச்சாத்தான் எனக்கு ஒரே ஆச்சரியமா இருக்கு” என்றாள் வெங்கண்ணி.

“என்ன தாயி?”

“நேத்து வரைக்கிம் அன்னந்தண்ணி எறங்காம கெடந்த. பேசகூட தெறானியில்லாம மொனவுன. ஆனா இன்னக்கி தலகீழ தெரியிறியேப்பா.”

“நம்ம கையில என்ன தாயி இருக்கு? எல்லாம் அந்த முனியனோட திட்டமாக்கும்.”

“காலயில கஞ்சி குடிக்க எளுப்பி ஒக்கார வச்சப்ப கூட நான் நெனச்சிப்பாக்கலப்பா. நீ இப்புடி கடக்கற வரைக்கும் வந்து சுத்தி திரிவயிண்டு.”

“தாயி, இந்த சோட்ட கெயட்டி விட்டுட்டு நடக்கலாமெண்டு நெனைக்கன்.”

“கால கடிக்கிதாக்கும்?”

“இல்ல தாயி. மண்ணு என்ன இப்ப சுடவாச்செய்யிது? எதுக்கு வீணா இதுவேற?”

“மணலுல முள்ளு, மட்டி, கிளிஞ்ச பெதஞ்சி கெடக்காதாக்கும்?”

“மணலுல வெறுங்காலோட நடக்க ஏக்கமாயிருக்கு தாயி.”

சடையனின் ஏக்கத்தை சட்டென்று புரிந்துகொண்டாள் வெங்கண்ணி. இதுபோன்ற ஒரு தவிப்பு எத்தனையோ முறை அவளுக்கும் ஏற்பட்டிருக்கிறது. மிருதுவான இந்த குறுமணலில் கால்கள் பதியும் போது அனுபவிக்கும் சுகம் அலாதியானது. உள்ளங்

கால்களுக்கு கிட்டும் அந்த குளுமையும் சுகமும் உச்சந்தலைவரை பரவுவதை அவள் அனுபவித்திருக்கிறாள். அந்த அனுபவத்தை பெறவே தன் அப்பாவின் மனமும் இப்போது ஏங்குகிறது என்பதை அவளால் புரிந்து கொள்ள முடிந்தது.

"சரிப்பா, சோட்ட கெயட்டி போடு. நான் கையில எடுத்துக்கிறன்" என்றவள் அவர் கால்களிலிருந்து காலணியை கழற்ற வாகாய் அவரை நிற்க வைத்து பிடித்துக்கொண்டாள்.

எப்படியாவது அவர் மனம் விரும்பிய வழியில் அழைத்துச்சென்று அவரது மனம் நெகிழ்ந்திருக்கும் தருணத்தில் இசைக்கி முத்துவைப் பற்றி அவருக்கு தெரிந்தவற்றை கேட்டறிய வேண்டும் என்பது அவளது எண்ணமாக இருந்தது. இசைக்கி முத்துவைப்பற்றி நிச்சயமாக ஏதோ ஒன்று அவருக்குத் தெரிந்திருக்கிறது. அது அநேகமாக நல்ல விஷயமாக இருக்கப் போவதில்லை. சடையனுக்கு இவ்வளவு தூரம் உடல்நிலை சரியில்லாமல் போனதும்கூட அதன் காரணமாகத்தான் இருக்கவேண்டு மென்று யூகித்திருந்தாள். ஆனால் அவர் இன்று இப்படி எழுந்து நடப்பதற்கும் தெளிவாய் பேசுவதற்கும் அதுவே காரணமாக இருக்க முடியாது. வேறு ஏதோ ஒன்றுதான் அவரை படுக்கையிலிருந்து எழ வைத்திருக்கிறது. எது என்னவாக இருந்தாலும் எல்லாவற்றையும் இன்று அப்பாவிடமிருந்து தெரிந்து கொள்ளவேண்டும் என நினைத்தாள்.

"எப்பா, நடக்க முடியலண்டா சொல்லு. செத்த ஒக்காந்து போவலாம்."

"காலு அசந்துதான் போது. ஆனால் ஒரு எடத்துல ஒக்கார புடிக்கல. சுத்தி திரியத்தான் நெனக்கன்."

"காலுக்கு கெட்டிவிட சக்கரம் இருந்தா நல்லாருக்கும். நீ இந்த முயல்தீவயே சுத்தி வரலாம்."

"அதுக்கெல்லாம் ஏது தாயி வழி?"

"சின்ன புள்ளயா இருந்தாலும்கூட தோளுல தூக்கிவச்சி சுத்தி வருவன்."

"செத்து திரும்பவும் பொறந்தா ஒன்னோட வெயித்துல பொறக்கன் தாயி."

"எப்பா, நீ எதுக்கு இப்புடியெல்லாம் பேசுறியாம்."

"நான் இனிமே பேசமாட்டன் தாயி."

“எப்பா, ஒனக்கு இங்கிட்டு ஒலாத்ததான் புடிக்கிதா? கடலுக்குள்ள ஓட புடிக்கலயா?”

“கடலுக்குள்ள ஓட புடிக்காம போவுமாக்கும்?”

“அப்ப கடலுக்குள்ள கொஞ்ச தூரம் ஓடிட்டு வரலாமாப்பா?”

“போவந்தாயி.”

சடையனை வத்தை நிறுத்தியிருந்த இடத்திற்கு அழைத்து வந்தாள். கைதாங்கி தூக்கிவிட்டு அவரை வத்தையில் ஏற்றி உட்கார வைத்தாள். தானும் தாவி ஏறிக்கொண்டாள்.

“தாயி தாவு போயிறாத.”

“இல்லப்பா. கரையவேதான். ஓசப்புலயே சும்மா கொஞ்சதூரம் போயிவரலாம்.” தொளவ கம்பை கையில் எடுத்துக்கொண்டாள். மெல்ல தள்ளினாள். வத்தை சீராக மிதக்கத்தொடங்கியது. வெங்கண்ணிக்கு பேச்சை எப்படி துவக்குவது என்று தெரியவில்லை. அவராக சொன்னால் பரவாயில்லை என்று தோன்றியது. சிறிது நேரம் எதுவும் பேசாமல் அமைதியாக தொளவை போடுவதிலேயே கவனமாய் இருப்பவளைப்போல பாவனை செய்து வந்தாள். சடையன் தாமாக பேச்சை ஆரம்பிக்கட்டும் என்பதற்கான காத்திருப்பு அது. அவரிடம் இருப்பது நல்ல செய்தியாக இருக்காது என்று நிச்சயமாக தெரிந்து போனது அவளுக்கு. நல்ல செய்தியென்றால் எப்போதோ சொல்லி யிருப்பார். இவ்வளவு தயங்க மாட்டார். அடுத்தடுத்து எழுந்து வரும் அலைகள் வத்தையை மெல்ல மெல்ல அசைத்து, தாலாட்டுவது போல சன்னமாய் அசைத்துக்கொண்டிருந்தது. பிறைநிலவுதான் என்றபோதும் அதன் ஒளி கடல்நீரில் பட்டு எல்லாவற்றையும் பொன்னிறமாக்கிக் கொண்டிருந்தது. மனங்களை பித்தங்கொள்ள வைக்கும் மந்தகாச நிலையது. வெங்கண்ணியின் மனதை என்னவோ செய்திருக்க வேண்டும்.

சட்டென்று அவளுக்கு இசக்கிமுத்துவின் நினைவு வந்தது. ‘அந்த பய இந்த நேரம் இங்க நம்மகூட இருந்தா நல்லாருக்குமே’ அவள் மனம் ஏங்கியது. ‘எங்கதான் போயிருப்பான்? சொல்லாம போற அளவுக்கு என்ன அவசர ஆத்திரம் வந்துது. யாரப் போயி நான் கேப்பேன். இந்த அப்பாகூட ஒண்ணும் சொல்ல மாட்டங்குதே’ என நினைத்தவள் தன் அப்பாவின் முகத்தைப் பார்த்தாள். அவரது சிந்தனையிலும் தெளிவில்லாமல் பலவிதமான எண்ணங்கள் ஓடுவது போல தோன்றியது அவளுக்கு. அவரது முகத்தைப் பார்க்கவே பாவமாக

இருப்பது போல தோன்றியது அவளுக்கு. ‘இந்த நிலவொளியும் கடலசைவும் நம்மை அந்தப் பயலை நினைத்து ஏங்கவைத்ததுபோல நம் அப்பாவின் மனதையும் குழப்பி பேதலிக்க வைத்திருக்குமோ’ என்று நினைத்தாள். இதற்கு மேலும் நாம் பேசாமல் இருக்கக்கூடாது என்று நினைத்தவள்

“எப்பா, இன்னைக்கி கரவல இழுத்து, மீனு பெறக்குறப்ப ஒரு தாத்தா சொல்றாரு கடல்ல கெடக்குற பிராணிக பேரெயெல்லாம் பிள்ளைகளுக்கு வைக்கக்கூடாதாம்.”

“அதுவும் சரிதானே.” என்றார் அனிச்சையாக சொல்பவரைப் போல.

“அப்பறம் எதுக்குப்பா எனக்கு வெங்கண்ணினு வச்ச?”

“வெங்கண்ணினு சொல்லறது உல்ல மீனத்தான். உள்ளதை யெல்லாம் வித்துட்டாவது உல்லம் வாங்கி சாப்பிடணுமெண்டு சொல்லுவாங்க. அவ்வளவு ருசியாக்கும்.”

“எப்பா, உல்ல மீன நான் கண்ணாலயே காணாதவண்டு நெனச்சியாக்கும்?”

“சாவ கெடக்குறவுக கிட்ட உல்ல மீனு வாங்கியாறமெண்டு சொன்னா. வாங்கி ஆக்கிக் கொடுக்குற வரைக்கிம் சாவ தள்ளிப்போடு வாகலாம். சாப்பிட்ட பெறகு மீனோட கொணம் சாவ கெடக்குறவுகள எழுப்பி ஒக்கார வச்சிருமாம். எங்க வாழ்க்கையில இனி எதுவுமே யில்லயிண்டு கெடந்தப்பதான் நீ கெடச்ச தாயி. எங்களுக்கு தெம்ப கொடுத்த. வாழ்க்கைய கொடுத்த தாயி. அதனாலதான் ஒனக்கு வெங்கண்ணியெண்டு பேரு வச்சமாக்கும்.”

சடையன் உணர்ச்சி வசப்பட்டவராய் பழைய நினைவுகளுக்குள் சென்று கொண்டிருந்தார். ‘அப்பாவிடம் பேச்சை ஆரம்பிக்க நினைத்த நாம் வேறு எதையாவது பற்றி பேசியிருக்கக்கூடாதா? இப்படி பெயருக்கான காரணத்தை கேட்கப்போய் அவரை பழைய நினைவுகளுக்குள் கொண்டு போய் நிற்க வைத்து விட்டோமே. அவரை அப்படியே விட்டு விட்டால், அவரிடமிருந்து நமக்கு தேவையான விஷயங்களை தெரிந்து கொள்ள முடியாதே’ என்று நினைத்தவள் சடையனை அதிலிருந்து மீட்டுக் கொண்டுவர விரும்பினாள். மறுபடியும் இவரிடம் சுற்றி வளைத் தெல்லாம் பேசிப் புரிய வைக்க முடியாது. நேரடியாகவே கேட்டுவிட வேண்டியதுதான் என்று மனதிற்குள் எண்ணமிட்டவளாக,

“எப்பா, அந்த கருவா வல்லம் தொழில்போக்கு போகலயாக்கும்?” என்றாள்.

வெங்கண்ணி சட்டென்று இப்படியொரு கேள்வியை கேட்பாளென்று சடையன் கொஞ்சமும் எதிர்பார்க்கவில்லை. உடனடியாக பதிலேதும் சொல்ல முடியாமல் சற்று திணறினார்.

“எப்பா, நான் கேட்டது காதில விழலயாக்கும்?”

“விழுது தாயி. நானே இத ஒனக்கு சொல்லணுமெண்டுதான் நெனைச்சனாக்கும்.”

“.....”

“கருவா வல்லத்துக்கு அந்த இசக்கி பயதான் மண்டாட்டியா ஓடுனான். நல்ல வேகமான ஆளு அவன். நீவாடு பாத்தே சங்குப்படுக எங்கங்குறத சரியா கெண்டுபிடிப்பானாக்கும். அவன் சுட்டுற எடத்துல துணிஞ்சி குழியோடலாம். சதச்சங்கோ வெள்ளச்சங்கோ குறிமாலு கொள்ளாம அள்ளியாறலாம்.”

“இதயெல்லாம் ஏற்கனவே நீ சொல்லிருக்கப்பா.”

“அதான் அந்தப்பய அம்மாஅப்பாகிட்ட கோவிச்சிக்கிட்டு எங்குட்டோ ஓடிட்டானில்ல. அதுக்கப்பறம் வல்லத்துக்கு மண்டாட்டி இல்லாம ஏழெட்டு நாள் தொழில்போக்கு ஓடாம கெடந்திச்சி. அவன் திரும்பி வருவான் வருவானெண்டு காத்திருந்து பாத்திட்டு இப்ப வேற ஆள போட்டிருக்காக. வல்லம் ஓடுது. ஆனா முன்னயிருந்த பாடு இல்ல.”

“நீ ஏன்ம்ப்பா வல்லத்த வுட்டு எறங்குன?”

“அந்த பய இல்லாத எடத்துல நமக்கு என்ன தாயி வேல? அதான் எறங்கிட்டன்.”

“பெத்த தாயி தகப்பன் மேல அப்படியென்ன கோவமாம்?”

“முயல் தீவுல ஒரு பொண்ணு இருக்கு. நீங்க வந்து பாத்திட்டு, பொண்ணு கேட்டு எனக்கு கெட்டி வையிங்கன்னு கேட்டிருக்கான் அதுக்கு அவங்க ஒத்துக்கலண்டு நெனக்கன்.”

“இது கொடுமயால்லப்பா இருக்கு? எப்புடி ஒத்துக்கிறாம போவாக?”

“கருவாவுக்கு மூனு பொம்பள புள்ளைக. ஒரு மகள மேட்டுப் பட்டி உமையனுக்கு கெட்டிக் கொடுத்திருந்தாக. அதுக்கு வருசையா

ஒரு பய, ரெண்டு பொம்பளண்டு மூனு புள்ளைக. பொண்டாட்டி புள்ளைகளுக்கு நல்ல பாசக்கார மனுசனா இருந்திருக்கானாக்கும்."

"எப்பா, நான் என்ன கேக்கன்? நீ என்ன கத சொல்லுற?:

"கேளுதாயி, இதெயல்லாம் சொன்னாத்தான ஒனக்கு புரியும்."

"......"

"ஒன்ன தூக்கியாந்த அதே வருசத்துலதான். நாலு மாசத்துக்கு மின்னாடி நடந்தது. ஐப்பசி மாசம். தூத்துக்குடி கடக்கறையில மொத சிலாவம். உமையன் வலுவான குளியாளு. சின்ன வத்தையில போயிருக்காங்க. உமையனோட சேத்து மூனு குளியாளுக. ரெண்டு தோடை. " அன்று நடந்தவற்றை சொல்ல ஆரம்பித்தார் சடையன்.

மொத குழியோடி அடையாளமா பாத்துட்டு வரணும். ரெண்டாவது குழிக்கு ஒரு சிப்பி எடுத்தாறணும். சில குழி வீணுக்கு ஓடிட்டு வரவேண்டியதாக்கூட போயிறும். ஒரு குழிக்கு அம்பது நேரம் ஓடணும். உமையன் தன்னோட பங்குக்கு ஏழெட்டு சிப்பி எடுத்தாச்சி. இருவது குழிபோல ஓடியிருந்தான். குழிகல்ல கட்டிக்கிட்டு குழி ஓடும்போதே கவனிச்சிருக்கணும். உமையன் கவனிக்கல. பெரிய மீனு. குழிக்கும் வத்தைக்கும் எடையில நிக்கிது. கயத்த ஆட்டுனாலுமே தோட இழுத்து மீனு வாயில கொண்டாந்து விடுறமாதிரி தான் இருக்கும். கயிறு எல்லாவற்றையும் விட்டுவிட்டு நீஞ்சி வேறு இடத்தில் கரையேறலாம் என்று நினைத்தாலும் முடியவில்லை. சுறா உமையனை வேட்டையாடி விட்டது. அறுபது நேரம் வரை காத்திருந்து பார்த்துவிட்டு கயிற்றை இழுத்துப்பார்த்த தோடைகளுக்கு வெறும் கயிறு மட்டுமே வந்தது. அடுத்தடுத்து குழியோடிய மற்ற இரண்டு குளியாட்களில் ஒருவர் மீனின் வாயிக்குள் அகப்பட்டு துடித்துக்கொண்டிருந்த உமையனை பார்த்துவிட்டு மேலே வந்து சத்தம் போட்டார். தூரதூரமாய் நின்ற வத்தைகளும் மரங்களும் அந்த இடத்திற்கு வந்து சேர்ந்தன.

பின்னதான் குய்யோ முய்யோ என்று கத்தினாலும் கதறினாலும் அது சுறாவின் காதில் விழவா போகிறது. அப்படியே விழுந்தாலும் அது தன்னுடைய இரையை விட்டுக் கொடுத்துவிட்டு போய்விடவா போகிறது. அவ்வளவுதான் முடிந்தது உமையனின் வாழ்க்கை. கடற்கரையில் அந்த கடலே அதிரும்படி பெருங்குரலெடுத்து அழுது புரண்டாள் கருவா மகள். ஊர்க்காரர்களும் உறவுக்காரர்களும் கரையெங்கும் ஓலமிட்டபடி இருந்தார்கள். அவ்வளவுதான் எல்லாம்

முடிந்துபோய்விட்டது. கணவனை இழந்த கருவா மகளை ஆதரிக்கவும் அவளது பிள்ளைகளை ஆளாக்கிவிடவும் அவளுடன் பிறந்த அண்ணன்கள் இருந்தார்கள். தங்களுடன் வந்து விடும்படியாகவும் அழைத்தார்கள். ஆனால் கருவா மகள் அதற்கு சம்மதிக்கவில்லை. தான் மேட்டுப் பட்டியிலே தன்னுடைய வீட்டிலேயே இருந்துகொள்கிறேன் என்று கூறிவிட்டாள். தன் பிள்ளைகளை முடிந்த வரை தானே வளர்த்துக் கொள்வதாகவும் சொல்லிவிட்டாள்.

"என்னால ஒழைக்க முடியலண்டா, நான் வந்து கேக்கன். அப்ப நான் கேக்கறத தட்டாம செய்தா போதும்" என்று சொல்லிவிட்டாள். சொல்லியதோடு மட்டுமல்லாமல் கம்பெனி வேலைக்கும், கடற்கரை வேலைகளுக்கும் அக்கம்பக்கத்து பெண்களோடு போக ஆரம்பித்து விட்டாள். இத்தனை காலமும் பிள்ளைகளையும் நல்லபடியாய் வளர்த்து விட்டாள். கடந்த ஆண்டு ஆடிச் சீற்றத்தின் போது அவளுடைய மகன் சேத்தாளிகளுடன் சேர்ந்து குடித்து விட்டு எல்லோரும் கடலுக்குள் ஓடியிருக்கிறார்கள். கூட்டாளிகளுக்குள் நடுக்கடலில் வாக்குவாதம் ஏற்பட்டதோ தள்ளுமுள்ளு ஏற்பட்டதோ அந்த கடல்தாயிக்குத்தான் தெரியும். குடித்துவிட்டு கடலோடியதால் குத்தப்பாடு ஏற்பட்டு கடல்தாய் காவு வாங்கிவிட்டாள் என்றார்கள். கரையொதுங்கிய உடலாவது கிடைத்ததே என்றார்கள் உறவினர். மகனின் உடல்மீது விழுந்து புரண்டு அழுது களைத்தாள் அந்த அப்பாவி தாய்.

கதையை ஒரே மூச்சில் சொல்லி முடித்திருந்தார் சடையன். கேட்டுக்கொண்டிருந்த வெங்கண்ணியின் மனதை எதுவோ அழுத்துவது போல பாரமானது.

"பட்ட காலே படும், கெட்ட குடியே கெடும்பாகளே அது இப்படித்தானாப்பா?" என்றாள்.

"ஆமாந்தாயி, இப்ப மகனும் செத்த பிற்பாடு மனசு சோந்துபோன கருவா மக தன்னோட அண்ணன் மயனுக ரெண்டு பேருக்கும் தன்னோட ரெண்டு கொமருகளயும் கெட்டி வச்சிருங்கண்ணு வந்து சொல்லிட்டுதாம் தாயி." வெங்கண்ணிக்கி சட்டென்று எல்லாம் ஒரே வினாடியில் விளங்கிவிட்டது. பெரியதொரு பாராங்கல்லை மெதுவாய் அவள் நெஞ்சில் யாரோ தூக்கி வைத்தது போல இருந்தது.

இசக்கி பயலுக்கு மூத்தவன் ஒருத்தன் இருக்கான். அவன் மூத்த கொமர கெட்டிக்கிருவான். இசக்கி பயலுக்கு தான் இப்ப பிரச்சன. அவனோட அம்மா காரவுக வெட்டு ஒண்ணு துண்டு ரெண்டா சொல்லிட்டாகலாம். "என்னோட மயனி பெத்த மகதான் இந்த

வீட்டுல வெளக்கேத்தணுமெண்டு.” இசக்கியால் எந்த முடிவும் எடுக்க முடியவில்லை. மனக்குழப்பத்தோடு இரண்டு மூன்று நாட்கள் கடற்கரையில் சுற்றித் திரிந்து கொண்டிருந்தவன் திடீரென்று காணாமல் போய்விட்டான்.

“இந்த கவலதான் தாயி எனக்கு.”

“நீ என்னப்பா செய்வ? நம்ம கையில எதுமில்லயாக்கும்?” என்றாள் வலியோடு.

“நான் ஒரு முடிவு பண்ணிட்டன் தாயி.”

“என்னப்பா?”

“எங்கயிருந்தாலும் அந்தப் பயல தேடி கண்டுபுடிச்சி, ஒனக்கு மின்னாடி கொண்டாந்து நிப்பாட்டுறனா இல்லயா பாரு.”

“அதெல்லாம் வேண்டாம்ப்பா. இந்த கடல் தாயி ஆசபடுறபடி நடக்கட்டும். எது நடந்தாலும் ஏத்துப்போம்.” என்றவள் அதற்கு மேல் எதுவும் பேசவில்லை. வத்தை கரையை நோக்கித் திரும்பியிருந்தது. கரைநோக்கி விரையும் அலைகள் அவளுக்கு உதவுவதுபோல வத்தையையும் நகர்த்திச் சென்றன. இவர்கள் இருவரது மன வேதனையிலும் பங்கெடுத்துக் கொண்டது போல நிலவும் துயரம் மிகுந்த முகத்தினை பூமிக்குக் காட்டியபடி உம்மென்று வந்துகொண்டிருந்தது.

15

வெங்கண்ணியின் முகம் அவள் எவ்வளவு தான் மறைக்க முயற்சித்த போதும் மனம் படும் வேதனைகளை அப்பட்டமாய் காட்டிக்கொண்டிருந்தது. சடையனுக்கோ அவள் முகத்தைப் பார்க்கும் திரானியில்லை. என்றபோதும் மகளுக்கு ஆறுதல் கூறும் விதமாக எதையாவது சொல்லிக்கொண்டிருந்தார். “தாயி நீ வருத்தப்படாத. அந்த பய இந்த ஒலகத்துல எந்த மூலையில இருந்தாலும் அவன தேடி கண்டுபுடிச்சி ஒங்கூட சேத்து வச்சிட்டுத்தான் நான் கண்ண மூடுவனாக்கும்” என்பது போல நூறு தடவையாவது சொல்லியிருப்பார். பெரும்பாலும் அவரது வார்த்தைகள் அவரது புலம்பல்களாகவே இருந்தன. இந்த புலம்பல்களுக்குப் பின்னால் தன் மகளிடம் கருவா குடும்பத்தில் நடந்தவைகளை அவசரப்பட்டு சொல்லிவிட்டேனே. எதுவும் தெரியாமல் நம்பிக்கையோடு இருந்த பெண்ணை இப்படி வேதனைப்பட வைத்துவிட்டேனே என்ற குற்ற உணர்வு நிறையவே இருந்தது.

“எப்பா, நீ எதுக்காக இப்படியெல்லாம் யோசிக்க? நான் எதுக்காகவும் கவலப்படலயாக்கும். நீ நிம்மதியா இரு. எல்லாத்தையும் அந்த முனியசாமி பாத்துக்க மாட்டாராக்கும்?”

“யய்யா முனியா எம்மகள பாத்துக்கய்யா” மனமுருக வேண்டிக்கொண்டார்.

“எப்பா, நீ படுத்துக்க. நான் போயி பேத்தைகிட்ட விடியநேரம் கடல்போக்குக்கு பயணமாயிருக்க சொல்லிட்டு வாறன்.”

“ஏந்தாயி, கடல் போக்கு போயிதான் ஆகனுமாக்கும்?”

“ஒழைப்பு இல்லாம? நாளு ஓட்டணுமில்லப்பா?”

“நானும் வரட்டுமா தாயி?”

“வேண்டாம்ப்பா. ஒடம்பு முடியாதப்ப படுத்து ஓய்வெடுத்துக்க.”

“பொம்பளப்புள்ள ஒழைப்புல ஒக்காந்து திங்கறதாண்டு இருக்கு தாயி.”

“ஒன்ன ஒழைக்க வேண்டாமெண்டு யார் சொன்னாங்க?”

“......”

“இன்னைக்கு தின்னமாதிரி இன்னம்பத்து நாளு மீனும் சோறுமா நல்லா தின்னு ஒடம்ப தேத்திக்க. அதுக்கப்பறம் வரலாம்.” என்றாள்.

“அதுக்கென்ன தாயி நீ சொன்னா சரிதான்.”

அவருக்கு தேவையானவைகளைக் கொடுத்து படுக்க வைத்தவள் பேத்தையின் குச்சலுக்கு வந்தாள். குச்சலின் வாசலிலேயே கால் ஒருபுறமும் கை ஒரு புறமுமாக கிடந்தார் பேத்தையின் அப்பா. அவருக்கு தின்னக்கொடுத்த தட்டு, சோற்றுடன் வீசியெறியப்பட்டு வேலியோரத்தில் கிடந்தது. மீன்களை மட்டும் நாய் தின்றுவிட்டுப் போயிருந்தது. வீசியபோது சிந்திய சோற்றுப் பருக்கைகள் முத்தமெங்கும் சிதறிக்கிடந்தன. தண்ணீர் சொம்பு இன்னொரு பக்கம் உருண்டு கிடந்தது.

“பேத்த”

“வாப்ப”

“பாத்தியாப்ப, இது குண்டி காஞ்சிறக்கூடாதே எண்டு இழுப்பு வலக்கு ஓடி, கொண்டுவந்து பொங்கிப்போட்டன். அதுக்கு இருக்குற கெப்புற பாத்தியா?”

“சரி விடு. அவரு என்ன நல்ல புத்திலயா செய்றாரு?”

“குடிச்சா எல்லாம் மறந்திருமாக்கும்?” வெங்கண்ணியால் பேத்தைக்கு பதில் சொல்ல முடியவில்லை. அவள் முகத்தைப் பார்க்கவே சங்கடமாக இருந்தது. குனிந்து தட்டையும் சொம்பையும் எடுக்கப் போனாள் வெங்கண்ணி.

“வெங்கண்ணி, அத தொடாதப்ப. போத தெளிஞ்சி பாக்கட்டும். தானே எடுத்து வைக்கட்டும்.”

“நம்ப கடக்கரையில சாராயம் கெடைக்கிதாக்கும்?”

“சாராயம் இல்லப்ப. ஏதோ மதுகாசமாம். காலவாசல்ல ரெண்டுபேரு இருக்காங்களாம் சேத்தாளிக. மூணுபேருக்கும் இதுதான் வேல.”

“ரூவா வேண்டாமாக்கும். ஒழைக்காம எங்கேருந்து வரும்?”

“போற போக்குல கருவாட்டு மூட்ட தூக்குறது. மீனு லோடு ஏத்தி விடுறது. இப்புடி மேம்போக்கான வேலைகள செய்துட்டு கொடுக்கிறத வாங்கி குடிக்க வேண்டியதுதான்.”

“பகல்நேரம் முழுக்க செய்யிற வேலையயெல்லாம் ஒப்புக் கொள்றதில்லையாக்கும்.”

“வயத்து பாட்டுக்கு?”

“அதுக்குத் தான் நானிருக்கேனில்ல.”

“.....”

“இந்த முயல்தீவுக்கு வந்த நாள்லேருந்து ஒருநாள் ஒழைப்ப கூட வீட்டுக்கு தந்ததில்லப்ப.”

“சரிவிடுப்ப.”

“....”

“நாளைக்கு கடல்போக்கு போகலாமா எண்டு கேக்கதான் வந்தனாக்கும்.”

“இன்னைக்கு மாதிரி இழுப்பு வலக்கு போகக்கூடாதாக்கும்?”

“நம்ம கிட்ட வத்த, வல எதுவும் இல்லையெண்டா இழுப்பு வலக்கி போகலாம். எல்லாத்தையும் வச்சிக்கிட்ட அங்க போயி நிக்கணுமாக்கும்?”

“ஒங்கப்பாவுக்கு தொணயாவும் இருந்து பாத்துக்கலாமேண்டு சொன்னனாக்கும்.”

“எங்கப்பா இப்ப நல்லாத்தான் இருக்காக. ஒடம்புக்கு ஒண்ணுமில்ல.”

“சரிதான். எப்ப போவலாமெண்டு சொல்லு.”

“விடியநேரம். ”

“சரிதான்ப்ப. என்ன வல?”

“ராலு வலக்கு போவமா? சிங்கி ராலு. வெல போகுமாக்கும்.”

“நீ சொன்னா சரியாத்தான் இருக்கும்.”

“பயணமா இரு. நீ கலயம் தூக்க வேண்டாம். ஒனக்கும் சேத்து நானே கொண்டு வாறன்.”

“சரிப்ப ”

வெங்கண்ணி பேத்தையின் குச்சலுக்கு வந்து அந்த அலங்கோல காட்சிகளைப் பார்த்ததிலிருந்து தனது கவலைகள் அனைத்தையும் சுத்தமாக மறந்து போயிருந்தாள். அவள் முகத்தில் அப்பியிருந்த சோகம் விலகியிருந்தது. அதை சடையனும் கவனிக்கத் தவறவில்லை.

“தாயி, அந்த கொமரு வாறேனெண்டு சொல்லிச்சாக்கும்?”

“வாறேன்னுதான் சொல்லிச்சு. ”

“அப்பறம் என்ன தாயி யோசனை?”

“எப்பா, பேத்தையோட அப்பா ஏன் இப்புடி இருக்காரு?”

“அவன் ஏதாவது சொன்னானா தாயி?”

“இல்லப்பா.” என்றவள் அங்கு தான் பார்த்தவைகளையும் பேத்தையின் வேதனைகளையும் சொன்னாள்.

“அவன் நல்லவந்தான். பொறந்ததுலேருந்து அவன் பாத்து பழகுனது அப்புடி.”

“அவங்க குடும்பத்த பத்தியெல்லாம் தெரியுமாப்பா ஒனக்கு?”

“அவன் இந்த ஊருக்காரன் கெடையாது தாயி. ஆனா சின்ன வயசுலேயே வந்துட்டான். அவன் அப்பன் பாட்டன் கதையெல்லாம் பெரிசு தாயி.”

“எல்லாரு கதையும் ஒனக்கு தெரிஞ்சிருக்குப்பா?”

“கூட இருந்தா பாத்தம். எல்லாம் சொல்ல கேள்வி பட்டதுதான்.”

“எப்பா, முத்தத்துல ஓலப்பாய விரிச்சி போடவா?”

“நானே கேக்க நெனச்சனாக்கும். போடு தாயி” என்றவர்.

“நீ குச்சலுக்குள்ள படுத்துக்க தாயி” என்றார்.

“இல்லப்பா நானும் இங்கதான் படுக்கப்போறன்” என்றாள் ஓலைப்பாயை விரித்தவாறே.

“காத்தடிச்சா மண்ண அள்ளியாந்து மேலயும் மூஞ்சிலயும் கொட்டும்.”

“மண்ணு தண்டாத சாதியா நம்ம. கடல்காத்து மண்ண கொண்டாந்து தூவுந்தான்” என்றவாறே தனக்காகவும் ஒரு ஓலைப்பாயை எடுத்துவந்து விரித்தாள். தன் முத்தத்தில் நின்று இதைப் பார்த்த பேத்தை ஒரு கிழிந்த சீலைத்துணியை சுருட்டி எடுத்துக்கொண்டு வந்தாள்.

“எப்ப வெங்கண்ணி, நானும் ஒன்னகூட கெடக்கன்” என்றாள்.

“வாப்ப, வந்து படு. விடியநேரம் கடல்போக்கு கெளம்ப தோதாருக்கும்” என்றாள் வெங்கண்ணி. சற்று பெரிய ஓலைப்பாயில் பேத்தையும் வெங்கண்ணியும் படுத்துக்கொண்டார்கள். சற்று சிறிய பாயில் சடையன் படுத்துக்கொண்டார்.

வானத்தில் பிறைநிலவு குளிர்ந்த ஒளியைப் பொழிந்து கொண்டிருந்தது. கடலின் ஓசை சன்னமாக கேட்டுக்கொண்டிருந்தது. சில்லென்ற கடல் காற்று பூமணலை அவர்கள் மீது வீசிச்சென்றது.

“எப்பா, பேத்தயோட தாத்தாவப் பத்தி ஏதோ கத இருக்கெண்டு சொன்னியே. அத இப்ப சொல்லேம்ப்பா.”

“விடியநேரம் கடல்போக்கு போகணுமெண்டுதான திட்டம்?”

“ஆமா போகணும்தான்.”

“அப்ப கண்ண மூடி தூங்க வேண்டாமாக்கும்?”

“எப்பா, இப்ப எங்களுக்கு தூக்கம் வரலயாக்கும். நீ சொல்லு தூக்கம் வருதாயெண்டு பாக்கம்” வெங்கண்ணி சிறு வயது முதல் இதுபோல் தன் அம்மாவுடன் படுத்துக்கொண்டு எவ்வளவு கதை

கேட்டிருக்கிறாள். அப்போதும் சடையன் இதேபோல தனிப் பாயில்தான் படுத்திருப்பார். அன்னம்மாள் சொல்லாத போதெல்லாம் சடையன் சொல்ல ஆரம்பித்து விடுவார். சிலநாட்கள் நான் தான் சொல்வேன் நான் தான் சொல்லவேண்டும் என்று இருவருக்கும் இடையே சண்டையே கூட வந்துவிடும். அந்த நினைவுகளெல்லாம் சட்டென்று ஒரு கணம் நினைவுக்குள் வந்து போனது. சடையனுக்குமே கூட அந்த நினைவுகள் வந்திருக்க வேண்டும். அவரிடமிருந்து பெருமூச்சு வெளிப்பட்டது.

“எங்க தாத்தா பத்தி அம்மா சொல்லிருக்கு. இருந்தாலும் நீங்களும் சொல்லுங்க மாமா” என்றாள் பேத்தை.

“ஒன்னோட தாத்தன் எளந்தாரிக்கு ஊரு எது தெரியுமில்ல. வெள்ளப்பட்டி.”

“அண்ணந்தப்பி ரெண்டுபேருல. எளந்தாரி தம்பி. ஒரு எடத்துல தங்கமாட்டாராம்.

காட்டுல தேனெடுக்குறது. பனசீவுறதெண்டு காட்டுக்கு காடு, ஊருக்கு ஊரு சுத்தி வருவாராம். போறபோக்குக்கெல்லாம் சட்டி பானைய தூக்கிக்கிட்டு பொண்டாட்டி புள்ளைகளும் கூடவே வரணும். அப்பப்ப அண்ணன் குடும்பமும் கூட வாறதுண்டாம். எளந்தாரிக்கு மூத்தது பொம்பளப் புள்ள, மத்த மூணும் ஆம்பள புள்ளைக. எளந்தாரி பொல்லாத கோவக்கார ஆளு. ஏதோ ஒரு ஊருல தங்கியிருக்கக்குள்ள, பொண்டாட்டி சோறாக்கிக்கிட்டு இருந்தநேரம், பத்து வயசு மகன கள்ளுமுட்டி வாங்கிவரச்சொல்லி அனுப்பிச்சிருக்காரு. அந்த பய சிறுசுதான எங்கிட்டோ வேடிக்க பாத்துக்கிட்டு நிண்டுட்டு தாமசமா வந்துருக்கான்.

‘எப்ப போன, இவ்வள நேரம் சொணங்கி வந்திருக்க’ன்னு ஒரே அடியில கொன்னுட்டாராம். கள்ளுமுட்டி அவன் குண்டிக்கு கீழ கெடக்காம். அதுமேல மடங்கி விழுந்து செத்துக்கெடக்கான். பெத்த தாயிக்கி எப்புடி இருக்கும்? அய்யோ தெய்வமேயெண்டு ஓடிவந்து வாரியெடுத்து உழுந்து பெரண்டு அழுது களைக்கணுமாயில்லயா. நீ அந்த எடத்த விட்டு நகரக்கூடாது. சோறு பொங்கி கொழம்ப வச்சிட்டு, நீயேதான் பொதைக்க குழியவும் வெட்டணுமெண்டு சொல்லிட்டாராம். சோறாக்கி முடிக்கிற வரைக்கும் செத்தவன் வுளுந்த வாக்குலயே கெடந்துருக்கான். நிமித்தி நேராக்கி போடக்கூட யாரயும் கிட்ட விடல. மத்த மூனும் பயந்து நடுங்கிப்போயி நின்னிருக்கு. தாயிகாரங்க அழுக வாயிக்கு வந்து வெளிய தெரிஞ்சிட்டா மத்த

புள்ளங்களையும் கொண்டுபோட்டுருவானே பாதகன்னு தொண்டைக் குள்ளயே அழுகய அடக்கி வச்சிக்கிட்டு சோறாக்கியிருக்கு. நெனச்சி பாருங்க பத்து மாசம் சொமந்து பெத்த புள்ள, செத்து கெடக்கான். பக்கத்துலயே ஒக்காந்து அத பாத்துக்கிட்டே சோறு பொங்கணுமெண்டா, அந்த தாயோட மனசு எப்படி குமுறியிருக்கும்? பெத்த வயறு என்னமா பத்தி எரிஞ்சிருக்கும். கொஞ்சம் தள்ளி இருந்துருக்கு எளந்தாரியோட அண்ணங்காரன் வலச. தாமசமாத்தான் இந்த விசயமெல்லாம் அவங்களுக்கு தெரிஞ்சிருக்கு. எளந்தாரி அவன் அண்ணங்காரன் வார்த்தைக்கு கொஞ்சம் கட்டுப்படுறவனாக்கும்.

“ஐயோ, தெய்வமே இப்புடி பண்ணிட்டானே, ஊரு சனங்க யாராவது கண்டுக்கிட்டா என்னாவுமோ ஏதாவுமோ” எண்டு பயந்து போனானாக்கும்.

‘ஏலே தம்பி, ஏதோ கோவத்துல நீயும் அடிச்சிட்ட, படாத எடத்துல பட்டு பயலும் செத்துப்போயிட்டான். அவனுக்கு விதி முடிஞ்சிப்போச்சி. அவ்வளவுதான். போனது போவட்டும்லே. வெளியாளுக யாரும் கண்டுகிறதுக்கு மின்னாடி குழிய தோண்டி பெதச்சிறனும்லே’ அப்படியெண்டு சொல்லவும் அதே மாதிரி யாருக்கும் சந்தேகம் வராதபடிக்கு பெதச்சிருக்காங்க.

அந்த நேரம் பாத்து எளந்தாரிய பனசீவ கூப்பிட வந்துருக்கான் ஒரு ஆளு. அவனுக்கு அந்த பொதகுழிய பாத்தப்ப ஏதோ வித்தியாசமா பட்டிருக்கு. ஒடனே அவனும் என்ன பெதச்சிருக்கெண்டு கேட்டு வைக்க சிறுசுகளுக்கு ஒதறிட்டுதாக்கும். ‘நாயி ஒண்ணு செத்துப்போச்சிதாக்கும். பெதைக்காம போட்டா நாறியில்ல போகும். இங்கனக்குள்ள ஒக்காந்து திங்க உங்க முடியாதுல்ல. படுத்தாலும் வாட நாசில குத்துமெண்டு தான் பெதச்சிட்டம்’ எண்டு சமாளிச்சிருக்கானாக்கும். அப்புடியும் விடல அவன். “அதுக்கு அப்படி எங்கிட்டாவது எடமா போயி பெதைக்கிறதுதான? இப்புடி ஆக்குற அடுப்போரமாவே பெதைக்கணு மாக்கும்?” எண்டு கேட்டுருக்கான். எளந்தாரிக்கு இவன் மண்டய ஒடச்சா என்ன எண்டு கோவமா வந்திருக்கு. அண்ணங்காரன் சாடையா கண்ண காட்டி கெஞ்சிருக்கான். அண்ணனுக்காக பல்ல கடிச்சிக்கிட்டு உர்ருன்னு மூஞ்ச காட்டிக்கிட்டு கெடந்திருக்கான் எளந்தாரி. ‘பயலுக பாசமா வளத்த நாயி. அதான் இங்கனக்குள்ளயே பெதச்சிட்டம்’ எண்டு சமாளிச்சிருக்கா அண்ணன் பொண்டாட்டி. அவன் அப்பயும் விடல. ‘பாசமா வளத்த நாயி எப்புடி செத்திச்சிதாம்?’ எண்டு கேட்டுருக்கான். ‘கொழம்புக்கு வாங்கி வச்சிருந்த கருவாட்டு பண்ணய தூக்கிட்டு ஓடிருக்கு. இரும்பு கம்பியால மண்டைய காட்டி அடிச்சிட்டானாக்கும்.

அதான் பொட்டுன்னு விழுத்து செத்துப்போச்சி' எண்டு எளந்தாரி அண்ணன் சொல்ல வந்தவனுக்கு இன்னும் சந்தேகம். 'என்னமோ எல்லாம் சோடிக்கிற மாதிரியில்ல இருக்கு?' எண்டு வந்தவன் சொல்ல எளந்தாரிக்கு கோவம் தலைக்கேறிட்டுதாக்கும். வேகமா அவன் மேல பாய நல்ல வேளயா அண்ணன், மயனி, அண்ணன் பயலுக எல்லாம் சேந்து புடிச்சிட்டாங்க. இல்லயெண்டா அவன் செத்துருப்பானாம். 'செத்தமா பொழச்சமா எண்டு ஓடினவன் ஊரு ஆளுங்கள கூட்டி வருவான். அதுக்குள்ள இத்த எடத்தவுட்டு கிளம்பிறனும். சீக்கிரமா கிளம்புங்கலே' என்று எளந்தாரியின் அண்ணன் அவசரப்படுத்தியதும் எல்லாத்தயும் அள்ளி போட்டுகிட்டு கிளம்பிட்டாங்களாம்." சடையன் சொல்லி முடித்த போது பேத்தையும் வெங்கண்ணியும் அதிர்ச்சியில் உறைந்து போயிருந்தார்கள்.

"இப்புடியெல்லாம் மனுசங்க இருக்க முடியுமாக்கும்?" என்றாள் வெங்கண்ணி.

"கோவத்துல பெத்த புள்ளய கொண்டுட்டாரு எண்டு அம்மா சொன்னது நெனவிருக்கு. ஆனா இதுமாதிரியெல்லாம் நடந்திருக்குமெண்டு தெரியல எனக்கு" என்றாள் பரிதாபமாக பேத்தை.

"இது என்ன கொடும? எளந்தாரி கத இன்னும் எவ்வளதோ இருக்கு சொல்ல."

"எப்பா, இப்ப சொல்லப்போறியாக்கும்?"

"இல்ல. கண்ண மூடி கெடங்க. விடியநேரம் கடல்போக்கு போகணுமில்ல?" என்றார் சடையன். வெங்கண்ணிக்கும் பேத்தைக்கும் தூக்கம் வருவதுபோல் தெரியவில்லை. கண்ணை முடினாலும் எளந்தாரியே எதிரில் வந்து நிற்பது போலிருந்தது. இளந்தாரி பெண்டாட்டியின் உருவம் மனக்கண்ணில் வந்தது. அவளை நினைத்ததும் சட்டென்று வெங்கண்ணியின் கண்களில் நீர் திரண்டது போலிருந்தது. வானத்தைப் பார்த்தாள். இவ்வளவு நேரமும் இவர்களோடு சேர்ந்து சடையன் சொன்ன கதையை நிலவும் கேட்டிருக்க வேண்டும். துயரம் தாங்காமல் என்னவோ அது மேகத்துக்குள் தன் முகத்தை புதைத்து கேவத்தொடங்கியிருந்தது.

"தாயி, இருந்தாமாதிரி இருந்துட்டு வானம் திடீருன்னு இருண்டு போச்சிது பாரு" என்றார் சடையன்.

"ஆமாம்ப்பா மழமொசாப்பு தெரியிது."

“மழமொசாப்புதான் தாயி. பாய சுருட்டிக்கிட்டு உள்ள போயி படுங்க” என்றார்.

“நான் எங்க குச்சலுக்கே போறன்” என்றாள் பேத்தை.

“என்னத்துக்குப்ப இப்ப அங்க போவியாம்? பேசாம வந்து யாங்கூடவே படுப்ப” என்று அவளை உள்ளே அழைத்துச்சென்றாள் வெங்கண்ணி. சடையனுக்கும் உள்ளே படுக்க பாய்போட்டுக் கொடுத்தாள். அந்த சிறிய குச்சலுக்குள் மூன்று உயிர்களும் இளந்தாரியின் பெண்டாட்டி பிள்ளைகளை நினைத்து ஏற்பட்ட கழிவிரக்கத்துடன் கண்களை மூட, வானமோ அவர்களுக்காக வாய் விட்டு ஓவென்று அழுதபடி கொட்டித்தீர்த்தது.

16

“எப்ப வெங்கண்ணி, ஒங்கப்பா என்ன சொல்லி அனுப்புனா கெண்டு நெனவிருக்கா?”

“என்ன சொன்னாக? அதையும் நீயேதான் சொல்லம்ப்ப.”

“தாவு கடல் போகவேண்டாமெண்டு சொன்னாகல்ல?”

“நாம இப்ப தாவுகடல் போறமாக்கும்?”

“நீ ஓடுற வேகத்துக்கு அங்க போயிதான் கெடக்கணுமெண்டு நெனைக்கன்.”

“காசுவாரிதீவு சாஞ்சிதான ஓடுறம்.”

“எனக்கெங்க தெரிய? எல்லாம் நீ சொல்றதுதாம்ப்ப.”

“இந்த பக்கமெல்லாம் தாவு கெடையாதுப்ப. ஓசப்பு தானாக்கும்.”

“இந்த கடல்ல சிங்கிராலு கெடக்குமாக்கும்?”

“இந்த கடல்ல ராலு பொழக்கம் நல்லாத்தான் இருக்கும்.”

“கடலப்பத்தி ஒனக்கு நெறய தெரியுதுப்ப.”

“அஞ்சி வயசுலயே கடல்ல குதிச்சிட்டனாக்கும். எங்கப்பா எல்லாத்தையும் கத்துக்கொடுத்துருக்காகல்லப்ப.”

“சரிதான்ம்ப்ப. ஒன்னகூட வந்தே நான் ஏகப்பட்டத கத்துக்கிட்டனாக்கும்.”

இருவரும் வலையை கடலில் இறக்கிவிட்டனர். நங்கூரமிட்டு வத்தையை நிறுத்திவிட்டு ஓய்ந்து வத்தைக்குள் உட்கார்ந்து கொண்டார்கள். கிழக்கிலிருந்த சூரியன் மேலே வந்திருந்தது. அதன் கதிர்கள் சுள்ளென்று சுட்டது.

“பேத்த கஞ்சி கலயத்த எடுப்ப. ஆளுக்கு கொஞ்சம் குடிப்பம்” என்றாள் வெங்கண்ணி. இருவரும் பசியாறினர்.

கடலில் போட்ட வலையைப் பார்த்தாள் வெங்கண்ணி. காற்று அதிகமில்லாததால் ஓரளவு போட்ட இடத்திலேயே கிடந்தது.

“இங்க பாருப்ப, இந்த மாதிரி கடல் ஓஞ்சி கெடந்தா பாடு நல்லாருக்கும். காத்து ஓரமா இருந்தாலும் கடல் அலசுனாலும் வலயில ஒண்ணுத்தையும் பாக்க முடியாதாக்கும். கடல் ஓட்டுன்னு வச்சிக்கயேன் வலய முறுக்கி கயறு மாதிரி திரிச்சி போட்டுட்டு போயிரும். அந்த மாதிரி கடல் மாறப்போகுதெண்டு அறிகுறி தெம்பட்டா ஒடனே வலய பத்திறனும்.”

“அது இருக்கட்டும்ப்ப, ராத்திரி ஓங்கப்பா சொன்னாகல்ல, எங்க எளந்தாரி தாத்தாவ பத்தி.”

“ஆமாப்ப. ”

“அதே நெனப்பாருக்குப்ப எனக்கு.”

“எனக்குந்தான் அதே நெனப்பாருக்கு. ரெண்டு மூனு நாளைக்கு அப்படித்தாம்ப்ப இருக்கும். அப்பறம் எல்லாம் கொஞ்ச கொஞ்சமா மறந்துபோகும்ப்ப.”

“ரொம்ப கொடுமக்கார ஆளா இருந்துருக்காகல்லப்ப எங்க தாத்தா.”

“என்ன செய்ய, அப்ப இருந்தவுக அப்படி இருந்திட்டாக.”

“எளந்தாரி தாத்தா அவுக அண்ணனயே அடிச்சி கொண்டுட்டாகலாம்ப்ப.”

“என்னப்ப சொல்ற?”

“ஆமாப்ப. எங்கம்மா சொல்லிருக்காக.”

“அண்ணன்காரங்க மேல மரியாத உள்ளவருண்டு எங்கப்பா சொன்னாகளே.”

“அது என்னமோ நெசந்தானாக்கும். ஆனாலும் அவுகள அடிச்சிக் கொண்டது இவுக தானாம்.”

“சரிதான். எதுக்காக கொண்டாகளாம்?”

பேத்தை தன் அம்மா வாயிலாக கேட்டவற்றை வெங்கண்ணிக்கு சொல்ல ஆரம்பித்தாள்.

“எங்க எளந்தாரி தாத்தா சிலாவரிச எடுப்பாராம்ப்ப”

ஆம். இளந்தாரி இரண்டு பதினெட்டடி நீள கம்பிகளை எப்போதும் வைத்திருப்பார். தோப்புகளில் எவ்வளவு உயரமான கள்ளிக்குத்தடிகளை வேலியாக வைத்திருந்தாலும் இந்த இரு கம்பிகளையும் பயன்படுத்தி அனாயாசமாய் தாவிக் குதித்து நுழைந்து விடுவார். எதனப்பட்டியில் தங்கி பனை சீவிக்கொண்டிருந்தபோது உள்ளூர் ஆட்களுடன் தொழில் போட்டி ஏற்பட்டிருந்தது. இளம்தாரியை தொழில் செய்ய விடாமல் பல்வேறு இடையூறுகளை உள்ளூர் ஆட்கள் செய்திருக்கிறார்கள். எல்லாவற்றையும் முறியடித்து எப்போதும் போல அதிகப்படியான மரங்களில் ஏறுவது, சீவுவது கள், பதனீர் இறக்குவது என்று சளைக்காமல் செய்திருக்கிறார் இளந்தாரி. இவர் பரம்பரையாக பனையேறும் தொழில்முறை ஆள் கிடையாது. அந்த தொழில் மீது கொண்ட ஆர்வத்தாலும் வேறு வருமானம் தரும் வேலை இல்லாததாலும் இந்த வேலையை செய்யத்தொடங்கியிருந்தார். இளந்தாரியைப் பார்த்து அவர்போல மற்றவர்களும் இந்த வேலையை செய்ய ஆரம்பித்து விட்டால் இதைமட்டுமே நம்பியிருக்கும் நமக்கு உழைப்பு இல்லாமல் போய்விடுமே என்று யோசித்த உள்ளூர் ஆட்கள் இனியும் விட்டு வைக்க முடியாது. இளந்தாரியை ஒழித்தால்தான் உண்டு என்று திட்டமிட்டுள்ளனர். அதன்படி சரியான நேரத்திற்காக காத்துக் கொண்டிருந்தனர். அன்று இரவு கள் குடித்துவிட்டு ஓய்ந்து தூங்கிக் கொண்டிருந்தபோது இளந்தாரியை சுற்றி வளைத்து தாக்கியிருக் கிறார்கள். கள்ளுண்ட போதையிலும் தூக்க கலக்கத்திலும் இருந்த போதும் சட்டென்று சுதாரித்துக் கொண்டார் இளந்தாரி. தன்னிட மிருந்த இரண்டு இரும்புக்கம்பிகளையும் எடுத்து சுற்ற ஆரம்பித்து இருக்கிறார். ஆக்ரோஷமான சிலாவரிசயில் எதிரிகள் மற்றும் சத்தம் கேட்டு விலக்க வந்தவர்கள் என ஏராளமானோர் அடிபட்டு சுருண்டு விழுந்திருக்கிறார்கள். யாராலும் இளந்தாரியை நெருங்கக்கூட முடிய வில்லை. ஒருவழியாக எல்லோரையும் அடித்துப் போட்டபிறகு சாவகாசமாய் தன் குடும்பத்தை அழைத்துக்கொண்டு வேறு இடம் சென்றிருக்கிறார். அதன்பிறகு “எதனப்பட்டியயே அதிரவச்ச எளந்தாரி” என்ற பெயர் நிலைத்திருந்தது அவருக்கு.

“ஊரு வம்புக்கும் போறதில்ல, வந்த சண்டயவும் விடுறதில்லம்பாங்க. உங்க தாத்தா அதுமாதிரியெண்டு நெனைக்கன்.”

“ஆமாம்ப்ப. ஆனா அத அவரு அண்ணங்கிட்டயே காட்டலாமாப்ப?”

“சொல்லுப்ப. என்ன நடந்துச்சிதாம்.?”

“எளந்தாரி தாத்தா ஆளும் தடிச்சாளா இருப்பாராம். பாக்க செக்கச்செவேலெண்டு ஓசரமா பனமரத்துல பாதி இருப்பாராம். பயமெங்குறதே நெஞ்சுல கொஞ்சங்கூட இருக்காதாம்ப்ப அவருக்கு.”

“அவரு எதுக்கு பயப்பட போறாரு. அவர கண்டுல்ல மத்தவுக பயப்படணுமாக்கும்.”

“நீ சொல்றது நெசந்தாம்ப்ப. எல்லாருமே எளந்தாரிக்கிட்டயா? எதுக்கு வம்பு எண்டு ஒதுங்கி போயிடுவாகலாம்.”

“……”

“எளந்தாரிய கண்டு எல்லாரும் பயந்து கெடந்தாலும் அண்ணன் காரன் மூக்கனுக்கு மட்டும் தனக்கு கட்டுபட்டு நடக்குற தம்பிய நெனைக்க பெருமையா இருக்குமாம்.”

“யாருக்கா இருந்தாலும் அது அப்படித்தானப்ப இருக்கும். அதுல என்ன தப்பு?”

“அண்ணன்தம்பி ஒத்துமையா இருந்தாலும்கூட அவங்க பொண்டாட்டிமார்களுக்குள்ள அடிக்கடி வருத்தமும் வாய்ச்சண்டையும் வருமாம்.”

“பொம்பளைங்க சண்ட போட்டுக்கிறதெல்லாம் பெரிய விசயமாக்கும்?”

“மூக்கன்தாத்தா பொண்டாட்டி அவருக்கிட்ட எப்பப்பாத்தாலும் எளந்தாரி பொண்டாட்டிய பத்தி மோளாசு சொல்லிக்கிட்டே இருப்பாகலாம்.”

“எல்லாம் எளந்தாரி கொடுக்கிற எடம். அதாலதான் அவன் வூட்டு பொம்பள அப்புடி பேசுது வைக்கிதுன்னு சொல்லியிருக்காக.”

‘தாம்வூட்டு பொம்பளய சமாதானப்படுத்த நெனச்ச மூக்கன்’ அந்த செவளகெடாய போட்டு தள்ளிற வேண்டியதுதான்னு சத்தமா சொல்லிருக்காரு. எளந்தாரி காதுல இது விழுந்துட்டுது. எளந்தாரிக்கும் மூக்கனுக்கும் பக்கத்து பக்கத்து வீடுதான். ஓலபோட்டு வேஞ்ச வீடு. இங்குட்டு இருந்துகிட்டு காத்து பொறிஞ்சாகூட அங்கிட்டு சத்தங்கேக்கும், நாத்தமும் அடிக்கும். பேசுறது மட்டும் கேக்காதா. கேட்டுறிச்சி. அந்த நேரம்பாத்து எளந்தாரி மூக்குமுட்ட குடிச்சிருந்தாராக்கும். சிலம்பம் சுத்துற கம்பிய எடுத்து கூரை வழியாவே குத்தி அடிச்சிருக்காரு.

கூரய பொத்துக்கிட்டு கம்பி வருமெண்டு மூக்கன் நெனைக்கல. என்ன ஏதெண்டு அவருக்கு தெளியிறதுக்குள்ளயே மண்ட செதறி விழுந்துட்டாராம். அண்ணன் மேல கம்பி அடி விழுதா எண்டெல்லாம் தெரியாது இளந்தாரிக்கு. குடிவெறில, கோவத்தில அடிச்சதுல மூக்கன் மண்ட செதறி செத்துப்போயிட்டாராம். அப்பவும் அண்ணன் செத்தது தெரியாம கம்பிய சொழட்டிக்கிட்டே இருந்துருக்காரு. வீட்டுக்குள்ள இருந்த அவரோட பொண்டாட்டி பிள்ளைக கதறி சத்தம்போட்டுக்கிட்டு வெளிய ஓடி மண்ணுல கெடந்து பெறண்ட பெறகுதான் எளந்தாரிக்கு என்ன நடந்துதெண்டே தெரிஞ்சிருக்கு. மூக்கன் செத்துக்கெடக்கிறத பாத்ததும், கள்ளுகுடிச்ச போதையெல்லாம் காணாம போயிட்டுதாம். வீட்டுல இருந்த கள்ளுபதனி கலயத்தயெல்லாம் சுக்குநூறா போட்டு ஒடச்சிட்டு நேரா போலீசுக்கு போயி நடந்த உண்மைய சொல்லி சரண்டர் ஆயிட்டாராம். ‘அண்ணன கொண்டுட்டேன்... அண்ணன கொண்டுட்டேண்டு’ பொலம்பிக்கிட்டே கெடந்தாராம். எளந்தாரியோட பொண்டாட்டி பிள்ளைகள கூட்டிட்டு போயி நூலக்காரு செல்லத்தொரை கால்ல விழுந்து ‘என்னோட மாப்புள்ளய காப்பாத்தி குடுங்க ஐயா’ எண்டு அழுதுருக்கு. இவங்கள பாத்து பரிதாபப்பட்ட அவரும் ‘சரி எளந்தாரிய காப்பாத்தி வெளிய கொண்டு வந்தர்றன். ஆனா அவன் தான்தான் கொண்டேனெண்டு சொல்லி சரண்டராயிருக்கான். நான் சொல்றபடி எனக்கு எதுவுமே தெரியாது. அண்ணன் செத்தப்போ நான் பனசீவிக்கிட்டு பக்கத்து ஊருல கெடந்தனெண்டு சொல்லணும். எதுக்காக நீ கொண்ட தா சொன்னேயெண்டு கேட்டா, ஏதோ அண்ணன் செத்த தொயரத்துல மனம் பேதலிச்சி அப்படி சொல்லிட்டேனெண்டு மட்டும் சொல்லச் சொல்லுங்க. மத்தத நான் பாத்துக்கிறன்’ எண்டு சொல்லிருக்காரு. ஆனா எளந்தாரி தாத்தா முடியவே முடியாது. நான் பொய்சொல்ல மாட்டேன் எண்டுருக்காரு. நூலக்காரு செல்லத்தொரையே

எளந்தாரி இங்க பாருலே நீ செய்திருக்க காரியத்துக்கு ஒனக்கு தூக்குதண்டன தான் கிடைக்கும். சிறுவயசு காரனா இருக்க. ஒன்னோட பொண்டாட்டி பிள்ளைகளப் பாரு. நீ போயிட்டியானா அவங்கள யாரு காப்பாத்துவாங்களாம் ‘என்கவும்’ தருமம் எடுத்து சாப்பிடட்டும். நான் பொய்சொல்ல மாட்டேன்’ என்று பிடிவாதமாக சொல்லிட்டாராம்.

“நீ பொய்யும் சொல்ல வேண்டாம். உண்மையும் சொல்ல வேண்டாம். வாய தொறக்காம நிண்டாலே போதும்”

“பேசாம நிண்டா, செய்தது இல்லையெண்டு ஆயிறுமாக்கும்.”

“ஏலேய், அதப்பத்தி ஒனக்கு ஏன்டாலே கவல? நீ சொன்னத மாத்திரம் செய்யிலே.”

"..."

"நீயே ஒன்னய குத்தவாளியெண்டு சொல்லிக்கிற. ஒன்னய சுத்தவாளியெண்டு சொல்லி வெளிய கொண்டுவர்றனா இல்லயா பாரு." செல்லத்தொரை வக்கீல் மறுநாள் கோர்ட்க்கு வந்து சொக்கன் எப்படி செத்தாரெண்டு கொஞ்சம் கூட சந்தேகம் வராத மாதிரி கதையெல்லாம் சோடிச்சி சொல்லி முடிச்சிட்டாரு. அவருக்கு எப்படியும் எளந்தாரிய வெளிய கொண்டுவந்திரலாமெண்ட நம்பிக்க இருந்திச்சி. மூக்கனோட பொண்டாட்டிகூட என்னோட மாப்புள்ள மண்டையில பரண்ல கெடந்த இரும்பு விழுந்துதான் தல சதறி செத்துட்டாரு. இது நடந்தப்ப நான் அவருகூட பேசிக்கிட்டு தான் இருந்தன்" எண்டு சொல்லிட்டுது. இப்புடி எல்லாரையும் சாட்சி சொல்ல வச்சிட்டாரு வக்கீலு செல்லதுரை. கடைசியா எளந்தாரிய அழைக்காக. கூண்டுல ஏறி நின்னு எதுவுமே பேச வேண்டாம். என்ன கேட்டாலும் பதில் சொல்லாம திருதிரெண்டு முழிச்சா போதும் எண்டு சொல்லியிருந்தாராக்கும்.

எளந்தாரிய ரெண்டு மூனு கேள்வி கேக்காக. பதில் சொல்லாமயே நிண்டுருக்காரு. அதுக்கு மேல எளந்தாரியால வாய மூடிக்கிட்டு நிக்கமுடியல.

"எங்க அண்ணன நாந்தான் கொண்டேன். எல்லாருமே பொய் சொல்றாக. எண்டு சொல்லவும். வக்கீலு பொய்சாட்சி சொன்னவுக எல்லோருக்கும் திட்டு விழுந்துருக்கு. கொலைக்குத்தம் நிரூபணம் ஆனதால எளந்தாரிக்கு தூக்குதண்டன விதிச்சிட்டாங்க. தண்டனை அறிவிச்ச அன்னயிலேருந்து அடுத்த எட்டாம் நாளு தூக்கு. தூக்குக்கு நாளும் குறிச்ச பெறகு சொந்தகார சனங்க எல்லாம் துக்கத்துக்கு வாறது போல வந்து விசாரிக்க ஆரம்பிச்சிட்டாக. எளந்தாரி பொண்டாட்டியால இதயெல்லாம் தாங்கிக்கவே முடியல. கோயிலு கோயிலா விழுந்து பெறலுதாம். கொடங்கொடமா தண்ணிய தூக்கிவந்து செலன்னும் இல்லாம கல்லுண்ணும் பாக்காம எல்லாத்து தலையிலயும் ஊத்தியிருக்கு. அன்னைக்கும் அப்படித்தான் விடிஞ்சா தூக்கு. எளந்தாரி மொவத்த பாத்தே ஆகணும் எண்டு செயிலுக்கு வெளிய கெடையா கெடந்துருக்கு. எளந்தாரி மகதான் மூத்தது. மூணு படிச்சது. கொஞ்சம் வெவரமான பொண்ணு. ரெண்டு தம்பியயும் ரெண்டு கைலயும் புடச்சிகிச்சி. வீட்டுக்கு தீய வச்சிட்டு கௌம்பிட்டுதாம். வீடு எரிஞ்சி போச்சி. பிள்ளைகள காணல எண்டதும் தூக்கு தண்டனைய நாள் குறிப்பிடாமலே தள்ளி வச்சிட்டாகலாம். அப்பறம் ரொம்ப நாளு கழிச்சி நாட்டுக்கு சுதந்திரம் கெடைக்கவும் எளந்தாரிக்கும் விடுதல

கெடச்சிட்டுதாம்.” பேத்தை சொல்லி முடிப்பதற்கும் வலைகளைப் பற்றி வத்தையில் போடுவதற்கும் சரியாக இருந்தது.

“ஒங்க எளந்தாரி தாத்தா கொடுமகாரரா இருந்தும்கூட அவரு பொண்டாட்டி பிள்ளைக அவருமேல உசுரா இருந்துருக்காக இல்லப்ப”

“ஆமாம். நம்ப ஊருல எல்லோருமே இப்புடித்தான இருக்காக.”

“விடுதல ஆனபெறவு ஊருக்கெல்லாம் போவலயாம். நேரா இங்க வந்துட்டாராம்ப்ப.”

“ஏம்ப்ப?”

“அண்ணன கொண்டுட்டு அந்த எடத்துலயே இருக்காவதெண்டு நெனச்சாரோ என்னவோ?”

“சரிதான்.”

“மேட்டுப்பட்டிக்கு வந்து ஒரு மேட்ட சீச்சிக்கிட்டு ரெண்டு கட்டு தென்ன ஓல வாங்கி ஒரு குச்சல கட்டிக்கிட்டு இருந்தாராம். சொந்தகாரங்கல்லாம் வந்து கூப்பிட்டும் போகலையாம்.”

“பக்கத்தால உமையம்மனுக்கு ஒரு குச்சல போட்டு கோயிலாக் கிருக்காரு. மூணு வேளையும் வழிபாடு பண்ணிக்கிட்டு அங்கயே கெடந்துட்டாராம்.”

“இனிமே நான் யாருக்காகவும் ஒழக்க மாட்டனாக்கும். இளையர்களா ஒழச்சி எல்லாத்தையும் பாத்துக்கிடுங்க எண்டு சொல்லிருக்காரு.”

“நான் மரணிச்சாலும் இந்த குச்சல்ல வச்சித்தான் அடக்கம் எடுக்கணும். எனக்கு சாப்பாடு தண்ணி கொடுக்கறதா இருந்தாலும் மஞ்சட்டிலதான் கொடுக்கணும். எங்கண்ணன கொண்டதுக்கான தண்டணய நானேதான் அனுவிக்கணும் எண்டு சொல்லி கடைசி வரைக்கும் வைராக்கியமா இருந்துட்டாராம்ப்ப.”

“அண்ணன கொண்டதுல அவ்வள உறுத்தல் இருந்துருக்கு. ஆனா பெத்த மயன கொண்டதில எந்த வருத்தமுமில்லயாக்கும்?”

“ஆமாம்ப்ப, நானும் அதே தான் நெனைக்கன்.”

“ஒங்க எளந்தாரி தாத்தாவ பத்தி பேசிக்கிட்டே கெடந்ததுல பாடுபத்தி யோசிக்கவே இல்லப்ப” என்றாள் வெங்கண்ணி.

“யோசிக்க என்ன இருக்கு. வலயெல்லாம்தான் கனத்து போயி கெடக்கே” என்றாள் பேத்தை.

“வாடகொண்டல் காத்துதேன். பாயிலயே ஓடிறலாம் கரைக்கி. கைய போடுப்ப பாய நாட்டிருவம்” இருவரும் சேர்ந்து பாய்மரத்தை நிறுத்தி பாயை இழுத்துக்கட்டினர். காற்றில் பாய்மரம் முயல்தீவை நோக்கி வத்தையை செலுத்திக்கொண்டிருந்தது.

இருவர் மனதிலும் எளந்தாரி பற்றிய நினைவுகளும் இன்று ஏலத்தில் சிங்கி ராலுக்காக கிடைக்கப்போகும் ரூவா தாள்களும் மாறிமாறி வந்து கொண்டிருந்தன.

17

இசக்கிமுத்து காணாமல் போய் வருடம் நான்காகி விட்டது. அவன் இருக்கின்றானா என்ற சந்தேகம் பரவலாக எல்லாருடைய மனதிலும் ஏற்பபட்டிருந்தது. இந்த நான்கு வருடங்களில் அவன் நல்லபடியாய் இருந்திருந்தால் ஏதோ ஒரு கட்டத்தில் வீட்டு ஞாபகம், அம்மா அப்பா ஞாபகம், கடல்தொழில் ஞாபகம், கடற்கரை கூட்டாளிகள் ஞாபகம் எடுத்து ஓடி வந்திருப்பான். யாராவது எங்கேயாவது கண்டோ மென்று வந்து செய்தி சொல்லியிருப்பார்கள். ஒரு காகிதம் கடுதாசி எதுவுமே இல்லையென்றால் யாருக்குத்தான் நம்பிக்கை ஏற்படும். இசைக்கி முத்துவை பெற்றவள் வேண்டாத தெய்வமில்லை. பல நாட்கள் பட்டினியாய் உருக்குலைந்து போயிருந்தாள். எப்போதும் அழுகையும் கேவலுமாய் கழிந்தது அவளுடைய நாட்கள். இப்போ தெல்லாம் வீட்டுக்கு வரும் எல்லோருமே மறக்காமல் “அந்த பயலோட போட்டா இருந்தா இப்புடி மாட்டி வச்சான்ன” என்று சாடைமாடையாய் அவன் உயிரோடு இருக்க வாய்ப்பில்லை. மரணித்திருப்பான் என்பதுபோல சொல்லத்தொடங்கியிருந்தனர். ஒரு கட்டத்தில் நம்பிக்கையிழந்த பெற்றவளும் இசைக்கியின் படத்தை மாட்டி பூ போட ஆரம்பித்திருந்தாள்.

சடையனிடம் வாங்கியிருந்த கைமாற்று பணத்தை திருப்பித்தர இருப்பதாகவும் வந்து வாங்கிக்கொண்டு போகச்சொல்லியும் கருவா மகனிடமிருந்து ஆள் வந்திருந்தது சடையனுக்கு. அவர் வெங்கண்ணியிடம் இதுபற்றி சொன்னார்.

“ரூவா நெறைய கொடுத்திருக்கியோ”

“அன்னைக்கி நெலமைக்கி கையில இருந்தத கொடுத்தன். ஒனக்காக எடுத்து வச்சது. நீ வாழப்போற குடும்பத்துக்காக எண்டுதான் கொடுத்தனாக்கும். ”

“இப்ப தரவேண்டாம். ஒங்ககிட்டயே இருந்தா போகுதெண்டு சொல்லி பாருப்பா.”

“நானும் அதேயேதான் தாயி நெனச்சன்.”

“எப்ப போகலாமெண்டு இருக்க?”

“கடல்தொழில் போனவங்க எல்லாரும் கரைக்கு வந்த பெறகு தான் போகணும் தாயி.”

“சரிதான்ம்ப்பா. நாளைக்கு நண்டுவலக்கி போகலாமெண்டு நெனைக்கன். ஓட்டைகள இன்னைக்கு ஒக்காந்து அடைச்சிறலாமாப்பா?”

“நண்டுவலக்கி போயிதான் இப்புடி எல்லாத்தையும் வீணாக்கி போட்டுருக்கியாக்கும். அப்பறமும் நண்டுவலக்கி போக நெனைக்க தாயி?”

“சோலபுறம் கடல்ல நண்டுக கூட சங்கு மேயுதாக்கும்.”

“சங்கா? நீ அதையெல்லாம் எங்க கண்ட?”

“நேத்து அந்த பக்கம் நண்டுவலக்கி போன ரெண்டு மரம் வந்து ஏலம் போட்டத பாத்தன். சதச்சங்கு ஆளாளுக்கு ஏழெட்டுபோல போட்டாக.”

“ஒனக்கு ஒடனே சங்கு குளிக்க ஆச வந்துட்டுதாக்கும்.?”

“நாங்க எங்க சங்கு குளிக்க. குழியோடுறதெல்லாம் ஆம்பளைங்க மட்டுந்தான செய்றாக. என்னதான் கொமருகளா இருந்தாலும் எங்களுக்கும் சங்கு எடுக்குற ஆச வருதுல்ல.”

“சரிதாயி. ஒனக்கு நாளைக்கே நண்டுவல வேண்டுமெண்டா நான் இன்னும் ரெண்டு ஆளுகள வரவச்சி முடிச்சித்தாறன்” என்றார் சடையன். அவர் இப்போதெல்லாம் கடல்தொழிலுக்கு போவதில்லை. சடையனை ஒத்த வயதுடையவர்கள் கரைவலையாவது இழுத்துக் கொண்டிருக்கிறார்கள். ஆனால் சடையனை கரைவலைக்கும் போகக் கூடாதென்று சொல்லியிருந்தாள் வெக்கண்ணி. அதனால் அவர் கடற்கரையிலோ, குச்சலிலோ உட்கார்ந்து பழுதுபட்ட வலைகளை பொத்தி, ஓட்டையடைத்து தொழில் செய்யத்தக்க வகையில் சீரமைத்து தரும் வேலையை செய்து கொண்டிருக்கிறார். பெரும்பாலும் தொழிலுக்கு

போகமுடியாத வயது முதிர்ந்தவர்களும், கம்பெனிக்கோ யாவாரத்திற்கோ போகமுடியாத பெண்களும் இதுபோன்ற வேலைகளை கடற்கரை யெங்கும் செய்து கொடுத்துக்கொண்டிருப்பார்கள். கடல்தொழிலுக்கு செல்பவர்களின் உழைப்பு பாதிக்காத வகையில் வலைகளில் செய்ய வேண்டிய வேலைகளை இவர்களிடம் ஒப்படைத்து விடுவார்கள். புதிய வலைகளை முடிந்து தருவது போன்ற அனைத்து வேலை களையும் இவர்களிடம் ஒப்படைத்து விடுவார்கள். வேலையின் தன்மையைப் பொறுத்து தனித்தனியாகவோ இருவர், மூவராகவோ அல்லது குழுவாகவோ இந்த வேலைகளைச் செய்வார்கள். கடலோடு பவர்களுக்கு இது பெரும் உதவியாக இருக்கும் அதே வேளையில் கடலோடி தொழில் செய்ய முடியாதவர்களுக்கு இதுதான் ஊதியம் தரும் உழைப்பாகவும் இருக்கிறது. நண்டுகள் கடித்துக் குதறி வைத்திருக்கும் வெங்கண்ணியின் நண்டு வலைகளை அவரால் மட்டும் ஒரு நாளில் பழுதுகளை பொத்தி சரிசெய்து தரமுடியாது என்பதால் இன்னும் இரண்டு மூன்று பேரை அழைத்து இன்றைக்குள் மடித்துத் தருவது என்று தீர்மானித்துக்கொண்டார்.

"எப்பா, நான் ஒண்ணு கேக்கணுமெண்டு வெகுநாளா நெனைக்கன். ஆனா மறந்தர்றன்."

"என்ன தாயி?"

"அது எப்புடி சோலபுற கடல்ல மட்டும் உயிர்சங்கு மேயுது. மத்த கடல்ல எல்லாம் காணல?"

"இதுதான் தாயி சங்கு படுக. தொறமுகம் வர்றதுக்கு மின்ன இதெல்லாம் முத்து, சங்கு படுகயா இருந்திச்சி."

"முத்து படுகைய எதுக்கு தொறமுகமாக்கணும்?"

"அப்பயிலேருந்தே இது தொறமுகம்தான் தாயி. மன்னக்க மாருங்க காலத்துலயெல்லாம் முத்தப்படுகைக்கு சேதாரமில்லாம கப்பல் விட்டாங்க. அயல்தேசத்துக்கு ஏத்துனாங்க அங்கேருந்து கொண்டு வந்து எறக்குனாங்க. ஆனா இப்ப தொறமுகத்த சீரமைக்குறமெண்டு சொல்லி முத்துப்படுகய சேதப்படுத்தி வீணுல அடிச்சிட்டாங்க தாயி. இப்ப நாம்ம யாரும் அந்த பக்கம் போயி குழியோட முடியாம போயிட்டு."

"எப்பா, அங்க இருந்த முத்தெல்லாம் என்ன ஆயிருக்கும்?"

"எங்கதாயி இப்ப முத்து இருக்கு? கொஞ்சம் கொஞ்சமா எல்லாமே அழிஞ்சி போச்சிது."

"எனக்கு இதக்கேக்கவே கஷ்டமா இருக்குப்பா."

"கடல உசுரா நெனெக்க. அதான் ஒனக்கு வேதனையாவுது. ரூவாயா பாக்குறவங்களுக்கு அது வெறும் உப்புத்தண்ணி. அவ்வளது தான் தாயி."

"அப்படியெண்டாலும் முத்து வெல போகும்தான. அத வச்சி ரூவா கெடைக்காதாக்கும்?"

"நீ அந்த நேரு மாதிரியில்ல கேக்க?"

"யாருப்பா, நேரு?"

"நேரு நம்ம நாட்டோட பிரதமரு. வட நாட்டுக்காரர். அவர் பதவிக்கு வந்த புதுசுலயே நாடு முழுக்க எப்படி இருக்கு? நாட்டு மக்க எப்படி எண்டு பாக்க எல்லா பகுதிக்கும் போயிருக்காரு. கன்னியாகொமரி போனவரு. தூத்துக்குடில முத்துக்குளிக்கிறத பாக்கணுமெண்டு மெனக்கெட்டு வந்தாராம். முத்தெடுக்குறத நேருல பாத்துட்டு 'இவ்வளவு கஷ்டப்பட்டா இந்த முத்து எடுக்குறீங்க' எண்டு ஆச்சரியப்பட்டு போனாராம்."

"நேரு நல்ல மனுஷனாக்கும். அதான் அப்படி கேட்டுருக்காரு."

"இது மட்டுமில்ல தாயி. இன்னொன்னும் சொல்லிருக்காரு."

"என்னப்பா சொன்னாராம்?"

"முத்து வெல உயர்ந்த பொருள். அத எடுக்குறவங்க நல்ல செல்வ செழிப்போட இருப்பாங்கன்னு நெனைச்சிருந்தன். ஆனா இங்க வந்து பாத்த பெறகுதான் தெரியிது. இவங்கல்லாம் அடுத்த வேள உணவுக்கே சிரமப்படுறவங்களா இருக்கறது. இவங்கள பாக்கவே ரொம்ப வேதனையா இருக்கு அப்படின்னு திரும்பத்திரும்ப சொல்லிக்கிட்டிருந்தாராம் தாயி."

"உண்மையாவே அவருதாம்ப்பா மனுசன்."

"நாட்டுக்கு நல்லதெண்டு சொல்லி தொறமுகத்த தோண்டுனாங்க. சிப்பி படுகையெல்லாம் பாழ்ல போச்சிது."

"நீ கேட்டியே அங்க இருந்த சிப்பியெல்லாம் என்ன ஆயிருக்குமெண்டு."

"அந்த யோசனயும் புத்தியும் நம்ப ஆளுகளுக்கும் இருந்திருக்குமில்ல?"

“அங்க போயி குழியோடி பாத்திருக்காக” என்றார் சடையன். அவரது வாயையே பார்த்துக்கொண்டிருந்தாள் வெங்கண்ணி.

“குழியோடி பாத்த பெறகுதான் தெரியிது. எத்தன ஆயிரம் வருசத்துக்கு மின்னாடி உள்ளதோ என்னமோ. பெரிய பெரிய மிஷின எறக்கிவிட்டு தோண்டினாகல்ல. அப்ப கடலுக்கு அடியில பெதஞ்சி கெடந்தத எல்லாத்தயும் தோண்டி பெரட்டி போட்டுருக்கு.”

“அதுல சிப்பிக அகப்பட்டுதாக்கும்?”

“இல்ல தாயி. சிப்பிக பெருசா கெடைக்கலே.”

“அப்பறம்?”

“வெள்ளச் சங்கு நெறையா கெடந்துருக்கு.”

“ஆரம்பத்துல பெரிசா அதுபத்தி தெரியலையாக்கும். வீட்டுல பொட்டுப் பொடுசிக விளையாட கொடுக்கலாமெண்டு கையில அகப்பட்டத எடுத்து வந்திருக்காக.”

“அப்பறம்?”

“அப்பறமென்ன மூளையில்லாதவனுகளா நம்ம ஆளுக. கடல்தாயி கத்துக் கொடுத்த புத்தி யோசனயெல்லாம் இருக்குல்ல.”

“அப்புடி என்னத்த யோசன பண்ணிட்டாக?”

“என்ன தாயி நீ இப்புடி சுளுவா கேட்டுட்ட. இன்னைக்கி கணக்குல பாத்தாலும் வாரத்துக்கு எத்துன லோடு வெளிய ஏத்திப்போகுது தெரியுமா?”

“அதுசரிதான்ம்ப்பா. நீ மேக்கொண்டு சொல்லு.”

“இது வரைக்கும் குழியோடி முத்தெடுக்குற மாதிரியும்தான சங்கும் எடுத்தோம். சங்கு உயிரோட இருக்கும். அத கரைக்கு கொண்டுவந்து சதைய எடுத்தூக்கிட்டு நாகணத்த எடுத்துக்கிட்டு சங்க கழுவி காயப்போட்டு பெறகுதான் விப்போம். விக்கக்குள்ள சங்கு வெள்ளையா இருக்கும். அதான?”

“ஆமாம்.”

“அப்படியே எடுத்து விக்கலாமெண்டுல்ல பெதஞ்சி கெடக்கு இந்த வெள்ளச்சங்கு.”

“ஆமாம்ப்பா.”

"குழியோடவும் சங்கு பெறக்கவும் யாவாரிக்கிட்ட போடவுமெண்டு பாடுபாத்ததுல எல்லாருக்கும் கொஞ்சம் ஏத்தம்தான். அவனவனும் சொந்தமா வத்த வாங்கவும் வல்லம் வாங்கவுமெண்டு இருக்க. கரையில ஏகப்பட்ட வல்லங்க நிக்க ஆரம்பிச்சிது."

"முத்துச்சிப்பியும் சங்கும் ஒரே படுகையில வளர்றதாக்கும். சிப்பி செத்து செதஞ்சா முத்த சேகரம் பண்ணி எடுக்க முடியாது. மட்டி மட்டும்தான் பிளந்து கெடக்கும். ஆனா சங்கு செத்து பெதஞ்சா நாகணம் மட்டும் தான் தனியா போகும். சங்கு அப்படியேதான் கெடக்கும். ஏராளமான சங்கு கடல் தோன்றுன காலத்துலேருந்து பெதஞ்சி கெடக்குதுல்ல அத தோண்டியெடுக்க கத்துக்கிட்டானில்ல நம்ம ஆளுக. அது போறாதாக்கும்."

"ஒத்துக்கத்தாம்ப்பா வேணும். நம்ம ஆளுக புத்திசாலிகதான்."

"கொஞ்ச நாளுகொட ஆகல. அந்த கடல்ல யாரும் எறங்கக் கூடாதெண்டு தடை போட்டுட்டாங்களாக்கும்."

"அடக்கடவுளே. அப்பறம்?"

"நாங்க வாலிபமா இருக்கப்ப பாத்தியன்னா தாயி, வெளிநாட்டு கப்பல்ல வந்து கோதும, பட்டாணி மூட எறங்கும். கப்பல் அப்படி வெலங்க ஆழகடல்ல கெடக்கும். நம்ம வச்சிருக்க மாதிரி சின்ன சின்ன வத்தைக, வல்லங்கல்ல மூடய எறக்கி தொறமுகத்துக்கு கொண்டு வருவாக. வீஞ்சிவச்சி எறக்கும்போது நெறைய மூடக கடலுக்குள்ள விழுந்துரும். அத தண்ணிக்குள்ள ஓடி தூக்கித்தர இங்க இருக்கவுகள அழைப்பாக. முக்கியமான மூடன்னா கண்டுபிடிச்சி கொடுத்தாலே ஆச்சிம்பாக. கோதும, கொண்டகடல இப்படி செல மூட்டைகள தேடிப்பாத்துட்டு அகப்படல எண்டு சொன்னா போகட்டு மெண்டு விட்டுருவாக. ஆனா எங்களுக்கு அதே நெனைவாருக்கும். முக்கிய பண்டமாச்சே. தண்ணியில விழுந்தது எங்கிட்டு போயிருக்கும்? அங்கயேதான கெடக்கும். தேடி தூக்கியாந்தா பத்துநாளு எல்லாரும் பசியாறலாமே எண்டு நெனப்பம். ராத்திரி ஆன பெறகு ஆபீசருங்க எல்லாம் போன பெறகு நாங்க நாலஞ்சி பேரா சேந்து போயி தேடி கண்டுபிடிச்சிருவம். தூக்கியாந்து போட்டு தண்ணிய வடியவச்சி வெய்யிலுல போட்டு காயவச்சி எல்லாருமா பங்குபோட்டுக்குவமாக்கும். பெறவெல்லாம் பாத்தா ஆபீசருங்க கிட்ட தேவப்பட்ட பண்டத்த கேட்டோமெண்டா, அவங்களே தண்ணிக்குள்ள விழவச்சி எடுத்துக்கச் சொல்வாங்க."

“அம்மா கூட தண்ணீல ஓடி மூட தூக்குனனெண்டு சொல்லிருக்கு.”

“அப்பயெல்லாம் தொறமொகம் பக்கம் போக இவ்வளது கெடுபுடி கெடையாது தாயி.”

“தொறமொக காணுக்குள்ள இப்பவும் வெள்ளசங்கு கெடக்குமாக்கும்?”

“கெடக்காம எங்க போவுதாம். மெஷின் போடுறதுல அடிபட்டுல்ல போகுமோ என்னவோ. ஆனா ஒண்ணு தாயி. எங்கயெல்லாம் வெள்ள சங்கு கெடக்குமெண்டு தெரிஞ்சி போச்சி. என்ன இதுல கஷ்டமெண்டா, பெதைஞ்சி கெடக்குற சங்க தோண்டி எடுக்கணும். தன்மூச்சில ஓடி தரைக்கு மேல கண்ணுக்கு வெளங்க மேயிறத பொறுக்கி வாறதுக்கும் குருட்டாம் போக்குல தரைய தோண்டி கண்டுபிடிச்சி எடுத்து வாறதுக்கும் வித்தியாசம் இருக்கில்ல தாயி?”

“நெசந்தாம்ப்பா.”

“கருவா வல்லம் இப்ப சங்குளிக்கத்தான் போகுதாப்பா?” என்றாள் வெங்கண்ணி. எதையோ பேசிக்கொண்டிருக்கும் போது சட்டென்று அவள் இப்படி ஒரு கேள்வியைக் கேட்டதும் சடையனால் உடனே பதில் ஏதும் சொல்ல முடியவில்லை. இதுபோல் நாம் தயங்கு வதையும் சங்கடப்படுவதையும் வெங்கண்ணி புரிந்து கொண்டால் தவறாக எதுவும் கேட்டுவிட்டோமோ என்று கலங்கிவிடுவாளே என்று யோசித்த சடையன்

“அது எப்பவும் சங்குளிக்க போற வல்லந்தான் தாயி. கடல் கலக்கலப்பதான் வேற வலக்கி போவும்” என்றார்.

“எப்பா, நாங்க வெள்ளசங்கு எடுக்க முடியுமாக்கும்?”

“நான்தான் சொல்றனே தாயி வெள்ள சங்கு பெதஞ்சிதான் கெடக்குமெண்டு.”

“எனக்கும் குழியோட ஆசயாருக்குப்பா.”

“ஒசப்புல தடவி ராலு புடிக்கிறயில்ல. அதேதான் கொஞ்சம் தாவு கடலுக்கு ஓடணும். பொம்புள புள்ளைகளுக்கு குழியோடுறதெல்லாம் ஒத்து வராது தாயி.”

“குழிக்கல்ல புடிச்சிக்கிட்டே வெறசா ஓடணும். ஒடம்புல துணிமணி ரொம்ப இருக்கக்கூடாது. கொமருக ஏகப்பட்ட பொடவ துணிமணிய சுத்திக்கிட்டு நிக்கிறிய. முடியாதில்ல” என்றவர் மகளின்

முகத்தைப் பார்த்தார். ஏமாற்றத்தில் அவள் முகம் வாடியது போலிருந்தது.

"ஒனக்கு எதுக்கு தாயி இப்புயொரு ஆச?" என்றார்.

"அந்த இளவரசியும் முத்துராசாவும் இருக்குற சிப்பிய தேடிக் கண்டு புடிக்கணும்ப்பா" என்றாள் தயங்கியபடியே. சடையனுக்கு தூக்கிவாரிப் போட்டது போலிருந்தது.

"இது மாதிரியெல்லாம் ஆச படாத தாயி."

"அது கத தாயி."

"அப்ப அது உண்ம இல்லயா?"

"நடந்ததெல்லாம் உண்மதான். ஆனா சிப்பிக்குள்ள இருக்காங்க அப்படிங்கிறதெல்லாம் எப்புடி நெசமாருக்கும்?"

"நெசமாத்தாம்ப்பா இருக்கும்."

"ஏதாவது கற்பன பண்ணாத தாயி."

"இல்லப்பா ரெண்டு சிப்பியயும் கண்டுபுச்சி சேத்து வச்சிட்டா அந்த இசக்கி பய வந்து சேந்துடுவான்னு தோனுதுப்பா" என்றாள். மகளின் விபரீத எண்ணத்தை அறிந்து கவலைகொண்டார் சடையன்.

"அது மாதிரியெல்லாம் ஒன்னமில்ல தாயி. நீ இப்புடியெல்லாம் நம்பிக்க வைக்காத."

"நீ நம்பிக்க வச்சா அது உண்மையாவும் நான் நம்பிக்க வச்சா மட்டும் பொய்யாயிடுமாப்பா?"

"என்ன தாயி சொல்ற நீ, எனக்கு ஒண்ணுமே புரியலயே. என்ன இலங்கையிலேருந்து தூக்கி வாறப்போ முனியசாமி கோயிலு மண்ண அள்ளி முடிஞ்சிக்கிட்டு வந்தேயில்ல."

"சாமி கூடவே வந்து கரசேத்துதெண்டு சொன்னேல்ல?"

"ஆமா."

"இப்ப கோயில் கட்டி கொடை செய்யிறீங்கல்ல?"

"ஆமாந்தாயி"

"சாமி இருக்கத்த நீ நம்பி சொல்ற. அது உண்ம. அது மாதிரிதான்ப்பா எனக்கும் நான் நெனைக்கிறது நம்புறதெல்லாம்

உண்மையாருக்கும் நடக்குமெண்டு தோனுது” என்றாள் பரிதாபமான குரலில்.

“அப்புடியே அது நடக்குமெண்டாலும் அந்த சிப்பிகள நீ தேடிக் கண்டுபிடிக்க வேண்டாம். இசக்கி பயல பத்திரமா கொண்டுவந்து சேக்கட்டும். அவன் கையாலயே தேடி கண்டுபிடிக்க வைக்கனெண்டு வேண்டிக்க தாயி” சடையனின் இந்த பேச்சு வெங்கண்ணிக்கும் பிடித்திருந்தது. அவள் முழு மனதோடு இதற்கு சம்மதித்தாள்.

18

மேற்கில் சூரியன் உட்கார ஆரம்பித்திருந்தான். மேல்வானம் வெளிர்சிவப்பாய் தகதகத்துக்கொண்டிருந்தது. கடல் போக்கு சென்ற வல்லங்களும் வத்தைகளும் கட்டுமரங்களும் அங்கொன்றும் இங்கொன்றுமாக கரை திரும்பிக் கொண்டிருந்தன. பெரும்பாலும் இவை எல்லாமே பாயோடி வருவதால் அலைகளில் மேலெழுந்து கீழிறங்கும் கடற்பரப்பை அழகூட்டிக்காட்டின. சில வல்லங்களிலிருந்து பாட்டு சத்தம் கேட்டவாறு இருந்தது. வலை இழுக்கும்போது ஒரு வகை அம்பா. படகுகளைத் தள்ளும்போது ஒருவகை அம்பா. இப்போது பாயில் படகுகள் ஓட, அலைகளின் ஏற்ற இறக்கத்திற்கு ஏற்ப காற்று கடலை வருடிச்செல்வது போன்ற அம்பா போட்டு வந்தார்கள். அலைகள் அந்த இசையை விரைந்து கரைக்குக் கொண்டு சேர்த்துக் கொண்டிருந்தது. இவற்றையெல்லாம் வேடிக்கை பார்த்த படியே வெங்கண்ணியும் பேத்தையும் முயல் தீவை நோக்கி வந்து கொண்டிருந்தார்கள்.

“வெங்கண்ணி நம்மளும் அம்பா போடுவமாப்ப” என்றாள் பேத்தை.

“எனக்கு இந்த கரையோடுற அம்பால்லாம் போடத் தெரியாதுப்ப.”

“எனக்கு இப்ப சத்தமா அம்பா போடணுமெண்டு இருக்குப்ப.”

“ராவுக்கு எங்கப்பாகிட்ட கத்துக்கிட்டு வந்து நாளைக்கு போடலாம்ப்ப.”

“எனக்கு இப்பவே போடணுமெண்டு இருக்குப்ப.”

“அப்ப சரி ஒனக்கு தெரிஞ்சத போடு” என்றாள் வெங்கண்ணி.

“ஓடியளி யாலவல்லா யால...

ஓடியளி யாலவல்லா யா...ல...
ஓடி ஆழி யாலவல்லா யால....
யாலவல்லா ஓடி யாழி யால..."

வெக்கண்ணி பேத்தையை பார்த்தாள்

"ஏம்ப்ப நிறுத்திட்ட. நல்லாதான் போடுற போடுப்ப" என்றாள்.

"அதுக்கு மேல தெரிஞ்சாதானாக்கும்."

"எப்புடி வல எளக்குனம். பாடு பாத்தமா, காத்தடிச்சிச்சா, மழ கொட்டிச்சா, சூறாவளி சுத்தியடிச்சிதா, கடல் கொந்தளிப்பாச்சா, காப்பாத்துன தெய்வத்த, கரையேகுற நேரத்த, கரையில காத்துருக்குற சொந்தத்தயெல்லாம் அம்பாவுல கொண்டுவந்து சொல்லுவாங்கப்ப."

"ராச்சோறு திண்டுட்டு ஒங்க குச்சலுக்கே படுக்க வந்தர்றன். ஒங்கப்பாகிட்ட கத்துப்பம்" என்றாள் பேத்தை.

"இன்னைக்கு கரைய போயி அதான் வேலையாக்கும்."

இருவரும் கரை சேர்ந்த நேரத்தில் சடையன் கரையில் இவர்களின் வத்தையை எதிர்பார்த்து காத்துக்கொண்டிருந்தார்.

"ஏந்தாயி இன்னக்கி இவ்வள நேரம் சொணங்கி வாறிய?"

"எப்பா, காலயில வல எளக்குனதுலேருந்தே பாடு ஒண்ணுமில்ல. வலைய பத்தி வேறவேற திக்குல போட்டுபாத்தாலும் வலயில ஒண்ணுமில்ல. வெறும் கட்டமண்ணாத்தான் வருது."

"காத்து ஓரமா இருந்துச்சாக்கும்?"

"அப்புடியும் இல்லப்பா. கடல் மெதுவாத்தான் கெடந்துது."

"செல நாளு அப்புடித்தான் இருக்கும். மீனெல்லாம் கல்யாண சோறுதிங்க மொத்தமா எங்கயாவுது போயி கூடிடும்."

"கடல்ல கல்யாண சோறா?"

"சும்மா வேடிக்கையா சொல்லுவாக தாயி. கடலுக்குள்ள நீரோட்டம், நீவாடு, கொழப்பம், தெளிஞ்சகடல்ன்னு எத்தனயோ இருக்குள்ள தாயி. இதுமாதிரி ஏதோ பெரச்சன வரப்போவுதெண்டா மீனுக எல்லாம் கூட்டமா எங்கயோ பாதுகாப்பான எடத்துக்கு போயி அடஞ்சிருமாக்கும். அப்ப கடல் தொடச்சி வச்ச மாதிரி சுத்தமா இருக்கும் தாயி. நம்ம எத்தன வலய போட்டாலும் ஒண்ணுகொட கெடைக்காது."

“அதுமாதிரி இருக்குற காலத்துல நம்மதான் கடல போட்டு அலசாம கரையேறி வந்துடணும்.”

“இவ்வள தூரம் வந்துட்டமே. வெறுங்கையோட போறதாவது எண்டுதான் வேற வேற கடல்ல வலய எளக்கிப்பாத்தமாக்கும். நல்ல நேரம், கடைசியாத்தான் அதுவும் வலபுடிக்கிற நேரம் பாத்தாக்க, அப்பதான் ஒண்ணுரெண்டு கண்ணுல தெம்படுது. சரிதான் இன்னஞ்செத்த நாழி வல கெடக்கட்டுமெண்டு போட்டு புடிச்சிட்டு வாறம். அதான்ம்ப்பா சொணக்கம்” என்றாள் வெங்கண்ணி.

“நித்தமும் அள்ளி கொடுக்குற தாயி ஒருநாளு இல்லையெண்டு சொன்னாக்க ஏத்துக்கிட்டு வந்துறணும் தாயி.”

“சரிப்பா, இப்படியெல்லாம் இருக்குமெண்டு எனக்கு தெரியாம போயிட்டுது. இனிமே பாத்துகிடுறன்ம்ப்பா” என்றாள் வெங்கண்ணி.

சடையனோடு சேர்த்து மூன்று பேருமாக வலைகளில் கிடந்த ரால் மற்றும் மீன்களை எடுக்கும் வேலைகளை மளமளவென்று செய்து முடித்தார்கள்.

“எப்பா, நண்டுவலய வேலபாத்து வைக்க சொன்னனே, முடிஞ்சிதாப்பா?”

“ஒரு பொத்தல் புடுங்கல் இல்லாம சுத்தமா வேலய முடிச்சி வச்சிட்டன் தாயி. சாம்பிராணி பொட்டலமும் வாங்கி வச்சிருக்கன். சோறாக்குற நெருப்புல பொகச்சல போட்டு வலக்கி காட்டிரு தாயி.”

“நானே ஒன்னகிட்ட சாம்பிராணி வாங்கிவரச் சொல்லணுமெண்டு நெனச்சிருந்தனாக்கும்.”

“தெனமுமா போக முடியிது. காலவாசல் போறப்போ முக்கிய பட்ட பண்டங்கள வாங்கிக்க வேண்டியது தான். அதான் எனக்கு தெரிஞ்ச வரைக்கும் எல்லாத்திலயும் கொஞ்சம் கொஞ்சம் வாங்கி வந்திட்டனாக்கும்.”

“கருவா மயன் கூப்பிட்டாரு எண்டு போனியாக்கும்?”

“பணத்த திருப்பிக்கொடுக்கத்தான் கூப்பிட்டாகளாம்.”

“நீ வாங்கிட்டியாப்பா?”

“எதுக்கு இப்ப. இருக்கட்டுமே. பெறகு தந்துகிறலாமேண்டு சொல்லி பாத்துட்டன்.”

"....."

"கைய புடிச்சி கொடுத்துட்டாக" என்றவர் "தாயி அங்க ஒரு விசயத்த பாத்தனாக்கும். அத பாத்ததுலேருந்து மனசே சரியில்ல" என்றார் மெதுவாக.

"என்னப்பா" என்றாள். அவளது மனம் லேசாக பதறத் தொடங்கியது. பேத்தை இருப்பதை குறிப்பால் உணர்த்தி

"வீட்டுக்கு போயி பேசிகிறலாம் தாயி" என்றார்.

"பேத்தைக்கு இசக்கி பயல பத்தி எல்லாமே தெரியும்ப்பா. நீ இப்பயே சொல்லு."

"கருவா குடும்பத்தாருங்க அந்த பய படத்த மாட்டி பூமாலயெல்லாம் போட்டு வச்சிருக்காக தாயி. அத பாத்ததும் எனக்கு நெஞ்சே வெடிச்சி போயிட்டு தாயி." வெங்கண்ணிக்கு கண்கள் இருள்வது போலிருந்தது. கால்களுக்கு கீழேயிருந்த மண் நழுவிச் சென்றது. எதையாவது பற்றிக்கொள்ள வேண்டுமென்ற யோசனை கூட எழவில்லை. மூளை ஸ்தம்பித்து நின்றுவிட்டது. ஒரு கணம் அவளது உடல்முழுவதுமே செயலற்றுப் போனது போலிருந்தது.

"எப்ப வெங்கண்ணி, ஒண்ணுமில்ல பாரு" என்று பேத்தை அவளது தோளணைத்துக் கொண்ட பிறகு தான் வெங்கண்ணி சுய நினைவுக்கு வந்தாள்.

"தாயி, கவலபடாத தாயி. அப்புடியெல்லாம் எதுவும் நடந்திருக்காது."

"ஒனக்கு தெரியுமா? பெத்தவுகளுக்கு தெரியாதாக்கும்."

"சனங்க எல்லாரும் இதப்பத்தியே பேசி பேசி அவுகள மனச கெடுத்துருக்காக தாயி. மயன் மரணிச்சிருந்தா ஆவியால்ல சுத்தி திரிவான். அவன நெனச்சி கல்லுவச்சி காரியம் பண்ணிட்டமெண்டா நல்ல கதி அடைவானாக்கும். அவன் உசிரோட இருப்பானெண்டு நெனச்சி அவன பாவத்துல அலய விட்டுறாதிய மண்டு சொல்லி இதையெல்லாம் செய்ய வச்சிருக்காக."

"அதுக்காக இப்புடியாப்பா செய்வாக."

"உறவுக்காரவுக சொல்றத கேட்டுதான் தாயி ஆகணும். இவுகல்லாம் நமக்கு கெட்டது நெனைக்க மாட்டாக. எதையோ அவுக கேள்விப்பட்டுருக்கலாம். அதையெல்லாம் பெத்தவுககிட்ட சொன்னா

தாங்கிகிற மாட்டாக எண்டு நெனச்சி மறச்சிருப்பாக. அதான் காரியம் பண்ணச்சொல்லி கட்டாயப்படுத்துறாக எண்டு பெத்தவுக நம்பியிருக்கலாமில்லயா தாயி.''

“அது உண்மையாருக்குமாப்பா?'' வெங்கண்ணியின் குரல் உடைந்து போயிருந்தது.

“கேட்ட நாழிக்கு நான் அங்க நிமிச நேரங்கொட நிக்கல தாயி. தொழிலுக்கு போயி திரும்பி மரம் ஒண்ணு அப்பதான் கரைக்கி வந்துது. என்ன கொண்டு போயி முயல்தீவுல விட்டுறெண்டு சொல்லி நேரா முனிய சாமிக்கிட்ட வந்திட்டனாக்கும்.'' பேத்தையும் வெங்கண்ணியும் அவரையே பார்த்துக்கொண்டிருந்தார்கள்.

“காட்டுப்பூவ போற போக்குல உருவிக்கிட்டு போனனாக்கும். அத கொண்டுபோயி முனியசாமி மின்னாடி போட்டு கேட்டனாக்கும். ஓம்பொண்ணுக்கு வாழ்க்கைய தரப்போறியா இல்ல தொயரத்த தரப் போறியா எண்டு. அந்த பய மரணிச்சது உண்மயெண்டா எங்களையும் கொண்டுபோயி சேத்துடு. நாங்க உசுரோட வாழணுமெண்டா அந்தப் பயல உசுரோட கொண்டுவந்து சேத்துடு. அவன் உசுரோட இருக்கானா இல்லயா எனக்கு இப்பயே தெரிஞ்சாவணும். உள்ளத சொல்லுய்யா எண்டு முட்டி மோதி கையேந்தி கேட்டன் தாயி.'' அடுத்து அவர் என்ன சொல்வாரோ என்று நெஞ்சாங்குலை படபடத்துக் கொண்டிருந்தது.

“அந்த பய உசிருக்கு எந்த மோசமும் இல்ல. நல்லா இருக்கானெண்டுதான் நம்ம முனியசாமி உத்தரவு கொடுத்திருக்காரு'' இப்போதும் நன்றி மேலிட முனியசாமி கோயிலை நோக்கி கைதூக்கி கும்பிட்டார். வெங்கண்ணி பேத்தை இருவரது கைகளும் அன்னிச்சையாக நடப்பது போல தலைக்கு மேலே உயர்ந்து கூப்பின.

“முனியசாமி உத்தரவு கொடுத்தா அதுல தப்பே இருக்காது'' நிம்மதிப் பெருமூச்சு அவளிடமிருந்து வெளிப்பட்டது.

“அவுக இதையெல்லாம் செய்யிறதுக்கு மின்னாடி, நீங்க கேட்ட மாதிரி சாமிகிட்ட உத்தரவு கேட்டுருக்கலாமில்ல?'' என்றாள் பேத்தை.

“அவுகளும் அஞ்சி பேர கூட்டிக்கிட்டு கொல்லிமல கோடாங்கி கிட்ட போயி கேட்டுருக்காக. அவரு சோழிய உருட்டி ப்பாத்துட்டு, ‘பயல காணலயெண்டு நாலு வருசம் கழிச்சி இப்ப வந்து கேக்கிற. கட்டக்கி ஒண்ணுமில்லயெண்டு சொன்னா சந்தோசப்படுவ. சொத்த கூட எழுதிவப்ப ஆனா அதுக்கெல்லாம் ஆசப்பட்டு இந்த கோடாங்கி

பொய்சொல்ல மாட்டான். கட்ட கருகி மூணு வருசம் ஒம்போது மாசம் இருவத்தோரு நாளாவுது. இந்தா ஒன்னோட ரூவா நீயே எடுத்துட்டு போயிடு. இத நான் கையாலயும் தொட மாட்டன்' எண்டு சொல்லி பணத்தை தூக்கி வீசிட்டானெண்டு சொல்றாக. அதுக்கு பெறகுதான் அவன் சொன்னத நம்பி இதையெல்லாம் செய்திருக்காக."

"அந்தப் பயலுக்கு கட்டிவெப்போமெண்டு சொல்லி அவங்க அத்த பெத்த கொமரு ஒண்டு இருந்ததெண்டியே அத கெட்டிக் கொடுத்துட்டாகளாக்கும்?"

"அத அப்பவே கெட்டிக் கொடுத்துட்டாகளாம். ஒரு பய பொறந்து அவனுக்கும் ஒரு வயசு ஆவப்போகுதாம் தாயி."

நடுக்கடலில் பெரும் சூறாவளிக் காற்றில் சிக்கி மீண்டது போலிருந்தது வெங்கண்ணிக்கு. கிட்ட தட்ட பேத்தையுமே கூட இந்த வேதனைகளையெல்லாம் வெங்கண்ணிக்காக அனுபவித்தாள் என்று தான் சொல்ல வேண்டும்.

"அப்பா, மசண்டயாயிட்டுது பாரு. நீ இருந்து ஏலம் விட்டுட்டு வாரியாப்பா? நானும் பேத்தையும் போறம். குளிச்சிட்டு சோறு கொழம்பு ஆக்கணும்" என்றாள்.

"சரிதான் தாயி. நீங்க போங்க. கறிக்கி நல்ல மீனா பாத்து பெறக்கிகிங்க."

பேத்தை அவளுக்கு கொஞ்சம் மீன்களை பொறுக்கிக்கொண்டாள். வெங்கண்ணி ஏதோ யோசனையில் இருப்பவளைப்போல தோன்றவே அவளுக்கும் சேர்த்து பொறுக்கிக் கொண்டாள். குச்சலுக்கு வரும் வழியில் அதிகமாய் இருவரும் பேசிக்கொள்ளவில்லை. சடையன் சொன்ன விஷயங்கள், கருவா குடும்பத்தினர் செய்த காரியங்கள், கொல்லிமலை கோடாங்கியின் வாக்கு, முனியசாமி கொடுத்திருக்கும் நம்பிக்கை இவையே திரும்ப திரும்ப மனதில் வந்துகொண்டிருந்தது. வெங்கண்ணிக்கு முனியசாமி முன் நின்று வாய்விட்டு அழுதால் தேவலாம் போலிருந்தது. குளித்துவிட்டு பேத்தையை உலைவைக்க சொல்லிவிட்டு முனியசாமியை பார்த்துவிட்டு வந்து விடுவதென நினைத்தாள்.

"எப்ப பேத்த இதுக்கு மேல நீவேற தனியா ஒலவச்சி ஆக்கணுமா. ரெண்டு பேருக்கு தான, நானே ஆக்கி தர்றன். நீ குளிச்சிட்டு வந்துரு, சேந்து ஆளுக்கொரு வேலயா செய்வமாக்கும்" என்றாள் வெங்கண்ணி.

இதையே தான் பேத்தையும் நினைத்தாள். ஆனால் வாய்விட்டு சொல்லவில்லை. 'நாம் சொல்ல நினைத்ததை அப்படியே சொல்கிறாளே' என்று மனம் நெகிழ்ந்தாள் பேத்தை.

"வெங்கண்ணி, ஓம் மொகத்த பாக்க முடியல. கலங்கி தவிக்கிறது அப்புடியே தெரியுதுப்ப. நீ முனியசாமி மின்னாடி ஒரு பாட்டம் அழுது தீத்துட்டு வாயேன்" என்றாள் பேத்தை. பேத்தை சொன்னதைக் கேட்டவுடன் ஏனோ குபுக்கென்று கண்களிலிருந்து கண்ணீர் வந்தது வெங்கண்ணிக்கு.

"என்னப்ப, அழுவுறியாப்ப?" என்றாள் பேத்தை. அவ்வளவுதான் வெங்கண்ணியிடமிருந்து பிரவாகமென வெடித்து வந்தது அழுகை. அவளது தோள்பற்றி அணைத்து மணல் பரப்பில் உட்கார வைத்தாள் பேத்தை. தானாக அழுது ஓயட்டுமென நினைத்தவள் அழுது களைத்து துவளும் போது மடி கொடுக்கத் தயாராக பக்கத்திலேயே உட்கார்ந்து கொண்டாள். அவளுமேகூட வெங்கண்ணியின் அழுகையோடு தனது கண்ணீரையும் கரைய விட்டுக்கொண்டிருந்தாள்.

"கடல் தாயே, ஓம்மக கெடந்து கதறுறத பாரும்மா. இவ கண்ணீர நீ தாங்குவியா தாயே?. கெட்டது நடக்க விடுவியாக்கும் நீ? நீதானம்மா இவளுக்கும் அந்த பயலுக்கும் முடிச்சு போட்டு விட்ட. இப்ப இப்புடி கெடந்து துடிக்கிறாளே ஏம்மா. இவளுக்கு நல்ல வழிய காட்டு. இவளுக்கு தாங்குற மனத்தெகிறியத்த கொடு தாயே" மனமுருகி கடல் தாயிடம் மண்டியிட்டு கெஞ்சிக்கொண்டிருந்தாள் பேத்தை.

ஒருவழியாக அழுது ஓய்ந்து, தனது மடியில் துவண்டு கிடக்கும் வெங்கண்ணியை ஆறுதலாய் தட்டி எழுப்பினாள். தேற்றி குச்சலுக்கு அழைத்து வந்தாள் பேத்தை. குளித்த பிறகு சற்றுத் தெளிவாய் இருப்பது போலத் தெரிந்தாள் வெங்கண்ணி.

"நான் ஒல ஊத்தி போட்டு எரிச்சி விடுறேன். நீ முனியன போயி பாத்துட்டு வாயேன்" என்றாள் பேத்தை.

"இல்லப்ப, ஒங்கப்பா வந்தா சோத்துப்பானய தேடிப்பாத்துட்டு எரைவாக. சோறு கொழம்பு ஆக்கிட்டு, அவுகல்லாம் உண்ட பிறகு ரெண்டு பேருமே போவம்" என்றாள் வெங்கண்ணி.

"கடல்தாயே, முனியய்யா இது போதும் எனக்கு" வெங்கண்ணியின் தெளிந்த முகம் பார்த்து நிம்மதியடைந்திருந்தாள் பேத்தை.

19

ஏதோ கனவு கண்டு திடுக்கிட்டவளைப் போல விழித்துக் கொண்டாள் வெங்கண்ணி. பக்கத்தில் படுத்திருந்த பேத்தையைப் பார்த்தாள். அவள் ஆழ்ந்து உறங்கிக் கொண்டிருந்தாள். குச்சலின் இன்னொரு புறம் படுத்திருந்த சடையனைப் பார்த்தாள். அவரும் கண்மூடிக்கிடந்தார். இரவு வெகுநேரம் வரை அவருமே கூட தூங்கவில்லை என்பதை அவள் கவனித்திருந்தாள். 'நம்மால் அப்பாவுக்கும் நிம்மதி இல்லாமல் போகிறது' என்று நினைத்தாள். 'இப்பயாவுது தூங்குதே. தூங்கட்டும்' என நினைத்தவள் மெதுவாக எழுந்து வெளியே வந்தாள். வானத்தை அண்ணாந்து பார்த்தாள். கீழ் வானில் புதிய நட்சத்திரம் தெரிந்தது. வெள்ளி மொளச்சிட்டுதாக்கும். முகம் கழுவிக்கொண்டவள், அவளின் பின்னாலேயே சடையனும் எழுந்து வந்து நிற்பதைப் பார்த்து விட்டு,

"எப்பா, நீ தூங்குற எண்டுல்ல நெனைச்சன்?"

"தூங்கிதான் எழும்பி வாறன் தாயி."

"ராத்திரி முச்சூடும் முழிச்சி கெடந்தயாக்கும்?"

"இல்ல தாயி. நான் நல்லா தூங்குனனாக்கும்."

அவர் பொய்தான் சொல்கிறார் என்பது தெரிந்தும் அந்த பேச்சை வளர்த்த விரும்பாதவளாக வாசலில் சாணம் கரைத்து தெளித்தாள். குச்சலை சுற்றியுமே கூட்டி ஒதுக்கினாள். கடல்தொழிலுக்கு போக கஞ்சிக்கலயத்தில் தனக்கும் பேத்தைக்கும் தேவையான கஞ்சியை ஊற்றி மூடிபோட்டு அதன்மேல் இரவு வைத்த மீன்குழம்பை ஊற்றி மேல்மூடி போட்டு மூடி மாலுக்குள் எடுத்து வைத்து இறுகக் கட்டி வைத்தாள். குச்சலுக்குள் புழங்கும் சத்தம் கேட்டோ என்னவோ பேத்தையும் விழித்துக் கொண்டாள்.

"எப்ப, நீ ஒங்கப்பாவுக்கு நீரார தண்ணி எதுவும் கொடுக்கணுமெண்ணா கொடுத்திட்டு வா. நம்ம விடியநேரமே ஓடி பாப்பம்" என்றாள் வெங்கண்ணி.

"ராத்திரி உண்டது போக மீந்த சோத்துல அப்பவே தண்ணிய ஊத்தி வச்சிட்டன். தேவப்படுறப்ப உங்கட்டும்" என்றவள்,

"நான் போயி முத்தத்துல சாணிய தெளிச்சி கூட்டி அள்ளிட்டு வாறன்" என்று சொல்லிவிட்டுப் போனாள் பேத்தை.

“இன்னக்கி ஒருநாள் மட்டும் கரையவே கெடந்தா என்ன தாயி?”

“ஏம்ப்பா, என்னத்துக்கு கரைய கெடக்க சொல்ற? ஏதாச்சிம் சோலியாக்கும்?”

“ஆமாம் தாயி. சோலி இருக்க கண்டுல்ல சொல்றனாக்கும்.”

“சரிதான். என்ன சோலியெண்டு சொல்லேம்ப்பா.”

“ஒண்ணுமில்ல தாயி, ஒன்ன கூட்டிக்கிட்டு ராவுத்தர் கடைக்கு போய் வரலாமெண்டு நெனைக்கன்.”

“ராவுத்தர் கடைக்கா? எதுக்குப்பா?”

“நீ சின்ன புள்ளயா இருக்கக்குள்ளயே புடிச்சி செய்யணுமெண்டு நெனச்சன் தாயி. கைக்கு கொஞ்சம் ரூவா வந்தாலே போதும் ஒன்னோட காதுக்கு தொங்கட்டானும் கழுத்துக்கு அட்டிகையும் வாங்கி போட்டு அழகு பாக்கணுமெண்டு ஆசப்பட்டு கேப்பா தாயி ஒங்கம்மா. நான் தான் இப்ப வல வாங்குவம். பெறகு ரூவா சேந்தா பவுனு வாங்கிக்கலாமெண்டு சொல்லுவன். இதே மாதிரிதான் வத்த வாங்கவும் வல வாங்கவுமெண்டு ஒவ்வொரு மொறயும் தட்டி கழிச்சிக்கிட்டே இருந்திட்டனாக்கும். ஒங்கம்மா போனபெறகு அதப்பத்தி நான் யோசிக்கவே இல்ல. நேத்து கருவா மகன் கொடுத்த பணத்துல உனக்கு தேவையான நகநட்ட வாங்கிடலாமெண்டு நெனைக்கன் தாயி.”

“எப்பா, நான் ஒண்ணு சொல்றன் கேட்டுக்க. இப்ப நாளு முச்சூடும் நானும் பேத்தையும் ஒண்ணாத்தான் இருக்கம். என்னோட வயசுதான் பேத்தைக்கும். நான் தொங்கட்டான் போட்டு ஆட்டிக்கிட்டு நிண்டா பாக்குற அந்த கொமருக்கு ஆச வராதா? பேத்தையோட ஒழைப்புல தான் அந்த ஆளு கஞ்சி குடிக்கிறாரு. அதுவும் தாயத்த பொண்ணாத்தான் கெடக்குது. நமக்கு இதுமாதிரி செய்யிற அப்பா இல்லயேண்ட ஏக்கம் வருமா இல்லயா?”

“அதுக்காக நம்ம என்ன தாயி பண்ண முடியும்? அந்த கொமரோட தலையெழுத்து அப்படி இருக்கு.”

“வேண்டாம்ப்பா. இப்ப பவுனெல்லாம் வேண்டாம். இந்த ரூவா இருக்கட்டும் இதோட இன்னம் கொஞ்சம் ரூவா சேத்து நம்மளும் ஒரு வல்லம் வாங்கலாம்ப்பா.”

“வல்லமா? நமக்கு எதுக்கு தாயி வல்லமெல்லாம். என்னய கடல்தொழிலுக்கே போகக் கூடாது எண்டு சொல்லிட்ட. ஒனக்கு போக வத்தையும் இருக்கு. மரமும் இருக்கு. வல்லம் வேற எதுக்கு?”

“அந்த பய இசைக்கி முத்து வந்ததும் கொடுக்கலாமெண்டுதான். மரணிச்சானெண்டு சொல்லி காரியம் செய்த பின்ன கருவா வீட்டுக்கு போகலாமாக்கும்?” இவ்வளவு நம்பிக்கையோடும் உறுதியோடும் இருக்கிறாளே நம் மகள் என்று வியப்படைந்தார் சடையன். “யய்யா முனியா எம் பொண்ணோட நம்பிக்கய காப்பாத்திரைய்யா.”

“என்ன இருந்தாலும் அவுக பெத்தவுக இல்லயா தாயி?”

“பெத்தவுகண்டா சரியா போயிருமாக்கும்? மகன் ஆசப்பட்டத செய்து வச்சாகளா? எவ்வள மனக்கொந்தளிப்பு இருந்திருந்தா வீட்ட விட்டே மறஞ்சி போக துணிஞ்சிருக்கும்.”

“அவுக என்ன தாயி செய்வாக? அத்தை மகள கெட்டிக்கண்டு சொன்னாக. அது அந்த பய செய்ய வேண்டிய கடமதான தாயி?”

“கடமதான் ஆனா அதுக்கு மின்னாடி அவனுக்கு வேற ஏதாவது பிரச்சனை இருக்காண்டு பாக்க வேண்டாமாக்கும்?”

“தான் ஒரு பொண்ணுக்கு வாக்கு கொடுக்க, பெத்தவுக அத்த மகளத்தான் கெட்டணுமெண்டு கட்டாயப்படுத்துனா, அவன் நெஞ்சாங்கொலய அது நெறுக்குமா நெறுக்காதா? அவன் என்ன முடிவு எடுக்க முடியும் நீயேதான் சொல்லேன்.”

“அவனால ஒண்ணும் செய்ய முடியாதுதான்.”

“அந்த பயலோட ஆசக்கிம் வஞ்சன பண்ணாம அத்த மகளுக்கும் மோசமில்லாம நல்ல முடிவ பெத்தவுகளால எடுக்க முடியாதாக்கும்?”

“ஏன் முடியாது? தாராளமா செய்யலாம். இதுக்கு மின்னாடியும் இதுபோல ஒண்ணுரெண்டு நடந்து இருக்குது தாயி.”

“அதத்தான் சொல்லம்ப்பா. நான் நெனைக்கிறது சரியா தப்பா எண்டு பாக்கன்.”

“அதுகூடயெல்லாம் நம்ம கதய ஒண்ணாவச்சி பாக்கக் கூடாது தாயி. அது வேற. இது வேற.”

“இருக்கட்டுமேப்பா, இந்த ஊரு ஞாயத்த நானும் தெரிஞ்சிக்கிறு வனுல்ல.”

“பெரிய மனுசங்க நாலுபேர கூட்டி வச்சி பஞ்சாயத்து பேசுவாங்க. அத்த மகளையோ மாமன் மகளையோ கட்டிக் காப்பாத்தணும் எண்ட கடமய ஒரு பய தவறுறான் எண்டா, ஒண்ணு அந்த பயலே பொண்ணுக்கு ஏத்த மாப்பிள்ளைய தேடி பேசி முடிச்சிக் கொடுக்கணும் எண்டுதான் ஆரம்பத்துல தீர்ப்பு சொன்னாக. ஆனா அது ஒத்துவரல எண்டு பெறகு அத விட்டுட்டாக. ரெண்டாவது அந்த பயலுக்கு அன்னைக்கி கெழம வரைக்கும் அவன் கையில இருக்குற சம்பார்த்தன, குடும்பத்துல அவனுக்கு இருக்குற பங்கு, வல, வத்தயில இருக்குற பங்கு எல்லாத்தையும் அந்த பொண்ணுக்கு எழுதிக் கொடுத்துட்டு கட்டுன துணியோட வீட்ட விட்டு கிளம்பிறணுமெண்டு தீர்ப்பு சொன்னாக. அந்த மயனுக்கு சேரவேண்டிய பங்கு, பணங்காசி எல்லாத்தயும் போட்டு பெத்தவுக அந்த பொண்ண கெட்டிக்கொடுத்து தலச்சன் புள்ள சடங்கு வரைக்கும் சீரு செய்வாக.”

“இந்த பொண்ணுக்கும் அப்படி செய்து கெட்டிக் கொடுத்து இருக்கலாமில்ல?” என்றாள் வெங்கண்ணி.

“அப்படித்தான் தாயி கெட்டிக் கொடுத்திருக்காக. இசக்கி பயலுக்கு இனிமே அங்க எதுவும் இல்ல. அவன் பங்கு அந்த பொண்ணுக்கு கொடுத்தாச்சிதாக்கும்.”

“அப்பறம் எதுக்காகப்பா நீ அவுகளுக்காக வக்காலத்து வாங்குன?”

“சொத்து சொகத்துல தான பங்கில்ல. பெத்தவுக பாசத்துலயுமா இல்லாம போகும். அதத்தான் தாயி சொன்னேன்.”

“எனக்கு இந்த விஷயமெல்லாம் தெரியாமத்தான் இசக்கிக்காக ஒரு வல்லம் வாங்கணுமெண்டு சொன்னனாக்கும். ஆனா இப்ப வாங்கியே ஆகணுமெண்டுல்ல இருக்கு.”

“அந்த பய எங்க கெடக்கான் எப்படி கெடக்கானெண்டு எதுவும் தெரியல. நம்ம அவனுக்காக வல வாங்கணும், வல்லம் வாங்கணு மெண்டு திட்டம் போடுறம்.”

“இப்பயே வாங்கல எண்டாலும் பரவால்லப்பா. அவன கண்ணால கண்ட பெறகு கூட வாங்கிக்கிறுவம்.”

“கையில இருக்க ரூவாய கொண்டு வல்லம் வாங்கமுடியாது தாயி. வேணுமெண்டா வலைக வாங்கலாம்.”

“பழைய வெலயில வந்தா பாக்கலாமில்ல. விசாரிச்சி பாருப்பா. வல்லம் வாங்கப்போறமெண்டு கேட்டா யாவாரிமாருங்க கூட முன்பணம் கொடுப்பாகலாமில்ல.”

“முன்பணம் வாங்கினா சரக்கயெல்லாம் அவுக கேக்குற வெலைக்கு அவுககிட்டயேயில்ல போடணும். நம்ம விருப்பத்துக்கு ஏலம்விட முடியாதாக்கும்.”

“ஏதோ ஒண்ணு. போகுதெண்டு விடத்தான் வேணும். கூழுக்கும் ஆசை மீசைக்கும் ஆசையெண்டா முடியுமா கேக்கன்.”

“வல்லம் தொழிலுக்கு ஓடி, அந்த கடல்தாயி அள்ளிக் கொடுத்தா ஆறுமாசம் போதும்தாயி எல்லா கடனையும் அடச்சி வந்துரலாமாக்கும்” என்றார் சடையன்.

“அதுசரிதாம்ப்பா. இந்தோ பேத்த வந்துட்டுது பாரு. நாங்க. கிளம்புறம்” என்று சொன்னவள் கஞ்சிக்கலயத்தை எடுத்துக்கொண்டு கிளம்பினாள். நண்டு வலை மூட்டைகளை ஆளுக்கொன்றாய் தூக்கிக் கொண்டார்கள். இருவரும் செல்வதையே பார்த்துக் கொண்டிருந்தவர், ‘அடடா, அவளிடம் சொல்ல நினைத்ததை சொல்லாமல் இருந்து விட்டோமே’ என்று பரபரத்தார். ‘தாயி செத்த நின்னு இத கேட்டுட்டு போயேன்’ என்று தொண்டை வரை வந்த வார்த்தைகளை அப்படியே விழுங்கி விட்டார். கடல்தொழிலுக்கு போகும் மகளைப் பின்னால் நின்று கூப்பிட கூடாது என்று நினைத்தார். வெங்கண்ணியும் பேத்தையும் நடக்கும் சுவட்டிலேயே நடக்க ஆரம்பித்தார். சற்று தூரம் சென்றபின் பின்னால் யாரோ நடந்து வரும் அரவம் கேட்டு தற்செயலாகத் திரும்பிப் பார்த்தாள் பேத்தை.

“எப்ப வெங்கண்ணி ஒங்கப்பா பின்னாலயே வாராகப்ப.”

திரும்பிப் பார்த்து நின்ற வெங்கண்ணி “யாம்ப்பா, பின்னாடியே வார? நாங்க வத்தய தள்ளி விட்டு ஓடமாட்டமாக்கும்?” என்றாள்.

“அதுக்கில்ல தாயி, இன்னொரு விசயம் ஒன்னக்கிட்ட சொல்லணுமெண்டு நெனச்சன். அதுக்குள்ள ரெண்டுபேரும் கிளம்பிட்டிய. அதான் கடக்கரையில பாத்து சொல்லுவமெண்டு வாறனாக்கும்” என்றார்.

“என்னப்பா சொல்லப்போற?”

“அந்த பயல தேடிப் பாக்கலாமெண்டு நெனைக்கன் தாயி.”

“நீ எங்க கண்டு தேடுவப்பா. வயசான காலத்துல ஒனக்கு இந்த வேல எதுக்கு?”

“மனசு கேக்கல தாயி.”

“தேடிப் போற ஒனக்கு ஏதாவது ஒண்ணு எண்டா ஒன்ன நான் எங்க கண்டு தேடுவம்ப்பா?”

“எனக்கு ஒண்ணும் ஆகாது தாயி.”

“எப்பா, இந்த கடக்கரையில என்ன ஒத்தயில தவிக்க விடணுமெண்டு நெனைக்க அதான?”

“ஏன் தாயி இப்படி நெனைக்க. ஒன்ன ஒத்தயில விட்டுட்டு போயிறக்கூடாதெண்டுதான் அந்த பயல தேடிக் கண்டுபுடிச்சி ஒன்னகிட்ட ஒப்படைக்க நெனைக்கன் தாயி.”

“தேடிதான் பாக்கட்டுமேப்ப, நீ எதுக்கு வேண்டாமெங்குற. அவங்க மனசுக்குள்ளேயும் ஆயிரம் கவல இருக்குமில்லப்ப?” என்றாள் பேத்தை.

“சரிப்பா நீ எங்க போயி தேடப்போற. போற திக்கயாவது சொல்லிட்டு போப்பா.”

“மனம்போன போக்குல அவன் போன மாதிரி தான் நானும் தேடிப்போவணும். முனியசாமி வழிகாட்டி கூட்டிப் போவாரு தாயி.”

“சரிதான். பாத்துக்கப்பா நீ பத்தரமா போய்வரணும். கிளப்பு கடைக இருக்கும். ரூவா செலவாகுதெண்டு நெனைக்காம வேளா வேளைக்கு உண்டுக்கணும்.”

“சரி தாயி.”

“ரூவா எடுத்துக்க. மறந்துறாத.”

“சரி தாயி”

“எப்பா, பத்து நாளுதான் ஒனக்கு கெடு. இன்னையிலேருந்து பத்தாம் நாளு எம்மின்னாடி வந்து நிக்கணும் பாத்துக்க.”

“சரி தாயி.” மகள் ஒத்துக்கொண்டது பெரும் நிம்மதியைக் கொடுத்தது அவருக்கு. இசக்கி முத்துவைத் தேடிப்போக வேண்டும் தேடிப்போக வேண்டும் என்பது மட்டுமே பெரும் தவிப்பாகக் கிடந்தது அவர் மனதில். ஆனால் எங்கே போவது எப்படித் தேடுவது என்ற திட்டமும் அவரிடம் இல்லை. இருந்த போதும் இடுப்பு வாரை

எடுத்து கட்டிக் கொண்டார். வாருக்குள் கொஞ்சம் ரூபாய் நோட்டுக் களையும் எடுத்து வைத்துக்கொண்டார். கிளம்பி விட்டார். துறைமுகம் பஸ் நிறுத்தத்தில் வந்து நின்றபோது அவருக்கு தன்னை ஒரு பெரும் இருள் சூழ்வது போல தோன்றியது. மனசில் எழுந்த அச்சம் உடலில் லேசானதொரு நடுக்கத்தை உண்டாக்கியிருந்தது. பேசாமல் குச்சலுக்கே திரும்பிப் போய்விடலாமா என்று நினைத்தார். அப்படிப் போனால் வெங்கண்ணியிடம் என்ன விளக்கம் சொல்வது. சாக்குபோக்கு சொல்வது கிடக்கட்டும். பிறகு அந்தப் பயலை யார்தான் தேடுவது. எப்படி கொண்டு வந்து சேர்ப்பது? என்று நினைத்த மாத்திரத்திலேயே மனதில் வைராக்கியம் வந்து உட்கார்ந்து கொண்டது சடையனுக்கு. பேருந்து வந்து நின்றதும் சிறிதும் யோசிக்கவில்லை ஏறி உட்கார்ந்து கொண்டார் . இது ஒன்றும் பிரமாதமில்லை. இது தூத்துக்குடி பேருந்து நிலையத்தில் கொண்டு போய் விட்டுவிடும். அதற்கு பிறகு தானே இருக்கிறது. எந்த பேருந்தில் ஏறி எங்கே செல்வதென்று எப்படி முடிவெடுப்பாய் என்று தனக்குத்தானே கேட்டுக்கொண்டார்.

கடலுக்குள் ஓடிக்கொண்டிருந்த வெங்கண்ணிக்கும் தன் அப்பாவைப்பற்றிய நினைவாகவே இருந்தது.

“எப்ப பேத்த, நீயும் சொன்னியேண்டுதான் எங்கப்பா கேட்டதுக்கு ஒத்துக்கிட்டன்.”

“என்னப்ப?”

“பயமாருக்குப்ப, எங்கப்பா எங்க போயி தேடுவாக? சாப்பாட்டுக்கு தண்ணிக்கி திண்டாடிடுவாகளோ?”

“அப்புடியெல்லாம் ஆகாதுப்ப.”

“எங்கப்பாவப் பத்தி ஒனக்கு தெரியாதுப்ப. யாருகிட்டயும் ஒதவின்னு கேட்டு நிக்க மாட்டாக.”

“பயப்படாதப்ப.”

“எங்கப்பா இந்த கடலுக்குள்ள ஒத்தாளா எவ்வளவு தூரம் போனாலும் நான் பயப்படமாட்டம்ப்ப. காத்தடிச்சாலும் மழயடிச்சாலும் கடலே கொந்தளிச்சாலும் கூட ஒத்த துரும்பு கெடைச்சா போதும். அத பத்திக்கிட்டே கரவந்து சேந்திடும். ஆனா அது இப்ப போறது நாடாச்சே.”

“யய்யா முனியா எங்கப்பா மனச மாத்தி திருப்பி கூட்டி வந்திரைய்யா.”

“கடல்தாயே, முட்டாள்தனம் பண்ணிட்டம்மா. எங்கப்பாவ திருப்பி கொண்டாந்து சேத்துரம்மா” மனமுருகி வேண்டிக்கொண்டாள்.

தூத்துக்குடி பேருந்து நிலையத்தில் இறங்கிய சடையன் அடுத்து எந்த பேருந்தில் ஏறுவது என்று ஒன்றும் புரியாமல் திகைத்தார். அங்கிருந்த சிமெண்டு கட்டையொன்றில் சிறிது நேரம் உட்காரலா மென்று உட்கார்ந்தார். வந்து செல்லும் பேருந்துகளையும் அதில் ஏறி இறங்கும் பயணிகளையும் வேடிக்கை பார்த்துக்கொண்டிருந்தார். மனம் மட்டும் இசக்கிமுத்துவை ஒவ்வொரு ஊராக சென்று தேடிக் களைத்து திரும்பிக்கொண்டிருந்தது. ‘யய்யா முனியா இது என்னால ஆகுற காரியம் கெடையாது. ஒன்னாலதான்ய்யா முடியும். ஒன்னால மட்டும்தான் முடியும். எனக்கு நல்லவழி காட்டைய்யா’ தன்னைச் சுற்றியுள்ளோர் கவனிக்கிறார்களே என்ற உணர்வற்று, மனதில் முனியசாமி முன் மண்டியிட்டு அழுதுகொண்டிருந்தார். கண்களிலிருந்து கண்ணீர் வடிந்து கொண்டிருந்தது.

20

நடப்பதெல்லாம் உண்மைதானா என்று சடையனால் நம்பவே முடியவில்லை. தன் எதிரே உட்கார்ந்திருக்கும் இசக்கிமுத்துவைப் பார்த்து பத்தாவது முறையாகக் கேட்டார்.

“ஏலே நீ இசக்கி பய தானலே?”

“ஆமாம் மாமா. நான் இசக்கியேத்தான் ” என்றான் முறுவலுடன்.

“ஏலேய், நீ உசுரோட நல்லபடியாத்தான் இருக்கியாலே?” என்றார்.

“மாமா, இன்னும் எத்தன தடவ இதேமாதிரி கேக்கப்போறிய?” என்றான் இசக்கிமுத்து சிரித்துக்கொண்டே.

“நம்ம காலவாசல்ல போயி கேட்டுப்பாருலே. நீ மரணிச்சி நாலு வருசம் ஆகுதெம்பாங்கலே எல்லாரும். நீ பொறந்த ஓங்குடும்பம் என்ன செய்திருக்கெண்டு தெரியுமாலே?”

“சொல்லுங்க மாமா, எங்கப்பா அம்மா எல்லாரும் நல்லபடியா இருக்காகளா?”

இசக்கி முத்து இப்படி கேட்டதும் திடுக்கிட்டு அவன் முகத்தை பார்த்தார் சடையன். ‘பெத்தவுக மேல இவ்வளவு அக்கறையோட இருக்குறவன் கிட்டப்போயி அவங்களப்பத்திய மோசமான விசயத்த

புத்திகெட்டத்தனமா சொல்லிடப்பாத்தனே. நல்ல வேள அவன் பெத்தவங்கள விசாரிக்கங்கிற பேருல என்னோட புத்திய தெளிய வச்சிட்டான். நல்லதா போச்சி போ' என மனதிற்குள் நிம்மதி யடைந்தார். அதே சமயத்தில் இந்த பேச்சை மாற்ற விரும்பியவர்

"ஏலேய் இசக்கி, நீ அவர பாத்தியாலே?" என்றார்.

"யார மாமா சொல்றிய?"

"இங்க ஒருத்தரு சாப்பிட வந்தாருல்ல. ஒன்ன பாத்ததுல நான் அவர விட்டுட்டனாக்கும்"

"ஒங்க கூட வந்தாராக்கும்?"

"ஆமாலே."

"இங்க தான் எங்கயாவுது இருப்பாரு" என்றான்.

"ஓட்டல்கடயில நிண்டாலாவுது பாக்கலாம். நீ இங்க கூட்டி வந்துட்டியேல."

"பாத்துக்கலாம் மாமா" என்றவன்.

"எங்க வீட்டுல என்னவோ செய்தாக எண்டு சொல்ல வந்திகளே" இசக்கி விடுவதாயில்லை.

"அதுவா? என்ன சொல்லி சமாளிப்பதென்று ஒரு கனம் தயங்கியவர், ஒங்கம்மா அப்பா அஞ்சி பேர அழச்சிக்கிட்டு கொல்லிமல கோடாங்கி கிட்ட குறிகேக்க போனாகலாம். ஓம்மயன் கருகி இத்துன வருசம் இத்துன மாசம் இத்துன நாளாயிட்டு இப்ப வந்து குறிகேக்க எண்டு காச வீசியெரிஞ்சி வெரட்டி விட்டானாம். கோடாங்கி குறி உண்மையா இருக்குமோ எண்டு அழுது களைச்சி கெடக்காக" என்று சொல்லி எப்படியோ ஒருவிதமாக சமாளித்து விட்டார்.

"அதுசரி, நீங்க இங்க எதுக்கு வந்தீங்க?"

"ஏலே என்னலே கேக்க? எதுக்கு இங்க வந்தமெண்டா கேக்க?"

"ஆமாம் மாமா, சங்கு யாவாரம் எதுவும் பண்றியளோ. இவ்வளோ தூரம் வந்திருக்கிய?"

"ஏலே, நெசமாவே இத கேக்கிறியாலே? இல்ல சும்மா பகடிக்காக வேண்டி கேக்குறியாலே?"

“ஒங்ககிட்ட போயி பகடி செய்வனாக்கும். நெசமாத்தான் கேக்கன்.”

“ஏலே, ஒன்ன தேடி வந்திருப்பனெண்டு ஒனக்கு தோனலயாலே?”

“என்ன சொல்றிய மாமா, என்னத்தேடி வந்தியளா?”

“சரிதான். வேற எதுக்கு வரப்போறனாக்கும்?” உண்மையாகவே இசக்கிமுத்துவால் இதை நம்பமுடியவில்லை என்பதை அவனது முகமும் நடவடிக்கைகளும் காட்டிக்கொடுத்தன.

“அப்படின்னா ஒங்க மக வெங்கண்ணிய இன்னும் கெட்டிக் கொடுக்கலயா?”

“எங்க கெட்டிக்கொடுக்க நீதான் சொல்லாம கொளாளாம ஓடிவந்துட்டியேல.” இசக்கிமுத்துவின் மனம் நிம்மதியாலும் சந்தோஷத்தாலும் திணறியது.

சடாரென்று சடையனின் கால்களில் விழுந்து கதறினான் இசக்கி.

“ஏலேய், என்னலே இது. எழுந்திருலே மொதல்ல” என்றவர் அவனை தூக்கி விட்டார். “அழுவாதலே. இப்ப எதுக்குலே அழுகுற?”

இசக்கி அழுவதை ஏனோ அவராலும் தாங்கிக்கொள்ள முடிய வில்லை. நாக்கு தழுதழுத்தது அவருக்கு.

“ஏலே, அழுவாதலே” மேற்கொண்டு அவராலும் பேச முடிய வில்லை. ‘அய்யா ராசா அழுவாதலே. என்ன பெத்த சாமியாக்கும்’ என்று சொல்லி தோளோடு அவனை அணைத்துக்கொள்ள வேண்டும் போல இருந்தது. அவன் மீது ஏற்படும் அன்பையும் பாச உணர்வையும் அவரால் புரிந்து கொள்ள முடியவில்லை. அவராலேயே அதை நம்ப முடியவில்லை. ‘இவனுக்கும் நமக்கும் என்ன ஒறவு. அங்காளி பங்காளியுமில்ல, ரெத்தக்கலப்புமில்ல இவனுக்காக நம்ம மனசு எதுக்காக இவ்வளவு பாடா படுது’ என்று அந்த நேரத்திலும் மனதிற்குள் கேள்வி எழுந்தது அவருக்கு.

“ஒங்க மக நல்லாருக்கா மாமா?” கேவலுக்கிடையே கேட்டான் இசக்கி.

“நல்லாருக்குலே” என்றவர்,

“ஏலே எசக்கி, தூத்துக்குடிக்கி நாளைக்கு ஒரு லாரி போகுமெண்டாக. அதுல போயிருவம்லே” என்றார்.

இசக்கி பதிலேதும் சொல்லாமல் மௌனமாய் இருந்ததைப் பார்த்து ஒருகனம் திடுக்கிட்டார். 'வந்த எடத்துல பய ஏதாவது பொம்புளப் புள்ளய கூட்டி வச்சி குடும்பம் நடத்திக்கிட்டு இருக்கானோ?' நினைத்த மாத்திரத்திலேயே அவருக்கு கண்கள் இருண்டு போவது போல தோன்றியது. நெஞ்சு அடைத்தது. மூச்சுவிட முடியாமல் போனதுபோல திணறினார். "யய்யா முனியா, இவ்வள தூரம் வழிகாட்டி கூட்டி வந்து, பயல கண்ணுலயும் காட்டி கடைசில தட்டிப்பறிச்சிறாதய்யா. கைக்கு எட்டுனது வாய்க்கும் எட்டணும்யா. எம்மக வாழ்க்கைய காப்பாத்தி கொடுத்திரைய்யா."

அவன் வாய் திறந்து எதுவும் பேசாமல் இருப்பது அவர் மனதை மேலும் மேலும் கலவரப்படுத்திக் கொண்டிருந்தது. 'எதுவாக இருந்தாலும் வெட்டு ஒண்ணு துண்டு ரெண்டு எண்டு கேட்டுறுவம்' என்று நினைத்தவர்.

"ஏலேய் எசக்கி, நான் கேக்கன்ல்ல. நீ பதில் சொன்னியாலே. என்ன யோசிக்க?"

"அது ஒண்ணுமில்ல மாமா."

"ஏண்டாலே, ஊருக்கு வரமுடியாத கணக்கா இங்க ஒனக்கு சோலிய கெடக்காக்கும்?" கேட்டு விட்டு அவன் முகத்தையே பார்த்துக்கொண்டு இருந்தார். 'தலையில் பாராங்கல்லை தூக்கிப் போடுவானோ' நெஞ்சாங்குலை லேசாக நடுங்கிக்கொண்டிருந்தது அவருக்கு.

"இங்க ஒண்ணும் சோலியில்ல மாமா." நடுக்கடலில் தனியொருவனாய் மாட்டிக்கொண்டவர், தன்னை நோக்கி வந்துகொண்டிருந்த சூறாவளி, வத்தையை, பாய்மரத்தை சிதைத்து சுக்கு நூறாக்கும் வல்லமை கொண்ட சூறாவளி, மிக அருகில் நெருங்கி வந்து பின் சட்டென்று திசைமாறிச்சென்றதைப் போல உணர்ந்தார்.

'அவனுக்கு இங்க எதுவும் சோலியில்லயாம். யய்யா முனியா பாத்துக்கைய்யா' மனதிற்குள் நிம்மதி பெருமூச்சு விட்டுக்கொண்டார்.

"ஏலே, இங்க ஒண்ணும் சோலியில்லயெண்டா அப்பறம் என்னத்துக்குலே தயங்குற?"

"இல்ல, அது ஒண்ணுமில்ல. இப்ப நம்மூருக்கு வர்றது சரியாருக்காது மாமா" என்றான் தயங்கியபடியே.

“ஏலேய், யாண்டாலே நம்ம ஊருல ஒனக்கு என்னலே பிரச்சனை?”

“பிரச்சினை இருந்ததெண்டுல்ல கிளம்புனனாக்கும்?”

“ஒன்னோட அத்த பெத்த கொமர நெனச்சி யோசிக்கிறியாலே?”

“வேறன்னத்த மாமா நான் யோசிக்கப்போறன்?” அவன் கூறியதைக்கேட்டு சடையன் சிரித்துவிட்டார்.

“இப்ப என்னத்துக்கு மாமா சிரிச்சிய?” என்றான் பரிதாபமாக.

“ஏலேய், அந்த கொமர கெட்டிக் கொடுத்து ஒரு புள்ளயும் பெத்துருச்சிலே.”

“நெசந்தானாக்கும்?”

“பொய் எதுக்குலே சொல்லப் போறன்?”

“யாருக்கு கெட்டிக்கொடுத்தாகலாம். அவங்களுக்கும் எங்க வீட்டுக்கும் வருத்தமாயிட்டுதாக்கும்?”

“நீ இவ்வள தூரம் யோசிக்க வேண்டாம்லே. மாப்பிள்ளை பாத்து கெட்டிக் கொடுத்ததே ஒன்ன பெத்தவுக தாண்டாலே.”

“அப்பவே நான் இத சொன்னனாக்கும். எங்க அம்மா தான் ‘மயனி மகதான் மருமகளா வரணும்’ எண்டு ஒத்த கால்ல நிண்டாக. எவ்வளதோ கெஞ்சி பாத்துட்டுதான் நான் வீட்ட விட்டு ஓடி வந்திட்டனாக்கும்.”

“சரி விடுலே. ஏதோ நேரங்காலம் சரியில்லயெண்டு நெனைக்கன். நடந்தது நடந்துபோச்சி. அதவிட்டுத் தள்ளிட்டு இனிமே நடக்கிற கதைய பாப்பம்லே” என்றார் சடையன் .

“இப்பதான் மாமா எனக்கு நிம்மதியா இருக்கு.” நான்கு வருடங்களாக இருண்டு கிடந்த இசக்கியின் மனதில் திடீரென்று ஏற்பட்ட பிரகாசத்தின் ஒளி அப்பட்டமாக அவன் முகத்திலும் தெரிந்தது.

“இவ்வள நாளும் நொந்துபோயி கெடந்தியாக்கும்?”

“ஆமாம் மாமா. என்ன செய்யிறதெண்டு தெரியாம கெடந்தனாக்கும்.”

“அதுசரிலே, இங்க என்னலே செய்யிற நீ?”

“நீங்க என்ன பாத்தியல்ல, அந்த ஓட்டல் கடையில தான் வேல. இட்ட வேலய செய்வன். தங்கிக்கிற எடம், மூணு வேளயும் சாப்பாடு

கெடச்சிரும். வேற என்ன வேணும். எவனும் என்னய கேள்வி கேக்க மாட்டாங்க. யாரும் கேட்டாலும் நான் காதுல வாங்கிக்கிற மாட்டன். இவங்க பேசுறது எனக்கு புரியாது. நான் பேசுறது அவுகளுக்குப் புரியாது. சோலியில்ல பாத்தியளா?"

"இங்கேருந்து வாரத்துக்கு ஒரு வண்டி தூத்துக்குடி போகுது. அங்கேருந்து சரக்கு எடுத்துட்டு ஒண்ணு வரும். நாளைக்கி சனிக்கெழம வண்டி கிளம்பும். நம்ம அதுலயே போயிருவம் மாமா."

"ஏலேய், வாரத்துக்கு ஒரு வண்டி போகவர இருக்குமெண்டு தெரிஞ்சிருக்குல்ல. ஒரு தடவயாவுது ஊருக்கு வரணுமெண்டு நெனைக்கலயாலே?"

"ஒரு தடவ கெளம்பி வந்தன் மாமா. ஆனா திருச்சிலயே நிண்டுகிட்டன். ஊருக்கு வர மனசு வல்ல" என்றான்.

"ஏண்டாலே, அப்படி ஒரு அச்சமாக்கும் ஒனக்கு?"

"அச்சமில்ல மாமா ."

"அதுசரி, வேறென்ன கெடக்கு?"

"வீணாவுல யாருக்கும் சங்கடம் தரக்கூடாதில்ல அதான்."

"நீ ஊருக்கு வாறதால யாருக்குலே சங்கடம்?"

"ஒங்க மகள யாருக்காவுது கெட்டிக் கொடுத்திருப்பிய. அதப்பாத்தா எனக்கும் கஷ்டமாருக்கும். அது மனசும் கஷ்டப்படும் அதான்."

"எம்மகள அவ்வள சுலுவா எடபோட்டுட்டியாலே. ஒன்னோட தாயி தகப்பனே ஒனக்கு காரியம் பண்ணி, தெவசம் குடுக்கக்குள்ள கூட, நீ கண்டிப்பா வருவயெண்டு சொல்லி, ஒன்னோட தொழில் போக்குக்கு வல்லம் வாங்கிவிடச் சொன்ன மகராசியாக்கும் எம்மக தெரிஞ்சிக்கோ."

"தப்புதான் மாமா. மன்னிச்சிகிருங்க."

"சரிலே, அதவிடு."

"மாமா நீங்க சொன்னது உண்மையா மாமா?"

"எதுலே?"

"நான் மரணிச்சிருப்பேனெண்டு காரியம் செய்தாக எண்டது?"

“அடக்கடவுளே முனியா, நான் அப்புடியா சொன்னன். அதெல்லாம் ஒண்ணுமில்லல நான் ஏதோ வாய் வார்த்தைக்கு அப்படி சொன்னனாக்கும்” என்று சமாளித்தார். ‘என்ன பேசுறமெண்டு யோசிக்காம இப்படி வார்த்தய கொட்டிட்டமே. பாவம் அவன் மனசு என்ன பாடுபடும்’ என வருந்தினார்.

“மாமா நீங்க இப்பதான் பொய் சொல்றியெண்டு நல்லா தெரியுது.”

சடையனால் பதில் ஏதும் சொல்ல முடியவில்லை.

“என்ன பெத்தவங்களே இப்படி இருக்காங்களே மாமா.” கண்களிலிருந்து நீர் பெருகியது அவனுக்கு.

“ஏலே இசக்கி, அவுகள தப்பு சொல்லாதலே. குறிசொன்ன கோடாங்கி அப்புடி சொல்லிட்டான். ஒறவுக்காரவுக வற்புறுத்தி சொல்றாக, பெத்த புள்ளய பறிகொடுத்து மனம் பேதலிச்சி நிக்கிறவுக வேற என்ன செய்ய முடியும். அவுகளால முடிவெடுக்க முடியல எண்டு வச்சிக்க, ஒறவுக்காரவுக சொல்றதத் தான கேக்கணும். ஏதோ கெட்ட நேரமாக்கும். போனது போகட்டும் விடுல.”

“ரொம்ப கஷ்டமா இருக்கு மாமா.”

“வருத்தப்படாதலே.”

“இப்ப நான் எப்புடி மாமா வீட்டுக்கு வாறது?”

“ஏலே, அவங்களும் வேண்டுமெண்டே செய்யல பாத்துக்க. அவுக மேல மட்டும் தப்பில்ல. தப்பு நம்ப மேலயும் இருக்கு.”

மிகுந்த தயக்கத்துக்குப் பின் சடையனோடு வர சம்மதித்தான் இசக்கி.

அவனுடைய துணிமணிகள் போன்றவற்றை எடுத்துக்கொண்டு அன்று இரவே தூத்துக்குடி செல்லும் லாரியில் ஏறி உட்கார்ந்து கொண்டார்கள். சடையனுக்கு மிகவும் மகிழ்ச்சியாக இருந்தது. தம் வாழ்நாளில் பெரியதொரு சாதனையை செய்துவிட்டது போன்ற பெருமித உணர்வு அவருக்குள் ஏற்பட்டிருந்தது. இவனை அழைத்துக் கொண்டு போய் எப்போது வெங்கண்ணி முன் நிறுத்துவோம் என்றிருந்தது அவருக்கு. அவள் அடையும் நிம்மதியையும் சந்தோஷத்தையும் பார்க்க வேண்டும் என்று ஆசைப்பட்டார்.

“ஏலேய், தூத்துக்குடியிலேருந்து இங்க வர அஞ்சி நாளாச்சிலே. போகும் போதும் அப்புடித்தான் ஆகுமாலே?”

“ஆகும் மாமா. சனிக்கெழம கிளம்புதா சனி ஒண்ணு, ஞாயிறு ரெண்டு, திங்க மூணு, செவ்வா நாலு, புதன் அஞ்சி. புதன்கிழமை இல்லாட்டி வியாழக்கிழம போய் சேந்திரலாம் மாமா” என்றவன்

“அதுசரி மாமா, நீங்க எப்புடி இங்கதான் நான் இருப்பேணெண்டு கண்டுபிடிச்சி வந்திய?” என்றான்.

“ஒன்ன கூட்டிவந்து விட்ட சங்கு யாவாரிதான்லே என்னையும் கூட்டிவந்து விட்டாரு.”

“என்ன மாமா சொல்றிய? நானும் சரக்கு வண்டியில ஏறித்தான் வந்தனாக்கும். ஆனா யாவாரிமாருங்க யாருக்கும் நான் வந்தது தெரியாதே ”

“அவரு அச்சு அசலா நடந்த மாதிரி சொன்னாரேல.”

“நீங்க சொல்றத கேக்க ஆச்சரியமா இருக்கு மாமா.”

“ஆமாலே, அத நெனச்சா எனக்கே ஆச்சரியமாத்தான் இருக்கு. இப்ப நெனைச்சிப்பாத்தா என்ன கூட்டி வந்தது முனியனா இருக்குமோ மெண்டு நெனைக்க தோனுதுலே”

“நெசமாவா மாமா சொல்றிய?”

“அட ஆமாலே” என்றவர் அன்று நடந்தவற்றை நினைவில் கொண்டுவந்து ஒன்றுவிடாமல் அவனிடம் சொல்ல ஆரம்பித்தார்.

தூத்துக்குடி பேருந்து நிலையத்தில் எங்குபோய் இசக்கி முத்துவைத் தேடுவோமென்று கலங்கி கண்ணீர் வடித்துக்கொண்டிருந்த சடையனின் பக்கத்தில் அதே சிமெண்ட் கட்டையில் வந்து உட்கார்ந்தார் அந்த மனிதர். ஐம்பதிலிருந்து அறுபது வயதிருக்கும். ஆள் நல்ல உயரம். கொஞ்சம் தடித்த உடல்வாகு. பெரிய மீசை. சரிகைக்கரை வேட்டி கட்டியிருந்தார். கழுத்துக் காலரில்லாத சட்டை. சரிகை பார்டர் துண்டால் தலைப்பா கட்டியிருந்தார். கையில் தடிக்கம்பு ஒன்றும் வைத்திருந்தார். வாய் நிறைய வெற்றிலைப் பாக்கை போட்டு குதப்பிக்கொண்டே பேசினார்.

“பஸ்டாண்டுல ஒக்காந்து அழுவுறியாக்கும்?” என்றார் சடையனைப் பார்த்து. அவர் அப்படிக் கேட்டதும் சடையனுக்கு இன்னும் கூடுதலாய் அழுகை வருவது போலிருந்தது. மனதை திடப்படுத்திக்கொண்டார். கண்களை துடைத்துக்கொண்டு அவரைப் பார்த்தார்.

“பத்து பேரு வந்துபோற எடத்துல, சுத்தியும் சனம் பாக்குதே எண்டு நெனைக்காம அழுகுற. அப்புடி என்ன அடக்கமாட்டாத தொயரம்

ஒனக்கு?" என்று கேட்டார். அவரிடம் ஏன் சொல்லவேண்டும் என நினைக்கவில்லை. இவரிடம் சொல்வதனால் என்ன ஆகிவிடப் போகிறது என்று யோசிக்கவில்லை. இந்த நேரம் அவரது மனதின் வேதனைகளை யாரிடமாவது கொட்டினால் பரவாயில்லை என்ற நிலையில்தான் சடையனும் இருந்தார். எல்லாவற்றையும் சொல்லி, "எம்மக நிம்மதியா சந்தோஷமா வாழணும் அதான் அந்த பயல தேடிப்போக கிளம்பி வந்துட்டன். இப்ப எந்தப்பக்கம் போறதெண்டு தெரியாம தெவச்சி நிக்கன்" என்றார்.

"என்ன யாரெண்டு தெரியுமா? இதுக்கு மி‹ ான பாத்திரிக்கியா?" என்று கேட்டார் மீசைக்காரர்.

"இல்லயே பாத்த மாதிரி தெரியலயே" என்றார் தயக்கமாய் சடையன்.

"பாத்துருப்ப, மனசு கொழம்பி கெடக்கில்ல அதான் யாரெண்டு அடையாளம் தெரியல ஒனக்கு" என்றவர்

"நான் சங்கு யாவாரியாக்கும். இருவத்தஞ்சி முப்பது வருசமா முத்து யாவாரம் சங்கு யாவாரம் பண்றனாக்கும்."

"வாரத்துக்கு ரெண்டு லோடு சரக்கு கல்கத்தாவுக்கு ஏத்திவிடுறன்."

"இங்க சங்குளிக்கிற எல்லாரையுமே எனக்குத் தெரியுமாக்கும்."

"அந்த பய இசைக்கிய நீங்க பாத்திருக்கியளா?"

"நல்லா கேட்ட போ. அவன சரக்கு வண்டியில ஏத்தி கல்கத்தாவுல கொண்டவிட்டதே நான்தானாக்கும்."

"அந்த பய கல்கத்தாவுலயா இருக்கான். உசுரோட இருக்கானா?" என்றவர்.

'யய்யா முனியா காப்பாத்திட்டய்யா' கையெடுத்து கும்பிட்டார்.

அது நடந்து நாலஞ்சி வருசமிருக்கும். ஒரு நாளு நல்ல மழ. தொறைமுகக் கரையில இப்புடித்தான் துக்குறி புடிச்சவனாட்டம் ஒக்காந்திருந்தான் அந்த வெடல. அவன கூப்பிட்டு கேட்டா பதிலே சொல்ல மாட்டங்கான். அப்படியே விட்டுட்டு போனா ஆளு தப்பா எதுவும் செஞ்சிக்கிருவானெண்டு நெனைச்சி.

"வண்டி சரக்கு ஏத்தி போகுது. வாறியா எங்கூட எண்டு கேட்டதுதான். எனக்கு மின்னாடி வண்டில ஏறி ஒக்காந்துட்டான்."

"நீங்க தான் கொண்டுபோயி விட்டிகளா. அய்யா சாமி, நீங்க நல்லா இருப்பீக. அவன் இருக்க எடத்த காட்டி விடுங்க அய்யா" என்று அவர் கால்களில் விழுந்துவிட்டார் சடையன்.

"கவலபடாதலே, ஓம்மருமயன் இருக்க எடத்துக்கு நானே கொண்டுவிடுறன்" என்றவர்

"ஒன்னொட நல்ல நேரம் பாரு, ராத்திரி கிளம்பிருக்க வேண்டிய வண்டி, இனிமேத்தான் கெளம்ப போகுதெண்டு சொல்லி கூட்டி வந்தாரு."

"சந்தேகமே இல்ல மாமா. இது நம்ப முனியனே தான்."

"நீ வேல பாத்த ஓட்டல் கடைக்கி சாப்பிடத்தான் கூட்டி வந்தாரு. கைகளுவ போனாரு. அதுக்குள்ள ஒன்ன நான் கண்டுக்கிட்டனா. அவரு எங்க போனாரெண்டு பாக்கல."

"சந்தேகமே இல்ல. அது முனியசாமி தான் மாமா."

"ஏலேய் அஞ்சி நாளு ஒன்னா எங்கூட பயணம் பண்ணுனாருடாலே"

"மாமா நீங்க பெரிய புண்ணியம் பண்ணிருக்கிய அதான் முனியசாமி ஒங்க கூட அஞ்சி நாளு இருந்திருக்காரு."

சடையனுக்கு உடலெங்கும் சிலிர்த்து நடுங்கியது. இந்த விஷயத்தயெல்லாம் வெங்கண்ணிக்கிட்ட சொல்லவேண்டும். முனியசாமிக்கு முன் விழுந்து புரளவேண்டும் என்று அவரது மனம் பரபரத்துக் கிடந்தது.

வழியெங்கும் ஆங்காங்கே இறக்குவதற்கான சரக்கு பண்டில் களுடன் இவர்களையும் ஏற்றிக்கொண்டு கொல்கத்தாவிலிருந்து தூத்துக்குடி நோக்கி விரைந்து கொண்டிருந்தது அந்த வாகனம்.

21

விசாகப்பட்டினத்தில் நின்றது லாரி. அதுவரை அயர்ந்து தூங்கிக் கொண்டு வந்த சடையனும் இசக்கியும் விழித்துக்கொண்டார்கள்.

"ஏலே, வண்டி நிக்கிதாக்கும்?" என்றார் சடையன்.

"ஆமாம் மாமா."

"ஓரங்கட்டிருக்கானா எண்டு பாருலே. வண்டிய அங்கங்க நெறுத்தி போட்டுட்டு தூங்குனானெண்டா எப்ப ஊருபோயி சேர்றதாம்?"

“ரொம்ப தூரம் போற வண்டியெல்லாம் இப்புடித்தான் மாமா. வழக்கமா வாறவிக இல்லையா, அங்கங்க எடம் பாத்து வச்சிருப்பாக. அங்க வந்ததும் உண்குறது ஒறங்குறது குளிக்கிறது எண்டு எல்லா வேலைகளையும் செய்துப்பாக.”

“சரிதான். அவனும் மனுசன்தான்லே, ஓய்வெடுக்காம ஓட்ட முடியாதில்ல” என்றவர் ”இது என்ன ஊருன்னு பாருலே” என்றார்.

தார்பாய்க்குள்ளிருந்து விலக்கிக்கொண்டு வெளியில் வந்து எட்டிப் பார்த்தான் இசக்கி. எங்கும் ஒரே இருட்டாயிருந்தது. ஆங்காங்கே மங்கலாய் எரிந்து கொண்டிருந்த தெருவிளக்குகள் இருட்டிலிருந்து தப்பிக்க வெகுவாய் போராடிக்கொண்டிருப்பது போல எரிந்து கொண்டிருந்தன. லாரி ஓட்டுனர் தன் கையில் வைத்திருந்த சீட்டில் எழுதியிருந்த பெயர் மற்றும் முகவரியும் அங்கே பலகையில் எழுதப்பட்டிருக்கும் பெயர் மற்றும் முகவரியும் ஒத்து இருக்கிறதா என்று சரிபார்த்துக் கொண்டிருந்தான். கிளீனர் பையன் அந்த கட்டிடத்தின் நாலாபுறமும் சுற்றி வந்து கொண்டிருந்தான். அந்த கட்டிடம் பூட்டப்பட்டிருந்தது. சரக்கை ஒப்படைக்க வேண்டுமே. பெற்றுக்கொள்ள யாராவது இருக்கிறார்களா என்றுதான் நாலாபுறமும் அவன் தேடிக்கொண்டிருந்தான்.

“அண்ணே, இது என்ன ஊரு” என்று கேட்டான் இசக்கி.

“விசாகப்பட்டிணம். சிகேஆர், விபிஎம்ன்னு இருக்க நாலு பண்டிலயும் எறக்கணும்” என்றான் லாரி ஓட்டுநர்.

“சரிண்ணே, எறக்கிடுறம்” என்றவன் சடையனிடம் வந்து

“மாமா, நாலு பண்டில் எறக்கணுமாம்” என்றான்.

“அப்புடியாலே, நல்லதுதான். நாலு பொட்டலத்த எறக்கிட்டா நமக்கும் ஒக்கார, படுத்துகிற எடவசதி தாராளமா இருக்குமில்ல.” என்றார்.

“லைட்டு வெளிச்சத்த காட்டுனா எறக்கிறலாமேல”

“வாங்கிக்கிற ஆளுக வரல போலருக்கு மாமா”

“அவனுகளுக்காக காத்து கெடக்கணுமாக்கும். இப்புடி கெடந்தா எப்பலே ஊருபோயி சேருறது?” என்றார் ஆற்றாமையுடன்.

“மாமா, நம்ம ரூவா கொடுக்காம ஓசியில பயணம் போறமாக்கும் இதையெல்லாம் பொறுத்துகிறத்தான் வேணும்.”

“அதுக்குத் தான் சரக்கு ஏத்தி எறக்கி கொடுக்கிறோமெண்டு ஒத்துக்கொண்டமாக்கும்.”

“அதுசரிதான் மாமா, அதுக்காக நம்ம அவசரப்படுத்த முடியுமா? வண்டில இருக்க சரக்குக்கு இப்ப நம்மளுந்தான் பொறுப்பாளி.”

“ஊரு போயி சேர சொணங்குதேயெண்டு சொன்னன்லே”

“நம்ம கடல், நம்ம வல்லமெண்டு நெனச்சியளா?”

“ஆமாலே. என்ன இருந்தாலும் நம்ம கடல்போல, நம்ம தொழில் போல எதுவும் வராதுலே” என்றவர்

“அப்படியே ஒன்ன ஒண்ணு கேக்கணுமெண்டு நெனச்சன்லே. கடல்தொழில்ல வலுவான ஆளு நீ, சங்குளிக்கிறதாகட்டும், மத்த கடல் தொழிலாகட்டும் வேகமான ஆளாக்கும். ஒன்னால எப்புடிலே இதயெல்லாம் மறந்துட்டு மொட்டக்காட்டுல கிளப்பு கடையில மேச தொடச்சிக்கிட்டு கெடக்க முஞ்சிது?”

“என்னத்த மாமா சொல்றது. நாலு வருசமா, என் நெஞ்சுக்குள்ள நம்ம கடல் கெடந்துதாக்கும், கொந்தளிப்புக்குள்ள நான் கெடந்தனாக்கும்” என்றான்.

“சரிதான். மீனபுடிச்சி கரையில போட்டா துடிக்கிற மாதிரியில்ல இருந்திருக்கும். அதுலயும் நீ குளியாளு வேற. எப்படித்தான் நாலு வருசத்த கடத்தினியோ போ. ஒருவாரம்கொட ஆகல நான் கடக்கரய விட்டு வந்து, எப்படா போயி மண்ண மிதிப்பமெண்டுல்ல தவிப்பாருக்கு.”

லாரி ஓட்டுநர் லைட்டை அடித்து அடையாளம் காட்டிய பெரிய பெரிய பொதிகளை சடையனின் உதவியுடன் இறக்கிப்போட்டான் இசக்கி. வண்டி மறுபடியும் ஓடத் துவங்கியது. சடையன் கூறியது போல இப்போது இருவருக்கும் கால்நீட்டி படுத்துக்கொள்ள வசதியாக இருந்தது.

“ஏலே இசக்கி, இன்னும் ரெண்டு ராத்திரி ரெண்டு பகல் இதுல கெடக்கணுமாக்கும்” என்றார் சடையன்.

“வண்டி வெரசாத்தான் போகுது. சரக்கு எறக்குற எடங்கள்ல சொணங்கல எண்டா சீக்கிரமா போயிறலாம் மாமா.”

“ஒன்ன தேடிவரும் போதும் அஞ்சி நாளு ஆச்சிதுதான். ஆனால் அப்ப நாளு போனதே தெரியலலே. திரும்பயில ஒரு நாளு ஒரு யுகம் கணக்கா போற மாதிரி இருக்குதுலே.”

“முனியசாமி கூடயில்ல பயணம் பண்ணுணிய அது எப்படி கடிசா இருந்திருக்கும்? அதுசரி மாமா எடையில எடையில எறங்கி சாப்பிட்டிருப்பியல்ல?”

“ஆமா.”

“ஒங்க கூட ஒக்காந்து முனியனும் உண்டாராக்கும்?”

“எங்க அவரு எங்கூட உண்கிறது. என்ன ஒக்காரவச்சி வாங்கிக் கொடுத்து சாப்பிடச்சொல்லுவாரு. நீங்க சாப்பிடலயா எண்டு கேப்பன்”

“நீ சாப்பிடுலே, நான் சேத்தாளிகள பாத்து பேசிட்டு வாறனெண்டு போவாரு. அவங்களோடவே ஒக்காந்து உண்டுட்டேனெண்டு சொல்லிருவாரு.

“சரிதான் யாவாரிமாருக பாத்து பேசிட்டு சாப்பிடாம விடுவாகளா. ருசிபசியா விருந்து வச்சிருப்பாக எண்டு நெனச்சிக்கிருவன்” என்றார் சடையன்.

“ஒங்களோட எல்லா விஷயத்தையும் பாத்து பாத்து செய்தாரில்ல?”

“ஆமாலே, நெனக்கிறதுக்கு மின்னாடி செய்து கொடுத்தாருலே.”

“நீங்க அவருக்கு ஒரு சின்ன உதவியாச்சிம் செய்துகொடுத்தீகளா?”

“இல்லடாலே.”

“சரி, அது கிடக்கட்டும். அவரு பொட்டலத்த பிரிச்சி வெத்தல பாக்கு போடுறதயாவுது பாத்தியளா?”

“இல்லயேல, எப்ப பாத்தாலும் வெத்தல பாக்க வாய் நெறைய வச்சி கொதப்பிக்கிட்டே தான் இருப்பாரே தவற அவரு வெத்தலய கிள்ளி, சுண்ணாம்பு தடவி, பாக்கு வச்சி வாயில போட்டத நான் பாத்ததே இல்லடாலே. அஞ்சி நாளு அவருகூட இருந்தும் அவரு உண்டத, ஒறங்குனத, தண்ணி குடிச்சத எதயும் நான் கண்ணால கண்டதில்லயாக்கும். அப்ப எனக்கு இதுமாதிரியெல்லாம் தோனலயேல” என்றார் பரிதாபமாக.

“அவரு நம்ப முனியன தவற வேற யாருமில்ல மாமா.”

“ஏலே, சங்கு யாவாரியெண்டு சொன்னத நான் நம்பிட்டனாக்கும்.”

வழிநெடுகிலும் சடையனுக்கும் இசக்கிக்கும் இதே பேச்சாகத் தான் இருந்தது.

“ஏலே இசக்கி, சின்ன வயசில என்னோட பாட்டியா கெழவி, எங்கம்மா எல்லோரும் கத சொல்லுவாகல. கதயில என்ன எண்டு கேட்டாக்க, மனுசங்க கூடவே ஊருல இருக்க தெய்வங்களும் மனுசங்க மாதிரியே வந்து பேசுவாக, ஒதவி ஒத்தாச செய்வாக எண்டு சொல்லுவாக. அப்பயெல்லாம் அத நான் அப்புடியே நம்பிருவனாக்கும். கடக்கரயில நம்மளும் ஒத்தயில நிக்கம். நம்மகூடவும் ஏதாச்சிம் ஒரு சாமி வந்து பேசுமெண்டு நெனப்பன். யாராவுது வந்து பேசுனாக எண்டாலும் உதவி கேட்டாக எண்டாலும் சாமியா இருக்குமோ எண்டு நெனச்சி காலு, தல, கண்ணு, முழி எல்லாத்தயும் உத்து உத்து பாப்பனாக்கும். அப்பறம் பெருசாவ பெருசாவ அதையெல்லாம் மறந்துட்டன்.”

“உண்மதான் மாமா, நானும் இந்த மாதிரி நெறைய கேட்டிருக்கனாக்கும்.”

“ஏலே இசக்கி, அந்த கதைக மாதிரியாக்கும் இப்ப நடந்தது?”

“ஆமாம் மாமா. சாமிவந்து பேசுமெண்டு நெனச்சப்ப சாமிவரல. சாமிவந்து ஒங்ககூட பயணம் செய்தப்போ ஒங்களுக்கு சாமியெண்டு தெரியல.”

“ஏலே, என்னால இப்பகூட நம்ப முடியலயாக்கும்.”

“நல்லவுகளுக்காக சாமி எறங்கி வரும் மாமா.”

“அப்படியெண்டா அது எம்மக வெங்கண்ணிக்காகத்தான்லே வந்திருக்கும்.”

“ஏம்மாமா நீங்களும் நல்லவருதானாக்கும்.”

“ஒனக்கு தெரியாதுலே எம்மக ரொம்ப நல்ல பொண்ணாக்கும். அதுக்காக வேண்டித்தான் முனியன் வந்திருப்பாரு.”

“ஒங்க மகளுக்காக வந்திருந்தாலும் ஒங்ககூடத்தான ஒண்ணா பயணம் செய்தாரு. ஒங்களத்தானே அழாதேயெண்டு சொன்னாரு, ஒங்களுக்குத்தானே சோறு, தண்ணியெல்லாம் வாங்கிக் கொடுத்தாரு?”

“ஆமாலே, நீ சொல்றது நெசந்தானாக்கும்.”

“ஒங்கள முனியனுக்கு புடிச்சதாலதான் இதெல்லாம் நடந்திருக்கு. நீங்க ரொம்ப நல்ல மனுசன் மாமா.”

“அட போடாலே நீ வேற.” இந்த புகழ்ச்சியையே சடையனால் தாங்கிக்கொள்ளமுடியவில்லை. லேசான கூச்சத்தை ஏற்படுத்தியது

போலிருந்தது. இந்த விஷயத்திலிருந்து பேச்சை மாற்ற விரும்பியவராக, இசக்கியைப் பார்த்து கேட்டார்.

"அடுத்ததா வண்டி எங்கல நிக்கிமாம். கேட்டியா?" என்றார்.

"திருச்சியில நிக்கும், அப்பறம் மதுரையில நிக்கிம். சரக்கு கெடக்கில்ல."

"ரொம்ப நேரம் எங்க நிக்கிமெண்டு கேளுலே."

"ஏம்மாமா. எதுவும் சோலியிருக்கோ?"

"துணிக்கடக்கி போயி வெங்கண்ணிக்கு சேலத்துணி வாங்கிப் போவோம்ல."

"மாமா, நாங்கூட கொஞ்சம் ரூவா வச்சிருக்கனாக்கும். வெங்கண்ணிக்கு வாங்கித் தரட்டுமா?"

"அதெல்லாம் வேண்டாம். நீ அப்புடியே அதக்கொண்டுபோயி பெத்தவங்க கைல கொடுலே."

"மாமா என்ன சொல்றிய நீங்க? எனக்கு காரியம் பண்ணுனவுக கிட்டயே என்னோட ஒழைப்ப கொடுக்க சொல்றியளாக்கும்?" என்றான் மிகுந்த வேதனையுடன்.

"அதுவாலே, பிரச்சன இப்ப? அதுதான் தெரியாம ஏதோ நடந்து போச்சுதெண்டு சொன்னேனில்ல."

"....."

"ஏலே, இதுக்குப் பெறகு நீ அந்த கடக்கரயில வாழணுமாக்கும்."

"சரிதான் மாமா. நான் எப்புடி.."

"ஒண்ணும் இப்ப ஆயிடல. நானே கூட்டிப்போறன். பெத்தவுகள பாத்துப் பேசு. எல்லாம் சரியாப் போகும்."

"சரி மாமா, நீங்க சொல்றியலே எண்டு கேக்கன்" என்றான் அரைகுறை மனதுடன்.

திருச்சியில் வெங்கண்ணிக்கு குறைவான விலையில் சேலையும் ரவிக்கைத்துணியும் வாங்கிக்கொண்டார். கடையை விட்டு வெளியே வந்தவர் மறுபடியும் உள்ளே போய் அதே விலையில் இன்னொரு சேலையும் ரவிக்கைத்துணியும் வாங்கிக்கொண்டு வந்தார். இதை கவனித்துக்கொண்டிருந்த இசக்கி "மொத ஒண்ணு எடுத்திய, வெளிய

வந்து யோசிச்சிப் பாத்துட்டு அப்பறம் ஒண்ணு எடுத்திய. ரூவால்ல பத்தலயா மாமா? நான் வேணுமெண்டா தரட்டுமா?'' என்று கேட்டான்.

“ஏலே, இங்க பாரு, ரூவா இருக்குலே. ரெண்டாவுதா எடுத்தது எம்மகளுக்கு இல்ல. பேத்தைக்கி. அந்த கொமருதான் எம்மகளோட சேத்தாளியாக்கும். ரெண்டுபேரும் தான் கடல்தொழிலுக்கு போகுதுக. ரெண்டுமே தாயத்த பிள்ளைகளா அதான் ஒண்ணுக்கொண்ணு தொணயா கெடக்குதுக. சேத்தாளிக்கு எடுக்காம இதுக்கு மட்டும் எடுத்தமெண்டு வச்சிக்க எம்மகளுக்கு மனசு சம்மதப்படாது அதான்.''

“பேத்தயும் நல்ல பொண்ணுதாம் மாமா.''

“அந்த கொமருக்கு நல்லது கெட்டது செய்ய ஆளில்ல. பாவம். அப்பன் குடிச்சிட்டு எதையும் கவனிக்கிறதில்ல. இது ஒழைப்பில தான் வண்டி ஓடுது. சொந்தக்காரங்க யாரும் கிட்ட வாறதில்ல. அதுக்கும் எம்மக வயசுதான். அதுக்கும் ஒரு வழிய காட்டி விட்டுறணும் எண்டு நெனப்பு வருது. பாப்பம். முனியசாமி விட்டுறவா போறாரு.''

“நான் சொன்னேனில்ல மாமா. நீங்க நல்லவரெண்டு. இப்ப பாத்தியளா நீங்க இன்னொரு பொண்ணுக்காவ சேல வாங்குறதும் அதுக்கு நல்லது செய்ய ஆசப்படுறதும். யாரு நெனைப்பாக இப்புடியெல்லாம்.''

“ஏலே, நம்ம கடக்கரையில எல்லாருமே இப்புடித்தான்லே நெனைப்பாக. நான் வாய விட்டு சொன்னதால ஒனக்குத் தெரியிது. மத்தவுக கிட்டயும் நெருங்கி பாருலே. அவுக நல்ல மனசும் தெரிய வரும்.''

பேச்சு ஒருபுறம் பேச்சாக இருந்தாலும் இருவருக்கும் மனசு முழுவதும் ஊருக்குள் போவது பற்றிய நினைவுகளுக்குள்ளேயே வட்டமடித்துக் கொண்டிருந்தது. வண்டி மதுரையிலிருந்து தூத்துக்குடி நோக்கி விரைத்து கொண்டிருந்தது. சென்னையில் ஏற்றபட்ட சரக்குப் பொதிகள் நான்கைந்து மட்டும் வண்டிக்குள் கிடந்தது. சடையனின் வேண்டுதலோ என்னவோ வண்டி எதிர்பார்த்த காலத்திற்கு முன்னதாகவே வந்து சேர்ந்திருக்கிறது. நல்ல நேரத்தில் தான் இவர்கள் துறைமுகத்தில் போய் இறங்கப் போகிறார்கள். இது கடல் தொழிலுக்குப் போனவர்கள் கரைக்குத் திரும்பி வரும் நேரம். உடல் களைத்து சோர்ந்திருந்தாலும் கடல்தாய் அள்ளிக் கொடுத்து, கையோடு கொண்டுவரும் சங்குகளும் மீன்களும் றால்களும் நண்டுகளும் அப்படியே இன்னும் சற்று நேரத்தில் ரூவாயாக மாறப்போகிறது என்ற

நினைவு தரும் உற்சாகத்தோடு வருவார்கள். அன்றைய பாடு நன்றாக இருந்தால் அது ஒரு கொண்டாட்டமான நேரமாக இருக்கும். வெங்கண்ணியும் பேத்தையும் கூட கடலோடிவிட்டு இப்போது திரும்பிக்கொண்டிருப்பார்கள்.

‘பாவம் வெங்கண்ணி இந்த பத்து நாளா நான் எங்க போனனோ என்ன ஆனனோ எண்டு ஒவ்வொரு நிமிசமும் கவலப்பட்டே கெடந்துருக்கும். சோறுதண்ணி குடிச்சிருக்காது. படுத்தும் ஒறக்கமில்லாம கெடந்திருக்கும். அப்பா நல்லபடியா திரும்பி வந்திர வேண்டுமெண்டு முனியசாமி கோயிலுக்கும் குச்சலுக்குமா நடையா நடந்திருக்கும்’ மகளைப்பற்றி நினைக்க நினைக்க சடையனின் நெஞ்சு படக்கு படக்கென்று அடித்துக் கொண்டது போலிருந்தது. மொதல்ல மகளோட மொகத்த பாக்கணும் அப்பறம்தான் மத்ததெல்லாம். இத்தனை ஆண்டுகளில் அவர் வெங்கண்ணியை விட்டு இத்தனை நாட்கள் பிரிந்து இருந்தது கிடையாது. கடல் தங்கலுக்கு போனால் கூட நான்காம் நாளோ ஐந்தாம் நாளோ ஏதாவது ஒரு காரணத்தை உருவாக்கிக்கொண்டு கரைக்கு வந்துவிடுவார். முழுதாய் பத்து நாட்கள் இசக்கிமுத்துவை கண்டுபிடித்து விடலாம் என்ற நம்பிக்கையாலும் அவனை பார்த்த பிறகு மகளுக்காக நாம் நினைத்ததை செய்து முடித்து விட்டோம் என்ற நிம்மதியாலும் அவருக்கு அந்த பிரிவு பெரும் வேதனையைத்தரவில்லை. ஆனால் வெங்கண்ணிக்கு எந்த ஆறுதலும் கிடைத்திருக்க வாய்ப்பே இல்லை. ஆகவே அவள் மிகுந்த துயரத்தில் இருப்பாள். துறைமுகத்தில் இறங்கியவுடன் நேராக ஓடிச் சென்று மகளின் முன் நிற்க வேண்டும். பிறகு ஒவ்வொன்றாகச் சொல்ல வேண்டும் என்று மனதிற்குள் திட்டம் வகுத்துக் கொண்டார். வண்டி தூத்துக்குடியை சமீபித்திருந்தது. ‘இன்னும் செத்த நேரம்தான் எறங்கிறலாம்’ மனது ஒருவிதமான குதூகல நிலையில் அலைமோதிக் கொண்டிருந்தது. ஏதோ பத்து இருபது ஆண்டுகள் ஊரைப்பிரிந்து அயல்தேசத்தில் இருந்துவிட்டு திரும்பி ஊருக்குள் அடியெடுத்து வைப்பவரைப்போல தவித்தார்.

“மாமா இங்கயே எறங்கிக்கிறலாமா?” என்றான் இசக்கி. காலவாசல் செல்வதற்கு இதுதான் குறுகிய வழி.

“தொறமொகத்துல எறங்கிகிறலாம் லே” என்றார்.

“என்ன வீட்ல கொண்டுபோயி விடுறமெண்டிய?”

“விடுறன்லே. இப்ப காலவாசல் போனா ஒவ்வொருத்த கிட்டயா விசயத்த சொல்லி புரியவச்சி வாறதுக்குள்ள விடிஞ்சிரும்லே. எம்மக

என்ன காணாது சோறுதண்ணி குடிக்காம கெடக்கும்லே. அதுகிட்ட நம்ம மொகத்த காட்டிட்டு போவம்லே" என்றார்.

"அதுவும் சரிதான் மாமா. ஆனா அங்கேருந்து திரும்பி இவ்வளவு தூரம் வரணுமாக்கும்?" என்றான்.

"யான்லே, நம்ம எதுக்காவ இங்க வரப்போறமாக்கும். மறந்து போச்சாலே எல்லாம். என்கிட்ட மரம் கெடக்கில்ல அத தள்ளிவிட்டு வருவமே. ஒன்னய ஒங்க வீட்டுல விட்டுட்டு நான் திரும்பிப் போக மாட்டனாக்கும்?"

துறைமுக நிறுத்தத்தில் அந்த சரக்கு வண்டி வந்து நின்றது. இருவரும் இறங்கிக் கொண்டார்கள். சூரியன் முழுவதுமாக மேற்கில் உட்கார்ந்து விட்டான். "மசண்டையாயிட்டு பாருலே, இந்நேரத்துக்கு ரெண்டு பேரும் கரைய வந்திருப்பாகலே. வெரசா நட" என்றவாறே அவனது முகத்தைப் பார்த்தார். இசக்கிமுத்துவின் முகத்தில் உற்சாகம் எதுவும் தென்படவில்லை. தயக்கமும் குற்ற உணர்வும் அவனது கால்களை தளர்வடையச் செய்திருக்க வேண்டும். காலடிகளை எண்ணி எண்ணி எடுத்து வைப்பது போல நடந்தான். சற்று தொலைவில் துறைமுக அலுவலகத்திலிருந்து ஒருவர் வெளியே வந்து இவர்களுக்கு முன்னால் நடந்து சென்று கொண்டிருந்தார்.

"ஏலே இசக்கி, அங்க பாருலே அந்த யாவாரி போராரு" என்று சற்று பலமாய் கத்தியேவிட்டார் சடையன். இசக்கியுமேகூட இப்போது பார்த்தான். சடையன் சொன்ன அடையாளங்களுடன் தான் அவர் இருந்தார்.

"சரி, வாங்க மாமா அவரு கிட்டபோயி பாத்து நன்றி சொல்லுவம்" என்று பரபரத்தான் இசக்கி. இருவரும் வேகவேகமாய் ஓடிப்பார்த்தார்கள். இவர்களுக்கு முன்னால்தான் அவர் நடக்கிறார் என்றபோதும் இவர்களால் அவரை நெருங்க முடியவில்லை. துரத்திக் கொண்டே ஓடிப்பார்த்தும் அவரைத் தொடமுடியவில்லை. அவர் இவர்களின் பார்வையிலிருந்து எப்படி மறைந்தார் என்பதுகூட இருவருக்கும் தெரியாமல் போய்விட்டது.

தெய்வம் இறங்கிவந்து மனிதனைக் காக்கும் இந்த முயல் தீவை பார்த்து நிலவு முறுவல் பூத்தது. கடலோ தன் அலைகளால் தழுவிக் கொண்டது.

22

வெங்கண்ணியும் பேத்தையும் தூரத்தில் வந்துகொண்டிருந்த போதே கவனித்துவிட்டார்கள். கரையில் இவர்களின் வத்தையை எதிர்பார்த்து யாரோ ஒருவர் காத்துக்கொண்டிருக்கிறார் என்பதை.

“பேத்த கரைய பாரேன்ப்ப. யாரோ நிக்கிற மாதிரியில்ல தெரியிதாக்கும்.”

“ஆமாப்ப, ஒங்க அப்பாவா இருப்பாகலோ?”

“எங்கப்பாவா மட்டும் இருந்துட்டா தான் போதுமாச்சே. என்னோட துன்பமெல்லாம் தீந்து போகுமாச்சே.”

“ஒங்கப்பாவா இல்லாது நமக்காக வேறு யாரு இந்த நேரத்தில காத்து கெடக்கப்போறாக. முனியன வேண்டிக்க ஒங்கப்பாவ பத்தரமா கூட்டியாந்து இருக்கவேணுமெண்டு.”

“எங்கப்பாவ கொண்டு வந்து சேத்திருந்தயானா இன்னைக்கி இந்த வத்தையில கெடைக்குற அத்தன பாட்டையும் ஒனக்கே கொடுத்தர்றன்” வாய்விட்டு வேண்டிக்கொண்டாள். பேத்தைக்கு இதைக்கேட்டதும் ஆச்சரியமாக இருந்தது. “ஒங்கப்பாமேல ஒனக்கு அவ்வள பாசமாப்ப? ஒருநாள் ஒழப்ப அப்படியே தாறமென்குற?” என்றாள்.

“பாசமா என்ன எண்டெல்லாம் எனக்குத் தெரியாதுப்ப. ஆனா இந்த பத்து நாளா எங்கப்பாவ காணாது மனசு படுற வேதனய சொல்லி தீராதுப்ப. அதுக்கு மின்னாடி இந்த ஒருநாள் ஒழப்பு பெரிய விஷயமேயில்லப்ப” என்றாள்.

பேத்தை வெங்கண்ணியுடன் பேசிக்கொண்டு வந்தாலுமே கூட கரையில் நிற்பது யாரென்று அடையாளம் காண்பதிலேயே குறியாய் இருந்தாள். இப்போது அவளுக்கு ஓரளவு உருவம் யாரென்று தெரியத்தொடங்கியிருந்தது.

“எப்ப வெங்கண்ணி, நிக்கிறது ஒங்கப்பாதாம்ப்ப.”

“யய்யா, முனியா என்னய காப்பாத்திட்டய்யா” கையெடுத்து கும்பிட்டாள் வெங்கண்ணி.

“அந்த பயல கண்டுபிடிச்சிருப்பாகலாப்ப?” என்றாள் பேத்தை.

“இந்த கடல்ல ஒரு மீன புடிச்சி, கடல்லவிட்டுட்டு மறுபுடியும் அதே மீன புடியெண்டா முடியுமாப்ப? எங்கப்பா பாவம் வயசானவுக.

என்ன செய்வாக? தேடிப் போறனெண்டு சொன்னதும் தடுக்காம போகவிட்டுட்டமே எண்டு நான் எவ்வள கஷ்டப்பட்டு போனந் தெரியுமா? எப்புடியோ அந்த முனியசாமி புண்ணியத்துல வந்து சேந்துட்டாக. இது போதும் எனக்கு" என்றவள்

"எப்ப பேத்த, எங்கப்பாகிட்ட அந்த இசக்கி பயல பத்தி எதுவும் கேட்டுறாதப்ப" என்றாள்.

"நீ சொல்லிட்டல்ல, கேக்க மாட்டம்ப்ப."

வத்தை கரையை தொடும் முன்னதாகவே வத்தையிலிருந்து குதித்த வெங்கண்ணி கரைக்கு ஓடினாள். சடையனின் முகத்தைப் பார்த்ததும் அவளுக்கு அடக்க முடியாத அழுகை பீரிட்டு வந்தது. என்ன ஏதென்று எதுவும் சொல்லமுடியவில்லை. சடையனின் முன் தொப்பென்று கீழே மணல்தரையில் விழுந்தவள் தேம்பி தேம்பித் அழுதாள். சடையனாலும் அவளை சமாதானப்படுத்த முடியவில்லை. அப்படியே உட்கார்ந்து மகளின் தோளணைத்தபடி அவரும் அழுதார். தேடிப்போனது கண்டது கூட்டி வந்திருப்பது எதையும் அவராலும் சட்டென்று சொல்ல முடியவில்லை. இருவரும் அழுது ஓய்தால்தான் உண்டு என்பதை உணர்ந்த பேத்தை, வத்தையை கரையொதுக்கி நங்கூரமிட்டு நிறுத்திவிட்டு, வலைகளையும் மீன் கூடையையும் மற்ற பொருட்களையும் எப்படியாவது தான் மட்டுமே இறக்கி வைத்து விடுவது என்று முடிவு செய்து கொண்டாள். ஒவ்வொன்றாக இறக்கி வைத்துக் கொண்டிருந்தாள். மீன்கூடை சற்று கனமானதாக இருந்தது. அவள் ஒருத்தியால் தூக்கி இறக்கிவைக்க முடியாதுதான் என்றபோதும் மிகப்பிரயாசைப்பட்டு நகர்த்திக் கொண்டிருந்தாள். பின்னால் வந்து நின்றவனை அவள் கவனிக்கவில்லை.

"விடுப்ப நான் எறக்கன்" என்ற புதிய குரலைக்கேட்டு திடுக்கிட்டு நிமிர்ந்தாள். ஒருகனம் அவனுடைய முகத்தை உற்று பார்த்தவள் உண்மையாகவே அதிர்ந்துதான் போனாள். முனியனை கண்ணெதிரே கண்டுவிட்டவளைப்போல கத்திக்கொண்டு வெங்கண்ணியை நோக்கி ஓடினாள். அதுவரை அழுது கொண்டிருந்த வெங்கண்ணியும் சடையனும் பேத்தை கத்தியது கேட்டு திடுக்கிட்டு பார்த்தார்கள். வத்தையிலிருந்து இசக்கி மீன் பெட்டியை தூக்கிக்கொண்டு வருவதைப் பார்த்த சடையனுக்கு எல்லாம் புரிந்து விட்டது. முனியசாமி கோயிலில் காத்திருப்பதாகச் சொன்ன இசக்கிமுத்து இருந்து பார்த்துவிட்டு கடற்கரைக்கே வந்துவிட்டான். இதுவும் கூட நல்லதுதான் என்று நினைத்தார். வெங்கண்ணிக்கு இசக்கியைப் பார்த்ததும் நடப்பதெல்லாம்

உண்மைதானா இல்லை கனவா என்று தோன்றியது. பேத்தைக்கே அவனைக்கண்ட இன்ப அதிர்ச்சியில் வாயடைத்துப் போனதென்றால் வெங்கண்ணியின் நிலையை சொல்லவும் வேண்டுமா. வியப்பால் விரிந்த கண்களால் சடையனை அன்னாந்து பார்த்தாள். 'ஆமாந்தாயி தேடிக்கண்டுபிடிச்சி கூட்டியாந்துட்டேனாக்கும்' என்பது போல தலையசைத்தார்.

"யாஞ்சாமியே" அதற்கு மேல் வார்த்தைகள் வரவில்லை. சடையனின் கால்கள் இரண்டையும் கட்டிக்கொண்டு அழுதாள். பேத்தை வெங்கண்ணியின் தோள்களை பிடித்தணைத்து,

"ஒங்கப்பா சொன்னத செய்து காட்டிட்டாகப்ப" என்றாள். அவளது குரலும் தழுதழுத்திருந்தது. அழுபவளை தேற்றுவது பற்றி கூட அவள் நினைக்கவில்லை. சடையனைப்பற்றிய வியப்பிலிருந்து விடுபட முடியவில்லை பேத்தையால்.

"சாமி சத்தியமா நானெல்லாம் நெனச்சி கூட பாக்கலப்ப."

"வருச கணக்கா அலஞ்சி திரிஞ்சாலும் வெறுங்கையோடத்தான் வந்து சேருவாக எண்டுதான் நான் நெனச்சனாக்கும்."

"இப்புடி ஒரு அப்பா கெடைக்க எத்தன பேருக்கு கொடுத்து வச்சிருக்குமாக்கும்?"

"எனக்குமில்ல அப்பா எண்டு ஒரு ஓதி வுட்டுல கெடக்க"

"இன்னொரு சென்மமெண்டு பொறப்பெடுத்தா ஒங்கப்பா மாதிரி ஒரு மனுசனுக்குத்தான் மகளா பொறக்க வேணும்" அந்த நேரத்திலும் பேத்தையின் ஆற்றாமையை உணர்தவளாக அவளை அணைத்து, "இப்ப மட்டும் என்ன, இவுக ஒனக்கும் அப்பாதானாக்கும். ஓங்கூட நாங்க எல்லாருந்தான் இருக்கமேப்ப ஒனக்கு என்ன கவல" என்று பேத்தையை சமாதானப்படுத்தினாள் வெங்கண்ணி.

மீன்கூடை மற்றும் வலை போன்றவற்றை கரையில் இறக்கி வைத்துவிட்டு இவர்களின் பக்கமாக வந்து நின்றான் இசக்கிமுத்து.

எங்கே போய் தேடினாய், இவனை எப்படி கண்டுபிடித்தாய், இவ்வளவு காலமும் இவன் எங்கே இருந்தானாம் என்று எதுவும் கேட்கவில்லை வெங்கண்ணி. ஆள் முழுதாய் வந்துசேர்ந்து விட்டான். அது போதும் இப்போது. மற்றவைகளை பொறுமையாக கேட்டுக் கொள்ளலாம் என்று நினைத்தாள். இசக்கிமுத்துவின் முகத்தைப் பார்த்தாள். ஒருவிதமான குற்ற உணர்வு மேலிட்டவனாக பார்வையை

தாழ்த்திக்கொண்டான். இவ்வளவு அருகில் அவனை அவள் மூன்றாவது முறையாகப் பார்க்கிறாள். ஆனால் முன்பு ஏற்பட்டதைப்போல வெட்கமோ படபடப்போ ஏற்படவில்லை. மாறாக மிகப் பெரிய ஆறுதலும் நிம்மதியும் கிட்டியிருந்தது. அலைகள் ஓய்ந்த கடல்போல அவள்மனம் அமைதியாக ஓய்து கிடந்தது. சடையன் இந்த உலகத்தையே அவளது காலடியில் கொண்டு வந்து வைத்துவிட்டதைப்போல உணர்ந்தாள். இனி என்ன வேண்டும் எனக்கு என்பது போன்ற நிறைவு. இப்போது அவள் மனம் அனுபவிக்கும் உணர்வுகளை வார்த்தைகளால் கூறிவிட முடியாதென்று தோன்றியது அவளுக்கு. நிம்மதியின் உச்சத்தை அனுபவிக்கும் போது மனம் மிகவும் பக்குவப்பட்டுவிடுகிறது. அப்படிப் பட்டதொரு தோரணை தானாகவே வந்து உடலோடும் மனதோடும் பொருந்திவிடுகிறது. அதோடு ஆபரணம் போல மிடுக்கும் கூடிவிடுகிறது. இப்போது வெங்கண்ணியைப் பார்க்க அப்படித்தான் தோன்றினாள். 'இந்த உலகில் என்னை விட யார் இருக்கிறார்' என்பது போன்ற பெருமிதம் அவள் முகத்தில் அப்பட்டமாகத் தெரிந்தது.

“தாயி நாழியாவுது. மீனு ஏல கொட்டாயிக்கி போயாகணுமில்ல?” என்றார் சடையன்.

“மீன்கூடை தூக்குற ஆளு இருந்தா வரச்சொல்லிட்டு போப்பா. நாங்க கொடுத்திட்டு வாறம்” என்றவள்

“எப்பா, இவுகளயும் கூட்டிட்டு போ. நாங்க வந்து சோறு பொங்கி தாறம்” என்றாள்.

“தாயி, நாங்க காலவாசல் போகணுமாக்கும்” என்றார்.

“எதுக்குப்பா?”

“இசக்கி பய மொகத்த அவுக வீட்டாருங்க மின்னாடி கொண்டுபோயி காட்ட வேண்டாமாக்கும்?”

“காட்டி என்ன செய்ய போறீக?” என்றாள் வெங்கண்ணி.”

“என்ன தாயி இப்புடி கேக்க. பெத்தவுக கிட்ட புள்ளய ஒப்படைக்க வேண்டாமாக்கும்?” என்றார்.

“நாலு வருசமா ஓங்கிட்ட விட்டுருந்தாகலாக்கும்?”

“என்ன தாயி சொல்ற?”

“எப்பா, கேட்டுக்க. நீ ஒப்படைக்க வேண்டியது எதுவுமில்ல. தானாவுள வீட்டவிட்டு போனவுகளுக்கு திரும்பவும் வீட்டுக்குப் போக தெரியாம போகுமா?”

“எல்லாருகிட்டயும் பேசி வுட்டுட்டு வாறனே தாயி.”

“எப்பா, நீ என்ன பேசபோற? சொல்லு.” சடையன் பதில் சொல்ல முடியாமல் நின்றார்.

“ஒங்க மயன் மரணிக்கல. உசுரோட வந்துட்டான். மாட்டிருக்க போட்டாவ கயட்டிருங்க எண்டு சொல்லப்போறியா? இல்ல வயத்துக்கு சோறும் இருக்க எடமும் கொடுத்து பாத்துகிருங்க எண்டு சொல்ல போறியாப்பா?” என்றாள்.

“ஏந்தாயி இப்புடியெல்லாம் பேசுற? அவுக பெத்தவுக இல்லயா? அவுகளுக்குத் தெரியாதா மயனுக்கு என்ன செய்யவேணுமெண்டு?”

“அப்ப தெரிஞ்சிதான் வீட்டவிட்டு போகட்டுமெண்டு விட்டாகளாக்கும்?”

“அது என்னைக்கோ நடந்தது தாயி. இன்னைக்கு நம்ம அதப்பத்தி பேசவேண்டாம்” என்றார்.

“எப்பா, வயசான மனுசன்தான நீ. ஆள தேடி கண்டுபிடிச்சி கூட்டிட்டுத்தான் வருவனெண்டு கிளம்பிப் போயி, எண்ணி பத்தே நாளுல ஆள கையோட கூட்டி வந்தேயில்ல. ஒன்னால முடியிறது பெத்தவுகளால முடியாதா. ஒனக்கு இருந்த வைராக்கியமும் துணிச்சலும் பெத்தவுகளுக்கு இல்லாம போச்சிதில்ல.” வெங்கண்ணி இவ்வளவு கோபப்பட்டு பேத்தையோ சடையனோகூட இதுவரை பார்த்ததில்லை.

“என்னய முனியன் கூட்டிப்போகாட்டி நான் மட்டும் எங்க தாயி தேடி கண்டுபிடிச்சிருக்க போறன்?”

“ஆயிரந்தான் சொன்னாலும் ஒன்னகிட்ட இருந்த அக்கறையும் பாசமும் அவுககிட்ட இல்லப்பா” என்றவள்

“என்னப்பா சொன்ன முனியன் கூட்டிப்போனாரா?” என்றாள்.

“ஆமாந்தாயி. நீ கோவப்படாத. மீன ஏலத்துல விட்டுட்டு வா. எல்லாத்தையும் சொல்றன்” என்றார் சடையன்.

அந்த நேரத்தில் சைக்கிள் யாவாரம் செய்யும் ஆட்கள் இரண்டு பேர் வந்தார்கள். “சரக்க இன்னைக்கு ஒருநாளு மட்டும் எங்ககிட்ட போடுங்க. மூணு மணியிலேருந்து அலையிறம். எல்லாம் கம்பெனி யாவாரிமாருங்களுக்கேத்தான் போடுறாக. நாங்களும் பொழைக்கணு மில்ல?” என்றனர் சடையனிடம். சடையன் வெங்கண்ணியின் முகத்தைப் பார்த்தார்.

“எப்பா, என்ன ஏம்ப்பா நீ பாக்க. நமக்கும் நல்லதுதான கொடுத்துட்டு போயம்ப்பா” என்றாள். அந்த சைக்கிள் யாவாரிகளுக்கு சரக்கைக் கொடுத்தார். கையில் மீனுக்கான முழுத்தொகையையும் அவர்கள் வைத்திருக்கவில்லை. இருந்ததைக் கொடுத்தார்கள். மீதியை விற்றுவிட்டு வந்து தருவதாய் சொல்லி சென்றார்கள்.

“இதுதான் காரணம். சைக்கிள் யாவாரிங்க வித்துட்டு வந்து தருவம்பாக. கடலோடி வாறவுக வீட்டுக்கு வெறுங்கைய வீசிக்கிட்டு போக முடியுமாக்கும். கம்பெனி யாவாரிங்க இப்புடி சொல்ல மாட்டாகல்ல.”

நால்வரும் குச்சலை நோக்கி நடந்தார்கள். பேத்தை கையில் குழம்புக்கான மீன் இருந்தது. சடையன் வெளியூர் போனதிலிருந்து பேத்தையை அவளுடைய குச்சலுக்கு அனுப்பவேயில்லை வெங்கண்ணி. எப்போதும் இருவரும் ஒன்றாகவே இருந்தார்கள். பேத்தையின் அப்பாவுக்கு பேத்தையோ வெங்கண்ணியோ உணவைக் கொண்டு போய் கொடுத்து விட்டு வந்தார்கள்.

வெங்கண்ணி நடந்து செல்வதை பார்த்தார் சடையன். ‘அந்த முத்தாரம்மன் கணக்கால்ல நடக்காக எந்தாயி’ மனதிற்குள் சொல்லிக் கொண்டவர்.

“தாயி ராச்சோறு உண்ட பிறகு இசக்கிய அவுக வீட்டுக்கு போகச்சொல்வமாக்கும்” என்றார்.

“அவுகளுக்கு காலவாசல் போக விருப்பந்தானாக்கும்?” என்றாள் வெங்கண்ணி.

“அவன் போகமாட்டேனெண்டு கல்கத்தால பொறப்படுறதுக்கு மின்னாடியே சொல்லிட்டான் தாயி. நாந்தான் அதுமாதிரியெல்லாம் இருக்கக்கூடாது. வீட்டுக்குத்தான் போகனுமெண்டு சொல்லி கூட்டி வந்தனாக்கும்.”

“எப்பா, நீ எதுக்காகவும் கட்டாயப்படுத்ாதப்பா. அவுக யோசனைக்கு நடந்துகிறட்டும்” இசக்கிமுத்து அவன் வீட்டிற்கு செல்வதில் வெங்கண்ணிக்கு கொஞ்சம்கூட விருப்பமில்லை என்பதை பேத்தை உட்பட மூவருமே புரிந்து கொண்டார்கள். இசக்கிமுத்துவுக்கு இது பெரிதும் உவப்பைத் தரக்கூடியதாகவே இருந்தது. ஆனாலும் அவன் அதை வெளிக்காட்டிக் கொள்ளாமல் இருந்தான்.

‘ரெண்டு பேத்துக்கும் கல்யாணம் கெட்டி வைக்கணுமெண்டா இந்தப்பய அவுக வீட்டுக்கு போனாத்தான நல்லாருக்கும். இந்தப்

பொண்ணு ஏன் இப்புடி பேசுது. கல்யாணம் ஆகாத பொம்பளபுள்ள இருக்க வீட்ல ஒரு வெடலப்பயல எப்படி தங்க வச்சிக்கிறது. பாக்குற சனம் என்னவெல்லாம் பேசும். இத்தன வருசமா இந்த கடக்கரயில இருந்தும் இதுக்கு நல்லதுகெட்டது புரியமாட்டங்குதே' என பலவாறாக எண்ணி மனதிற்குள் வருந்திக் கொண்டிருந்தார் சடையன்.

பேத்தை மீனை ஆய்ந்து சுத்தம் செய்து கொண்டிருந்தாள். வெங்கண்ணி அடுப்பில் உலையைப் போட்டு எரித்து விட்டுக் கொண்டே அம்மியில் குழம்புக்கு மிளகாய் அரைத்தாள். மிளகாய், மல்லி, சோம்பு, சீரகம் போன்றவற்றை வர ஓட்டில் போட்டு லேசாக வறுத்து எடுத்திருந்தாள். அம்மியில் வைத்து அவற்றை அரைத்தபோது வாசனை அந்த குச்சலைத் தாண்டியும் காற்றில் கரைந்து கொண்டிருந்தது. எப்போதும் வெங்கண்ணியின் கைப்பக்குவத்திற்கு தனி ருசியும் மணமும் இருக்கிறது என்பார் சடையன். இன்று அவள் இசக்கிமுத்துவுக்காக மெனக்கெட்டு செய்கிறாள். அதனால்தான் முயல்தீவே மணக்கிறது என்று நினைத்துக் கொண்டார்.

"எப்பா, என்ன அவுக பதிலே சொல்லக்காணும்?" என்றாள் வெங்கண்ணி.

"சரிதான் நான் கேக்கன் தாயி." என்றவர் இசக்கிமுத்துவைப் பார்த்து கேட்பதற்குள்ளாக அவனாகவே சொன்னான்.

"மாமா, நான் எங்க வீட்டுக்கு போகப்போறதில்ல".

'நம்ம மகதான் அப்புடி பேசுதெண்டு நெனச்சா இந்த பயலுமில்ல மொரண்டு புடிக்கான்' என நினைத்தவர்.

"ஏலே, ஓம்மனசுல என்னதான்ல நெனைக்க? சொல்லுல" என்றார்.

"எப்பா, அவுகள கேட்டு என்ன சொல்லப் போறாக. நாலுவருசம் கடக்கரயில நிக்கலயில்ல. நல்லது கெட்டது தெளிய கொஞ்சம் நாளாகுமில்ல?" என்றாள் வெங்கண்ணி.

"நீதான் சொல்லன் தாயி. ஓம்மனசுல என்ன ஓடுது.?"

"பேத்த குச்சலுக்கும் அடுத்தாப்புல எடமெல்லாம் சும்மாதான கெடக்கு அந்த பக்கமா ஒரு குச்சல போட்டு கொடு. அதுல இருந்துக் கட்டும். சோறுதண்ணி வேண்டுமெண்டா நானே பொங்கி கொடுக்கன்."

"நீ சொல்றது சரிதான்ப்ப" என்றாள் பேத்தை.

“நம்ம கிட்ட கொஞ்சம் ரூவா இருக்கு. யாவாரிமாருங்ககிட்ட கொஞ்சம் வாங்கிக்க. பழைய வெலயில கெடச்சாக்கூட பரவால்ல. ஒரு வல்லம் வாங்கி அவுகளுக்கு கொடுத்திருப்பா. தொழிலுக்கு போகட்டும்.”

சடையனுக்கு தன் மகளைப் பார்க்க பெருமையாக இருந்தது. வெங்கண்ணியின் மனதில் இருப்பதை இப்போது சடையனால் முழுமையாக புரிந்து கொள்ள முடிந்தது.

இசக்கிமுத்து தன் வீட்டிற்கு சென்றால் அவன் ஒரு கூலியாகத்தான் தொழிலுக்குப் போகவேண்டி இருக்கும். வல்லத்திலோ வலையிலோ அவனுக்கு பங்கு கிடையாது. அது அவனுக்கு மிகுந்த வேதனையைக் கொடுக்கும். சம்மாட்டியாய் இருந்தவன் அதே வல்லத்தில் கூலிக்கு செல்ல வேண்டுமென்றால் அதற்கு வெங்கண்ணியும் கூட ஒரு காரணம் தான் என்பதை அவள் உணர்ந்திருந்தாள். இசக்கி எப்போதும் சம்மாட்டியாய் இருக்கவேண்டும் என்று அவள் ஆசைப்பட்டாள். அவன் இந்த கடற்கரையில் தன் உழைப்பால் நிமிர்ந்து நிற்க வேண்டும். பிறகு வந்து சேர்ந்து கொள்ளட்டும் பெற்றவர்களும் உறவுக்காரர்களும் என்று நினைத்திருந்தாள்.

வெங்கண்ணி சொன்ன யோசனை இசக்கிமுத்துவுக்கும் பிடித்துப் போனது. தன் மனம் விரும்பியதும் இப்படியானதொரு வழியைத்தான் என்பதை உணர்ந்தான். ‘நம் மனதின் குறிப்பறிந்து சொல்கிறாளே. நான்கு வருடம் இவளை தவிக்க விட்டு இருந்துவிட்டோமே. ஊரை விட்டு போகும் முன் இவர்கள் இருவரிடமும் வந்து பிரச்சனையை சொல்லியிருந்தால் அப்போதே நல்லதொரு யோசனையைச் சொல்லி வழிகாட்டி இருப்பார்களே. நான்கு வருட வாழ்க்கையை கெடுத்து விட்டேனே’ என வருந்தினான்.

இசக்கிமுத்துவுக்கு கடைசியாக அவளைப் பார்த்த அந்த காட்சியை அவன் நினைத்துப் பார்த்தான். அவனுடைய முகம்பார்த்து பேச முடியாமல் அவள் தவித்ததும், அவன் அவளது கைகளைப் பற்றிய போது நடுங்கியதும் நினைவில் வந்தது. இப்போதும் அன்று போல் அவள் கைகளை பற்றிக்கொள்ள மனம் தவித்தது. சாடையாய் வெங்கண்ணியின் முகத்தைப் பார்த்தான். முறுவல் பூத்த அவள் வெட்கத்தால் தலையைத் தாழ்த்திக்கொண்டாள்.

23

விடியநேரம் வழக்கம்போல பேத்தையும் வெங்கண்ணியும் கடல்போக்கு கிளம்பிவிட்டார்கள். முதல் நாள் இரவே படுக்கச் செல்தற்கு முன் வலைகளை மீன்கூடைக்குள் வாகாய் அடுக்கி வைத்திருந்தார்கள். இசக்கிமுத்துவும் சடையனும் இரவு சோறு உண்டபின் வத்தையில் படுத்துக்கொள்கிறோம் என்று போய் விட்டார்கள். வெங்கண்ணியும் பேத்தையும் வெகு நேரம் வரை தூக்கம்வராமல் பேசிக்கொண்டிருந் தார்கள். அவர்களுக்கு இசக்கிமுத்துவைக் கொண்டு வந்து சேர்க்க உதவிய முனியசாமியின் கருணையையும் செயல்களையும் நினைக்க நினைக்க வியப்பாய் இருந்தது.

"எப்ப வெங்கண்ணி, மனுஷங்க கூட தெய்வங்களும் சரிக்கு சரியா எறங்கி வந்து பொழங்குற இந்த முயல்தீவுல நம்மளும் வாழுறம்ப்ப"

"ஆமாம்ப்ப, நம்ம செய்த புண்ணியமாக்கும்" என்றாள் வெங்கண்ணி.

"போன பிறவில புண்ணியம் பண்ணுனவுகதான் இப்புடி யெல்லாம் இங்க வந்து பெறப்பாங்களாக்கும்."

"நானும் இங்க பெறக்கல, நீனும் இங்க பெறக்கலப்ப."

"பெறக்கல எண்டா என்ன? இங்க தான வாழறமாக்கும்?" இவ்வாறாக இருவரும் நீண்ட நேரம் பேசிக் கொண்டிருந்தார்கள். இருந்த போதும் விடிநேரம் எப்போதும் போலவே சொணங்காமல் எழுந்து விட்டார்கள்.

இருவரும் கடற்கரைக்கு வந்து பார்த்தபோது இசக்கிமுத்துவும் சடையனும் வத்தையில் உட்கார்ந்து எதைப் பற்றியோ தீவிரமாகப் பேசிக்கொண்டிருந்தார்கள். இவர்களைக் கண்டவுடன் வத்தையை விட்டு இறங்கிக் கொண்டார்கள். இசக்கி நங்கூரத்தை இழுத்து வத்தையில் போட்டான். பேத்தையும் வெங்கண்ணியும் ஏறிக் கொண்டதும் வத்தையை கரையிலிருந்து தள்ளிவிட்டான். தொளவைக் கம்பை கையில் எடுத்துக்கொண்ட வெங்கண்ணி திரும்பி கரையைப் பார்த்தாள். இசக்கிமுத்து இவளையே பார்த்துக்கொண்டு நிற்பது போலத் தெரிந்தது. நேற்று இரவு சாப்பிடும் போதுகூட இவளிடம் பேச விரும்பி முகத்தை முகத்தைப் பார்த்தான். ஆனால் அதற்கான சந்தர்ப்பமே கிடைக்கவில்லை. இப்போதும் சடையனும் பேத்தையும் இருக்கிறார்கள். எப்படி பேசுவது?

“இன்று என்ன செய்யப் போகிறீர்கள்” என்று சடையனிடம் கேட்க நினைத்தாள் வெங்கண்ணி. அதைக்கேட்கவே கூட அவளுக்கு கூச்சமாக இருந்தது. சடையனாக சொல்வார் என்று நினைத்தாள். ஏனோ அவரும் எதுவும் சொல்லவில்லை. இன்னும் சரியான யோசனைக்கு வரவில்லையாக்கும் என்று நினைத்துக்கொண்டாள். ஆனால் கடலோடி திரும்பி வந்து பார்க்கும் போது உறுப்படியான வேலைகள் சிலவற்றையாவது செய்து முடித்திருப்பார் சடையன். அவரால் ஒருநாள் முழுவதும் எதுவும் செய்யாமலெல்லாம் இருக்க முடியாது என்பதை வெங்கண்ணியுமே நன்றாக அறிந்திருந்தாள். அப்படி இருக்கும்போது இவள் யோசனை சொல்ல வேண்டும் என்ற அவசியம் எதுவுமில்லை.

எப்போது விடியும் என்றெல்லாம் காத்திருக்கவில்லை. சடையனும் இசக்கிமுத்துவும் அப்போதே கிளம்பிவிட்டார்கள். துறைமுகத்தை கடந்து முள்ளுகம்பி பகுதியில் ஓலையும் கட்டுக் கயிறும் வாங்கிக்கினார்கள். மீன்பெட்டிகள் வைத்து தள்ளும் சக்கரம் வைத்த தள்ளுவண்டி ஒன்றை தெரிந்த மீன் கம்பெனியில் கேட்டு வாங்கினார் சடையன். அதில் கீற்றுக் கட்டுகளை வைத்துக் கட்டி தள்ளிக்கொண்டு வந்தான் இசக்கி.

“மாமா கம்புக வேணுமெண்டாலும் வெல கொடுத்து வாங்கிகிறலாமில்ல” என்றான் இசக்கி. அவனிடமும் கணிசமாக ரூவா இருந்தது. கல்கத்தா ஓட்டல்கடை முதலாளி நான்கு வருட வேலைக்கும் சேர்த்து போனால் போகிறதென்று கொஞ்சம் கொடுத்திருந்தார்.

“ஏன்லே ரூவா போட்டு வாங்கணும்? தீவுல மரமால இல்ல?”

“அதெல்லாம் அரசாங்கத்துக்கு சொந்தமானதில்லயாக்கும்?”

“அரசாங்கத்து சொந்தமானதுதான்லே. நம்ம என்ன வெட்டி வெலைக்கு விக்கவாலே போறம்? சொந்த வேலக்கு தானலே வெட்டப்போறம்.”

“சொந்த வேலைக்கு எண்டாலும் ஆபீசர்மாருங்க கண்டா பிடிச்சிருவாக தான?”

“ஏலே இசக்கி, நம்ம என்ன மரத்தயேவாலே வெட்டப்போறம். குச்சலுக்கு ஒத்தாப்பா போட கைக்கம்பு கணக்கா வெட்டிக்கப் போறம். அதுனால மரத்துக்கோ அரசாங்கத்துக்கோ நட்டமாவாதுலே” என்றார் சடையன்.

“நீங்க சொல்றதும் சரிதான் மாமா?”

“ஏலே இசக்கி, விடிஞ்ச நேரம் ஒன்னய யாராவுது பாத்தாகலாக்கும்?”

“இல்ல மாமா. நான் ஒங்ககூடத்தான கெடக்கன். இதுவரைக்கும் யாரும் கண்டுகிறலயாக்கும்” என்றான்.

“அதுசரில. நான் ஒண்ணு சொன்னா கேப்பியாலே”

“நீங்க சொன்னா கேக்கமாட்டனாக்கும்”

“யாராவுது ஒன்ன அடையாளம் கண்டு, ஒன்னய பெத்தவுக கிட்ட போயி சொல்லறதுக்குள்ள, நீயாவே இங்க வந்து தங்கியிருக்கனெண்டு செய்திய சொல்லி அனுப்பிறலாமில்ல?”

“சரிதான் மாமா, யாருகிட்ட சொல்லி அனுப்ப?”

“ஏலே, அதுக்கு என்ன ஆளாயில்ல. முயல்தீவு பக்கம் எத்தன வத்த, வல்லங்க போகுது. கையதட்டி கூப்பிட்டா, ஏனெண்டு கரையொட்டி வரப்போறாக. பெறகென்ன தகவல சொல்லி அனுப்ப வேண்டியதுதான்.”

“ஒங்க மகக்கிட்டயும் ஒரு வார்த்தை கேட்டுக்கிறுவமே மாமா.”

“அதுசரிதான்லே” என்றார். சடையனுக்கு மனம் நிறைந்து போனது. ‘எதிலும் நம் மகளின் விருப்பத்தை கேட்க வேண்டும் என்று நினைக்கிறான். இதுபோதும். வெங்கண்ணி இவனுக்கு எப்போதும் சரியான வழியை மட்டுமே காட்டுவாள். இவர்கள் வாழ்க்கை நன்றாக இருக்கும்’ என்று நினைத்தார். கிழக்கிலிருந்து எழுந்து வரும் வெளிச்சக் கதிர்கள் இப்போது அவர்கள் செல்லும் பாதையை நன்றாக துலங்கச்செய்தது. வெங்கண்ணி இசக்கிமுத்து வாழ்க்கை எப்படி அமையப்போகிறது என்பதற்கான நல்ல அறிகுறியாக சடையன் அதை கருதினார்.

இருவரும் முயல்தீவுக்கு வந்து சேர்ந்தபோது சூரியன் நெற்றிக்கு நேராய் வந்திருந்தது.

“ஏலே, வால கஞ்சிய குடிச்சிட்டு போயிருவம். வேலயில கைய வச்சிட்டமெண்டா அப்பறம் தண்ணி குடிக்ககூட மனசு வராது” என்றார்.

“கையகால கழுவிட்டு வாறன் மாமா”

இருவரும் பழைய சோற்றுக்கு இரவு வைத்த மீன்குழம்பை தொட்டுக்கொண்டு உண்டார்கள்.

“மாமா, இதுமாதிரியெல்லாம் நடக்குமெண்டு மொதநாள் வரைக்கு கொஞ்சம் கூட நான் நெனைக்கல மாமா. நீங்களும் ஒங்க மகளும் இல்லையெண்டா நானெல்லாம் என்ன ஆகியிருப்பனெண்டே தெரியல மாமா”

சடையன் அவன் முகத்தை பார்த்தார். அவனைப் பார்க்க ஏனோ பரிதாபமாக இருந்தது. அவன் அதுபோல் தொடர்ந்து யோசிக்கக் கூடாது என விரும்பினார்.

“ஏலே யான்லே கண்டதையும் நெனைக்க. கடலோடி எம்மக திரும்பி வாறதுக்குள்ள நம்ம ஏகப்பட்ட வேலைகள செய்திடணுமாக்கும். மறந்துட்டியாலே?”

“மறக்கல மாமா.”

“சரிதான். அப்ப வேலயப்பத்தி தானலே பேச்சு இருக்கணும்.”

அவன் பதிலேதும் சொல்லவில்லை. அவரைப் பார்த்து புன்னகைத்தான். அதுவும் பரிதாபமான புன்னகையாகவே தோன்றியது அவருக்கு.

‘பயல சரிபண்ணியாவணும்’ மனதிற்குள் சொல்லிக்கொண்டார்.

ஆளுக்கொரு கத்தியை எடுத்துக் கொண்டார்கள். முயல்தீவுக்குள் ஆங்காங்கே நின்ற ஒடை மரம் மற்றும் பூவரசு மரங்களில் கூரையில் போடுவதற்கு வாகான கம்புகளை வெட்டினார்கள்.

“காலுக்கு கொஞ்சம் தடிச்சதா வலுவானதா பாத்து வெட்டணும்லே” என்றார் சடையன்.

“நீங்க காட்டி மட்டும் விடுங்க மாமா நான் வெட்டுறன்.”

“காலு கம்பு கவையோட இருக்கணும்லே.”

“பாத்துதான் வெட்டுறனாக்கும்” என்றவன்

“எத்தன காலு மாமா தேவைப்படும்?” என்றவுடன் மனக்கண்ணால் குச்சலை அளவிட்ட சடையன்,

“மூணும் மூணும் ஆறு, ஆறு ஒண்ணும் ஏழு, வாசலுக்கு ரெண்டு மொத்தம் ஒம்போது காலு வேணும்லே” என்றார். இசக்கி மரத்துக்கு மரம் பார்த்து அவர் சொன்னமாதிரியான கம்புகளை வெட்டிப் போட்டான். அவன் வெட்டிப்போடப் போட ஒவ்வொன்றாக கழித்துப்போட்டார் சடையன். தழை, கவை, கணு போன்றவற்றை கழித்ததோடல்லாமல் கணுக்கள் கையில் உரசாதவாறு செதுக்கி வழுவழுப்பாக்கினார்.

“மாமா நீங்களே குச்சல வளைச்சிருவியளாக்கும்?”

“வேற யாரலே கூப்புடணும்?”

“ஒங்களுக்கு தெரியுமா எண்டு கேட்டனாக்கும்?

“இப்ப மழவருதெண்டு வச்சிக்க. கையில துணிய வச்சிக்கிட்டு நனைஞ்சிகிட்டே நிப்பியாலே.”

“எதுக்கு? புத்திகெட்ட பயலாக்கும். தூத்த விழுற நாழிக்கே தலயில துணிய போட்டுற மாட்டனாக்கும்.”

“சரிதான். தலைக்கி துணிய யாராவது வேத்தாளு வந்து போட்டு விடமாட்டாகல்ல. அதுமாதிரி தான்லே இதுவும். காத்துக்கு மழைக்கி நம்ம தானலே ஒதுங்கப்போறம். நம்ம கூர எப்படி இருக்கணுமெண்டு நமக்கு தெரியாதாக்கும். நாமளே தான்லே வளைச்சிக்க வேணும்.”

“மாமா ஒங்க மக எப்புடி இவ்வள புத்திசாலியா, நல்ல புள்ளயா இருக்குதெண்டு ஆச்சரியமா இருக்கும். ஆனா இப்பத்தேன் தெரியிது ஒங்க வளப்பு அப்படியெண்டு. ஒண்ணு ஒண்ணயும் பாத்து பாத்து பழக்கித்தாறிய மாமா.”

“அட யான்லே நீ வேற.”

“ஒண்ணு சொல்லட்டா மாமா?”

“என்னல கேள்வி. சொல்லுலே.”

“இன்னொரு தடவ மனுசனா பெறந்து வந்தா, ஒங்களுக்கு மகனா பெறக்கலாமெண்டு இருக்கு மாமா.”

“ஏலே, எங்கல கத்துக்கிட்ட இப்புடியெல்லாம் பேச?. கல்கத்தால இருந்தியேல, இப்படிப்பட்ட சேத்தாளிககூட இருந்திருப்பியோ?”

“இல்ல மாமா. நாலு வருசமா நான் பேசவே இல்ல மாமா. ஊமை கணக்கா கெடந்தனாக்கும். பேச்சு புரியாது. ஒண்ணு ரெண்டு புரிஞ்சாலும் புரிஞ்சமாதிரி காட்டிக்க மாட்டனாக்கும். அவுக பாஷய கத்துக்க சொன்னாக. நெனச்சிருந்தா பாதிக்கி பாதியாவுது கத்துருக்கலாம். எனக்கு அதுலயெல்லாம் ஆர்வமில்ல மாமா.”

“ஏலே, ஓம்மனசுல என்னதான்ல நெனச்சிருந்த?”

“யாம்மனசுலயா?”

“ஆமாலே ”

"வெந்தத உண்டு கெடப்பம், விதி வந்தா செத்து போவமெண்டு நெனச்சனாக்கும்" என்றான்.

"ஏலே, என்னல நீ போல" என்றார் மனம் சோர்ந்தவராய்.

'இந்த கடற்கரையில் இவன் எவ்வளவு புத்திசாலியாய், தன்னம்பிக்கை உள்ளவனாய், திறமையான குளியாளாய் இருந்தான். இப்போது அவன் அவனுக்கு நம்பிக்கை இல்லாமல் போய்விட்டதே. துணிச்சலற்றவனாய் இருக்கிறானே. அடுத்தவர் ஏவலுக்காக காத்திருப்ப வனாய் தெரிகிறானே. தன்மீதே கழிவிரக்கம் கொண்டவனாக பேசுகிறானே. இந்த நான்கு வருடங்களில் இவன் எப்படி இவ்வளவு மாறிப்போனான்?' இசக்கிமுத்துவைப் பற்றி நினைக்கும்போது சடையனுக்கே மனம் கலங்கியது. 'பலநாள் பட்டினி என்றாலும் குடியே மூழ்கி போய்விட்டதென்றாலும் கடற்கரையில் இருக்கும் வரை, கடலோடியாய் இருக்கும் வரை வைராக்கியத்தை விடமாட்டான். இவன் கடலைவிட்டு தூரமாய் போய்விட்டதால்தான் இப்படி ஆகி விட்டான்' என்று நினைத்தார். 'கடல்தாயே ஓம்புள்ள ஒன்னவிட்டு போனதால இப்புடி ஆயிட்டானாம்மா. ஒன்ன பார்க்காம, ஓம்மடியில கெடக்காம, எங்கயோ போயி தாயத்த புள்ளயா தவிச்சி கெடந்தானாக்கும். எப்புடியோ ஓங்கிட்ட கொண்டுவந்து சேத்திட்டம்மா. இவனுக்கு நல்ல தைரியத்த கொடு. பழய வேகத்த கொடு, அந்த புத்திசாலித்தனத்த கொடு. தாயே இவனும் ஒன்னோட மகன்தான். இவனுக்கு நல்ல வழிய காட்டம்மா" மனமுருக வேண்டிக்கொண்டார்.

"மாமா எதுவும் யோசனையில இருக்கியலாக்கும்?" என்றான் இசக்கிமுத்து.

"யான்லே?" என்றார் திடுக்கிட்டவராய்.

"பாருங்க மாமா, நீங்க அங்கங்க செதுக்கி போட்டுருந்த எல்லா கம்பயும் கொண்டாந்து போட்டுட்டன். இது போறாதாக்கும்."

"போதும்."

"வெட்டணுமெண்டாலும் சொல்லுங்க மாமா."

"வேண்டாம்லே. அந்த கயிற எடுத்துப் போட்டு பத்து பத்தா அடுக்கா பெறக்கி வச்சி கட்டு. ஆளுக்கு ஒரு கட்டா தூக்கிப்போவம்" என்றார்.

"வேண்டாம் மாமா. நீங்க தூக்க வேண்டாம். நானே கொண்டு போயி போட்டுட்டு வாறன். நீங்க தூக்கிவிட்டா போதுமாக்கும்"

என்றான். சடையன் கம்புகளை கட்டி தூக்கி விடுவதும் இசக்கி முத்து சுமந்து வந்து சேர்ப்பதுமாக எல்லாவற்றையும் கொண்டுவந்து சேர்த்திருந்தார்கள். அதற்குள் சடையன் சற்று சோர்ந்து போனவராகத் தெரிந்தார்.

“மாமா களச்சி போயிட்டியளாக்கும். வயத்துக்கு எதாச்சிம் ஆகாரம் கொடுக்கலாமெண்டு நெனக்கியளாக்கும்?”

“ஏலேய், சூரியன பாருலே. இன்னும் உச்சிக்கு வரலயாக்கும். அதுக்குள்ள ரெண்டாவுது வேள கலயத்த உருட்டுவனெண்டு நெனைக்க?”

“வயசானவுக சூரியன பாத்துக்கிட்டு சோறு குடிக்காம கெடக்கிய. காதடச்சி, கையி காலு இழுத்துச்செண்டா உங்க மகளுக்கு யாராக்கும் பதில் சொல்றது?”

“என்னோட கையி காலெல்லாம் அவ்வள சுளுவுல புடிச்சி இழுக்காதுல. தம்மூச்சில நாப்பது பாவம் ஓடி முத்தெடுத்தவனாக்கும். மண்ணுல வுழுற வரைக்குமே ஒடம்பு வலுவாருக்கும்ல” என்றார். இப்படியாக பேசிக்கொண்டே குழிதோண்டி கால்களை நட்டார்கள். வாகான கம்புகளை போட்டு கட்டி முடித்தபோது சூரியன் உச்சி தாண்டி மேற்கில் சென்றிருந்தது. சடையனுக்கு உண்மையாகவே களைத்து விட்டது என்றபோதும் அவர் இசக்கிமுத்துக்கு சில விஷயங்களில் நம்பிக்கையையும் வைராக்கியத்தையும் ஏற்படுத்த வேண்டும் என்பதற்காகவே பல்லை கடித்துக்கொண்டு நின்றார். இரண்டாவது வேளை கஞ்சிக்குப் பிறகு ஓலை வேய்ந்தார்கள். குச்சல் சிறியதாக இருந்தாலும் சடையனின் கைவண்ணத்தில் கச்சிதமாக திருத்தமாக இருந்தது.

“கையோட நாலாபக்கமும் கிடுவு புடிச்சிருவம்லே” என்றார் சடையன்.

“நாலு பொறமும் செவரு வைச்சா நல்லா இருக்கும் மாமா” என்றான் இசக்கிமுத்து. கடற்கரை குச்சலுக்கும் சுவர் வைக்கலாம் தான். ஆனால் அதற்கு களிமண் கொண்டுவந்து போடவேண்டும். இரண்டு மூன்று நாட்கள் ஊறவைத்து குழைத்து வைப்பது என்பதெல்லாம் பெரிய வேலையாகிவிடும்.

“முனியசாமி உத்தரவு கொடுத்தா எம்மகளுக்கு நானே இந்த தீவுல செவுரு வச்சி வூடு கட்டி தாறன்லே. இப்ப கிடுவு புடிச்சிருவம் வால” என்றார். இருவரும் வேலைகளை முடித்து விட்டு கடற்கரையில்

காத்திருந்தார்கள். பேத்தையும் வெங்கண்ணியும் தூரத்தில் பாயில் வந்து கொண்டிருந்தார்கள். பேத்தை இப்போது கரையேகும் அம்பா போட கற்றுக்கொண்டிருந்தாள். வத்தைக்கு முன்னதாக அவளது குரலை கரையில் நின்ற சடையனும் இசக்கிமுத்துவும் கேட்கும்படியாக கொண்டுவந்து சேர்த்தன அலைகள்.

"ஏலே, இன்னக்கி பாடு பரவால்லயாக்கும்."

"எப்புடி மாமா கண்டிய?"

"அம்பாவ கேளுல."

உற்றுக் கேட்டான் இசக்கிமுத்து. அவனுக்கு வெங்கண்ணியின் குரல் கேட்டது.

"மாமா, ஒங்க மக கொரல் கேக்குதாக்கும்"

சடையன் உற்று கேட்டுப்பார்த்தார். பேத்தையின் குரல்தான் கேட்டது.

"இல்லலே, எனக்கு கேக்கலயாக்கும்."

"எனக்கு கேக்குது மாமா" என்றான் உறுதியான குரலில்.

"ஒனக்கு மட்டும்தான்ல கேக்குது. என்ன காதோ போ" என்றார் கிண்டலாக.

ஆனால் அவனோ ரசித்து சிரித்துக்கொண்டிருந்தான். பிறகு அவனுக்காக மட்டுமே அவள் மனம் பாடும் பாடல் அவனுக்கு கேட்காமல் போகுமா. அவன் மட்டுமல்ல அவனைப்போலவே கடலும் அவள் பாடலைக்கேட்டு மகிழ்ந்திருக்க வேண்டும். மெல்ல தலையாட்டுவதுபோல வத்தையை ஆட்டியசைத்து கரையை நோக்கி செலுத்திக்கொண்டிருந்தது.

24

"நான் சொன்னேல்லப்ப, நம்ம கரைக்கு வந்து பாக்கும்போது ஒங்க குச்சலுக்கு அடுத்தாப்புல புதுசா இன்னொன்னு இருக்குமெண்டு. இப்ப பாத்தியாப்ப?"

"நீ சொன்னது சரிதாம்ப்ப."

"எங்கப்பா ஒரு வேலய தொட்டாக எண்டா, அத முடிச்சாதான் தூக்கம் வரும் அவுகளுக்கு. அது வரைக்கும் ஓய மாட்டாக" என்றாள் வெங்கண்ணி.

“குடியிருக்க குச்சல் போட்டாச்சி. அப்பறம் என்ன, கல்யாணந்தானாக்கும்?” என்றாள் பேத்தை.

“போப்ப” என்றாள் பொய்யாய் கோவித்துக்கொள்பவள் போல.

“அப்ப கல்யாணம் செய்ய வேண்டாமாக்கும்?” என்றாள் விளையாட்டு போல.

“வேண்டாமெண்டு சொல்லவா அவுகள இங்கயே கெடக்கச் சொன்னனாக்கும்?”

“ஓகோ அப்படியாக்கும் கத. நான் வேற ஏதோவெண்டு நெனச்சிட்டனாக்கும் ” என்றாள் பேத்தை.

“நீ என்ன வேணுமெண்டாலும் நெனச்சிக்க. ஆனா இனி அவுக எங்கண்ணு எதுருலயேத்தான் இருக்கணும். நாலு வருசம் பட்ட கஷ்டம் மறுபடியும் வந்துறக்கூடாதுப்ப”

“என்னதான் நீ நெனச்சாலும் கல்யாணம் கெட்டாத வரைக்கும் இசக்கிமுத்து வேத்தாளு தானப்ப?”

“அதுக்காக என்னப்ப பண்ணமுடியும்?”

“இப்ப என்ன பிரச்சனை கெட்டிக்கிறது?”

“எங்கப்பா இருக்காகல்ல. பாத்துக்கிற மாட்டாகலா?”

“ஒங்கப்பாவும் இசக்கியும் வல்லம் வாங்கணும் வல வாங்கணும் எண்டு சொல்லித்திரிகிறாக. ஒங்க கல்யாணத்தப்பத்தி நெனைக்கப் போறாகலாக்கும்?”

“அதுவும் முக்கியம் தானப்ப?”

“முக்கியம்தான் அதுமாதிரி கல்யாணமும் முக்கியம்தானப்ப?”

“எங்கப்பா என்ன செய்றாகெண்டு பாப்பமே.”

“நான் வேணுமெண்டா ஒங்கப்பா கிட்ட பேசவாப்ப?”

“அதெல்லாம் வேண்டாம். எங்கப்பா யோசிக்காம இருக்க மாட்டாகப்ப” என்றாள் வெங்கண்ணி.

இவர்கள் இப்படி பேசிக்கொண்டிருக்க சடையனோ எப்படி யாவது கருவா குடும்பத்தினரிடம் இசக்கி திரும்பி வந்திருப்பதைச் சொல்லி ஒரு இணக்கமான சூழலை உருவாக்கிவிட வேண்டும். அப்படி செய்தால்தான் இவர்களுக்கு நல்லவிதமாக கல்யாணத்தையும்

செய்து வைக்க முடியும் என்று நினைத்தார். ‘இன்னக்கி எப்புடியும் இதுபத்தி பேசி ஒரு முடிவு பண்ணிறணும். இசக்கி பயல கொண்டு எந்த பிரச்சனையுமில்ல. நம்ம மகதான் காலவாசல் போறமெண்டாலே மொறண்டு புடிக்கிது. பொம்பளப்புள்ள, அது மனசுல என்ன ஓடுதெண்டு யாருக்கு தெரியும். எடுத்துச் சொன்னா ஏத்துக்கிற பொண்ணுதான். இதுக்குமேல சொணங்கக் கூடாது. இன்னைக்கே பேசி பாத்துறணும்’ என்று மனதிற்குள் நினைத்துக் கொண்டார். இரவு சாப்பாட்டுக்குப் பிறகு தான் எல்லோரும் ஓரிடத்தில் சேர்த்து உட்கார்ந்து பேச முடியும். வெங்கண்ணியிடம் பேசும்போது பேத்தையும் கூட இருந்தால் பரவாயில்லை என்று நினைத்தார் சடையன். ‘தாயில்லா பொண்ணு என்னதான் அப்பாவா இருந்தாலும், கட்டிக்கப்போறவனா இருந்தாலும் ரெண்டு ஆம்புளங் களுக்கு மத்தியில பொம்பளபுள்ள ஒத்தயில நிண்டா, நல்லது கெட்டது சொல்ல தடுமாறிப்போகுமாக்கும். தொணயா பேத்தை நிண்டா கூட தைரியமாக்கும்’ என்று நினைத்தார். ‘யய்யா முனியா இந்தப்பயல கொண்டாந்து சேத்ததுகூட பெரிசில்லய்யா, அவன வீட்டாரோட சேக்கணும், பெறகு எம்மகள அந்தப் பய கெட்டிக்கிறணும். பாத்துக்கய்யா’ மனதிற்குள் வேண்டிக்கொண்டார். இரவு சோறு குழம்பு ஆக்கும் வேலையை வெங்கண்ணியுடன் பேத்தையும் சேர்ந்து செய்ததால் சீக்கிரத்தில் அந்த வேலைகள் முடிந்திருந்தன. சடையனும் இசக்கியும் புதிதாய் போட்ட குச்சலுக்குள் அதன் தரைப்பகுதியை சீரமைத்துக் கொண்டிருந்தார்கள். பேத்தை தன் அப்பாவுக்கு சோறும் குழம்பும் எடுத்துக்கொண்டு வந்தாள். இன்னும் பேத்தையின் அப்பா வந்து சேரவில்லை. காலவாசலில் இருந்து முயல்தீவுக்கு வருவதற்கு அவருக்கு மரம் ஏதும் கிடைக்காமல் போயிருக்கும். இரவு வலைக்கு போகும் வத்தையோ மரமோ கிளம்பினால் அதில் ஏறிக்கொண்டு வந்து விடுவார். அப்படி எதுவும் கிடைக்காத போது காலவாசல் கடற்கரையிலேயே காத்துக்கிடந்து விட்டு விடியநேரம் வீட்டுக்கு வந்து சேருவார்.

“ஒங்கப்பா இன்னும் வரலயாக்கும்?” என்றாள் வெங்கண்ணி.

“காலாகாலத்துல கடக்கரையில வந்து நிண்டா யாரு மரத்துலயாவது வந்திருக்கலாம். வர்றதுக்கு வழியில்லாம கடக்கரயில கெடப்பாக. கெடக்கட்டும். மக ஒத்தாளா கெடக்கே எண்டு ஏதாச்சிம் அக்கற இருந்தாதான?”

“சரிதான் விடுப்ப. நாங்க இருக்கமில்ல. பாத்துகிற மாட்டமா?”

“அதானாக்கும் எங்கப்பாவோட எண்ணமும்” என்றாள் விரக்தியாக.

“விடுப்ப, இதுக்காகவெல்லாம் கவலப்படணுமாக்கும் ” என்றவள்.

“சோத்த வச்சிட்டு வாப்ப, எங்கப்பாவையும் அவுகளயும் சாப்பிட கூட்டி வருவம்.”

பேத்தையும் வெங்கண்ணியும் புதிய குச்சலுக்குள் எட்டிப் பார்த்தார்கள். சடையனும் இசக்கிமுத்துவும் மண்ணைக் குழைத்து தரையை சமப்படுத்தி மெழுகிக் கொண்டிருந்தார்கள். கிட்டத்தட்ட அந்த வேலையும் முடியும் தருவாயில் இருந்தது.

“எப்ப வெங்கண்ணி, செத்த மின்னாடி பாத்தப்ப புழுதியால்ல கெடந்திச்சி. அதுக்குள்ள பாரேன். வழுவழுன்னு மொழுவி கெடக்க” வியந்து போனாள் பேத்தை.

“நான்தான் சொன்னேனில்லப்ப, எங்கப்பாவுக்கு ஒரு வேலயில கைய வச்சிட்டா அத முடிச்சாதான் தூக்கம் வருமெண்டு.”

“வேலய செய்து முடிக்கிறது மட்டுமில்லப்ப, எவ்வளவு அழவா நறுவிசா செய்யிறாக பாரேன்.”

“ஆமாம்ப்ப, கைவணங்கி செய்றாகல்ல.”

“எப்பா, சோறு உண்டுட்டு வந்து செய்யலாமில்ல?” என்றாள் வெங்கண்ணி.

“முடிஞ்சிட்டுதாக்கும். கையகால கழுவிட்டு வரவேண்டியது தான் தாயி” என்றார் சடையன்.

இசக்கி வெங்கண்ணியின் முகத்தைப் பார்த்தான்.

“இது நமக்காக்கும்” என்று அவன் சொல்வது போலிருந்தது வெங்கண்ணிக்கு. வெட்கத்தால் தலை கவிழ்ந்து கொண்டாள்.

“சரிதான்ம்ப்ப அவுக கையகால கழுவிட்டு வரட்டும் வா நம்ம போவம்” என்று பேத்தையை அழைத்துக் கொண்டு வந்தாள். சிறிது நேரத்தில் சடையனும் இசக்கியும் வந்துவிட்டார்கள்.

“சோத்துக்கு என்னதாயி வெஞ்சனம்?” என்று கேட்டபடியே வந்து உட்கார்ந்தார் சடையன். அவர் பக்கத்திலேயே இசக்கியும் உட்கார்ந்து கொண்டான்.

“சங்கு சத கொழம்பு வச்சி நண்டு பெரட்டிருக்கம்ப்பா” என்றாள் வெங்கண்ணி.

“பெரும்பாலும் வெங்கண்ணி ஏதாவது ஒன்று தான் செய்வாள். அவளால் அவ்வளவுதான் செய்யமுடியும். சோறு வடித்து, ஒரு குழம்பு கொதிக்க வைப்பதற்குள்ளாகவே இருட்டிப் போய்விடும். இப்போது பேத்தையும் சேர்ந்து செய்வதால் குழம்போடு நண்டு பெரட்டவும் முடிகிறது. இது ஒரு காரணம் என்று சொல்லிக்கொண்டாலுமே கூட உண்மையான காரணம் இசக்கிமுத்து தான். நான்கு வருடம் போல கடலில் கிடைக்கும் எந்த உணவும் அவனுக்குக் கிடைக்கவில்லை. பல நாட்கள் மீனுக்காகவும் நண்டுக்காகவும் அவன் ஏங்கியிருக்கிறான். அதை நினைத்து அழுதிருக்கிறான். சற்று நேரம் அழுதுவிட்டு பின் தானே சமாதானமாகிக் கொள்வானாம். இதையெல்லாம் நேற்று இரவு சாப்பிட்ட பின்பு சடையனிடம் சொல்லிக்கொண்டிருந்ததை ஒட்டு கேட்டதில் தெரிந்து கொண்டாள். ‘இனிமேல் ஒவ்வொரு நாளும் நிறைய ஆக்கிப் போட்டு போதும்போதும் என்று சாப்பிட வைக்க வேண்டும்’ என்று நினைத்தாள். அதற்கு தகுந்தாற்போல் இன்று சதைச்சங்கு கிடைத்தது. சங்கின் வாய்ப்பகுதியை மூடுவது போன்ற அமைப்பில் இருக்கும் நாகணம். இந்த நாகணம் மருத்துவ குணம் கொண்டது. அதிக ரூபாய்க்கு விலைபோகக்கூடியது. அந்த நாகணத்துடன் ஒட்டியிருக்கும் சதை சங்கின் உள்ளே முழுவதும் இருக்கும். கொக்கி போன்று வளைந்த கம்பியை விட்டு இழுத்தால் சங்குக்குள் உள்ள அத்தனை சதைப்பகுதியும் வந்து விடும். சங்குகறி குழம்பும் ருசியோடு மருத்துவ குணமும் கொண்டது. சங்கு சதையைப் பற்றி இவ்வளவும் தெரிந்து வைத்திருக்கும் வெங்கண்ணி அதை இசக்கிக்கு ஆக்கிப் போடாமல் இருப்பாளா. எல்லாம் இயல்பாக நடப்பது போல செய்தாலும் சாப்பாட்டு விஷயத்தில் வெங்கண்ணி காட்டியிருக்கும் கூடுதலான அக்கறையை சடையன் கவனிக்கத் தவறவில்லை.

இருவருக்கும் பேத்தை தான் தட்டில் போட்டுக் கொண்டுபோய்க் கொடுத்தாள். சாப்பிட்டுக்கொண்டிருக்கும் போதே சடையன் வெங்கண்ணியைப் பார்த்து கேட்டார்.

“ஏந்தாயி, இந்தப்பய இங்க கெடக்குறதப் பாத்துட்டு யாரோ மூனாவது மனுசன் சொல்றதுக்கு மின்னாடி நம்மளே தகவல சொல்லியர்றது நல்லது தான?”

“நல்லதுதாம்ப்பா. சொல்லிரு” என்றாள் சட்டென்று. சடையனால் இதை நம்பமுடியவில்லை. இசக்கிக்குமே கூட ஆச்சரியமாக இருந்தது.

“நெசமாத்தான் சொல்றியா தாயி?”

“பொய்யாவா சொல்லப்போறன். ஏம்ப்பா நம்ப மாட்டியா நீ?”

“இல்ல தாயி. நேத்து வேண்டாமெண்டு சொன்னியாக்கும்.”

“அவுகளத்தான் போக வேண்டாம் எண்டனாக்கும். நீ போயி சொல்றதுல என்ன வந்துடப் போகுது?”

“சரிதான். நான் இப்பவே போயி வந்தர்றன் தாயி ”

“இப்பயா? ஏம்ப்பா விடிஞ்சி போகலாமில்ல?”

“இப்ப போனாத்தான் ஆளுகள பிடிக்கலாமாக்கும். விடிஞ்சி போனா எல்லாம் கடலோடியிருப்பாகல்ல”

சாப்பிட்டு கைகழுவியவர் துண்டை எடுத்து தலையில் கட்டிக் கொண்டு கிளம்பிவிட்டார்.

“மாமா, நானும் வாரனாக்கும்” என்றான் இசக்கிமுத்து. சடையன் வெங்கண்ணியைப் பார்த்தார். அதை கவனித்த இசக்கி

“மாமா , நான் மரத்துலயே கெடக்கன். நீங்க மட்டும் வீட்டுக்கு போயிவாங்க. சும்மா தொணைக்கி வாறனெண்டன்.”

“அதுக்கென்ன. சரிதான், வால. போவம்” என்று அவனையும் அழைத்துக்கொணாடு சென்றார் சடையன்.

“எப்பா, திரும்பி வாறப்ப அங்குன கரைக்குள்ள பேத்தயோட அப்பா நிண்டாக எண்டா கூட்டி வாங்க” என்றாள் வெங்கண்ணி.

“சரி தாயி பாத்து கூட்டியாரன். நீங்க ரெண்டியரும் உண்டுட்டு படுத்து தூங்குங்க. நாங்க திரும்பி வர நாழியாவுமெண்டு நெனைக்கன்.”

கட்டுமரத்தில் இருவரும் காலவாசல் நோக்கிப் பயணித்தார்கள். இசக்கிதான் தொளவைப் போட்டு மரத்தை செலுத்திக் கொண்டிருந்தான். முழுநிலவு கடல் பரப்பு முழுவதையும் பூரணமாக துலங்கச் செய்து கொண்டிருந்தது. நிலவைத் தொடும் ஆசையோடு அலைகள் வேகமாய் உயர்ந்து இடைவிடாது முயற்சித்துக்கொண்டிருந்தன. மரம் அலையில் உயர்ந்தும் தாழ்ந்தும் சென்று கொண்டிருந்தது.

சொன்னது போலவே இசக்கி மரத்திலேயே தங்கிக் கொண்டான். சடையன் மட்டும் தான் கரையில் இறங்கி வீட்டுக்குப் போனார். விடியநேரம் கடலுக்கு கிளம்ப வேண்டி நேரத்திலேயே படித்திருப் பார்கள். எப்படி எழுப்புவது, எப்படி பேச்சை ஆரம்பிப்பது எப்படி எல்லாவற்றையும் சொல்லுவது என்று மனதிற்குள் பலவாறாக யோசித்தபடியே சென்றவருக்கு வீட்டுக்கு சென்று பார்த்தபோது

வியப்பாகவும் சற்று அதிர்ச்சியாகவும் இருந்தது. கருவா வீட்டில் யாரும் தூங்கவில்லை. விளக்கு வெளிச்சம் தெரிந்தது. பேச்சுக்குரல் கேட்டது. கிட்டே போய் பார்த்த போதுதான் தெரிந்தது. அவர்கள் பேத்தையின் அப்பாவை பிடித்து வைத்து விசாரித்துக் கொண்டிருந்தார்கள்.

சடையனுக்கு சட்டென்று விடியநேரம் முயல்தீவில் நிகழ்ந்தவை நினைவுக்கு வந்தது.

வெங்கண்ணியையும் பேத்தையையும் கடல்போக்கு அனுப்பி விட்டு சடையனும் இசக்கியும் ஓலை வாங்க செல்வதைப்பற்றி பேசிக்கொண்டு வந்தார்கள். அப்போது தற்செயலாக குச்சலை விட்டு வெளியே வந்த பேத்தையின் அப்பா வீரைய்யன் புது ஆளாய்த்தெரிந்த இசக்கியைப் பார்த்து,

“யாரது?” என்று கேட்டார்.

இசக்கியும் சடையனும் சேர்த்தே தான் விளக்கமாக சொல்லி விட்டுச் சென்றார்கள்.

அப்போது பெரிதாக அதுபற்றி கண்டுகொள்ளாத வீரைய்யன் இரவு காலவாசல் கடற்கரையில் முயல்தீவுக்கு வருவதற்காக காத்திருந்த நேரத்தில் கருவா குடும்பத்து ஆளைக் கண்டதும் குடித்துவிட்டு உளறுவது போல இசக்கி வந்திருக்கும் விசயங்களை சொல்லியிருக்கிறார். அவரை முயல்தீவுக்கு போகவிடாமல் வீட்டுக்கு அழைத்து வந்து விசாரித்துக் கொண்டிருக்கிறார்கள்.

“இவன் ஏதோ குடிச்சிட்டு சலம்புறானாக்கும். இவன் பேச்ச நம்ப வேண்டாம்லே” என்று வயதான கிழவி ஒருத்தி சொல்லிக் கொண்டிருந்த நேரத்தில் சடையன் அங்கு போய்ச் சேர்ந்தார். சடையனைக் கண்ட உடன் எல்லோருக்குமே வீரைய்யன் சொன்னது உண்மையாக இருக்கும் என்று உறுதியானது. சடையனுக்கும் முன்கூட்டியே வீரைய்யன் இதுபற்றிய பேச்சை ஆரம்பித்து வைத்திருந்ததால் மேற்கொண்டு பேச வசதியாக இருந்தது. நடந்தவை அத்தனையையும் ஒன்று விடாமல் சொல்லிமுடித்தார் சடையன். இதையெல்லாம் கேட்டுக்கொண்டிருக்கும் போதே சுவரில் மாட்டியிருந்த இசக்கியின் படத்தை கழட்டி பொட்டு போன்றவற்றை துடைத்து வைத்தார் இசக்கியின் அப்பா. சாமி படத்துக்கு முன் விளக்கை ஏற்றி வைத்து விழுந்து வணங்கினாள் இசக்கியின் அம்மா.

“எங்க மகன கண்டுபுடிச்சி கொடுத்திட்டிய. நீங்க நல்லா இருப்பிய” சடையனின் கால்களில் விழாத குறைதான்.

“எம்புள்ளய இப்பயே பாக்கணும்” தவியாய் தவித்தார்கள்.

“அதுக்கென்ன வாங்க. பாருங்க” என்று சொல்லிவிட்டு வீரைய்யனைமும் அழைத்துக்கொண்டு மரத்திற்கு வந்தார் சடையன்.

இசக்கியிடம் நடந்தவைகளை சொல்லி மகிழ்ந்தார் சடையன். முயல்தீவை நோக்கி மரத்தை செலுத்திக் கொண்டிருந்தான் இசக்கி. பெற்றவர்களின் வயிற்றில் பால் வார்த்துச் செல்லும் சடையனை வாழ்த்தியவாறே வழித்துணையாய் வந்து கொண்டிருந்தது நிலவு. முழுநிலவு.

25

சடையன் இதை கொஞ்சமும் எதிர்பார்க்கவில்லை. கால வாசலிலிருந்து திரும்பிய இசக்கியும் சடையனும் வெங்கண்ணியிடம் சொல்லிவிட்டு படுத்துக்கொள்ள வத்தைக்கு வந்துவிட்டார்கள். குச்சலில் வெங்கண்ணியும் பேத்தையும் மட்டுமே படுத்திருந்தார்கள். நன்றாக தூங்கிப்போயிருந்த நேரம் வாசலில் வந்து நின்று கூப்பிட்ட குரலுக்கு துடித்துபிடித்து எழுந்து போய் பார்த்தார்கள் வெங்கண்ணியும் பேத்தையும். வாசலில் கருவா குடும்பம் மொத்தமும் வந்து நின்றது. தூக்க கலக்கத்தில் இருந்த இருவராலும் சட்டென்று எதையும் புரிந்து கொள்ள முடியவில்லை.

“யாரு நீங்கள்ல்லாம். எதுக்காக வந்துருக்கீங்க?” என்று கேட்ட பேத்தையை கையமர்த்தினாள் வெங்கண்ணி. அவளுக்கு இப்போது எல்லாம் புரிந்து விட்டது. இசக்கிமுத்துவின் முகத்தைப் பார்க்கும் ஆவலில் ஓடி வந்திருக்கிறார்கள்.

“அப்பாவும் அவுகளும் படுத்துகிறதுக்காக வேண்டி கடக்கரக்கி போயிருக்காக. வத்தையில தூங்கிக் கெடப்பாக” என்றாள்.

இசக்கி குச்சலுக்குள் படுத்துத் தூங்கவில்லை என்பதே வந்தவர்களுக்கு சற்று நிம்மதியைத் தந்திருக்க வேண்டும். சின்ன பெண் இவளிடம் இதற்கு மேல் எதுவும் கேட்க வேண்டாம் என்பது போல மொத்த கும்பலும் கடற்கரையை நோக்கிச் சென்றது.

“நம்மளும் போயி பாப்பமாப்ப?” என்றாள் பேத்தை.

“போவமே” என்றவள் லாந்தரை எடுத்துக்கொண்டு வந்தாள்.

“யாம்ப்ப இப்புடி பட்டாளமே தெரண்டு வாற மாதிரி வந்திருக்காக?” என்றாள் பேத்தை.

“காணாம போன மகன் அதுவும் மரணிச்சி போயிட்டானெண்டு எண்ணியிருந்த மகன் திரும்பி வந்திருக்கானெண்டு தெரிஞ்சா குடும்பத்தாருங்க எல்லாருக்குமே பாக்கணுமெண்டு ஆச வரத்தான செய்யிம்?”

“அதுக்காக இந்த ராத்திரி வேளயில இப்படியா தெரண்டு வருவாக?”

“பாசக்காரவுக எல்லாம் இப்படித்தான்ப்ப இருப்பாக” என்றாள் வெங்கண்ணி.

“சரிதான்ம்ப்ப, என்ன இருந்தாலும் நீ கெட்டிக்கப்போற வீட்டாளுக இல்லயா அதான் நீ விட்டுக்கொடுக்காம பேசிறியாக்கும்.”

“அப்புடியெல்லாம் ஒண்ணுமில்லப்ப. பாவம் அவுக உண்மையாவே பாசக்காரவுகளா இருக்காகலாக்கும்” என்றாள் வெங்கண்ணி.

பேத்தையும் வெங்கண்ணியும் கடற்கரைக்கு போவதற்கு முன்பே போய்ச்சேர்ந்திருந்த இசக்கியின் பெற்றோர்களும் சொந்தங்களும் இசக்கியை கட்டிப்பிடிப்பதும் கண்ணீர் வடிப்பதுமாக நின்றுகொண்டு இருந்தார்கள். வெங்கண்ணிக்கு அவர்களைப் பார்த்ததும் மனம் இளகிப்போனது. ‘நேத்தைக்கே அவுகள காலவாசல் போகச் சொல்லியிருக்கலாமோ’ என்ற எண்ணம் எழுந்தது.

“ஏலே இசக்கி, இத்தனை நாளு கழிச்சி வந்தவன் இங்க எதுக்குலே வந்து கெடக்க? நமக்கு வுடுவாசல் இல்லயாலே?” என்றாள் வயதான கிழவி கலங்கிய குரலில்.

“இங்க கெடந்தான்ன அப்பத்தா? இதுவும் நம்ம கடக்கரதான?”

“ஏலே நம்ம வீடு இருக்குதுல்ல.”

இசக்கி எதுவும் பதில் சொல்லாமல் அமைதியாக நின்றான்.

“சடையன் கூட்டிவரலயெண்டா நீ வந்திருக்கப் போறதில்ல. அது சரிதான். அதுக்காக அவரு குச்சல்லயே வந்து கெடப்பியாக்கும்?”

“இங்கயும் கெட்டிக் கொடுக்காத கொமரு இருக்கில்ல? நாளைக்கே ஏதாவது ஒண்ணு எண்டா கெட்டபேரு எல்லாருக்கும் தானாக்கும்.”

“ஏலே இசக்கி, நம்ம வூட்டு சோத்த ஊரே உண்டு பாக்குதுலே. நீ என்னடாவெண்டா இங்க வந்து கெடந்துகிட்டு தர்மம் எடுத்து உண்கிறியாக்கும்” என்றாள் அவள். அதுவரை எல்லாவற்றையும்

பொறுமையாக கேட்டுக்கொண்டிருந்த இசக்கிமுத்துவுக்கு கோவம் வந்தது.

“அப்பத்தா, இவுக தர்மம் போடுறாகலாக்கும்? அதுவும் கல்கத்தாவுல இருந்த என்ன கூட்டியாந்து அவுக வீட்டு வாசல்ல நிக்கவச்சி தர்மம் போடுறாகலாக்கும்?” கோபமாகக் கேட்டான் இசக்கிமுத்து.

“கொஞ்ச நேரம் யாரும் பேசாதீங்க. அவசரத்துல வார்த்தய கொட்டிட்டா திரும்ப அள்ள முடியிமாக்கும்?” என்றார் இசக்கியின் பெரியப்பா.

“நமக்கு எப்புடி அவன பாக்கவும் பேசவும் ஏக்கமா இருக்க மாதிரி தான் அவனுக்கும் இருக்கும். அதுக்கெல்லாம் வாய்ப்பே தராம நீங்க பாட்டுக்கும் கேள்விமேல கேள்வி கேட்டு எரிச்ச மூட்டுனா அவனுக்கு கோவம் வரத்தான செய்யும்” என்றார்.

இசக்கிமுத்துவின் அம்மா அழுதுகொண்டே நின்றாள். தன்னுடைய பிடிவாதத்தால் தான் மகன் ஊரைவிட்டே ஓடிவிட்டான் என்ற குறுகுறுப்பு மனதிற்குள் இருந்துகொண்டே இருந்தது. அவனை எப்படியாவது சமாதானப்படுத்தி வீட்டிற்கு அழைத்துச் சென்றுவிட வேண்டும் என எல்லா கடவுளர்களின் பெயர்களையும் உச்சரித்துக் கொண்டிருந்தாள்.

“ஏலே, நான் சொல்றத கேட்டுக்கலே. சடையன் செய்த மாதிரி மும்மரமா நின்னு ஒன்ன தேடிக்கண்டு பிடிக்காதது எங்க கொறதான்லே. இருந்தாலும் நீ வந்துட்டேண்டு தகவல் கேட்ட பெறகு எவ்வள நிம்மதியாவும் சந்தோஷமாவும் இருந்திச்சி தெரியுமாலே . ரெண்டாவது பொறப்பெடுத்து வந்திருக்கேல. நீ நேரா நம்ம வீட்டுக்கு வந்துருக்கலாமில்ல?” என்றார் அவர். இசக்கி பதிலேதும் சொல்லத் தோன்றாது அமைதியாய் இருந்தான்.

“சரி அதவிடு, இவருகூட வந்ததால இங்க வந்துட்டண்டே வச்சிப்பம். இப்ப நாங்க அழைக்கிறோமில்ல. கிளம்பி வா. நம்ம வீட்டுக்கு போவம்.”

“நான் அவருகூட வந்தேனெண்டு அவ்வளது சட்டுண்ணு சொல்லிட்டிய? நல்லா யோசிச்சி நடந்த உண்மைய பேசுங்க பெரியப்பா. நானாவே அவருகூட வரலயாக்கும். அவரு வேண்டுமெண்டே மெனக் கெட்டு தேடி கண்டுபுடிச்சி என்னய கூட்டி வந்தாராக்கும். ” என்றான். அவன் குரலில் கோபம் தெரிந்தது.

"அதெல்லாம் சரிதான் லே. அவரு தேடி கூட்டியாந்தாரு எண்டு சொல்லி இங்கயே கெடக்கப் போறியாக்கும்?"

"ஆமாம் பெரியப்பா, நான் இங்கயே இருந்திக்கிறலாம் எண்டு முடிவு பண்ணிட்டனாக்கும்."

"ஏலேய், என்னல நீ இப்புடி பேசுற? கெட்டிக் கொடுக்காத கொமரு இருக்க வீட்டுல நீயும் இருப்பியால?" என்றார்.

"நான் அவுக வீட்டுல தங்கிக்க நெனைக்கலயாக்கும். இந்த கடக்கரயில எனக்கும் ஒரு குச்சல நான் போட்டுக் கொண்டனாக்கும்" என்றான்.

"ஏலே நீ ஓம்மனசுல என்னதான்ல நெனைக்க?"

"நான் இங்கயே இருந்துக்கிடுறன் பெரியப்பா" என்றான் உறுதியான குரலில்.

"பெத்தவுக, ஒறவுக்காரவுக யாரும் ஒனக்கு வேண்டாமாக்கும்?"

"அப்புடியெல்லாம் நான் சொல்லல. இங்க இருந்து கடலுக்கு போறனெண்டு சொல்றன்."

இசக்கியின் அம்மா, அப்பா அண்ணன் எல்லோரும் தனித் தனியாகக்கூட அவனிடம் பேசிப் பார்த்துவிட்டார்கள். இசக்கி இறங்கி வருவதாய் தெரியவில்லை. இனி இவனிடம் பேசி எந்த பிரயோசனமும் இல்லை. இவன் போக்குக்கு விட்டுதான் பிடிக்க வேண்டும் என்று முடிவு செய்து கொண்டார்கள்.

"கையோட கூட்டி போவமெண்டு வந்தம். வரமாட்டேனெண்டு சொன்ன பிறகு என்ன செய்ய. சிறு பயலாக்கும் தூக்கி தோள்ல போட்டுப்போக. அவன் விரும்புன படியே இந்த கடக்கரயே கதியெண்டு கெடந்தா போறானாக்கும். வாங்க எல்லோரும். நம்ம போவம்" வந்த கும்பல் மொத்தமும் திரும்பியது. இசக்கியின் அப்பாவுக்கு அப்படி திரும்பிப் போக மனம் வரவில்லை.

"நீங்க எல்லாரும் போங்க. நான் செத்த இருந்து பாத்துட்டு வாறன்" என்று சொல்லி பின் தங்கி நின்று கொண்டார் இசக்கியின் அப்பா. அவரைப்பார்த்து தானும் நின்று கொண்டாள் இசக்கியின் அம்மா. அவளுக்காகத்தான் அவர் இப்படி செய்கிறார் என்பதை சடையன் புரிந்து கொண்டார். சடையனுக்கு நடப்பதையெல்லாம் பார்க்க மிகவும் சங்கடமாக இருந்தது. நம்மாலும் இவனை சமாதானப்படுத்தி வீட்டிற்கு அனுப்பி வைக்க முடியாது என்பதை

அவர் முன்பே உணர்ந்து இருந்தார். அதனால்தான் அவர் அவனை சமாதானப்படுத்துவது போல எதுவும் சொல்லவில்லை. தவிரவும் அவர் அவ்வாறு செய்திருந்தாலும் அதையும் சந்தேகக்கண்ணோடு பார்க்கக் கூடும் என்ற அச்சமும் அவருக்கு இருந்தது. “பாருவே, நீ நல்லாத்தான் புள்ளயயும் கிள்ளிவிட்டு தொட்டிலயும் ஆட்டி விடுறியேவே” என்று நேர்படவே கேட்டு விடக்கூடியவர்தான் இசக்கியின் பெரியப்பா.

இந்த விஷயத்தில் யார் சொல்லையும் அவன் கேட்க மாட்டான் என்றே எல்லோரும் நினைத்தார்கள். அதற்கான ஞாயம் அவன் பக்கம் இருக்கிறது என்பதை எல்லோரும் உணர்ந்து கொண்டதால் தான் அவனது முடிவை ஏற்றுக்கொள்ளவும் முடிந்தது. சடையன் மற்றும் வெங்கண்ணி மீது அதிகம் வேகம் காட்டாமல் இருப்பதற்கும் அதுவே காரணம்.

வெங்கண்ணி சொல்லியிருந்தால் ஒருவேளை கேட்டிருப்பானோ என்று நினைத்தார் சடையன். ஆனால் வெங்கண்ணி அதற்கு சம்மதிக்க மாட்டாள். இசக்கியை அவன் வீட்டுக்கு அனுப்பினால் மறுபடியும் ஏதாவது பிரச்சனை வந்து விடுமோ என்ற பயம் அவள் மனதில் இருந்து கொண்டே இருக்கிறது. இதனால் அவளுக்கோ இசக்கிக்கோ அல்லது சடையனுக்கோ ஏற்படும் அவப்பெயரைக்கூட பிறகு சரிசெய்து விடலாம். முதலுக்கே மோசம் ஏற்பட்டதென்றால் என்ன செய்வது என்று யோசித்ததால் தான் அவள் இப்படி பிடிவாதமாக இருக்கிறாள்.

எல்லோரும் போன பிறகு இசக்கியின் அப்பா என்ன பேசுவதென்று தோன்றாமல் நின்றார். வெங்கண்ணி அவனுடைய அம்மாவைப் பார்த்தாள். அவள் அழுது களைத்தவளைப்போல தெரிந்தாள். சற்று முன் அவ்வளவு கோவத்தோடு பேசிய இசக்கி கூட இருக்கும் இடம் தெரியாமல் நின்று கொண்டிருந்தான். பேத்தை எல்லாவற்றையும் வேடிக்கை பார்த்துக் கொண்டு நின்றாள். அவளுக்கு இசக்கியின் அம்மா அப்பா இருவரையும் பார்க்க பாவமாக இருந்தது.

சடையன் தான் அவ்விடத்தின் அமைதியை நீடிக்க விரும்பாதவராக “எவ்வளவு நேரம்தான் நட்டமா நிப்பிய? வாங்க குச்சலுக்கு போவம்” என்றார்.

“அந்தப் பயலயும் கூட்டி வாங்க போவம்” என்றார் இசக்கியின் அப்பா.

வெங்கண்ணி இசக்கியின் அம்மா கையை பிடித்தாள். அப்படி பிடித்ததன் வழியாக ஆயிரம் உணர்வுகளை அவளால் கடத்த

முடிந்தது. இசக்கியின் அம்மாவுக்கும் அது ஆறுதலைத் தந்திருக்க வேண்டும். வாஞ்சையோடு அவள் கன்னம் வழித்து முறித்தாள். வெங்கண்ணிக்கு உச்சி குளிர்ந்து போனது. அவளுக்கு இதுவரை இருந்த பயத்தில் பாதி தொலைந்தது போல இருந்தது. புதிதாய் ஒரு தாயின் அரவணைப்பு கிடைத்தது போல இருந்தது.

'யய்யா முனியா இந்த சொந்தம் எனக்கு நெலைக்கணும்' மனதிற்குள் வேண்டிக்கொண்டாள்.

குச்சலுக்கு வெளியே ஓலைப்பாயை விரிக்கச் சொன்னார் சடையன். வெங்கண்ணியும் பேத்தையும் அவர்களிடம் இருந்த இரண்டு ஓலைப் பாய்களையும் எடுத்து வந்து விரித்துப் போட்டார்கள். சற்று பெரிய பாயில் இசக்கியின் அப்பாவும் சடையனும் உட்கார்ந்து கொண்டார்கள். சிறிய பாயில் இசக்கியின் அம்மா உட்கார்ந்து கொண்டாள். கொஞ்சம் கொஞ்சமாக அவர்களை இயல்பு நிலைக்குக் கொண்டு வரும் விதமாக எதையெதையோ சொல்லிக்கொண்டிருந்தார் சடையன்.

"தாயி வெல்லந்தூளு இருக்கா பாரு" என்றார் வெங்கண்ணியைப் பார்த்து.

"இருக்குப்பா. நான் காப்பித்தண்ணி போட்டு எடுத்தாறன்" என்று சொல்லி உள்ளே சென்றாள் வெங்கண்ணி. அவள் பின்னால் சென்ற பேத்தை,

"எப்ப வெங்கண்ணி நான் தண்ணிய கொதிக்க போட்டு எடுத்து வாறம்ப்ப. நீ போயி பேசிக்கிட்டிருப்பியாக்கும்" என்றாள்.

"நான் என்ன பேசப் போறனாக்கும்?" ஒரு சிறிய அலுமினிய குண்டானில் தண்ணீரை ஊற்றி அடுப்பில் போட்டாள். பேத்தை அடுப்பைப் பற்ற வைத்தாள்.

"வெல்லக்கட்டிய இப்பயே போட்டுருப்ப கரையணுமில்ல?" என்றாள் பேத்தை.

இரண்டு முழு வெல்லக் கட்டிகளை குண்டான் தண்ணீருக்குள் போட்டாள் வெங்கண்ணி. கொதிவரும் நேரத்தில் டீத்தூளை போட்டு வடிகட்டி, டம்ளர்களில் ஊற்றினாள்.

"பேத்த, நீ கொண்ட குடுப்ப எல்லோருக்கும்" என்றாள் வெங்கண்ணி.

பேத்தை ஆளுக்கொரு டம்ளர் வரக்காப்பி கொடுத்தாள்.

“கடல்போக்கு போற கொமருக. நீங்க ரெண்டியரும் போயி படுத்து தூங்குங்க தாயி” என்றார் சடையன்.

“சரிதான்ம்ப்பா நாங்க போயி தூங்குறோம்” என்றாள். வெங்கண்ணிக்கும் அந்த இடத்தை விட்டு அகன்று தப்பித்தால் போதுமென்று இருந்தது. குச்சலுக்குள் வந்து படுத்தாலும் தூக்கம் வரவில்லை. காதுகளை நீட்டிக்கொண்டு கண்மூடிக் கிடந்தார்கள் இருவரும்.

“என்னதான்வே யோசன இருக்கு இவன்கிட்ட” என்றார் இசக்கியின் அப்பா.

“தனியா நிண்டாலும் ஒழச்சி முன்னுக்கு வர நெனைக்கானாக்கும்”

“....”

“வல்லம் வாங்கணுமெண்டு நெனைக்கானாக்கும்”

“அதுக்கெல்லாம் ரூவா வச்சிருக்கானாவே?”

“நாலு வருசம் ஓட்டல் கடையில வேலபாத்ததுல கொஞ்சம் வச்சிருப்பானெண்டு நெனைக்கன். எங்க கிட்ட கொஞ்சம் ரூவா இருக்கு. பத்தாததுக்கு யாவாரி மாருங்ககிட்ட வாங்கிகிறலாமெண்டு இருக்கமாக்கும்.”

“....”

“வேற என்ன செய்ய. மரம் வெச்சவன் தண்ணி ஊத்தணு மில்லவே. கூட்டியாந்துட்டம். பொழப்புக்கு வழி செய்து கொடு எண்டு கேட்டா செய்யத்தான வேணும்.”

“அதுசரிதான்வே. ஏற்கனவே என்ன செய்ய ஏது செய்யவெண்டு திட்டம் வகுத்தாச்சில்ல. இனி நாங்க சொல்லி என்ன எடுபட போகுது” என்றார் பெருமூச்சு விட்டபடி.

சடையன் எதுவும் பேசாமல் அமைதியாக இருந்தார்.

“அப்ப கல்யாணத்தப் பத்தியும் முடிவு பண்ணிருப்பிய. எப்ப, எங்க பண்ணப்போறிய?” என்றார்.

அவர் இப்படி கேட்டது இசக்கியின் அம்மாவிற்கே சற்று சங்கடத்தை ஏற்படுத்தியது.

“அவன் மரணிச்சிட்டானெண்டு நீங்க காரியம் பண்ணினத கண்டு மனசு கேக்காமத்தான் ஓங்க பயல தேடிக்கண்டுபிடிச்சி கூட்டி

வந்தனாக்கும். உடனே எம்மகள கெட்டி வச்சிறணுமெண்டு எண்ணலவே."

"....."

"ஒங்க மகன் ந்தோ நிக்கான். நீங்க எதுவோ செய்துகிறுங்க" என்றார் வேதனையோடு.

"அண்ணன் வருத்தப்படாதிய. இவரு ஏதோ பேசத்தெரியாம வார்த்தய விட்டுட்டாராக்கும். பெத்தவங்க செய்யாம விட்டதயெல்லாம் நீங்க செய்யிறீங்க. ஒங்க பிள்ளயபோல அவனுக்கு நல்ல வழியத்தான் காட்டி விடுறீக. நாங்க பெத்தவுக எண்டு சொந்தம் கொண்டாடக்கூட யோசிக்கணுமாக்கும். நீங்க இல்லையெண்டா இந்த பய மொகத்த நாங்க கண்டிருப்பமாக்கும்? உங்களுக்கு இல்லாத உரிம யாருக்கு இருக்க முடியும்?" இவரிடம் சமாதானம் பேசிய அதே நேரம் தன் கணவனையும் கடிந்து கொண்டாள்.

"அண்ண, என்னோட புடிவாதத்தால தான் எம்மகன் வீட்ட விட்டு போனானாக்கும். எனக்கு மனசு உறுத்திக்கிட்டே இருக்கு. எந்த காலத்தில செய்த புண்ணியமோ எம்மகன உசிரோட கொண்டாந்து சேத்திட்டிய. அதுபோதும் எனக்கு. அவன் முயல்தீவுல கெடந்தான்ன காலவாசல்ல கெடந்தான்ன என் கண்ணு பாக்க கெடந்தா போதும்" என்றாள் கண்ணீர் சிந்தியபடியே.

அவள் இப்படி பேசியதைக்கேட்டு மனம் இளகிப்போனது சடையனுக்கு.

"நீ அழவாதப்ப தங்கச்சி" என்றார் கனிந்த குரலில்.

"அண்ணே, நானும் இங்கயே எம்மகன் கூடவே தங்கிக்கிடுறன். இனிமேயும் காலங்கடத்த வேண்டாண்ண. நல்ல நாளா பாத்து இதுக ரெண்டுக்கும் கல்யாணத்த செய்து வச்சிருவம்ண்ண. வல்லம் வாங்குறது, வல வாங்குறதெல்லாம் பெறவு பாத்துக்கலாம்ண்ணே" என்றாள் கெஞ்சும் குரலில்.

சடையனுக்கு அவள் வார்த்தைகளால் மனம் குளிர்ந்து போனது.

"நீங்க வாய மூடிக்கிட்டு பேசாம கெடக்கிய. நான் சொன்னதில சம்மதமில்லயாக்கும்?" என்று தன் கணவனை கடிந்து கொண்டாள்.

"எனக்கொண்ணும் மறுப்பு இல்லையாக்கும். நீ நல்லததானப்ப சொல்ற?" என்றார் இசக்கியின் அப்பா. அவர் எப்போதுமே தன் மனைவியின் விருப்பத்திற்கு மாறாக யோசிக்கத் தெரியாதவர்.

இசக்கிமுத்துவின் முகத்தில் தெரிந்த மலர்ச்சியை மங்கலான லாந்தர் வெளிச்சத்திலும் பார்க்கத் தவறவில்லை சடையன்.

தூங்காமல் காது கொடுத்து இவற்றையெல்லாம் கேட்டுக் கொண்டிருந்த வெங்கண்ணிக்கு மனதிற்குள் கற்பனைப் படகுகள் பாய்விரித்து ஓடத்துவங்கின.

பேத்தையோ இந்த சுமுகமான சூழல் இவ்வளவு எளிதில் ஏற்பட்டதற்கு முனியசாமியும் முத்தாரம்மனும் கடல்தாயும்தான் காரணம் என நம்பி மனதிற்குள் மண்டியிட்டு அவர்களுக்கு நன்றி சொல்லிக் கொண்டிருந்தாள்.

26

வெங்கண்ணி கண்விழித்து பார்த்த போது வழக்கமாய் அவளுக்கு இடது பக்கமோ வலது பக்கமோ பேத்தை படுத்திருப்பாள். ஆனால் இன்று இரண்டு பக்கமும் படுத்திருப்பது போல தெரியவே திடுக்கிட்டு உற்று பார்த்தாள். ஒருபுறம் பேத்தை படுத்திருந்தாள். இன்னொரு பக்கத்தில் இசக்கியின் அம்மா படுத்திருந்தாள். வெங்கண்ணியால் இதை நம்பமுடியவில்லை. இசக்கி வீட்டைவிட்டுப் போக இவள் தானே காரணம் என்று ஒருவர்மீது ஒருவருக்கு கோவம் இருந்தது. இனி ஒருபோதும் நம்மை இசக்கி அம்மா ஏற்றுக்கொள்ளப் போவதில்லை. அப்படியே இசக்கிக்காக ஏற்றுக்கொண்டாலும் நம்மை ஒருபோதும் அவளுக்கு பிடிக்கப்போவதில்லை என்ற அவநம்பிக்கையுடன் தான் இருந்தாள். ஆனால் அவள் நினைத்தது போல இல்லை இவள் என்பதை அந்த துளி பொழுதில் புரிந்து கொண்டாள். ஒரு தாய் மிகுந்த வாஞ்சையோடு தன் மகள் பக்கத்தில் படுத்துக் கொண்டதைப் போல இருந்தது அவள் படுத்திருந்ததைப் பார்க்க. அவளுடைய அம்மா அன்னம்மாளுமேகூட அவள் உயிரோடு இருந்த வரை இப்படித்தான் இவள் பக்கத்தில் படுத்துத் தூங்குவாள்.

ஏனோ கண்விழித்து எழுந்து, மனதின் மசமசப்பு அகலாத இந்த அதிகாலை நேரத்திலும் வெங்கண்ணியின் கண்களிலிருந்து கண்ணீர் கசிவது போல இருந்தது.

“யய்யா முனியா, இவுக எங்கம்மா மாதிரியில்ல இருக்காக. திடீருன்னு ஒரே ராத்திரிக்குள்ள எனக்கு இப்படியாப்பட்ட சொந்தத்த கொண்டாந்து சேத்துருக்கய்யா. எல்லாத்தயும் நீயே தான் பாத்து பாத்து செய்யிறியோண்டு நெனக்கன். என்னமோ எல்லாரையும் நல்லபடியா

பாத்துக்கய்யா" முனியசாமி மீது ஏற்பட்ட நன்றியுணர்வு அவளது உடலை லேசாக சிலிர்க்க வைத்தது. பக்கத்தில் படுத்து தூங்கும் இருவரும் விழித்துக் கொள்ளாதபடி மெதுவாக எழுந்து வெளியே வந்தாள். வானத்தைப் பார்த்தாள். எப்போதும் தெரியும் அதே நட்சத்திரம் கிழக்கு வானத்தில் தெரிந்தது. சடையன், இசக்கி, அவன் அப்பா மூவரும் கடற்கரைக்கு தூங்கப் போயிருந்தார்கள். இன்று கடல்தொழிலுக்கு போக முடியுமா என்று அவளுக்கு தெரியவில்லை. இசக்கியின் அம்மா இங்கேயே அவனுடன் தங்கிவிடப் போவதாக சொல்லியிருக்கிறாள். அப்படி தங்குவதாக சொன்னபிறகு அவளுக்கான வசதிகளை செய்து கொள்ள அவளுக்கு ஒத்தாசையாக இருக்க வேண்டுமே. எப்படி கடல்போக்கு போக முடியும்? என்று நினைத்தாள். நாம் போகவில்லை என்றால் பேத்தையும் போகமுடியாது. பேத்தையின் ஒருநாள் உழைப்பும் வீணாகுமே என்றும் யோசித்தாள்.

பலவிதமான எண்ணங்களுடன் வாசலுக்கு சாணம் தெளித்தாள். எட்டும் தூரம் வரை கூட்டினாள். இரவு வலையை தென்னி சுத்தம் செய்தபோது வலையிலிருந்து விழுந்த கடல்பாசிகள், சிறிய சிறிய நண்டுகள், கிளிஞ்சல்கள், சங்குகள் ஆங்காங்கே சிறிக்கிடந்தன. அவை யெல்லாவற்றையும் கூட்டி அள்ளினாள். இரவு உணவுக்குப் பிறகு தென்னி உலர்த்திய வலைகளை அப்போதே மீன்கூடைக்குள் அடுக்கி வைத்திருந்தார்கள் வெங்கண்ணியும் பேத்தையும். அதனுடன் தேவையான குறிமால் உள்ளிட்ட தொழிற்கருவிகள் அனைத்தும் அந்த மீன் கூடைக்குள் இருந்தது. கஞ்சி ஊத்தி எடுத்துக் கொண்டு கடல் போக்கு கிளம்பலாமா என்று யோசித்தாள். இசக்கியின் அம்மாவை எழுப்பி சொல்லி விட்டு போகலாமா. வேண்டாமா என்று யோசித்தாள். சொல்லாமல் போனால் வருத்தப்படுவாளோ என்றெல்லாம் பலவாறாக யோசித்தபடியே வேலைகளை செய்து கொண்டிருந்தாள். லாந்தரை எடுத்துக்கொண்டு வெளியே கிளம்பியவள், அதை முத்தத்தில் வைத்து விட்டு மறுபடியும் குச்சலுக்குள் வந்தாள். இசக்கி அம்மாவின் தூக்கத்தை கலைத்து விடாதவாறு மெதுவாக பேத்தையை எழுப்பினாள். துடித்து பிடித்து எழும்பும் ரகமில்லை அவள். கொஞ்சம் உருட்டி புரட்டிதான் எழுப்பியாக வேண்டும்.

"எப்ப, எழுந்திருப்ப" குரல் கிசுகிசுப்பாய் இருந்த போதும் . உடலை வலுவாய் அசைத்தாள்.

"வி..டி..ய நே..ர..மா..ப்...ப..." என்றாள் கண்களை திறக்காமலே.

“ஆமாம்ப்ப. எழுந்திரு.”

“இப்பயேவா போகணும்?”

“ஆமாம்”

“நண்டு வலக்கி தான போறம். நாழிசெண்டு விடிஞ்ச பெறகு போகலாமில்ல?” என்றாள் கொட்டாவி விட்டவாறே.

“நாழிசெண்டு போகலாம். இப்ப எழும்பி வா, ஒடைக்கி போய்வருவம்” என்றாள் வெங்கண்ணி.

“ஒடைக்கா?”

“ஆமாம்ப்ப, போகயில என்னயும் கூட்டிப்போ எண்டு சொன்னல்ல. மறந்து போச்சாக்கும்?”

“வாறம்ப்ப” என்று கண்களை கசக்கிக்கொண்டு எழுந்த பேத்தை, இசக்கியின் அம்மா படுத்திருப்பதைப் பார்த்துவிட்டு, இவுக இங்கதான் படுத்திருந்தாகலாக்கும்?” என்றாள்.

“சத்தம் போடாதப்ப. வா வெளில போயி பேசிக்குவம்” என்று சொல்லி பேத்தையை வெளியே இழுத்து வந்தாள் வெங்கண்ணி.

“எதுக்குப்ப இப்புடி இழுத்துட்டு வாற?”

“அவுக தூங்குறாகல்ல. நம்ம பேச்சிக்கொரல் கேட்டு முழுச்சிக்கிட கூடாதுல்ல அதானாக்கும்.” இதைக்கேட்டதும் பேத்தை வெங்கண்ணியை ஒரு தினுசாய்ப் பார்த்தாள்.

“அப்புடி பாக்காதப்ப. அவுக பாவம் தெரியுமா? ராத்திரி வெகு நேரம் வரைக்கும் தூங்காம பேசிக்கிட்டே இருந்தாகலாக்கும்.”

“மாமியாக்காரவுக மேல அவ்வள அக்கறையாக்கும்? இருக்கட்டும் இருக்கட்டும்” என்றாள் கிண்டலாய்.

“அக்கற இருக்காதாக்கும். பாத்தேல்ல எவ்வள பாசமா பெத்த மகமாதிரி நெனைச்சி எங்கூட படுத்திருந்தாக எண்டு.”

“நீ சொல்றதும் சரிதான்ம்ப்ப. இவுகளும் பாசக்காரவுகளா தான் இருப்பாக போல” என்றாள் பேத்தை. இருவரும் ஒடை மரங்கள் அடர்ந்த அந்தப் பகுதிக்கு வந்து சேர்ந்தார்கள். எப்போதும் இங்குள்ள பெண்களும் பெண்பிள்ளைகளும் காலைக்கடன் கழிக்கும் பகுதி இதுதான். இப்பகுதியின் வழியாகக்கூட ஆண்கள் யாரும் வரமாட்டார்கள். இதேபோல ஆண்களுக்கான ஒடையும் இருக்கிறது. இருவரும்

ஒடையில் இருக்கும் போதுகூட பேசிக் கொள்ளும் தூரத்திலேயே உட்கார்ந்து கொண்டார்கள்.

"எப்ப பேத்த, ராத்திரி அவுக பேசிக்கிட்டிருந்தது எல்லாத்தயும் காதுல வாங்கினியாப்ப?"

"கொஞ்ச நேரம் காது குடுத்து கேட்டுக்கிட்டுதாம்ப்ப இருந்தன். அப்பறம் எப்ப தூங்குனனெண்டு எனக்கே தெரியல" என்றாள்.

"நானும் அப்புடிதாம்ப்ப, தூங்கிட்டனாக்கும். அவுக அம்மா எப்ப வந்து படுத்தாகெண்டு தெரியல. விடியநேரம் கண்ணுமுழுச்சி பாக்கக்குள்ளதான் தெரியிது."

"என்ன பேசி முடிச்சிருக்காக எண்டு எதுவும் தெரியல இல்லப்ப?"

"அவுக அம்மா நீ சொன்ன மாதிரியேத்தாம்ப்ப சொல்றாக."

"என்னவாம்ப்ப?"

"வல்லம் வாங்குறது, வல வாங்குறதெல்லாம் ஒருபக்கம் இருக்கட்டும். எல்லாத்துக்கும் மின்ன ரெண்டு பேருக்கும் கல்யாணத்த முடிச்சி விட்டுறனுமெண்டு சொல்றாகப்ப" என்றாள்.

"சரியாத்தான சொல்லியிருக்காக. யாரா இருந்தாலும் அதத்தான் சொல்லுவாக."

"வையாசி மொதல்லயே வச்சிறணுமெண்டு நெனைக்காகப்ப."

"சித்திர மாசம்தான் முடியபோகுதாக்கும். அப்ப இன்னும் அஞ்சாறு நாளுல கல்யாணமாக்கும்."

"போப்ப. எனக்கு திடுதிப்புன்னு செய்யிறது புடிக்கெல" என்றாள்.

"ஏம்ப்ப இப்புடி சொல்ற? எனக்கெல்லாம் இப்புடி யாராவது செய்து வச்சாகண்டா நூறு கும்புடு போட்டு ஏத்துக்கிருவனாக்கும்" என்றாள் அப்பாவித்தனமாய். அவள் விளையாட்டு போல அப்படி சொன்னாலுமேகூட அதற்குப் பின்னால் இருக்கக்கூடிய பேத்தையின் நம்பிக்கையின்மையும் ஆதரவற்ற உணர்வும் வெங்கண்ணியின் மனதை சுருக்கென்று குத்தியது.

"இங்க பாருப்ப, ஒனக்கு நல்லது கெட்டது செய்யவும், பாக்கவும் எடுக்கவும் ஆளில்ல எண்டு மட்டும் நெனச்சிறாதப்ப. எப்பவும் ஒனக்கு கூட பெறந்த பெறப்பு கணக்கா நான் இருப்பனாக்கும்"

“நான் சும்மா வெளையாட்டுக்கில்ல சொன்னனாக்கும்.”

“நீ வெளையாட்டுக்கு சொல்லியிருக்கலாம்ப்ப. ஆனா நான் உண்மையத்தான் சொல்றனாக்கும். இன்னோரு தடவ இதுமாதிரியெல்லாம் நீ பேசாதப்ப.” வெங்கண்ணியின் வார்த்தைகள் பேத்தையை நெகிழ வைத்தன.

“இசக்கி பய அம்மாவ பாத்தா ஒங்கம்மா மாதிரி தெரியிதுன்னேல்லப்ப. இப்ப நான் ஒண்ணு சொல்லவா?” எதுவும் புரியாமல் அவள் முகத்தைப் பார்த்தாள் வெங்கண்ணி.

“எனக்கு ஒன்னய பாத்தா அப்புடியே எங்கம்மாவ பாக்குற மாதிரி இருக்குப்ப” என்றாள். அவள் குரல் லேசாக தழுதழுத்து. வெங்கண்ணி பேத்தையின் கையை பற்றிக் கொண்டாள். அவளால் இதற்கு பதிலேதும் சொல்லமுடியவில்லை. கடல்தாயைப் போலவோ, முனியசாமியைப் போலவோ அற்புதங்களை நிகழ்த்தும் சக்தி அவளிடம் இருந்தால் ஒரு வினாடி கூட தாமதிக்க மாட்டாள். இப்போதே பேத்தைக்கு அவளே நினைத்துப்பார்த்திராத ஒரு நல்ல வாழ்க்கையை வசதிகளை செய்து கொடுத்திருப்பாள். ‘நம்பிக்கை தரும் வார்த்தைகள் தான் என்றாலும் சும்மா சும்மா அதையே எத்தனை முறைதான் சொல்லிக் கொண்டிருப்பது. செய்து காட்டணும். நமக்கு நல்லது நடக்குதோ இல்லையோ முதலில் இவளுக்கு எல்லா நல்ல விஷயங்களையும் செய்து பார்த்திடணும்’ மனதிற்குள் சொல்லிக் கொண்டாள்.

இருவரும் குச்சலுக்கு வந்து சேர்ந்தபோது, தூங்கிக்கொண்டிருந்த இசக்கியின் அம்மா எழுந்து வந்து முத்தத்தில் உட்கார்ந்திருந்தாள்.

“எங்க போயி வாறிய ரெண்டு பேரும்?”

“ஓடைக்கி போயிவாரமாக்கும்.”

“தண்ணி?”

“அங்கனக்குள்ளயே கண்டில கெடக்குதாக்கும்.”

“ஆனா உப்புதண்ணி தானாக்கும்” என்றாள் பேத்தை.

“இருந்தா என்ன? குண்டி கழுவத்தான?” என்றவள்

“சரி தாயி, நானும் போயிவாறன்” என்று கிளம்பினாள்.

“அத்த, இந்தாங்க இத கையில கொண்டு போங்க” என்று லாந்தரை அவளது கையில் கொடுத்தாள்.

"இதுவேற எதுக்கு? நிலா வெளிச்சம்தான் பட்ட பகல்மாதிரி இருக்கே."

"எதுக்கும் இருக்கட்டும் கொண்டு போங்க" என்றவள்

"அத்த நாங்க கடல்போக்கு கிளம்புறோம்" என்றாள்.

"ஆங்... கடல்போக்கா? நான் வாறத்துக்குள்ள கிளம்பிறாதீய. ரெண்டியரும் இங்கயே இருங்க நான் வந்தர்றன்" என்றவள் ஒடையை நோக்கி நடந்தாள்.

"ஏம்ப்ப ஓம் மாமியாகாரவுக இப்புடி சொல்லிட்டு போறாக?" என்றாள் பேத்தை.

"நான் தான் சொன்னேல்லப்ப. எங்களுக்கு சட்டுன்னு கல்யாணத்த முடிச்சி வைக்க பாக்குறாக எண்டு."

"அதுக்குன்னும் இன்னைக்கேவா கல்யாணம் முடிக்க போறாக?"

"அவுக சொல்ற கணக்குக்கு பாத்தாக்க இன்னும் நாலு நாளோ அஞ்சி நாளோத்தான கெடக்காக்கும்."

"என்னப்ப, இன்னைக்கு தொழில்போக்கு போக முடியாதாக்கும்?"

"அப்புடி எண்டாலும் இருந்து நம்ம என்ன செய்யப்போறம்? அவுக வரட்டும். சொல்லிட்டு நம்ம போகலாம்ப்ப" என்று பேத்தையை சமாதானப்படுத்தினாள் வெங்கண்ணி.

பேத்தை இப்போதெல்லாம் வெங்கண்ணியை விடவும் பாடு பார்ப்பதில் வேகமாய் இருக்கிறாள். தான் ஒரு நாளைக்கூட உழைக்காமல் வீணாக்கிவிடக் கூடாது என்று நினைக்கிறாள். சேர்த்து வைக்கும் முட்டிக்குள் தினம்தோறும் ஒருசில ரூபாயாவது கொண்டுவந்து போட்டுவிட வேண்டும் என்று நினைக்கிறாள். இதெல்லாம் வெங்கண்ணியோடு கடல்போக்கு போக ஆரம்பித்த பிறகுதான். அதுவரை கம்பெனி வேலைக்கு போனோமா. கிடைக்கும் கூலி வாய்க்கும் கையிக்கும் சரியாக இருந்தாலே போதுமென்று எண்ணியிருந்தாள். இப்போது அவளுடைய மனதில் எத்தனையோ ஆசைகள். குறைந்தபட்சம் தனக்கு சொந்தமாய் ஒரு மரம், அல்லது வத்தை வாங்கிவிட வேண்டும் என்பதாக இருந்தது. ஒரு வத்தைக்கு சம்மாட்டியாவது பேத்தையைப் போன்ற ஆதரவற்ற பெண்ணுக்கு எவ்வளவு பெரிய காரியம். தன் மனதில் இருக்கும் இதுபோன்ற ஆசைகளை அவள் இதுவரை வெங்கண்ணியிடம் கூட சொல்லியதில்லை. 'ஆசயப் பாரேன், விளக்குமாத்து கட்டைக்கு ரெட்ட குஞ்சம் கெட்டணுமாக்கும்'

என்று யாரும் எளிதில் அவளை கேலி செய்து விடுவார்களோ என்ற அச்சம் அவளிடமிருந்தது. தேவையானவற்றை சேர்த்து கையில் வைத்துக்கொண்டு ஆசையை வெளியே சொன்னால் தான் மூக்கின் மேல் விரலைவைத்து 'அப்படியாக்கும்' என்று அசந்து போவார்கள் என எண்ணினாள்.

"கல்யாணம் கெட்டிக்க போற பொண்ணு கடல் தொழிலுக் கெல்லாம் போக வேண்டாமெண்டு சொல்லுவாகப்ப" என்றாள் பேத்தை.

"அப்புடியெல்லாம் சொல்லமாட்டாகப்ப"

"அப்புடி உன்ன போகவேண்டாமெண்டு சொல்லிட்டாக எண்டா எனக்கு ஒன்னோட மரத்த மட்டும் தாரியாப்ப."

"நீ மட்டும் தனியாளா ஓடுவியாப்ப?"

"தாவு போகாம ஓரக்கடல், ஓசப்புல வல எளக்கி கெடக்கனே"

"நீ தனியாளா போகவேண்டாம். நானும் வாறனாக்கும்."

"இன்னைக்கி வருவப்ப, அடுத்த அடுத்த நாளு வருவியாக்கும். ஒன்னோட மாமியாக்காரவுக ஒன்ன கடல்தொழிலுக்கு அனுப்புவாக எண்டு நெனைக்க?"

"நீயாவே எதுவும் முடிவு பண்ணிக்கிறாதப்ப. அப்புடியே கல்யாணம் எண்டாலும் ஒரு நாலு நாளு அஞ்சி நாளு. அப்பறம் நான் வருவனாக்கும்."

"பெறகு உனக்கு இசக்கிகூட சேந்து கடலோட ஆச வராதாக்கும்?"

"அது என்னைக்கோ ஒருநாள் நடக்குறதுப்பே. அவுகளுக்குத்தான் வல்லம் வாங்கப்போறமில்ல. பெறகு எப்புடி வத்தைக்கெல்லாம் வருவாக?"

"வல்லத்துக்கு சம்மாட்டி மட்டுமில்ல, மண்டாட்டியும் இவுகதான். பெறகு எல்லாத்தையும் போட்டுட்டு என்னய கூட சோடி போட்டுக்கிட்டு வருவாகளாக்கும்" என்றாள் வெங்கண்ணி. இவர்கள் இருவரும் இப்படி பேசிக்கொண்டிருக்கும் போது, ஒடைக்கிப் போயிருந்த இசக்கியின் அம்மாவும் வந்து சேர்ந்தாள்.

"அத்த, நாங்க கடல்போக்கு போகணும். நேரம் சொணங்குது பாருங்க. ஏதாவது சேதி சொல்லணுமாக்கும்?" என்றாள்.

“ஆமாந்தாயி, ஒங்க ரெண்டு பேருக்கும் வைகாசி மொதத்தேதிக்கே கல்யாணத்த முடிச்சி விட்டுறலாமெண்டு முடிவு பண்ணியிருக்கு. இந்த நேரத்தில நீ கடலுக்கு போகணுமாக்கும்?”

“அத்த, நான் தங்கிட்டேனெண்டா பேத்தைகூட யாரு போறதாம்?”

“வேற யாருகூடயாவது போகலாமில்ல?”

“கம்பெனி வேலைக்கு போன பேத்தைய கடல்தொழிலுக்கு பழக்குனதே நாந்தானாக்கும்.”

“நாலு நாளுல கல்யாணத்த வச்சிக்கிட்டு இப்ப போகக்கூடாது தாயி.”

இவள் சடையனிடமிருந்து தான் கற்றுக்கொண்டிருக்க வேண்டும். ‘தாயி’ என்று அழைக்க. அவள் அப்படி அழைப்பது வெங்கண்ணிக்குமே பிடித்திருந்தது.

“அத்த, ஒண்ண யோசிச்சியளாக்கும்?”

“என்ன தாயி?”

“அன்னாந்து பாருங்க நெலாவ. இன்னைக்கி பௌவுர்ண தான?”

“ஆமா.”

“பெற கண்டுதான கல்யாணம் பண்ணுவிய?”

“அட ஆமாந்தாயி இத மறந்துட்டனே நான்.”

“சரிதான்த்த. பெறகண்டு எண்டா வைகாசி பயிஞ்சிக்கு மேக்கொண்டுதான கல்யாணம் பண்ணணும்.”

“ஆமாந்தாயி.”

“அப்பன்னா இப்ப நாங்க போகலாமாக்கும்.”

“சரிதான் போயிவாங்க” என்றாள்.

இது போதாதா வெங்கண்ணிக்கு. அவ்வளவுதான். இருவருக்கும் தேவையான கஞ்சியை ஊற்றி எடுத்துக்கொண்டு கிளம்பிவிட்டார்கள். இருவரின் மனதிலும் ஒருவிதமான குதூகலம் நிறம்பியிருந்தது. தோழிகள் இருவரும் கொண்டவை எதிர்கொண்டு தம் வத்தையை செலுத்திக்கொண்டிருந்தார்கள். இவர்களுக்கு வழித்துணையாக நீண்ட தூரம் போகமுடியவில்லையே என்ற வருத்தத்துடன் எதிர்திசையில் போய் மறைந்து கொண்டது நிலவு. முழுநிலவு.

27

முயல்தீவில் வசிக்கும் யாரிடமும் வல்லம் இல்லை. மொத்தமாகப் பார்த்தால் நூற்று முப்பது குடும்பங்கள் இங்கு இருக்கின்றன. இந்த கடற்கரையில் நிற்கும் வத்தைகளை எண்ணிப் பார்த்தால் பத்து பதினைந்து போல கணக்காகும். கட்டுமரங்களின் எண்ணிக்கை இன்னும் சற்று கூடுதலாக இருக்கும். இவர்கள் அத்தனை பேருமே இந்த தீவையன்றி வேறு சொந்த இடம் இல்லாதவர்கள். மற்ற வசதி வாய்ப்புகள் எதுவும் இல்லாதவர்கள். முழுக்க முழுக்க கடலை நம்பிக் கிடப்பவர்கள். கடல் தாய் அள்ளிக்கொடுக்கும் போது சேமித்து வைக்கத் தெரியாதவர்கள். பாடு இல்லாத போது பிறரிடம் கையேந்தி பழகாதவர்கள். இவர்கள் உண்ணும் ஒவ்வொரு வாய்ச்சோறும் இவர்களின் உழைப்பை மட்டுமல்ல கடலில் இவர்கள் நிகழ்த்தும் சாகசத்தையும் சொல்ல வேண்டுமென்று ஆசைப்படுபவர்கள். முதன் முதலாக முயல்தீவு கடற்கரையில் ஒரு வல்லம் இப்போது தான் நிறுத்தப்பட்டிருக்கிறது.

கடற்கரையில் நிற்கும் தனது வல்லத்தை பூரிப்பு பொங்க பார்த்துக் கொண்டிருந்தான் இசக்கி. அதிகாலைச் சூரியனின் செவ்வொளியில் புதுமணப்பெண் போல தகதகவென்று தெரிந்தது. பார்க்க புது மணப்பெண் போல தோன்றியது இசக்கிக்கு. அதுவும் வெங்கண்ணி போலவே இருப்பது போல தோன்றியது. ‘இந்த வல்லம் வேற வெங்கண்ணி வேற இல்ல. இவுக ரெண்டு பேரும்தான் என்ன கரசேக்கப் போறவுக’ மனதிற்குள் சொல்லிக்கொண்டான். கடலைப்பார்த்தான் ஆரவாரம் செய்யாத எங்கும் விரவிக்கிடக்கும் சின்னச்சின்ன அலைகள் புன்னகைத்தபடி கரையைநோக்கி வந்து கொண்டிருந்தன. வெங்கண்ணியின் நினைவுகள் அவன் மனதிலும் உடலிலும் கூட இதுபோன்ற மெல்லிய அலைகளை பரவச்செய்து கொண்டிருந்தன. அவளது முகத்தை உடனே பார்க்க வேண்டும் போல இருந்தது அவனுக்கு. சற்று முன்தான் வெங்கண்ணியும் பேத்தையும் இந்த கரையிலிருந்து கடல்போக்கு சென்றார்கள். இவன்தான் நங்கூரத்தை எடுத்து வத்தையை தண்ணீருக்குள் தள்ளி விட்டான். அப்போதுகூட இவனைப் பார்த்து புன்னகைத்து விட்டுத்தான் சென்றாள். அதற்குள் அவளை மறுபடியும் பார்க்க வேண்டும் என்று ஆசைப்பட்டால் ‘அது என்ன அதிசயமாக்கும்’ என்று தானே தன் மனதையே செல்லமாய் கடிந்து கொண்டான். தூரத்தில் வெங்கண்ணியும், பேத்தையும் ஓடிய வத்தை தெரிகிறதா என்று

பார்த்தான். சற்று முன்புவரை புள்ளியாய் தெரிந்தது. இப்போது தெரியவில்லை. கடலின் நீலநிறம் அப்புள்ளியையும் கண்ணுக்குத் தென்படாமல் செய்து விட்டது. வெங்கண்ணியை பார்க்க முடியாத ஏக்கத்தை போக்கிக்கொள்ள அவளையொத்த தன் வல்லத்தைப் பார்த்தான். அதுவும் கூட அவனைப்பார்த்து முறுவலிப்பது போல தோன்றியது அவனுக்கு.

வேம்பாரிலிருந்து வாங்கி வரப்பட்ட வல்லம் இது. பழைய விலைக்கு வாங்கியதுதான் என்றபோதும், அதை விற்றவர் சில நாட்களுக்கு முன்புதான் அதை பழுது பார்த்து புதுப்பித்து வைத்திருந்தார். அவரும்கூட அதை பழைய விலைக்கு வாங்கித்தான் பழுது பார்த்திருக் கிறார். ஆனால் ஏனோ அவருக்கு என்ன அவசர மொடையோ தெரியவில்லை பழுதுபார்த்த செலவைக்கூட பொருட்படுத்தாமல் விற்றுவிட்டார். ராசதுரை, ரத்தினம்மாள் வேம்பார் என்ற பெயருடனே நின்று கொண்டிருந்தது வல்லம்.

வல்லத்துக்குள் இறங்கி ஒவ்வொரு பகுதியாக தட்டிப்பார்த்தும் தடவிப்பார்த்தும் அதன் உறுதித்தன்மையையும் தரத்தையும் சோதித்து பார்த்துக் கொண்டிருந்தார் சடையன். அவர் இப்படி சோதித்து பார்ப்பது அனேகமாக இது பத்தாவது முறையாகக் கூட இருக்கலா மென்று தோன்றியது இசக்கிக்கு.

“ஏலே பேரு மட்டும்தான்லே வேறயா இருக்கு. வர்ணமடிக்கிற ஆளகூப்புட்டு, அழிச்சி மாத்தி எழுதிடுவமாலே?” என்றார் சடையன்.

“வேண்டாம் மாமா. கொஞ்ச நாளைக்கு வேம்பாரு ராசதொர பேருலயே ஓடட்டுமே. என்ன கொறஞ்சிறப்போவுது?” என்றான்.

“சரிதான் ஓடட்டும் விடு” என்றவர்

“ஏலே இசக்கி, அம்மாசைக்கி வல்லத்த ஓட விட்றணும்லே” என்றார்.

வளர்பிறை வரட்டுமென்று கல்யாணத்தை தள்ளி வைக்கச் சொன்னாள் இசக்கியின் அம்மா. சடையன் அந்த சந்தர்ப்பத்தை பயன்படுத்திக் கொண்டார். திருச்செந்தூர், ஏர்வாடி, வேம்பார் போன்ற ஊர்களில் அலைந்து திரிந்து ஒரு சுமாரான வல்லத்தையும் வாங்கி கரைக்கு கொண்டுவந்து கரையில் நிறுத்தி விட்டார். வெங்கண்ணியின் ஆசை இது. இசக்கி கடலோடினால் சம்மாட்டியாக அவனது சொந்த வல்லத்தில் ஓட வேண்டும் என்று ஆசைப்பட்டாள். அதை நிறைவேற்றி விட்டோம் என்ற நிம்மதி சடையனுக்கு இப்போது ஏற்பட்டிருந்தது.

“ஆளு அமத்தனுமில்ல மாமா?”

“ஆமாலே. இங்க உள்ள ஆளுகளயே அமத்திப்பம்லே.”

“ஆளுகளுக்கு முன்பணம் தரணுமாக்கும்?”

“ஆமா தரணுந்தான். தந்தாதான் கூப்பிட்ட கொரலுக்கு ஓடி வருவாங்க.”

“எத்தன ஆளுகள மாமா அமத்தணும்?”

“நம்ம வல்லம் பெரிசிலே. பயிஞ்சாளு வேணும்லே.”

“குளியாளுக?”

“ஒம்போது குளியாளு. ஆறு தோட.”

“எல்லாருக்குமே ஒரே முன்பணமாக்கும்?”

“குளியாளுக வெடலைகளா இருந்தா நல்லாருக்கும்லே. அவனுகளுக்கு கொஞ்சம் அதிகமா கொடுத்தாதான் நம்ம கிட்ட நிப்பானுக.”

“தோடைக்கெல்லாம் கொஞ்சம் கொறைவா கொடுத்தாலே போதும்.”

“நீங்க சேத்து வச்சது, என்னோட ரூவா, யாவாரிமாருங்கக்கிட்ட வாங்கினதெண்டு எல்லாத்தையும் ஒண்ணாக்கிபோட்டு வல்லம் எடுத்து வந்துட்டம். சங்குளிக்க போறத்தால வலக்கி அவசரமில்ல. ஆளுகளுக்கு முன்பணம் தர்றதுதான் எப்படியெண்டு தெரியல.”

“ஏன்லே கவலபடுற. கையில கொஞ்சம் ரூவா பாக்கியிருக்குலே. இருக்குறத ஆளுக்கு கொஞ்சமா கொடுப்பம். கொஞ்ச நாளு ஓடட்டும். சங்கு கெடைச்சா லாபத்த பாக்காம பிரிச்சி கொடுத்துட்டு போறது.”

“ஒத்துக்கிட்டு வருவாங்களாக்கும்?”

“வராம எங்கல போகப்போறாய்ங்க. எல்லாம் வத்தையிலயும் மரத்துலயும் போற ஆளுக தானாக்கும். மச்சம் புடிக்கிறவுகள சங்குளிக்க அழச்சா மறுக்கவா போறாய்ங்க.”

“மாமா நம்ம வல்லம் வாங்குன எடத்துல நம்மளயே சுத்திக்கிட்டு நிண்டானில்ல ஒரு பய?”

“ஆமா. இந்த வல்லத்துல மண்டாட்டியா ஓட ஆசப்பட்டு இருந்தனெண்டானே, அவனா?”

“ஆமாம் மாமா. அந்த பய இந்த வல்லத்து கூட வரத்தான் நம்மளயே சுத்தி திரிஞ்சானாக்கும்.”

“அத ஏன்லே என்னக்கிட்ட அப்பயே சொல்லல?”

“நீங்க வல்லத்த பத்தி விசாரிக்கவும் வெல பேசவுமா அதுலயே மும்மரமா இருந்தியளா. அதான் சொல்லல.”

“சொல்லியிருந்தா அவன கையோட கூட்டி வந்திருக்கலாமேல.”

“எதுக்கும் சொல்லி வப்பமேண்டு நெனச்சி, ரெண்டு நாள் கழிச்சி வாயெண்டு சொல்லிட்டுதான் வந்தனாக்கும்.”

“சரிதான்லே. அவன் வந்தானெண்டா நல்லாத்தான் இருக்கும். ஒனக்கு மாத்தா கானாங்கம்பியும் புடிப்பான், குளியாளுக்கு சேத்துக்கிறவும் நல்ல எளவட்ட பயலாக்கும்.”

“அத நெனச்சிதான் மாமா அவன நான் வரச்சொன்னனாக்கும்.”

“சரிதான். நல்ல யோசனயாத்தான் செய்தியாக்கும்?”

“மத்த ஆளுக யாரையெல்லாம் கூப்பிடலாமெண்டு சொல்லுங்க மாமா நான் போயி பேசிட்டு வாறன்” என்றான் இசக்கி.

“நீ மட்டும் போகவேண்டாம்லே. கூடவே நானும் வாறன்லே.” என்றார்.

“நீ, அப்பறம் அந்த வேம்பாரு பய ரெண்டு குளியாளு இருக்கிய. இன்னும் ஏழு குளியாளு சேக்கணும். தோடயா நான் ஒருத்தன் நிண்டுகிர்றன். இன்னும் அஞ்சி தோட அமத்திக்கிறணும்” என்றார்.

“நீங்க வேண்டாம் மாமா. ஒங்களுக்குத்தான் வயசாயிப் போச்சில்ல. கரையில நின்னு வரவு செலவ பாத்துக்கிருங்க. அதுபோதும்” என்றான் இசக்கி.

“அது சரியில்லலே. இன்நேரம் மச்சான் உள்ள வீட்டுல பொண்ண கெட்டியிருந்தா, எத்துன மச்சான்காரனுங்க இருந்தாலும் அத்தன பேரும் வந்து நின்னுருப்பானுக.”

“இல்லாததுக்கு என்ன மாமா பண்ணமுடியும்?”

“ஏதோ என்னால முடிஞ்சத செய்து கொடுக்கணுமில்லயாலே?”

“நீங்க ஒங்க வயசுக்கும் தகுதிக்கும் மீறியே செய்திட்டீங்க மாமா. எத்தன மச்சானுங்க இருந்தாலும் ஒங்க ஒருத்தருக்கு சரியா நிக்க முடியாதாக்கும்” என்றான் இசக்கி.

“வல்லத்துக்கு நீராட்டு பண்ணணும்லே”

“பண்ணிருவம் மாமா” எனறவன்

“எங்க வீட்டுல வாங்கின வல்லத்துக்கு நீங்க இப்புடித்தான் அக்கறையோட செய்வீங்க இல்ல.”

“சரிதான். அதெல்லாம் ஒனக்கு நெனப்பு இருக்காக்கும்.”

“எப்படி மாமா மறக்க முடியும்? அப்பயும் எனக்காவத்தான வல்லத்துல நின்னியலாக்கும்” என்றவன்.

“அதுசரி மாமா நான் வீட்ட விட்டு போன பெறகும் நீங்க எங்க வல்லத்துல ஓடுனியளாக்கும்.”

“நீ போனபெறவு வல்லமே ஓடல. நான் எங்க ஓடுறதாம்?”

“யாம் மாமா?”

“ஏலே, அந்த வல்லத்துக்கு நீ மட்டும் தானலே மண்டாட்டி. வேற யாரும் கானாங்கம்பி புடிச்சி பழகலயில்ல. பின்ன யாரு வல்லத்த ஓட விடுவாக. மண்டாட்டி கெடைக்காம கெடந்தது ஒருபக்கமெண்டா, காணாமபோன ஒன்னய தேடுறது ஒருபக்கமெண்டு வல்லத்தப் பத்தியே நெனைக்காம கெடந்துட்டாகலாக்கும்.”

“.....”

“பெறகு வல்லம் ஓடும்போது ஆளு விட்டாக. நான் போவல.”

“ஏன் மாமா போவல?”

“நீ இல்லாத எடத்துல எனக்கு என்னல வேல?”

இவர்கள் இப்படி பேசிக்கொண்டிருக்க அந்த இடத்திற்கு வந்து சேர்ந்தார் இசக்கியின் அப்பா.

“ஏன்வே, வல்லத்துக்கு ஆளு அமத்திட்டியளாக்கும்?”

“இன்னும் இல்லவே. அதப்பத்தி தான் பேசிக்கிட்டு இருந்தமாக்கும்” என்றார் சடையன்.

“வல்லத்துல நானும் பெரியவனும் வரலாமெண்டு இருக்கம்வே” என்றார் இசக்கியின் அப்பா.

“அப்புடியாவே. சரிதான் நல்லதாப் போச்சிவே” என்றார். மனம் பூரித்துப்போனது அவருக்கு.

"மச்சான்மாருக இருந்திருந்தா நாங்க இதப்பத்தி யோசிச்சிருக்க மாட்டம்வே."

"அது சரிதான்வே"

"நமக்கு யாரிருக்காக? தனியாளாவில்ல நிக்கிறமெண்டு அவன் நெனச்சிறக் கூடாதில்லவே. அதான் இனிமே இவன்கூடவே நிக்கிறதெண்டு முடிவு பண்ணிட்டமாக்கும்."

"ஏலே இசக்கி, பாத்தியாலே. இதான்லே ரத்த சொந்தங்குறது. ஆயிரம் கொற இருக்கும். அண்ணனாவுது தம்பியாவதெண்ட பக இருக்கும். ஆனாலும் அண்ணனுக்கு ஒண்ணு எண்டா தம்பியும் தம்பிக்கு ஒண்ணு எண்டா அண்ணனும் வந்து நிப்பான் பாருலே. அப்பதான்லே தெரியும் ஒரே கொடல்ல கெடந்த அருமயும் பெருமையும். இப்ப ஒண்ணன் அப்புடித்தான்லே வந்து நிக்கான்" என்றார் சடையன்.

இவர்கள் எல்லோரும் இப்படி இசக்கிக்கு ஒத்தாசையாய் வருவதைப் பார்த்து இசக்கியை விடவுமே அதிகமாக சந்தோசப்படுவது சடையன் தான். இசக்கியை குடும்பத்தை விட்டு பிரித்துவிட்டோம் என்ற பழி வந்துவிடுமோ என்று ஆரம்பத்தில் அஞ்சினார். ஆனால் இன்று நிலைமை எதிர்பார்க்காத வகையில் எவ்வளவோ பரவாயில்லை என்றாகி இருக்கிறது என்று நினைத்தார்.

"நீங்க ரெண்டியரும் இந்த வல்லத்துக்கு வந்திட்டியலெண்டா நம்ம கருவா வல்லத்த யாரு பாப்பாக?" என்றான் இசக்கி.

"அதப்பாக்கதான் பெரியப்பாவும் அவருபெத்த மகெங்களும் இருக்ாகல்ல. அவங்க பாத்துக்குவாக"

"அண்ணன் தெனந்தோறும் காலவாசல் போயி வரணுமில்ல?"

"மரம் கெடக்காக்கும் அவன் வந்துட்டு போறான். உனக்கு என்னலே அதுல செரமம்?"

"எனக்கென்ன செரமம்? அண்ணன் என்னோட வல்லத்துல வந்தா எனக்குதானாக்கும் பாதுகாப்பு. வல்லம் கிளம்புற நேரம் பாத்து காலவாசல்லேருருந்து வரணுமேண்டு சொன்னனாக்கும்."

"அது ஒரு பிரச்சனையாலே. அப்புடி வரமுடியல எண்டா உனக்கு பக்கத்துல அவனுக்கும் ஒரு குச்சல போட்டுக்குவமேல."

இந்த யோசனை சடையனுக்குமேக்கூட பிடித்திருந்தது. ஏற்கனவே இசக்கியின் அம்மா இசக்கியுடன் இங்கேயே தங்கிவிட்டாள்.

பெண்டாட்டி இருக்குமிடத்தில்தான் நானும் இருப்பேனென்று இசக்கியின் அப்பாவும் முயல்தீவிலேயே தங்கிவிட்டார். இப்போது அண்ணனும் இங்கு வந்து விடுகிறேன் என்றான் . பரவாயில்லை நம் மகள் வெங்கண்ணி கல்யாணம் கெட்டிக் கொள்வதற்கு முன்னதாகவே இசக்கியின் குடும்பத்தை தன்னிடம் கொண்டுவந்து சேர்த்துக் கொள்கிறாள். இதுபோல் எத்தனை பெண்களுக்கு வாய்க்கும் என நினைத்துக்கொண்டார்.

“யாவே, வல்லத்துல இன்னும் வேல இருக்காவே.”

“ஒண்ணும் வேலயில்லவே. யாவே கேக்க?”

“ஒண்ணுமில்லவே. பெறகண்டு கல்யாணம் எண்டு சொல்லியாச்சி. தாலி துணிமணி எடுத்து வரலாமெண்டு சொன்னா ஒந்தங்கச்சி பெறகண்டு தான் எது செய்தாலும் எண்டு புடிவாதமா நிக்கிதாக்கும்.”

“தங்கச்சி சொல்றதும் சரிதான்வே. கல்யாணமெண்டா சும்மாவாவே. ஆயிரங்காலத்து பயிர் என்பாக. பாத்துதானவே செய்யணும் ” என்றார் சடையன்.

“சரிதான்வே, அசலூரு சொந்தங்க இருந்தா அதயாவது இப்பயே சொல்லிடலாமாக்கும். கடைசி நேரத்துல அலையமுடியாதில்ல?”

“எங்களுக்கு சொல்ல பெரிசா யாரிருக்காக. அன்னம்மாவோட தம்பிமாருக ரெண்டுபேரு முந்தல்ல இருக்காக. என்னய கூட பெறந்த அக்கா ஒண்ணு பட்டணமருதூருல இருக்கு. இவுகளுக்கு சொன்னாத்தான்.”

“சரிதான்வே, எங்க ஒறமொற காரவுக, அண்ணன் பொண்ணுகட்டுன வகையில சொந்தக்காரவுக எல்லோருமே வரபோக இருக்காக. யாரயும் ஒதுக்க முடியாதுவே. ஏர்வாடி வரைக்கும் ஊருக்கு ஒண்ணு ரெண்டு சொந்தக்காரவுக இருக்காக. தெக்காக்க போனமெண்டா திருச்செந்தூர் வரைக்கும் போகணும்வே.”

“சரிதான்வே. இன்னும் அஞ்சி நாளுதான்வே இருக்கு. இப்பயே சொல்லிறணுமாக்கும். இன்னைக்கே போனாத்தான்வே சரியாருக்கும். எல்லா எடங்களுக்கும் சுத்தி வரணுமில்ல?”

“எங்கண்ணன், அண்ணன் பயலுக, எங்க பெரிய பய எல்லாரையும் போகச்சொல்லணும். ஆளுக்கு ஒரு திக்குல ஓடுனாகண்டா ஒருநாள் அலச்சதானாக்கும்.”

“அப்ப நானும் இன்னைக்கே போயி வந்தர்றன்வே.”

“முந்தல், பட்டணமருதூர்தானவே? ரெண்டு ஊருக்கும் ரெண்டு பேருமா சேந்து போவம்வே.”

“அப்புடியாக்கும். சரிதான் போயி வந்துருவம்வே. அதுக்கு மின்ன நம்ம முனியனுக்கும் கடல்தாயிக்கும் பாக்கு வச்சி அழச்சிறணுமாக்கும்.”

“ஆமாமா மொதல்ல அவுகள அழச்சிட்டு தானாக்கும் மத்தவுகள அழைக்கணும்.”

“ஏலே இசக்கி. நீ ஓடி தொறமொகக் கடயில வெத்துல பாக்கு, பத்திசூடம், தேங்கா பூ பழம் வாங்கியாலே” என்றார் சடையன்.

“சொணங்க நேரமில்லையாக்கும். வெரசா ஓடிட்டு வாலே” என்றார் அவனுடைய அப்பா.

தன்னுடைய கல்யாணம் பற்றி விரியும் கற்பனைகளுடன் துறைமுகக்கடை நோக்கி விரைந்தான் இசக்கிமுத்து.

28

‘ஆகாயப்பந்தலிலே பொன்னூஞ்சல் ஆடுதம்மா... ஊர்கோலம் போவோமா உள்ளம் அங்கே ஓடுதம்மா...’ மைக்செட்காரன் ஓடவிட்ட இன்னிசையால் முயல்தீவு முழுவதும் கல்யாணக்களை கட்டியிருந்தது. இசக்கியின் குச்சலுக்கு முன்னாலும் சடையனின் குச்சலுக்கு முன்னாலும் அகலமான நீண்ட பந்தல்கள் போடப் பட்டிருந்தன. பந்தல் கால்களுக்கு உறுதியான சவுக்கு மரங்களை நட்டிருந்தார்கள். சற்று உயரமான பந்தல் நேர்த்தியாக போட்டிருந்தது. சுற்றிலும் குத்துமட்டை வைத்து நிறைச்சல் பிடித்திருந்தார்கள். வாசல் அமைப்பும் அதன் இருபுறமும் வாழைமரம் கட்டியிருந்த அழகும் இதுவரை முயல்தீவில் யாரும் செய்து பார்க்காத ஒன்றாக இருந்தது.

இசக்கியின் அப்பாவும் சடையனும் உறவுக்காரர்களை அழைக்க முந்தலுக்கு போனபோதுதான் பந்தல் பற்றிய சிந்தனையே அவர் களுக்கு வந்தது. அங்கு போடப்பட்டிருந்த பந்தலைப் பார்த்து சடையனுக்கு ஆசை வந்துவிட்டது. நம் மகள் கல்யாணத்திற்கும் இதுபோல் பந்தல் அமைக்க வேண்டும் என்று நினைத்தார். இசக்கி அப்பாவிடமும் தன் விருப்பத்தைக் கூறினார்.

“எதுக்குவே வீணான ஆடம்பரம் தான இதெல்லாம்” என்று சொல்லிப்பார்த்தார்.

“இல்லவே. இது ஆடம்பரமெல்லாம் இல்ல. எனக்கு ஒரே மகதான்வே. அதுவும் எங்க வயத்துல பொறந்த மகளா இருந்தாக்கொட ஏதோ ஒண்ணுன்னு விட்டுட்டு போகலாம். இது கடல்தாயி என்ன நம்பி கொடுத்த மகளாக்கும். ஏனோதானோவெண்டு செய்தா அந்த கடல்தாயிக்கு நான் நம்பிக்க துரோகம் செய்யிற மாதிரி ஆயிருமாக்கும்.” என்றார்.

“அதுமட்டுமில்லவ. வூடுவாசல்தான் நல்லா இல்ல. காலம் முழுக்க குச்சலுக்குள்ளயே தான் குதுர ஓட்டுறமாக்கும். ஒருநாள் கூத்துதான். இருந்தாலும் அரண்மன மாதிரி போட்டு அனுபவிச்சி தான் பாப்பமே. பந்ததானவே” என்றார்.

இசக்கியின் அப்பாவுக்கு வேறுவழியில்லை. தன் சம்மந்தி சொல்வதை கேட்டுத்தான் ஆகவேண்டுமென்று அவரும் அதற்கு சம்மதித்தார். முந்தலில் இவர்களின் உறவுக்காரர்கள் வழியாகவே பந்தல் கால்களுக்கான சவுக்கு மரங்கள், பந்தல் வேய தென்னங்கீற்று கட்டுகள் எல்லாவற்றையும் வாங்கி அங்கேயே கடற்கரையில் போட்டுவிட்டு வந்தார்கள். மறுநாள் கருவா வல்லம் மற்றும் இசக்கியின் வல்லம் இரண்டு வல்லங்களும் போய் அவற்றை ஏற்றிக்கொண்டு கடல்வழியாகவே வந்து சேர்ந்தது. அப்போதே முயல்தீவு முழுவதும் செய்தி பரவிவிட்டது.

”இசக்கி, வெங்கண்ணி கல்யாணத்துக்கு பந்த போட கழியும் ஓலமட்டையும் முந்தல்லேருந்து வந்து எறங்கியிருக்குதாம்” என்று.

பந்தல் போடக்கூடிய ஆட்கள் மட்டுமல்லாது பந்தலின் உள்பக்கம் வெள்ளைகட்ட அங்குள்ள வண்ணானுக்கும் சேர்த்து சொல்லிவிட்டு வந்திருந்தார்கள். வெள்ளை வேட்டி பெரிய பெரிய பொதிகளாக இருந்தபடியால் அதையும் ஏற்றிக்கொண்டு ஆட்களையும் அழைத்துவர மறுநாள் முந்தலுக்கு வத்தையை அனுப்பி வைத்தார் இசக்கியின் அப்பா.

பந்தல் போடும் ஆட்கள் பச்சை பனங்குறுத்தோலை தோரணங்களையும் பந்தல் எங்கும் கட்டி அழகுபடுத்தி இருந்தார்கள். இசக்கியின் வீட்டுக்கும் வெங்கண்ணியின் வீட்டுக்கும் இடையே கொஞ்சம் தூரம்தான்.எண்ணி ஐம்பது அடி எடுத்து வைத்தால் போதும் இருந்தபோதும் பரிசம் போட்டு பெண்ணை கூட்டி வருவதற்காக கூண்டு வண்டியை கொண்டு வந்து நிறுத்தியிருந்தார் இசக்கியின் அப்பா. இதையெல்லாம் ஒரே இடத்தில் இருந்து கொண்டு செய்ய வைத்துக்கொண்டிருந்தாள் இசக்கியின் அம்மா.

கல்யாணத்திற்கு மூன்று நாள் இருக்க வந்தது அம்மாவாசை. அதற்கு முதல்நாள்வரை தேய்பிறை காலம். அதிலிருந்து மூன்றாம்நாள் கல்யாணம். செய்ய வேண்டிய வேலைகள் மலைபோல் குவிந்திருப்பதைப் போலவும் எல்லாவற்றையும் செய்து முடிக்க வேண்டுமே என்றும் சொல்லி பரப்பாக காணப்பட்டாள் இசக்கியின் அம்மா. அன்றுதான் தாலி மற்றும் துணிமணி எடுக்க தூத்துக்குடிக்கு போகவும் திட்டமிட்டிருந்தாள். அன்று அதிகாலையிலே பந்தல் கால் நடும் சடங்கும் நடந்தது. பந்தல் கால் நட்ட கையோடு முந்தலில் இருந்து வந்த ஆட்கள் பந்தலைப் போட ஆரம்பித்துவிட்டார்கள். வேலை செய்யும் எல்லோருக்கும் சோறாக்கிப் போடவும் மற்ற வேலைகளை கவனித்துக்கொள்ளவும் இசக்கியின் அண்ணன் மனைவி நீலாவதியும் இசக்கியின் அக்கா முனீஸ்வரியும் வந்திருந்தார்கள்.

தாலி மற்றும் துணிமணி எடுக்க இசக்கியின் அப்பாவை விட்டு பெரியப்பா, பெரியம்மா மற்றும் சடையனை அழைத்துக்கொண்டு வரச்சொல்லியிருந்தாள் இசக்கியின் அம்மா. இவர்கள் ஐந்து பேரும் கடைகளுக்கு சென்ற போதும் தனக்கு பிடித்தவைகளையே தேர்வு செய்தாள் அவள். துணிக்கடையில் அவசர உடுப்புகளைத் தைப்பதற்காக அமர்த்தப்பட்டிருந்த தையல்காரரிடம் இன்னைக்குள்ளயே தச்சி தரணுமென்று கறாராய் சொல்லி அளவு கொடுத்தாள். பரிசம்போட முல்லைப்பூ கைவைத்த ரவிக்கையும். கல்யாணத்திற்கு வாழைப்பூ கைவைத்த ரவிக்கையும் தைக்கச் சொன்னாள். கல்யாண செலவு அத்தனையும் மாப்பிள்ளை வீட்டார் செய்ய வேண்டியதுதான் என்றபோதும் சடையன் செய்ய வேண்டியதும் கொஞ்சம் இருந்தது. சீர்வரிசை சாமான்கள் எதுவும் வேண்டாம் என்று சொல்லியிருந்தாள் இசக்கியின் அம்மா.

அவள் என்னதான் சொன்னாலும் சில பொருட்களை வாங்கித்தானே ஆகவேண்டும். குண்டு ராவுத்தர் வெங்கலக்கடையில் படி, மரக்கால், கைவிளக்கு, சோடி குத்துவிளக்குகள், தாம்பூலத்தட்டு, குடம், சொம்பு, சோடி தட்டு, சோடி டம்ளர் போன்ற பதினோரு பொருட்களை வாங்கி வந்தார். இதையல்லாமல் முதல்நாள் பரிசம் சடையன் வீட்டில் தான் நடக்கும். பொண்ணெடுக்க வருபவர்களை அல்லாமல் பரிசம் போடுவதைக் காணவும் வாழ்த்தவுமென்று முயல்தீவிலுள்ள அத்தனை பேரும் வருவார்கள். ஊர்பாக்கு வைத்து எல்லோரையும் அழைத்திருந்தார்கள் சடையனும் இசக்கியின் அப்பாவும். அத்தனை பேருக்கும் முதல்நாள் பரிசத்தன்று பெண் வீட்டில் அப்பளம் பாயசத்துடன் விருந்து. மறுநாள் கல்யாணத்தன்று

மாப்பிள்ளை வீட்டில் விருந்து. எது எப்படி இருந்தாலும் கல்யாண சாப்பாட்டை மட்டும் பத்துபேர் மெச்ச போட்டுவிட வேண்டும் என்று நினைத்தார் சடையன். இசக்கியின் அப்பாவும் கூட அப்படித்தான் சொல்லிக்கொண்டிருந்தார். அவர் காலவாசலில் ஊர்பாக்கு வைத்து எல்லோரையும் அழைத்திருந்தார். தூத்துக்குடி சம்மந்தம்பிள்ளை தான் கல்யாண சமையல்காரர். இரண்டு வீட்டுக்கும் தனித்தனியாக ரோக்கா போட்டு கொடுத்து சாமான்களை வாங்கச் சொல்லியிருந்தார்.

'கடவுள் அமைத்து வைத்த மேடை, இணைக்கும் கல்யாண மாலை. இன்னார்க்கு இன்னாரென்று எழுதி வைத்தானே தேவன் அன்று...'' தீவில் வசிக்கும் அத்தனை கொமருகளுக்கும் இந்தப் பாடல் ரொம்பவும் பிடித்தமானது. அனேகமாக குமருகள் மட்டுமல்ல விடலைகளும் ஆண்களும் பெண்களும் கூட இந்த பாட்டோடு இணைந்து பாடியபடி தமது வேலைகளை செய்து கொண்டிருப்பார்கள். இப்படி பாடல்கள் ஒலிக்கக் கேட்பது எப்போதும் கிடைக்கக்கூடிய வாய்ப்பில்லை. எப்போதாவது கிட்டக்கூடிய அரிய வாய்ப்பு. ஊரில் யாருக்காவது கல்யாணம் நடந்தால் அல்லது கோவில் கொடையில் தான் மைக்செட் கட்டி பாட்டு போடுவார்கள். அதுவும் இதுபோன்ற பாடல்களை கல்யாண வீடுகளில் மட்டுமே ஒலிக்க விடுவார்கள். கோவில் கொடையின் போது எல்லாமே பக்திப் பாடல்களாக இருக்கும். பெண்வீடும் மாப்பிள்ளை வீடும் அருகருகே இருப்பதால் மாப்பிள்ளை வீட்டில் மட்டுமே மைக்செட் கட்டப்பட்டிருந்தது.

சடையனும் இசக்கியின் அப்பாவும் ஊர்பாக்கு வைத்து எல்லோரையும் அழைத்திருந்தார்கள். இங்குள்ள நூற்றுமுப்பது குடும்பங்களுக்கும் தலைவர் ஒருவர் தேர்ந்தெடுக்கப்படுவார். தேர்ந்தெடுக்கப்படும் தலைவர் மூன்று கொடைகளை நடத்துவார். முடிந்ததும் புதிய தலைவர் இங்குள்ள சங்கத்தினரால் தேர்வு செய்யப்படுவார். தலைவரிடம் பாக்கு வைத்து இது ஊர்பாக்கு என்று சொல்லி அழைத்தால் போதும். எல்லோரையும் அழைத்தது போலாகிவிடும்.

"பொண்ணூட்டு பரிசத்துக்கு ஒருநாளு, மாப்பிள்ள வீட்டு கல்யாணத்துக்கு ஒருநாளு. ரெண்டு நாளு கடலுக்கு போகவேண்டாமெண்டு சொல்லி கொடிநாட்டுங்க'' என்று தலைவர் சொல்லியிருந்தார்.

கடற்கரையில் கொடி நாட்டியிருந்தார்கள். கொடிநாட்டின் போது யாரும் கடல்போக்கு போகமாட்டார்கள். அவசர நாட்களிலும், ஏதேனும் அசம்பாவிதம் நடந்தால் அதுபோன்ற துக்க நாட்களிலும்

கொடி நாட்டிவிடுவார்கள். கோவில் கொடையின் போதும் இதுபோல் கொடிநாட்டி விடுவார்கள்.

வெளியூர் யாவாரிமார்கள் வந்தாலும் கொடிநாட்டை பார்த்து விட்டு மீனுக்காக காத்திருக்காமல் திரும்பிப் போய்விடுவார்கள்.

"பரிச சாமான்களை தாம்பளத்தோட அப்புடியே கூண்டு வண்டிக்குள்ள வையிங்க" என்றார் வயதில் மூத்தவர் ஒருவர்.

"பரிச சீரு வண்டியில ஏத்தித்தான் போவணுமாக்கும்?" நொடித்தாள் பெண்ணொருத்தி.

"மொறன்னா மொறயோடத்தான் செய்யணும்"

"சரிதான். பொண்ணெடுக்க போறவுக எல்லாம் வாங்க. வண்டிக்கு பின்னாடி போவணுமாக்கும்" என்றாள் இன்னொரு பெண்.

வண்டி நகர ஆரம்பித்த நேரம் "எங்க பொண்ண எடுக்க வாற நாத்தனாகாரவுக வண்டில தான் வரணுமாக்கும்" என்றாள், பெண் வீட்டார் பக்கத்துக்கு நாட்டாமை செய்த கிழவி. காலவாசல் சனங்கள் மாப்பிள்ளை வீட்டு சார்பாக நின்று கொண்டதால் முயல்தீவு சனங்கள் எல்லோரும் பெண்வீட்டுக்காரர் ஆகிவிட்டார்கள்.

இசக்கியின் சகோதரி முனீஸ்வரி வண்டியில் ஏறிக்கொண்டாள். கடற்கரை மணலில் வண்டியின் சக்கரங்கள் பதிய காளைகளால் கடகடவென இழுத்துச்செல்ல முடியவில்லை. வண்டி மாடுகள் சிரமப்பட்டன. அதை கவனித்த அங்கிருந்த விடலைகள் சிலபேர் இரண்டு சக்கரங்களையும் தள்ளி உருள வைத்து வண்டிமாடுகளுக்கு உதவினர். வண்டிக்கு முன்னே மேள தாளம் இசைப்போர் அவற்றை இசைத்தபடி செல்ல, அவர்களுடன் சிறு பிள்ளைகள் அவர்களின் கைகளையும் வாயையும், உடலசைவுகளையும் வேடிக்கை பார்த்தபடி சென்றார்கள். வண்டிக்குப் பின்னால் பெண்கள். அவர்களைத் தொடர்ந்து ஆண்கள். எல்லோரும் தம்மிடமிருந்த நல்ல துணிமணிகளை உடுத்தியிருந்தார்கள். கேலிக்கும் கிண்டலுக்கும் குறைவில்லை. இந்த எளிய கடற்கரை சனங்களின் உற்சாகம் மிகுந்த கொண்டாட்டங்களில் இது போன்ற நிகழ்வுகளும் அடங்கும். பெண் எடுத்துவரச் செல்லும் ஆரவாரம் நிரம்பிய அந்த அணிவகுப்பை பார்த்து ரசிக்க முயல்தீவில் வசிக்கும் தெய்வங்களும் நிச்சயம் பின்னால் வந்திருக்கக் கூடும். பரிசம் போட வந்த சனங்களை பெண்கள் அம்பா போட்டு வரவேற்றனர். கிழக்கு மேற்காய் போடப்பட்டிருந்த அந்த நீண்ட பந்தலின் தரை முழுவதும் கடற்கரையின் பூமணலாக இருந்தது. அந்த மணல்

கொஞ்சமும் தெரியாத வகையில் சிறிய இடைவெளிகூட இல்லாமல் தார்ப்பாய் விரிக்கப்பட்டிருந்தது. நடுவில் தாராளமாக நடந்து போய் வரும் அளவுக்கு போதுமான இடைவெளி விட்டு ஊரின் முக்கியஸ்தர்கள் இரண்டு பக்கமும் பிரிந்து உட்கார்ந்து கொண்டார்கள். தெற்கு பாதியில் உட்கார்ந்திருந்தவர்கள் வடக்கு பார்த்தும், வடக்கு பாதியில் உட்கார்ந் திருந்தவர்கள் தெற்கு பார்த்தும் அமர்ந்திருந்தார்கள். அவர்களுக்குப் பின்னால் மற்ற ஆண்கள் உட்கார்ந்திருந்தார்கள். பந்தலில் போதுமான இடம் இருந்தும் பெண்கள் உட்காரத் தெரியாதவர்கள் மாதிரி சுற்றிலும் பந்தல் நிறைச்சலை பிடித்தபடி நின்றார்கள். தெற்கே பார்த்தபடி காலவாசல் தலைவரும் வடக்கே பார்த்தபடி முயல்தீவு தலைவரும் நேர் எதிரில் உட்கார்ந்திருந்தார்கள். பரிசம் போட எடுத்து வந்த சீர்வரிசை தாம்பளங்கள் அனைத்தும் காலவாசல் தலைவருக்கு முன்பாக வைக்கப்பட்டிருந்தது.

'நல்ல காரியம் சீக்கிரம் நடக்கணும், கொஞ்சம் சொல்லுங்களேன் துள்ளிவரும் முத்து பிள்ளைகளே' பாடல் ஒலித்துக்கொண்டிருந்தது.

"யப்பா மைக்குசெட்ட நிப்பாட்ட சொல்லுங்க."

"பொண்ண கூட்டி வாங்க. நாழியாவுதில்ல?" என்றார் காலவாசல் தலைவர். முயல்தீவுக்கு கடந்த ஆண்டு கல்யாணம் ஆகிவந்திருந்த தருவைக்குளத்து பெண்தான் இப்போது வெங்கண்ணியின் பெண் தோழியாய் நிறுத்தப்பட்டிருந்தாள். அவள் வெங்கண்ணியின் கையைப் பிடித்து பந்தலுக்கு அழைத்து வந்தாள். பந்தலின் மேற்கு கடைசியில் வந்து நிற்கவைத்தாள். கிழக்கு பார்த்து விழுந்து வணங்கி அனைவருக்கும் கும்பிடு போட்டாள். பிறகு தலைவர்கள் உட்கார்ந்திருக்கும் இடத்திற்கு அழைத்து வரப்பட்டாள். காலவாசல் தலைவர் வெற்றிலை சீவல் இருக்கும் தாம்பளத்தை கையில் எடுத்துக்கொண்டு எழுந்தார்.

"எல்லாரும் நல்லா கேட்டுகணும். நம்ம காலவாசல் கருவா குடும்பத்து சின்னகருப்பன், முத்துமாரி இவங்களோட மகன் இசக்கி முத்துவுக்கு, முயல்தீவு சடையன் அன்னம்மாள் இவங்களோட மகள் வெங்கண்ணிய கல்யாணம் கெட்டி வைக்க பெரியவங்க பேசி முடிவு செய்திருக்காக. அத முன்னிட்டு இப்ப பொண்ணு வீட்டுக்கு பரிசம் போட்டு அழச்சிட்டு போக வந்திருக்கோம். சீர்வரிச தாம்பளமெல்லாம் நெறஞ்சி இருக்கு. எந்தக் கொறயுமில்ல. இந்த கல்யாணத்துல ஒங்க எல்லாருக்கும் சந்தோசந்தான?" என்றார்.

"ரொம்ப சந்தோசம்" என்றனர் அங்கிருந்த எல்லோரும்.

“பெறகென்ன. வாங்கவே வந்து தாம்பளத்த வாங்கிக்க வேண்டியது தான?” என்றார்.

முயல்தீவு தலைவர் எழுந்து காலவாசல் தலைவர் கொடுக்க, ஒவ்வொரு தாம்பளமாக வாங்கி தன் பக்கத்தில் வைத்துக்கொண்டார். பிறகு துணிமணி மாலை, சடைப்பூ, ரிப்பன், பவுடர், பொட்டு, மஞ்சள், குங்குமம், பூ போன்ற பொருட்களை மட்டும் ஒரு தாம்பளத்தில் வைத்து மணப்பெண்ணிடம் கொடுத்தார் முயல்தீவு தலைவர். வெங்கண்ணியை தோழிப்பெண் துணிமணி மாற்ற உள்ளே அழைத்துச் சென்றாள். மணப்பெண் உடைமாற்றி வருவதற்குள் பந்தலில் இருந்த அனைவருக்கும் வாசனைமிகுந்த உதிரிப்பூக்களைக் கலந்த மஞ்சள் அரிசி கொடுக்கப்பட்டது. வெங்கண்ணி மாப்பிள்ளை வீட்டார் கொடுத்த புதுத்துணியை உடுத்திக்கொண்டு வந்தாள். ஒரு தேவதையைப் போல சொலித்தாள். கடல்தாயின் மகளல்லவா? முன்புபோலவே இப்போதும் ஊர்சனங்களை விழுந்து வணங்கினாள். முன்வரிசையில் உட்கார்ந்திருந்த முக்கியப்பட்டவர்கள் அனைவரிடமும் படகு போன்ற வடிவுடைய மரத்தாலான திருநீற்று மடலை காட்டிக் கொண்டே வந்தார் பேத்தையின் அப்பா வீரையன். அதிலிருந்து எல்லோரும் கொஞ்சம் திருநீற்றை எடுத்து கையிலேயே வைத்துக் கொண்டார்கள். குனிந்து கைமேல் கைவைத்து எல்லோரிடமும் வாழ்த்து பெறுவதுபோல் திருநீற்றை பெற்று வந்தாள் வெங்கண்ணி. எல்லோருமே “நல்லா இருக்கணும்” என்று சொல்லியபடி அவளது கையில் திருநீற்றை போட்டார்கள். ஒருசில வயதான ஆண்கள் அவளது நெற்றியில் பூசிவிட்டு மீதியை கையில் போட்டார்கள். அவ்வளவுதான் பரிசம் போடும் நிகழ்வு முடிந்தது. அடுத்தது விருந்து. தூத்துக்குடி சம்மந்தம் பிள்ளையின் கைமணம் பிரமாதமாக இருந்தது. எல்லோரும் உண்டு முடித்த பின் மணப்பெண்ணை கூண்டு வண்டியில் ஏற்றி மாப்பிள்ளை வீட்டுக்கு அழைத்து வர்தார்கள்.

“மணமகளே. மருமகளே வா வா... உன் வலது காலை எடுத்து வைத்து வா வா”

பாடல் முயல்தீவு எங்கும் ஒலித்துக் கொண்டிருந்தது.

29

துறையில் நிறுத்தி வைக்கப்பட்டிருந்த தன் வல்லத்தையே பார்த்துக் கொண்டிருந்தான் இசக்கி. இப்போதுதான் கடலோடி வந்து

நின்றது. பார்க்க குழியோடி களைத்துப்போய் நிற்கும் குளியாளைப் போலவே தெரிந்தது வல்லம். விடியற்காலை தொழில் பயணம் என்று வந்து நின்றால் வீறு கொண்ட குதிரையைப் போல உற்சாகமாய் நிற்கும் என்று நினைத்துக்கொண்டான். வல்லம் வாங்கியது முதல் ஒருநாள் கூட அதில் அவன் தொழிலுக்குப் போகவில்லை. அமாவாசையன்று வல்லத்தை ஓட்டிவிட வேண்டும் என்பதற்காக ஏழெட்டு பேர் மட்டும் கடல்போக்கு போய் வந்தார்கள். கல்யாண வேலைகளை செய்து கொண்டிருந்ததால் வீட்டாளுகள் யாரும் ஓடவில்லை. முந்தல் பய முருகன்தான் மண்டாட்டியாக கானாங்கம்பி பிடித்து வல்லத்தை செலுத்தினான். அம்மாவாசையில் உயிர் சங்குகள் நிறைய தரைக்கு மேலே மேயக் கிளம்பும். பாடு நன்றாக இருக்கும். பவுர்ணமி நாட்களில் இதற்கு நேர்மாறாக நிலமை மாறிவிடும். வீட்டில் கிடந்து ஓய்வெடுக்க நினைத்தாலோ அசலூர் பயணங்கள் செல்ல நினைத்தாலோ அதை பவுர்ணமி நாட்களில்தான் செய்வார்கள். இது போல பாடு பார்க்கும் நாட்களில் யாரும் வீட்டில் தங்க மாட்டார்கள். இசக்கி, வெங்கண்ணி கல்யாணத்தால் கருவா வீட்டு ஆட்கள் வெங்கண்ணி, பேத்தை யாருமே போகமுடியாமல் போய்விட்டது. அம்மாவாசைக்கு பிறகு வந்த மூணாம்நாள் கல்யாணம் அதற்கு பிறகும் மூன்று நாள் மறுவழி, சம்மந்தம் என்று ஓடிவிட்டது. விடியநேரம் எப்படியும் கடல்போக்கு போயாக வேண்டும் என்று திட்டமிட்டிருந்தான் இசக்கி. அதை தன் மாமனார் சடையனிடம் சொல்லிக்கொண்டிருந்தான்.

“ஏலே இசக்கி கல்யாணம் கெட்டி முழுசா மூனு நாளுகூட ஆவல பாரு. அதுக்குள்ள கடல்போக்கு போகணுமாக்கும்” என்றார் சடையன்.

“ஏவே, இசக்கி உமக்கு மாப்பிள்ளையாக்கும். ஏலே எண்டா அழப்பியவே?” என்றார் வழிப்போக்காய் போய்க்கொண்டிருந்த முதியவர் ஒருவர்.

“தாத்தா என்ன இப்புடி சொல்லிட்டிய? மாமா மாப்பிள்ள ஒறவு இன்னைக்கு தானாக்கும். நான் அவுகளுக்கு மகனுக்கு மகன், மாப்பிள்ளைக்கு மாப்பிள்ளை. அதுக்கும் மேல அவரு எனக்கு நல்ல சேத்தாளியாக்கும். அவரு என்ன ஏலே போட்டு அழச்சாதான் கேக்க நல்லாருக்கு.”

சடையன் இசக்கி சொன்னதைக் கேட்டு புன்னகைத்தார். அவருக்கும் இதுகுறித்து சிறியதொரு தயக்கம் இருந்து கொண்டுதான் இருந்தது. இசக்கியை பெற்றவர்கள் எதுவும் சொல்லி விடுவார்களோ என்று அச்சப்பட்டார். ஆனாலும் இசக்கியை ஏலே போட்டு அழைப்பது

தான் அவனைத் தன் வீட்டுப் பிள்ளையாக நினைக்க வைக்கிறது. இன்று அவனே இதற்கான பதிலை சொல்லி விட்டதில் மகிழ்ந்து போனார் அவர்.

"ஏலே, நான் கேட்டத்துக்கு பதில் சொன்னியாலே?"

"கல்யாணம் கெட்டியாச்சி. அதுக்காக கடல்போக்கு போகாம இருக்க முடியுமா? ஒழைக்கணுமில்ல. யாவாரிமாருங்க கடனெல்லாம் இருக்குதாக்கும்" என்றான் இழுத்தபடி.

"ஏலே, நான் ஒண்ணும் தொழிலுக்கு போக வேண்டாமெண்டு சொல்லலயாக்கும். நாலஞ்சி நாளு கரையில நிண்டு, கோயில் கொளங்களுக்கு செண்டு வரலாமில்ல?"

பதிலேதும் சொல்லத் தோன்றாதவன் போல அவரின் முகத்தைப் பார்த்தான்.

இசக்கியின் பக்கமாக வந்து கிசுகிசுப்பான குரலில் கேட்டார்

"எம்மகளுக்கு இதுல வருத்தமெண்டாலும் நீ தொழிலுக்கு போவியாக்கும்?"

"யாம்மாமா நீங்க வேற. என்ன கடல்போக்கு போகச்சொல்றதே உங்க மகதானாக்கும்" என்றான் பரிதாபமாக.

"சரிதான். அப்புடியாக்கும் கத?" என்று சிரித்தவர்

"எம்மக விருப்பமெண்டா அது சரியாத்தான் இருக்கும்" என்றார்.

"நானும் அதனாலதான் சம்மதிச்சனாக்கும்" என்றான் ஏமாற்ற மடைந்தவன் போல.

"இருந்தாலும் ஒருநட திருச்செந்தூருக்கு போயிட்டு வந்தா நல்லா இருக்குமெண்டு நெனச்சனாக்கும்."

"நானும் சொல்லிட்டன் மாமா. நாலஞ்சி வருசமா கூடவே இருந்த கொமருக்கும் கல்யாணம் ஆவட்டும். அப்பறம் பாத்துக்கலாமெண்டு சொல்லிட்டுது மாமா ஒங்க மக."

"ஆமாலே, எம்மக நெனக்கிறதுலயும் ஞாயம் இருக்குலே. அந்த கொமருக்கும் ஒரு பயல பாத்து நாமதான்வே கெட்டி வைக்கணும்" என்றார்.

"மாமா, நானும் ஒங்க மகளும் ஒரு யோசன பண்ணியிருக்க மாக்கும்."

“என்னல யோசன?”

“நம்ம வல்லத்துல மண்டாட்டியா ஓடுறானில்ல முருகன். ”

“ஆமா, முந்தல் காரனாக்கும்?”

“அவனுக்கு பேத்தய கெட்டி வைக்கலாமெண்டு யோசிச்சமாக்கும்.”

“ஏலே, அவன் வீட்டாளுகப் பத்தியெல்லாம் தெரிஞ்சிக்கிறாம என்னல இது ஆச?”

“விசாரிச்சிட்டன் மாமா. அக்கு தொக்கு யாருமில்ல. அம்மா மட்டும் தானாம். அவுகளும் வயசானவுகளாம். கண்ணு தெரியாதாம்.”

“கண்ணு தெரியாத கெழடு தனியா கெடக்க, இவன் இங்க திரியிறானாக்கும்?”

“கடக்கறையில தான் வூடாக்கும். பாக்குறவுக விட்டுருவாகளா. கொடுக்கவும் எடுக்கவும் சனங்க எந்த நேரமும் இருக்காகல்ல?”

“அது சரிதான். கடக்கரயில யாராவது நாதியத்து கெடந்துருவாக லாக்கும்?”

“அதான் மாமா, அந்த பயகிட்ட பேசிப் பாக்கணும். அவனுக்கு அந்த ஊரு வழியில ஏதாவுது தோது இருந்து அது தெரியாம நம்ம எங்க கொமர கெட்டிக்கிறியா எண்டு கேட்டு சங்கடப்படுத்திற கூடாதில்ல.”

“அதுனால ஒண்ணுமில்லலே. ஆனா இங்க இன்னொரு வழக்கம் இருக்குலே. அதான் பாக்கன்.”

“என்ன மாமா?”

“ஒனக்கும் எம்மகளுக்கும் கல்யாணம் நடக்குமா எண்டு நான் கவலப்பட்டதே அதனாலதானாக்கும். எப்புடியோ முனியசாமி புண்ணியத்துல நல்லபடியா நடந்து முடிஞ்சிட்டுது. நானே இன்னோரு கல்யாணத்தையும் அதே மாதிரி செய்யனுமெண்டா விடுவாகளாக்கும்.”

“என்ன மாமா சொல்றிய எனக்கு ஒண்ணும் புரியல.”

“ஏலே, காலவாசல்ல இருக்க எல்லாரும் ஒண்ணு இல்லலே. அதுலயும் அஞ்சாறு கிள இருக்குதாக்கும். உங்க கிள வீரபிள்ள கிளையாக்கும். ஒன்னோட அண்ணன் பொண்ணு கெட்டிருக்கானில்ல அந்த குடும்பமெல்லாம் வதிபிடிங்கி கிளையாக்கும். நம்ம கருவா வல்லத்துல ஓடுற சொக்கன் இருக்கானில்ல அவன் படையன்கிளையில

வருவானாக்கும். அய்வன் கிளை ஆட்கள் பூச்சி கிளை ஆட்களோடு சம்மந்தம் போட மாட்டாகலாக்கும். ராதான் கிளைக்கும் பட்டங்கட்டி கிளைக்கும் என்னைக்கும் ஒறவு உட்டே போகக்கூடாது என்பாக. நமக்கு மின்ன வாழ்ந்தவுக சொல்லி வச்சிட்டு போயிருக்காக.

"ஒங்க குடும்பம் மாமா?"

"நானெல்லாம் கோணாண்டி கிளையில வந்தவனாக்கும்."

"கோணாண்டி கிள ஆளுக அந்த கிளைக்குள்ளேயேதான் பொண்ணு எடுக்க கொடுக்க வச்சிக்கிறணும் என்பாக."

"எங்க வீட்டாளுக யாரும் இது பத்தி பேசுனமாதிரி தெரியலயே மாமா."

"இப்ப பேசலலே. மொதல்ல பேசிருப்பாக. ஒன்னோட காதுக்கு வந்து சேரல எண்டு நெனைக்கன். நீ தான் வீட்ட விட்டு கிளம்பிட்டி யாக்கும்."

"எங்க அம்மா வெங்கண்ணிய வேண்டாமெண்டு மறுத்தாகல்ல, அது இதுக்காகத்தானா. அத்த மக காரணமில்லயாக்கும்."

"ரெண்டுமே காரணம் தான். அது பெரிய காரணம். இது சிறுசு. அவ்வளது தான்லே."

"அந்த பய வெளியூருக் காரன்தான மாமா?

"அவன் அசலூரான்தான்லே."

"பேத்த அப்பாவெல்லாம் எந்த கிளயில மாமா வருவாக?"

"ஏலே, அவனும் அசலூரான் தானலே."

"அப்புடின்னா யாருக்கும் பயப்பட வேண்டாமாக்கும்?" என்றான் சந்தோசமாக.

"ஏலே, அப்புடியே இருந்தாலும் பயப்பட தேவையில்லயாக்கும். யாரும் செய்யவே கூடாதெண்டு குறுக்க கெடக்க போறதில்லையாக்கும். பயங்குறது ஊருகாரவுக ஒறவுக்காரவுக மேல இருக்க ஒரு மரியாததானாக்கும்."

"மாமா, அந்த பயலுக்கும் ஒறவுல கெட்டிக்கிற கொமருக இருந்தா அவன் ஒத்துக்கிற மாட்டான்தான?"

"அப்புடி எதுவும் இருக்குறவன் எண்டா ஊரவுட்டு நகரமாட்டான்லே. அசலூரா இருந்தாலும் ஆசப்பட்ட வேலய செய்யணும் எண்டுதான

இங்க வந்திருக்கான். கூலிக்கு மீன்புடிக்க போறவனெண்டா முந்தல்ல இல்லாத வல்லங்களா? மண்டாட்டியா ஓடணுமெண்டுல்ல இங்க வந்துருக்கான்?"

"வெங்கண்ணிதான் மாமா மொதல்ல இத சொல்லிச்சிது."

"ஏலே, அவன் வந்து அஞ்சாறு நாளுகொட ஆகல. அதுக்குள்ள எப்படில அவன கண்டுகிட்டிய?"

"ஆளும் பாக்க நெறமா கலையா இருந்தானா. வேலதலயிலயும் வேகமாத்தான் இருந்தான். இன்னைக்கி வரைக்கும் வல்லத்த அந்த பயதான மாமா ஓட்டுறான். இது போறாதாக்கும்?"

"சரிதான்லே, அந்த பயகிட்ட நானே இதப்பத்தி பேசிப் பாக்குறேன். நீ வேலயப்பாருல" என்றார் சடையன்.

மாமா ரூவா செலவழிச்சி போட்ட பந்தல். இதுலயே இன்னோரு கல்யாணத்தயும் நடத்திட்டாக்க நல்லாருக்குமில்ல?

"ஏலே, யாண்டாலே நீங்க ரெண்டியரும் இப்புடி இருக்கிய? யாரோ தெரைக்கி பின்னால நல்லவுக நாலுபேர நிண்டு படிச்சிக் குடுத்து பேசுற மாதிரில்ல இருக்கு நீ பேசுறது."

"இதயெல்லாம் யாரு மாமா சொல்லித்தருவாக. அந்த பயலும் நல்லவனா இருக்கான். இந்த கொமருக்கும் வயசு பாழாகுதில்ல மாமா."

"ஏலே, நீ நெனைக்கிறது சரிதான்லே. கூப்பிட்டு வச்சி பேசியர்றனாக்கும் " என்றவர் எழுந்து குச்சலை நோக்கி நடந்தார்.

"மாமா, கிளம்பிட்டியலாக்கும்?"

"ஆமாலே"

"என்ன அதுக்குள்ள அவசரம். இருட்டினாலும் கரையிலயே கெடப்பியாக்கும்?"

"கல்யாண பந்தல வந்து பாருலே. பொழுது போனா எப்படி இருக்குதெண்டு வந்து பாருலே. ஆளரவமும் பேச்சுக்கொரலும், பிள்ளைக விளையாட்டும், கெழடுக பாட்டும் கதையுமா எப்புடி செந்தூளி கிளம்புமாக்கும்."

"....."

"ஒக்காந்து வேடிக்க பாத்தாவே போதும்ல."

“அதானாக்கும் கிளம்பிட்டிய. போங்க நான் அப்பறம் வாறன்.”

“ஏலே, புது மாப்பிள்ள நீ. கிளம்புவயெண்டு பாத்தா கரயவிட்டு நகர மனமில்லயாலே ஒனக்கு?”

“அங்க போயி மட்டும் என்ன வேலயிருக்கு. சும்மா ஒக்காந்து கெடக்க முடியுதாக்கும் ”

“ஏலே, எனக்கு ஒரு சந்தேகமாக்கும்.”

“என்ன சந்தேகம் மாமா?”

“நீ எம்மக வெங்கண்ணிக்கு தாலி கெட்டினியா? இல்ல இந்த வல்லத்துக்கு கெட்டினியால?”

“யாம் மாமா இப்புடி கேக்கிய?” என்றான் சிரித்தபடி.

“நானும் பாக்கன் வல்லத்தையே மணிக்கணக்கா பாத்து கெடக்க. எம்மகள அதுமாதிரி பாக்க நெனக்கியால நீ?”

“ஒங்க மகதான் மாமா ‘எப்பவும் நம்ம கூட சிறுசுகளும் பெரியவுகளுமா ஆளுக இருந்துகிட்டே இருக்காக. நீங்க என்னய இப்புடியெல்லாம் வெறிச்சி வெறிச்சி பாக்காதிய. பாக்குறவுக கேலி பேசுவாக’ எண்டு என்னய திரும்பிக்கொட பாக்க மாட்டங்குது.”

“ஏலே, இதெல்லாம் பொம்பளப் புள்ளைக வெக்கப்பட்டு சொல்றது தான்லே. அதுக்காக கெட்டிக்கிட்டவன் ஒதுங்கி வந்துடலாமாக்கும்.”

“சரிதான் மாமா நானும் வாறன். வந்து என்ன செய்ய வேணுமெண்டு சொல்லுங்க” என்றான் தன் மாமனாரிடம் பேசுகிறோம் என்பதை உணராதவன் போல.

“ஒனக்கு ஒரு நல்ல மாப்பிள்ள தோழன் கெடைக்காம போயிட்டான் பாரு. அதான் கொற.”

“ஒரு பொடியன தோழுமெண்டு சொல்லி விட்டாக. அவன் மறுநாளே தக்க போட்டு கொக்கு புடிக்க போறனெண்டு ஓடிட்டானாக்கும். இப்ப தோழனும் இல்லாம தொணையும் இல்லாம தனியா நிக்கிறனாக்கும்.”

“மாப்பிள்ள தோழனா பொடியன விடுறது எதனால தெரியுமாலே?”

“எதனால?”

“அவனைத்தான்லே சொல்லிக் கொடுக்குறத கிளிப்பிள்ள கணக்கா புதுப்பொண்ணுக்கிட்ட போயி அப்புடியே சொல்லுவானாக்கும். அவன் மூலம் சுவாரஸ்யமான கதையெல்லாம் நடக்கும்லே”

“என்ன மாமா சொல்றிய?”

“ஆமாலே, செல நேரம் யாருக்கும் தெரியாம செய்தி சொல்லி வருவான். சில நேரம் சனங்க இருக்கும் போது பொதுவுல போட்டு ஒடைச்சிடுவான். பொண்ணும் மாப்பிள்ளையும் வெக்கப்பட்டு கெடப்பாக.”

“.....”

“இதுமாதிரி அவுக கல்யாணத்தப்ப நடந்ததயெல்லாம் இப்பகூட கெழடுக சொல்லிக்கிட்டு கெடக்கும்லே” இருவரும் பேசிக்கொண்டே வந்து சேர்ந்தபோது பந்தலில் இரண்டு மூன்று லாந்தர் விளக்குகள் ஏற்றப்பட்டு ஆங்காங்கே வைக்கப்பட்டிருந்தது. பிள்ளைகள் விளையாடிக் கொண்டிருந்தார்கள். கிழடுகள் ஒவ்வொருவராய் இனிமேல்தான் வருவார்கள்.

“மாமா, எங்க அம்மா அப்பா இருக்காக. நான் இப்புடி வெளியவே ஒலாத்தவா?” என்றான்.

“ஏலே, வந்து பந்தல்ல ஒரு ஓரமா ஒக்காந்துதக்கலே. வேடிக்க பாக்குற சாக்குல எம்மக வருதாயெண்டு பாரு. சாடமாடயா பேசித்தான் பாரேன்லே” என்றார். சடையன் சொன்னதைக் கேட்டு மடைத்தலை கொக்கு கணக்காய் காத்திருக்க உட்கார்ந்து விட்டான் இசக்கி.

சடையன் தன் குச்சலுக்கு போய் பார்த்தபோது வெங்கண்ணியும் பேத்தையும் அங்கே இருந்தார்கள்.

“ஏந்தாயி நீ இங்கயா இருக்க?” என்றார் சற்று அதிர்ந்தவரைப் போல. ‘இது தெரிஞ்சிருந்தா அவன இங்கயே கூட்டி வந்திருப்பனே’ என்று மனதிற்குள் சொல்லிக்கொண்டார்.

“யப்பா, பொழுது போச்சில்ல அதான் லாந்தர ஏத்தி வச்சிட்டு போவமெண்டு வந்தனாக்கும்” என்றாள்.

கல்யாணத்திற்கு வந்திருந்த சொந்தக்காரர்கள் எல்லோரும் மறுநாள், அதற்கு அடுத்த நாள் கிளம்பி போய்விட்டார்கள். இசக்கியின் அம்மா முத்துமாரியும் அப்பா சின்னக்கருப்பனும் இசக்கியுடனே

தங்கி விடுவது என்று முடிவு செய்தது முதற்கொண்டே காலவாசல் வீட்டிலிருந்து பாத்திரபண்டங்கள் மற்றும் தேவையான பொருட்களை கொஞ்சம் கொஞ்சமாக கொண்டு வந்து சேர்த்திருந்தாள். கல்யாணத்துக்கு வாங்கிப்போட்ட சமையல் பொருட்கள் இரண்டு வீட்டிலும் மிச்சம் கிடக்கும் வரை கணக்கு பார்க்காமல் ஆக்கி வருவோரையெல்லாம் சாப்பிட வைத்துக்கொண்டிருந்தாள் முத்துமாரி. மாமியாரின் தாராள குணத்தைப் பார்த்து பேத்தையிடம் இதுபற்றி பெருமைப்பட்டு பேசிக்கொண்டிருந்தாள் வெங்கண்ணி. சிறு பிள்ளைகள் எப்போதும் பந்தலில் விளையாடிக்கொண்டு இருப்பார்கள். பொழுது சாயும் நேரம் வரும் வயதான கிழவிகளும் கிழடுகளும் பந்தலில் உட்கார்ந்து கதை பேசிக்கொண்டிருப்பார்கள். எல்லோருக்கும் கல்யாணத்திற்கு வாங்கி மீந்த, வாடிப்போயிருக்கும் வாழை இலைகளை நனைத்துப் போட்டு மருமகளின் கைகளால் சோறு பரிமாறுச் சொல்லுவாள் முத்துமாரி. பசியாறிய கிழடுகளும் சிறுபிள்ளைகளும் பந்தலில் ஆங்காங்கே படுத்து அப்படியே உறங்கியும் போவார்கள். விடிகாலை எழுந்து அவரவர் வீடுகளுக்கு செல்வார்கள். பந்தல் பிரிக்கும் வரை இது தொடர்ந்து நடக்கும்.

30

போடுங்கள் பெண்டுங்கா உருண்டா மணி விளக்கு...

சூடுங்களா பெண்டுங்கா மணக்கும் மாலை...

பூசுங்களா பெண்டுங்களா மஞ்சளும் சந்தனம்...

மாட்டுங்களா பெண்டுங்களா வேப்பிலை காப்பு...

சுத்துங்களா பெண்டுங்களா பச்சரிசி புட்டுகளி...

உருட்டுங்களா பெண்டுங்களா அம்மி கொழவிக்கல்லு...

பெண்கள் உற்சாகமாக பாடிக்கொண்டிருந்தார்கள்.

பாட்டு சத்தம் கடற்கரைவரை கேட்டது. இசைக்கி வீட்டின்முன் போடப்பட்டிருந்த பந்தலில் தான் இவ்வளவு கூட்டமும் குதூகலமும். வேப்பிலை சடங்கு நடந்து கொண்டிருந்தது. வேப்பிலை சடங்குக்கான பாடலைத்தான் பெண்கள் மாற்றி மாற்றி உரத்த குரலில் பாடிக் கொண்டிருந்தார்கள். பாட்டுச் சத்தத்தைக் கேட்டு

"வேப்பிலை சடங்கா செய்றாக. அது முடிஞ்சி கல்யாணமும் முடிஞ்சிச்சில்ல. பொண்ணு மாப்பிள்ளையே பழசாயி போயி நிக்க.

மறுபுடியும் வேப்பிலை சடங்கு செய்வாகலாக்கும்?" என்றாள் கடற்கரையில் வலை முடியும் தன் வேலைகளை முடித்து விட்டு உட்கார்ந்து கிடந்த வயதான பெண்ணொருத்தி.

"என்ன கிளடு நீ இப்புடி கேக்க? ஒனக்கு விஷயமே தெரியாதாக்கும்?" என்றாள் பக்கத்தில் நின்ற பெண்.

"எனக்கு என்ன தெரியபோகுது? தெக்காக்க வடக்காக்க நடந்தாதான? நான்தான் வலயும் கயரும், ஊசியும் நரம்புமா நாளு முச்சூடும் ஓட்ட எங்கருக்கு ஒடச எங்கருக்கெண்டு பொத்த வலைக்குள்ளயில்ல கண்ண போட்டு இழுக்குறனாக்கும்."

"அப்புடி கஷ்டப்பட்டு யாருக்கு கோட்ட கட்டப் போறியாம். போட்டுட்டு அங்குட்டு இங்குட்டு போயிதான் பாக்கறது."

"அட என்னண்டு சொல்லுப்ப"

"அந்த வீரய்யன் கொமரு இருந்துதில்ல, பேத்த?"

"ஆமா. பேத்த."

"அதுக்குத்தேன் இப்ப வேப்பிலை சடங்கு செய்றாக."

"அப்புடியாப்ப? செய்யட்டும் செய்யட்டும். நல்லாருக்கட்டம்." இச்செய்தி கிழவியின் முகத்தை மலரச்செய்திருந்தது.

"சரிதான்ப்ப, மாப்பிள்ள யாராம். முயல்தீவுதானாக்கும்?"

"இக்கும். முயல்தீவு மாப்பிள்ளைக்கு கெட்டிருவிய நீங்க. கிளபாத்து, தலை பாத்துல்ல கெட்டுவிய அசலூரு கொமர கெட்டிறிவியலாக்கும்?"

"சரிதான்ப்ப நொடிப்பு காட்டாத. விஷயத்த சொல்லுவியா?"

"அசலூரு மாப்பிள்ள தான் கெழவி. இசக்கி பய வல்லத்து மண்டாட்டியாக்கும்."

"ஆமா, கொஞ்சம் நெறமா தடிச்சாளா ஒரு பய கரையில திரிஞ்சி கெடந்தானே. அவனாக்கும்."

"தடிச்சாளா இல்ல கெழவி. திட்டமான ஒடம்பாக்கும் அவனுக்கு."

"அது கெடந்தா போவுது. முந்தலுகாரன்தானப்ப அவனுக்கு?"

"ஆமாமாம். முந்தல்காரன்தான்."

“அந்த ஊர் தலைவரெல்லாம் வந்தாகளாக்கும்?”

“தலைவருக்கு தெரியாம செய்வாகளா? வந்து எல்லோரும் சேந்து பேசித்தானாக்கும் முடிவு பண்ணிருப்பாக.”

“பரிசம்?”

“அதெல்லாம் போட்டு பொண்ணெடுத்து வந்து தான் இப்ப வேப்பிலை சடங்கு செய்யிறாக.”

“எனக்கெல்லாம் தெரியலயே. ஊர்பாக்கு இல்லையாக்கும்?”

“இல்ல இல்ல. அந்த பயலும் நலிஞ்சவனாக்கும். பேத்த பத்திதான் நமக்கு தெரியுமே. இசக்கி பய கல்யாணத்துக்கு போட்ட பந்தல்லயே இந்த கல்யாணத்தயும் முடிச்சிறனுமெண்டு செய்றாக.”

“இசக்கிதான் மாப்பிள்ளை பக்கம். வெங்கண்ணி பேத்த பக்கம். தாலி முந்தல் தலைவரு எடுத்து கொடுத்திட்டாராம். துணிமணி இசக்கி பய செலவாக்கும். நாலு பேரும் நாலு கைப்போட்டு செய்து விடுறாக.”

“அது போவுது போ. எல்லாரும் நல்லாருக்கட்டும்.”

“சரிதான் கெழவி. இவ்வளது கேக்க. போயி பாத்துட்டு வரலாமில்ல.”

“எனக்கு வேற என்னப்ப சோலி. நான் போறனாக்கும். நீயும் வாறியாப்ப?”

“வாறனே. வா போயி பாத்துட்டு வருவம்.”

பந்தலில் பேத்தை கிழக்கு பார்க்க உட்கார வைக்கப்பட்டிருந்தாள். அவளுக்கு முன்பாக பச்சரிசியில் அவித்த புட்டும், களியும் தனித்தனி பாத்திரங்களில் வைக்கப்பட்டிருந்தது. அதுவல்லாமல் ஆமணக்கு இலையின் நடுப்பகுதில் புட்டை அள்ளி வைத்து இலையை கூம்பு போல் சேர்ந்துப் பிடித்து கட்டியிருந்தார்கள். புட்டு மூன்று இலையிலும் களி மூன்று இலையிலுமாக கட்டி இரண்டு தாம்பளங்களில் வைக்கப் பட்டிருந்தது. வேப்பிலை, அருகு, பூ, பழம், சீனி, சர்க்கரை வெற்றிலைப் பாக்கு போன்ற பொருட்களும் வைக்கப்பட்டிருந்தது. இவற்றோடு சிறிய அரைக்கால்படி சிட்டிக்குள் பச்சரிசி நிறப்பி அதில் வில்லம்பு குத்தி வைக்கப்பட்டிருந்தது. பச்சை வேப்பங்குச்சியை வளைத்து அந்த வில் செய்யப்பட்டிருந்தது. அம்பும் வேப்பங்குச்சிதான். பெண்கள் பாட்டுபாடி பெண்ணுக்கு ஒவ்வொரு தாம்பளமாக எடுத்துக் காட்டி எதையெதை எப்படி சுமக்க வேண்டுமென்றும் மடியில் சுமப்பது,

இடுப்பில் சுமப்பது, தோளில் சுமக்க வேண்டியது, தலையில் சுமக்க வேண்டியது என்று பாட்டால் சொல்லி மடியிலும் இடுப்பிலும், தோளிலும், தலையிலும் சுமப்பது போல ஒருபக்கம் ஏற்றி பின் மறுபக்கம் இறக்கி சடங்கு செய்து கொண்டிருந்தார்கள் . கடைசியாகத் தான் வில்லம்பை சிறுவன் எடுத்துக்கொண்டு ஓடுவதும் மணப்பெண் துரத்திப் பிடிப்பதுமான விளையாட்டு துவங்கும். பெரும்பாலும் மாப்பிள்ளையின் தம்பிதான் வில்லம்பை எடுத்துக்கொண்டு ஓடுவான். ஆனால் இங்கே மாப்பிள்ளைக்கு தம்பி யாரும் இல்லாததால் தம்பி முறையில் இருக்கும் சிறுவன் ஒருவனை அழைத்திருந்தார்கள். ஏற்கனவே இவன்தான் வெங்கண்ணியின் வேப்பிலை சடங்கின் போதும் வில்லம்பை தூக்கி ஓடி அவளுக்கு ஆட்டம் காட்டினான்.

“ஏலே, நீதானாக்கும் அன்னைக்கும் வில்லம்ப தூக்கினவன்?” என்றாள் பாட்டு பாடிய பெண்ணொருத்தி.

“ஆமாம்” என்று தலையாட்டினான் அவன்.

“நீ வேண்டாம். ஒருநட ஓடி பிடிபட்டியில்ல மறுபடியும் நீயே எதுக்கு? வேத்தாள கொண்டு வாங்க” என்றாள் அந்தப் பெண்.

“அதான. ஒருத்தனே எத்தன நட ஓடுவானாக்கும்? ஆளமாத்தி விடுங்க” என்றாள் மற்றொரு பெண்.

இப்போது வேறொரு சிறுவன் வந்து நின்றான்.

“கொழுந்தனாரே நீங்க வேகமா ஓடுவியலாக்கும்?” என்றாள் மணப்பெண் சார்பாக ஒருத்தி.

“என்ன பிடிக்க முடியாது மயனி” என்றான் சிறுவன்.

“கொழுந்தனாரே நான் கெட்டியிருக்கது மீனாட்சியம்மயோட பட்டாக்கும். கொசுவம் பொருச்சி கட்டிருக்கனாக்கும். தடுக்கி விழவச்சிறாதிய. வேகமா ஓடாதிய”

“மயனி, என்னய ஒங்களால பிடிக்க முடியாதாக்கும்.”

“ஓடித்தான் பாருங்களேன் கொழுந்தனாரே.”

“மயனி, முடிஞ்சா புடிச்சிக்கோங்க” சொல்லி முடிப்பதற்குள் விசுக்கென்று எடுத்துக்கொண்டு ஓடிவிட்டான்.

“ஏலே, பந்தல விட்டு வெளிய ஓடக்கூடாதுடாலே” ஆளாளுக்கு கூச்சல் போட்டுக் கொண்டிருந்தார்கள்.

பந்தலுக்குள்ளேயே வளைந்தும் நெளிந்தும் ஓடிக்கொண்டிருந்தான் சிறுவன். பேத்தை விடவில்லை. புதுப்புடவையில் வேகமாக ஓட முடிவில்லை என்றபோதும் லாவகமாக அவனைப் பிடித்துவிடும் முயற்சியில் இருந்தாள் அவள். பந்தலில் நின்றவர்களில் சிலர் சிறுவன் பக்கமும் சிலர் பேத்தை பக்கமாகவும் நின்று உற்சாகம் பொங்க கூச்சலிட்டுக் கொண்டிருந்தார்கள். ஒருவழியாக பேத்தையிடம் பிடிபட்டான் சிறுவன். பெண்ணின் சாதுர்யத்தையும் விடாமுயற்சியையும் மெச்சி பாட்டு பாடி திருஷ்டி கழித்து சடங்கை முடித்து வைத்தார்கள் பெண்கள். வேப்பிலை சடங்கில் வைத்த புட்டு, களி உள்ளிட்ட அத்தனை பொருட்களையும் பெண் சலவைத்தொழிலாளியை அழைத்து அப்படியே கொடுத்தனுப்பினர். ஊர்மக்கள் அதிகமானோர் வரவில்லை என்பதைத் தவிர பேத்தையின் இந்த வேப்பிலை சடங்கு வெங்கண்ணியின் வேப்பிலை சடங்கு போலவே விமரிசையாக நடந்தது. இது எல்லாவற்றையும் பந்தலின் ஒர் ஓரத்தில் நின்று வேடிக்கை பார்த்துக் கொண்டிருந்த பேத்தையின் அப்பா வீரைய்யனின் கண்கள் கலங்கியிருந்தது. வெங்கண்ணியின் கல்யாணத்தின் போது,

"நாலஞ்சி நாளு நீ எங்கயும் போகக்கூடாதுலே. இங்கயே இருந்து ஒன்னோட மக கல்யாணம் போலயே எல்லாத்தையும் செய்யணும் பாத்துக்க" என்று சடையன் வீரைய்யனிடம் சொல்லியிருந்தார். அவர் சொல்லியது போலவே எல்லா வேலைகளையும் முன் நின்று அக்கறையோடு செய்தான் வீரையன். அப்போது அவனுக்கு தன் மகள் பேத்தையைப் பற்றிய சிந்தனையே அதிகமாக இருந்தது. ரெண்டு கொமருகளும் ஒண்ணுபோல கடக்கரையில நின்னாக. ஒரு கொமருக்கு சீரா செல்வாக்கா கல்யாணம் நடக்குது. நம்ப மகளுக்கு இது மாதிரி செய்து பாக்க முடியாம கெடக்கமே, என்று மனதிற்குள் வருந்திக் கொண்டிருந்தான். நல்லதோ கெட்டதோ இனிமேலும் சொணங்காம நம்ம மகளுக்கும் ஒரு மாப்பிள்ளைய பாத்து கெட்டி வச்சிறணும் என்று மனதிற்குள் வைராக்கியம் பூண்டிருந்தான். இதுவரை பொறுப்பற்ற குடிகார தகப்பனாக இருந்தாலும் கூட பக்கத்து வீட்டு பெண்ணுக்கு நடப்பதைப் பார்த்து நம் மகளுக்கும் இப்படியெல்லாம் செய்து பார்த்து விட வேண்டும் என்று எந்த நேரத்தில் நினைத்தானோ அந்த நேரத்திலிருந்து முனியசாமி அவனுடன் இருந்து அவன் ஆசைகளை நிறைவேற்றி வைக்க ஆரம்பித்திருக்க வேண்டும். வெங்கண்ணி இசக்கி கல்யாணம் நடந்த மூன்றாம் நாளே பேத்தையின் கல்யாணப் பேச்சை ஆரம்பித்து விட்டார்கள். பேச்சு பேச்சாக மட்டுமே இருந்துவிடக் கூடாதென்று துரிதகதியில் வேலைகளையும் செய்யத் துவங்கி விட்டார்

சடையன். பேத்தையைப் பற்றி எதுவும் யோசிக்கத் தேவையில்லை என்ற போதும் முதலில் அவளைத்தான் அழைத்துப் பேசினார் சடையன்.

"தாயி, ஒன்னோட அப்பன் வேற நான் வேற இல்ல. நீயும் எம்மக வெங்கண்ணியும் எனக்கு ஒண்ணுதான். இப்ப ஒரு விசயம் கேப்பன். நீ என்ன சொல்றதெண்டாலும் தயங்காம சொல்லிறணும்."

"சொல்லுங்க மாமா."

"இசக்கி பய வல்லத்துல மண்டாட்டியா ஓடுறானில்ல ஒரு பய, அவன பாத்திருக்கியாப்ப?"

எதற்காக நம்மிடம் அவனைப்பற்றி விசாரிக்கிறார் என்று எதுவும் புரியவில்லை அவளுக்கு.

"இங்கதான பத்துநாளா திரிஞ்சி கெடக்கான்" என்றாள்.

"அவன் முந்தல்காரனாக்கும்."

"தெரியும் மாமா."

"ஆளு நல்ல வேகமாத்தான் இருக்கான்." இதையேன் நம்மிடம் சொல்கிறார் என்று நினைத்தவள் பதிலேதும் சொல்லத்தோன்றாது அமைதியாக நின்றாள்.

"ஆளும் பாக்க நெறமா தெடமாத்தான் இருக்கான்."

பேத்தைக்கு ஏதோ புரிந்தது போல இருந்தது. அதே நேரம் சட்டென்று அவள் மனது படபடக்க ஆரம்பித்தது. கால்கள் நடுங்குவது போல இருந்தது. பக்கத்தில் ஏதாவது இருந்தால் பற்றிக் கொள்ளலாம் போல இருந்தது.

"அவன கெட்டிக்கச் சொன்னா நீ ஒத்துக்கிருவியா தாயி?" அவ்வளவுதான் விஷயம் கேட்டே விட்டார். ஆனால் அவள் எப்படி பதில் சொல்வாள். நிற்க முடியவில்லை. கால்கள் தடதடக்கின்றன. அடி பெயர்த்து வைக்க முடியவில்லை. பாதங்கள் பசைபோட்டு தரையோடு ஒட்டிக்கொண்டது போலாகிவிட்டன. பதில் சொல்ல முடியவில்லை. நாக்கு மேலன்னத்தோடு ஒட்டிக்கொண்டது. எல்லாவற்றுக்கும் மேலாக அவளுக்கு என்ன சொல்லவது என்று தெரியவில்லை, பேச்சே மறந்து போனது போலாகிவிட்டது.

'முந்தல்காரனை பார்த்த போது நம் மனதில் நினைத்ததை இவர் கண்டுபிடித்து விட்டாரோ' என்று தோன்றியது பேத்தைக்கு.

“தாயி, அவனுக்கு ஒறவு எண்டு சொல்ல கண்ணு விளங்காத அம்மா மட்டும்தானாக்கும். ஊரு தலைவர பாத்து பேசலாமெண்டு இருக்கனாக்கும். நீ சம்மதமெண்டு சொன்னா மேக்கொண்டு அந்த பயல கூட்டி வச்சி கேப்பன். நீ என்ன சொல்ற?”

பதில் சொல்ல நினைத்தாலும் அவளால் சொல்ல முடியவில்லை. அவர் முகத்தைப் பார்க்கவும் திறனற்று தலை குனிந்து நின்றாள்.

“சரிதான் தாயி, யோசிச்சி சொல்லு” என்றவர் சிறிது நேரம் அமைதியாக உட்கார்ந்திருந்தார். மறுபடியும் அவளைப் பார்த்தார். அவள் ஆடாமல் அசையாமல் அப்படியே நிற்பதைக் கண்டு அவளது நிலையைப் புரிந்துகொண்டார்.

“சரிதான் தாயி. நீ இப்புடி கவுந்து நிக்கறத பாத்தா யோசிக்கிற மாதிரி தெரியல. சம்மதமெண்டு சொல்ற மாதிரித்தான் தெரியிதாக்கும். நல்லதாப் போச்சி போ. நான் போயி மேக்கொண்டு ஆகவேண்டியத பாக்கன்” என எழுந்து சென்றார் சடையன். அவர் சென்ற பிறகும் கூட நீண்ட நேரம்வரை அந்த படபடப்பிலிருந்து பேத்தையால் மீண்டு வர இயலவில்லை.

பேத்தையை அழைத்துப் பேசியது போலவே சடையன் முருகனையும் அழைத்துப் பேசினார். அவனுக்கு பெரிதாய் தயங்கவோ யோசிக்கவோ காரணங்களேதும் இல்லை என்பதால் உடனேயே ஒத்துக்கொண்டான். தவிரவும் அவனுக்கு இதுபோன்ற காரியங்களை எடுத்துக் கட்டி செய்யவும் ஆளில்லை. எல்லா வாலிப பயல்களுக்கும் உள்ள ஆசைகள் மனதில் ஒருபக்கம் இருந்தாலும் அவனாக இதுவரை தன் கல்யாணத்தைப் பற்றிய எந்த முயற்சியும் எடுக்காமல் இருந்தான். இன்று தானாகவே எல்லாம் நடக்கிறது என்று நினைத்தான். சடையன் சொல்லியதைக்கேட்டு சட்டென்று மனதிற்குள் ரெக்கை முளைத்தது என்னவோ உண்மைதான். ஆனால் அதை கொஞ்சமும் வெளிக்காட்டிக் கொள்ளாமல் அவர் கேட்பதற்கெல்லாம் தலையாட்டிக் கொண்டிருந்தான் முருகன்.

முருகனும் ஒத்துக்கொண்ட பிறகு சடையனுக்கு வேலை சுலபமாகி விட்டதைப் போல உணர்ந்தார் என்றாலும் பேத்தையின் அப்பா வீரைய்யனிடம் எல்லாவற்றையும் எடுத்துச் சொல்லி புரிய வைக்க வேண்டுமே என்று நினைத்தார். ஆனால் சடையன் நினைத்த அளவிற்கு வீரைய்யன் மோசமானவனாக இல்லை. மகளுக்கு ஏதேனும் வழி பிறக்காதா என காத்திருந்தவன் போல சடையன் ஆரம்பித்த பேச்சை வலுவாக பிடித்துக் கொண்டான்.

“ஏலே வீரைய்யா, கையல ரூவா இருக்கு இல்ல. எதையும் யோசிக்க கூடாதுலே. ரெண்டு பேருக்கும் அடுத்த நல்ல நாளுலயே கல்யாணம் கெட்டி வச்சிறனும்லே” என்றார். சடையன் சொல்லி முடித்த போது அவர் சற்றும் எதிர்பாராத நேரத்தில் சடாரென்று விழுந்து அவரது கால்களை பிடித்துக் கொண்டு குலுங்கி குலுங்கி அழுதான் வீரையன்.

“ஏலே, என்னலே இது. எழுந்திருலே” என்று தோளைப்பிடித்து இழுத்து உட்கார வைத்தார்.

“நாளைக்கு விடிய காலம் வெள்ளணுமே கிளம்பி முந்தலுக்கு ஒருநட போயி வந்துருவம்லே. அந்த ஊரு தலைவர பாத்து பேசிட்டு வருவம். அந்த பயலோட அம்மா கண்ணு விளங்காத கெழடு கடக்கரயில கெடக்குதாம். அதயும் பாத்து கூட்டிட்டு வந்துருவம்லே.”

“சரிதான்ண. நான் வாறன்.”

“நம்ம ரெண்டியரும் மட்டும் போனா போதாதாக்கும்?”

“என்னோட சம்மந்தியும் நம்ம கூட வந்தா நல்லாருக்கும். நீ போயி கூப்பிட்டு பாருலே” என்றார்.

“ஊரு தலைவரு வரணுமாக்கும். அவரு வந்தாரெண்டா நம்ம வேல பாதியா கொறஞ்சி போயிரும்லே.”

“அப்புடின்னா நான் கூப்பிட்டு பாக்கவாண்ண?”

“கூப்பிட்டு பாருலே” என்றார்.

வீரைய்யன் அதற்கு மேல் சற்றும் தாமதிக்கவில்லை. இசக்கி அப்பாவிடமும் முயல்தீவு தலைவரிடமும் பேசிவிட்டு வந்தான். மறுநாள் விடிகாலையில் எல்லோரும் முந்தல் செல்ல கிளம்பி விட்டார்கள். ஆண்கள் நான்குபேர் மட்டும் செல்வதைப் பார்த்த இசக்கியின் அம்மா முத்துமாரி தானும் வருவதாகச் சொல்லி கிளம்பிச் சென்றாள்.

முந்தல் தலைவர் வெகுவாக மகிழ்ந்து போனார். கல்யாணத்திற்கு தானே தன் சொந்த செலவில் தாலி எடுத்துத் தருவதாக ஒப்புக் கொண்டார். மறு நாலாம் நாளே கல்யாணம் செய்வதாய் பேசி முடித்திருந்தார்கள்.

இதோ இன்று வேப்பிலை சடங்கும் நல்லவிதமாக நடந்து முடிந்துள்ளது. இரவு ஒரு பொழுதுதான். சீக்கிரத்தில் பொழுது

விடிந்துவிடும். நாளைக்கு கல்யாணமும் முடிந்துவிடும். அதன் பிறகு நம்மை மட்டுமே உறவென்று நம்பியிருந்த நம் மகள் பேத்தை இன்னொருத்தனுக்கும் உறவாகி விடுவாள். ஏனோ வீரைய்யனால் கண்ணீரைக் கட்டுப்படுத்த முடியவில்லை. வெடித்து அழ வேண்டும் போல இருந்தது. தலையில் கட்டியிருந்த துண்டை எடுத்து உதறி முகத்தை துடைத்தவாறே கடற்கரையை நோக்கி நடந்தான்.

31

வெங்கண்ணியும் பேத்தையும் ஆளுக்கொரு தண்ணீர் வண்டியை தள்ளிக்கொண்டு போனார்கள். மீன் பெட்டிகளை வைத்து தள்ளும் சிறிய சக்கரம் பொறுத்திய தள்ளு வண்டிகளைப் பார்த்து, தண்ணீர் குடங்களை வைத்து தள்ளுவதற்கு வசதியாக உள்ளூர் இரும்பு பட்டறை ஆள் இந்த வண்டிகளை வடிவமைத்துக் கொடுத்திருந்தான். அதிக எடையில்லாமலும் குறைந்த எண்ணிக்கையிலான இரும்புக் கம்பிகளைக் கொண்டும் வடிவமைக்கப்பட்டிருந்தது. நான்கு அல்லது ஐந்து குடங்களை வைத்து தள்ளுவது போல வண்டிகள் பட்டறையில் தேவைக்கேற்ப செய்து தரப்பட்டன. வட்ட வடிவிலான கம்பி வளையத்திற்குள் குடம் பொருந்தி விடுவதால் குடத்து தண்ணீரை தளும்பாமலும் சிந்தாமலும் எடுத்துச் செல்ல முடிகிறது. தவிரவும் இந்த வண்டி இல்லையென்றால் தண்ணீர் குடத்துடன் முயல்தீவுக்கும் ஆர்பருக்குமாக சனங்கள் அலைந்து கொண்டிருப்பார்கள். இந்த வண்டி வந்த பிறகு இரவோ பகலோ ஒருமுறை ஓடினால் ஒருநாளைக்குத் தேவையான தண்ணீரை கொண்டு வந்துவிட முடிகிறது. முன்னெல்லாம் முயல்தீவில் உள்ள குளங்களில் மழைநீர் தேங்கியிருக்கும். குளிக்கவும் துணிமணிகள் அலசவும் உதவியாக இருக்கும். அதன் கரையை ஒட்டி ஊற்று தோண்டினால் நல்ல தண்ணீர் ஊறிவரும். அந்த தண்ணீரை சேகரித்து வந்து குடிக்கவும் சமைக்கவும் பயன்படுத்திக் கொள்வார்கள். இப்போது தீவில் மேயும் கால்நடைகளுக்கே அந்த தண்ணீர் பெரிதும் பயன்படுகிறது. ஊற்று தோண்டி எத்தி எத்தி சிறுகச் சிறுகச் சேகரிக்கும் அளவுக்கு பொறுமையும் இருப்பதில்லை. ஆர்பர் மேல்நிலை நீர்த்தேக்கத் தொட்டியில் எப்போதும் தண்ணீர் இருந்துகொண்டே இருக்கிறது. தேவையான போது அங்கு சென்று நேரடியாக எவ்வளவு தண்ணீர் வேண்டுமானாலும் பிடித்துக்கொண்டு வரலாம். சனங்கள் ஊத்து தோண்டுவதை மறந்தே போய்விட்டார்கள். முள்ளுகம்பி கடையில் பொருட்கள் வாங்கச் சென்றாலும் கையோடு தண்ணீர் வண்டியை தள்ளிக்கொண்டு போய்விடுவார்கள். பேத்தைகூட

கம்பெனி வேலைக்குச் சென்றபோதெல்லாம் வேலை முடித்து திரும்புகையில் தண்ணீர் வண்டியை தள்ளிக்கொண்டேதான் வருவாள். கடல்தொழிலுக்கு போக ஆரம்பித்த புதிதில் சடையன்தான் வீரைய்யனை தண்ணீர் பிடித்து வரப் பழக்கினார். இப்போதெல்லாம் வெங்கண்ணியோ பேத்தையோ அதிகமாக இந்த வேலையைச் செய்வதில்லை. பேத்தையின் அப்பா செய்யும் ஒரே வேலை தண்ணீர் எடுத்து வருவது மட்டுமாகத்தான் இருந்தது. சடையன் எப்போதும் வீட்டில் நான்கைந்து குடங்கள் நிரம்பி இருப்பது போலவே பார்த்துக் கொள்வார். தவிரவும் வெங்கண்ணி தண்ணீரைச் சிக்கனமாக பயன்படுத்திப் பழகியிருந்தாள்.

இப்போது வெங்கண்ணியும் பேத்தையும் கல்யாணமான புதுப் பெண்கள். இருவரும் கடல்போக்கு போகாமல் வீட்டில்தான் இருந்தார்கள். இசக்கியின் வல்லத்தில் இசக்கியும் முருகனும் சங்குளிக்க போய்கொண்டிருந்தார்கள். இவர்களோடு சடையன், வீரைய்யன், இசக்கியின் அப்பா ஆகியோரும் தோடைகளாய் போய்க்கொண்டிருந்தார்கள். பெண்கள் இருவரும் வெங்கண்ணியின் வத்தையில் கடல்போக்கு போவதாகத்தான் திட்டம் இருந்தது. ஆனால் இசக்கியின் அம்மா தான் “இப்பதான் தாலி கெட்டிருக்கிய. இன்னமும் பூமணம்கூட மாறலயாக்கும். அதுக்குள்ள கடல்போக்கு போறது சரியாகாதுப்ப” ஏதேதோ சொல்லி வற்புறுத்தி இரு பெண்களையும் கரையில் நிற்க வைத்து விட்டாள். கரையில் இருந்தாலும் சும்மா படுத்துக்கிடந்து பொழுதை கழிக்கும் பெண்களா இவர்கள் இருவரும்? பந்தல் பிரித்த பிறகு அந்த கழி, கீற்றுகளை வீணாக்காமல் குச்சலுக்கு முன் குச்சலை விடவும் சற்று உயரமான முன் கொட்டகை போட்டுக் கொண்டார்கள். அதுபோக மீதமிருந்த கழிகள், துண்டுக் கழிகள் நிறைய கிடந்தன. அவற்றைக் கொண்டு இரண்டு பெண்களும் வீட்டைச் சுற்றி புழங்குவதற்கும். வலைகள் காய வைக்கவும் கருவாடு காயவைக்கவும் போதுமான அளவு இடம் விட்டு வீட்டுக்கு வளைவு பிடித்தார்கள். கழிகளை நட்டு தென்னை ஓலை அல்லது பனைமட்டை கொண்டு கிடுவு பிடித்துவிட வேண்டும் என்பது அவர்களது விருப்பம். வாசலுக்கு தட்டி வைத்துக் கட்டிவிட்டால் நாய் போன்றவை உள்ளே நுழையாது. போட்ட பொருட்கள் போட்டபடி கிடக்கும். சின்ன சின்ன பூச்செடிகள்கூட வைத்து தண்ணீர் ஊற்றலாம் என்று இருவரும் பேசிக்கொண்டு வேலையை செய்ய ஆரம்பித்தார்கள். மருமகளின் கெட்டிக்காரத்தனத்தைக் கண்டு மெச்சி இசக்கியின் அம்மாவும் அவர்களுக்கு ஒத்தாசை செய்தாள். அந்த வேலைகளை முடித்துவிட்டு இப்போது தண்ணீர் எடுத்து வரவும் கிளம்பி விட்டார்கள்.

“எப்ப வெங்கண்ணி, நான் ஒண்ணு கேட்டா என்னய தப்பா நெனைக்க மாட்டியில்ல?”

“அட இது என்னப்ப கேள்வி?”

“இல்ல...”

“எதுவானாலும் சொல்லுப்ப. நான் ஒன்னய தப்பா நெனைப்பனாக்கும்?”

“இசக்கி ஒன்னய எப்புடிப்ப அழைப்பாக?”

“என்னோட பேரச்சொல்லித்தான் அழைப்பாக.”

“நீங்க ரெண்டியரு மட்டும் தனியா இருக்கக்குள்ளயும் பேர சொல்லித்தான் அழைப்பாகலாக்கும்?” கேட்டு விட்டு அவளது முகத்தைப் பார்த்தாள் பேத்தை.

“நீ என்னப்ப கேக்க?” என்றாள் சிரித்துக்கொண்டே. எதையோ பற்றிய நினைவு சட்டென்று வந்திருக்க வேண்டும் அவளுக்கு. அவளது சிரிப்புடன் வெட்கமும் தெரிந்தது முகத்தில். அவளது முகத்தை அவ்வெட்கம் மேலும் அழகாக்கிக் காட்டியது.

“சொல்லுப்ப?”

“சீ ... போப்ப... என்னவெல்லாம் கேக்க நீ” பொய்யாய் கடிந்து கொண்டாள்.

“தெரிஞ்சிக்கிற தானப்ப கேக்கன். சொல்லக்கூடாதாக்கும்.”

“இதயெல்லாம் யாராவது வெளிய சொல்ல முடியுமாக்கும்?”

“சொன்னா என்னவாம்ப்ப? நான் ஒன்னோட கூட்டாளி இல்லயாக்கும்.”

“கூட்டாளி எண்டாலுமே செலத சொல்ல முடியாதாக்கும்ப்ப”

“முந்தல்காரவுக என்ன எப்புடி அழைக்கிறாகத் தெரியுமாப்ப?”

“செல்லக்குட்டி, தங்கக்குட்டி, ராசாத்தி எண்டு அழைப்பாகளோ”

“இல்லையே. இப்புடி அழைச்சாத்தான் நல்லாருக்குமாக்கும்.”

“அப்பறம் எப்புடிப்ப அழைக்காக?”

“சுறாக்குட்டி, திருக்கக்குட்டி, புள்ளிபுருட்டி எண்டுல்ல அழைக்காக” என்றாள் சிரித்துக்கொண்டே.

"இது நல்லாருக்கே. முந்தல்கார முருகனுக்கு பொண்டாட்டி மேல அவ்வள ஆசயாக்கும்?"

"ஆமாம்ப்ப, என்னய மேல ரொம்ப ஆசயாத்தான் இருக்காக."

"அதுதாம்ப்ப நமக்கு வேணும். இந்த விஷயத்துல நீ கொடுத்து வச்சவதாம்ப்ப ஓம்மனசுக்கேத்த மவராசனா முந்தல்கார முருகன் கெடச்சிட்டாகளாக்கும்."

"ஆமாம்ப்ப நெனைச்சி பாத்தா என்னாலயே நம்ப முடியலயாக்கும்."

"ஆனா எனக்கு நல்லா தெரியும்ப்ப. ஒன்னோட நல்ல மனசுக்கு எல்லாம் நல்லாவே அமையுமெண்டு."

"எல்லாம் ஒன்னாலயும் இசக்கியாலயும் ஓங்கப்பாவாலயும் தான்ம்ப்ப. ஓங்கூட நான் கடல்தொழிலுக்கு வராம கம்பெனி வேலைக்கே போய்கிட்டு இருந்திருந்தன்னா என்ன சீந்தகூட ஆளில்லாம பாவமாத்தான் கெடந்திருப்பனாக்கும்" என்றாள். அவளது கண்களில் நன்றியுணர்வு மின்னியது.

"நாங்க இல்லாட்டியும் ஒனக்கு எல்லாம் நல்லாத்தாம்ப்ப நடந்திருக்கும். நீ ரொம்ப நல்லபுள்ள பேத்த."

"சரிதான் விடுப்ப. உண்ம என்னங்குறது இங்க எல்லாருக்குமே தெரியும். சொன்னா நீ மட்டும் ஏத்துக்கிறவே மாட்டியாக்கும்."

வெங்கண்ணி பேத்தையைப் பார்த்து புன்னகைத்தாள்.

"சரிப்ப இசக்கியண்ண ஒன்னய எப்புடி அழைப்பாக எண்டு இன்னும் நீ சொல்லவே இல்லையாக்கும்."

"அதான் சொன்னேனில்ல?"

"எப்ப சொன்னியாக்கும்?"

"அப்பவே சொல்லல?"

"செல்லக்குட்டி, தங்கக்குட்டி, ராசாத்தி...?"

"ஆமாம்ப்ப."

"நீ எப்புடி அழைப்பியாம்?"

"நான் எதுவும் போட்டு அழைக்க மாட்டனாக்கும்."

"பொய் சொல்லாதப்ப.

"நெசமாதாம்ப்ப."

"நான் எப்புடி கூப்பிடுவனெண்டு தெரியுமாப்ப?"

"மச்சானெண்டு அழைப்பியாக்கும்?"

"ஆமாம்ப்ப. மச்சானெண்டு அழைச்சா அப்புடி சொக்கி போவாகலாக்கும்."

வெங்கண்ணி பேத்தையைப் பார்த்து சிரித்தாள்.

"நீ சிரிக்கிறத பாத்தாக்க சந்தேகமா இருக்குப்ப."

"என்னப்ப சொல்ற?"

"நீயும் என்ன போலத்தானாக்கும். ஆனா உண்மய சொல்ல மாட்டேங்குற."

பேத்தை சொல்வது உண்மைதான். பேத்தைக்கு தீடீரென்று கொஞ்சம்கூட எதிர்பார்க்காத போது கிடைத்த இன்பங்கள் இவையெல்லாம். அதனால் அவள் சந்தோசத்தில் திக்குமுக்காடுவதை மனதிற்குள் வைத்துக்கொள்ள முடியாமல் வெங்கண்ணியிடம் எல்லாவற்றையும் கொட்டிவிட நினைக்கிறாள். ஆனால் வெங்கண்ணியின் நிலை அப்படியில்லை. நான்கு ஆண்டுகளுக்கு முன்பிருந்தே எதிர்பார்ப்பும் ஏமாற்றமுமாக நிறைய அனுபவித்து விட்டாள். அவளுடைய மனம் பக்குவப்பட்டிருந்தது. ஏமாற்றத்தை ஏற்றுக் கொள்ளும் அதே மனோபாவத்துடன் தான் இன்பத்தையும் அனுபவிக்க பழகியிருந்தாள். இருவரும் அனுபவிப்பது ஒரேமாதிரியான இன்பம் தான் என்றபோதும் பேத்தையால் துள்ளிக்குதிக்க முடிகிறது. வெங்கண்ணியால் அவ்வாறு முடியவில்லை. பேத்தையைப் பார்த்து சந்தோசப்பட்டாள் வெங்கண்ணி. அவளுக்கும் பேத்தையைப் போன்ற மனநிலையிலிருந்து இவற்றையெல்லாம் அனுபவிக்கத்தான் விருப்பமாயிருந்தது. ஆனால் என்ன செய்ய முடியும்? இயல்பாய் அது வரவில்லையே என்று நினைத்தாள்.

இருவரும் பேசிக்கொண்டே தண்ணீர் பிடிக்கும் இடத்திற்கு வந்து சேர்ந்தார்கள். ஆனால் அந்த மேல்நிலைத் தொட்டியில் கொஞ்சம் கூட தண்ணீர் இல்லை. தொட்டிக்கு தண்ணீர் வரும் பைப் லைன் உடைந்து போய்விட்டதாம். சரிசெய்த பிறகுதான் தண்ணீர் கிடைக்கும் என்றார்கள் அங்கிருந்தவர்கள். இவ்வளவு தூரம் வந்து வெறுங்குடத்துடன் திரும்பிச் செல்கிறோமே என்று சோர்ந்த முகத்துடன் இருவரும் திரும்பிக் கொண்டிருந்தார்கள். இதை பார்த்த

தீயணைப்புத்துறை அதிகாரி ஒருவர் இவர்களை அழைத்து தீயணைப்பு வண்டியில் இருக்கும் தண்ணீரை குடங்களில் நிரப்பிக்கொண்டு போகச் சொன்னார். வெங்கண்ணி, பேத்தை இருவருக்கும் சந்தோசம் பிடிபடவில்லை. வழி நெடுகவும் தண்ணீர் கொடுத்த புண்ணியவானைப் பற்றிய பேச்சாகவே இருந்தது.

குச்சலுக்குப் போனதும் முதல் வேலையாக தன் மாமியார் முத்துமாரியிடம் எல்லாவற்றையும் ஒப்புவித்தாள் வெங்கண்ணி.

“அத்த நாங்க போன நேரமாக்கும் மேல தொட்டிக்கு தண்ணி வந்து சேரல.”

“எப்பவும் தொட்டியில தண்ணீ கொறயாமயில்ல கெடக்கும்பாக. நீ சொல்றத கேக்க ஆச்சரிமால்ல இருக்கு.”

“தண்ணி வர்ற பைப்புல ஒடைப்பாம். பெறகு எப்புடி வருமாம்?”

“அப்ப தண்ணி ஏதுப்ப? ஊத்து தோண்டுனியலாக்கும்?”

“எங்க ஊத்து தோண்டுற? தீயணைப்பு அதிகாரிமாருல்ல வண்டி தண்ணிய தந்தாகலாக்கும்.”

“அப்புடியாக்கும் கத?”

“ஆமாந்தாயி.”

“அதிகாரிமாருங்க ராங்கியா இருப்பாக எண்டுல்ல சொல்வதாக?”

“நாங்களும் அப்புடித்தானாக்கும் நெனைச்சிருந்தம்.”

“ரெண்டியரும் தண்ணி வேணுமெண்டு கேட்டியலாக்கும்?”

“இல்லத்த வண்டியில தண்ணி இருக்கும் தொறந்துவிட்டு கொடத்துல புடிக்கலாமெண்டு கூட எங்களுக்கு தெரியாதாக்கும்.”

“நாங்க வெறுங்கொடத்தோட திரும்பி வாறதப் பாத்துட்டு அதிகாரிமாரே எங்கள கூப்பிட்டு தண்ணி தந்தாராக்கும்” என்றாள் பேத்தை.

“சரிதான்ம்ப்ப, நல்ல மனுசங்க அங்கயும் இருப்பாகத்தான” என்ற முத்துமாரி பேத்தையைப் பார்த்தாள்.

“பேத்த ஒன்னோட மாமியார குளிக்கச் சொல்லிட்டியாக்கும்?” என்றாள்.

"அதுக்கும் சேத்துதானாக்கும் தண்ணிக்கு போனது. கொஞ்சம் தண்ணிய சூடுகாட்டி குளிக்க கொடுக்கப் போறனாக்கும்."

"தானே குளிச்சிக்குவாகளா?"

"கண்ணு மட்டும்தான் புரியலயாக்கும். மத்தபடி சாப்பாடோ தண்ணியோ கிட்டவச்சி சொல்லிக் கொடுத்திட்டா போரும். நறுவிசா சாப்பிட்டுருவாக."

"ஒன்ன மருமகளெண்டு தெரியிதாக்கும்?"

"நல்லா தெரியும். என்னோட கைய புடிச்சிக்கிட்ட ஒரு நாளைக்கி பத்து நடயாவுது 'நல்லா இருப்ப, மகராசியா இருப்ப, ஒன்னய சுத்தி ஆயிரம் விளக்கு எரியணும், நீ நடக்குற வழியெல்லாம் நந்தவனம் பூக்கணும்' எண்டு வாய்கொள்ளாம வாழ்த்திக்கிட்டே இருப்பாக."

"கிழடுக்கு மருமகமேல அவ்வள பாசமாக்கும்?"

"ஆமாம்மா. கன்னத்த வழிச்சி முறிப்பாக. 'கண்ணுகெட்ட எனக்கு கடைசி காலத்துல ஆண்டவன் கொடுத்த வரமாக்கும் நீ' எண்டு சொல்வாக. ரொம்ப பாசக்காரவுக தானாக்கும்."

"ஒன்னோட அப்பா கடல்போக்கு போறாகலாம்?"

"ஆமாம்மா, அதுதானாக்கும் எல்லாத்த விடவும் பெரிய விஷயம். இசக்கியண்ண வல்லத்துல தோடையா போவனெண்டு ஒத்த கால்லயில்ல நிண்டாக."

"அப்புடியென்ன கடல்தொழில் போக திடீரெண்டு ஆச வந்துதாக்கும்?"

"தொழில்மேல எல்லாம் ஆசயில்லம்மா. ஒழக்கணும் மகளுக்கு கொடுக்கணுமெண்ட ஆச கூட இல்லயாக்கும்."

"அப்பறம்?"

"மருமயன் கூட நிக்கலாமெண்டுதான். மருமயன் மேல அவ்வள பாசமாக்கும். எங்கப்பாவுக்கு கெடைச்ச மாதிரி யாருக்கும் மருமயன் கெடைக்க மாட்டாகளாம். மருமயன் குழியோடுறாகல்ல. தோடையா தானேதான் நிக்க வேணுமெண்டு போறாக. இப்பயெல்லாம் குடிக்கிறதுகூட இல்லயாக்கும். குடிச்சா மருமயனுக்கு தாம்மேல மரியாத இல்லாம போயிருமோயெண்ட பயமாக்கும்."

"இந்த யோசனயும் புத்தியும் அப்பவே இருந்திருந்தா இன்னும் எப்புடியோ இருந்திருக்கலாமே."

“ஒண்ணும் கொறைவில்ல அம்மா. எல்லாம் வெங்கண்ணியாலயும் அவுக அப்பா, இசக்கியண்ண, உங்க குடும்பத்தாளுக அத்தன பேருமே காரணமாக்கும்” என்றாள் கசிந்த குரலில்.

“நாங்க என்ன பண்ணிட்டமாக்கும். எல்லாம் ஒன்னோட நல்ல மனசுக்கு தானா வந்து அமையுதாக்கும். நல்ல சுழிம்பாக அது ஒனக்கு இருக்காக்கும். நீ நல்லாருந்தா பாக்குற எங்க கண்ணுக்கும் குளுமெ கூடத்தான போகுது” என்றாள் வாழ்த்துவது போல.

பேத்தையையும் வெங்கண்ணியையும் முத்துமாரி போன்று பெற்றுப் பெருகிய பெண்கள் மட்டுமா நல்ல வார்த்தை சொல்லி வாழ்த்துவார்கள்? நாங்களும்தான் வாழ்த்துவோம் என்பது போல வானம் தூறல் போட ஆரம்பித்தது.

32

விடியநேரம் இசக்கியின் வல்லம் யானைத்தீவு நோக்கி விரைந்து கொண்டிருந்தது. கானாங்கம்பி பிடித்து வல்லத்தை செலுத்திக் கொண்டிருந்தான் முருகன்.

“ஏன்லே முருகா, எதுக்காக்கும் இவ்வள வேகம்?” என்றார் இசக்கியின் அப்பா.

“வெள்ளனுமே கிளம்புவமெண்டு நினைச்சிருந்தம். எப்புடியோ சொணங்கிட்டுது. யானைத்தீவு போவணுமில்ல. அதான் கொஞ்சம் வெரசா போவமெண்டு நெனச்சனாக்கும்.”

“காத்து நாளாக்கும்வே. சூரியன் ஒசக்க வரவர காத்து வேக மெடுத்துரும்வே. காத்து கிளம்புச்செண்டா நீவாடு கலக்கலாத்தானவே கெடக்கும். கலக்கலுல சங்குளிக்க முடியுமாக்கும்?”

“சரிதான்வே, அதுக்கு புளுவுணித்தீவு விளங்க போகலாமில்ல. அதுதானாக்கும் நமக்கு கிட்ட” என்றார் இசக்கியின் அப்பா.

“யானைத்தீவு பக்கம் நீவாடு தெளிவா இருக்குதெண்டு இசக்கி மாப்ள சொன்னாகலாக்கும்” என்றான் முருகன்.

“ஏலே இசக்கி நீயாலே சொன்ன?”

“யப்பா, நானெங்க சொல்ல? இது மாமாவோட யோசனயாக்கும்.”

இசக்கியின் அப்பா தன் சம்மந்தி சடையனை ஏறிட்டுப் பார்த்தார்.

“ஆமாவே, நான் தான் யானத்தீவு வெளங்க போகலாமெண்டு சொன்னனாக்கும். சோளபுறம் வெளங்க ஒரே கொழப்ப கடலா கெடக்காக்கும். சோளபுற கடல் கொழப்பமா கெடந்தா வாடபுறம் தெளிவா கெடக்கணுமில்ல. அதான் அப்புடி வெளங்க போயி பாக்கலாமெண்டு சொன்னனாக்கும்.”

“தெளிஞ்ச கடலெண்டா பாடு நல்லாத்தான் இருக்கும்” என்றவர்,

“இன்னியிலேருந்து கொஞ்சம் கொஞ்சமா ரூவா சேத்து வைக்கணும்வே” என்றார்.

“எதுக்குவே?”

“ஆவணிக் கொடைக்குதான்வே.”

“ஆமாம்வே நானும் வேண்டுதல் வச்சிருக்கனாக்கும்.”

“ஏவே நாலு வருசத்துக்கு மின்னயே நேந்துக்கிட்டத இப்ப செய்யலாமாக்கும்?”

“என்னவே சொல்றிய?”

“மயன் இசக்கி உயிரோட வந்து சேந்துட்டா வண்ண விளக்கு அலங்காரம் செய்றதா வீட்டாளுக வேண்டியிருந்தாகலாக்கும்.”

“அதுக்கென்னவே, இப்ப தானாக்கும் அவன் வந்துருக்கான்?”

“அது சரிதான்வே. அலங்கார விளக்கு அமைக்க நல்ல ஆளுகளா பாத்து அமத்தனும்வே” என்றார் இசக்கியின் அப்பா.

வல்லம் யானைத்தீவை நெருங்கி போய்க்கொண்டிருந்தது.

“யானத்தீவுகிட்ட வந்துட்டம்லே. இனியாவுது வேகத்த கம்மி பண்ணுலே” என்றார் இவர்களுடன் வந்த இன்னொரு தோடை. வீரைய்யனுக்கு அந்த தோடையின் வார்த்தைகள் ஆறுதலைத் தந்தது போலிருந்தது. அவருக்கு தன் மருமகன் கானாங்கம்பி பிடித்து வல்லம் செலுத்துவதைப் பார்க்கும் போது பெருமையாக இருந்தாலும் இவ்வளவு வேகமாக செலுத்துகிறானே ஏதாவது எதிர்பட்டு மோதி வல்லம் தாழ்ந்து போனாலோ, கவிழ்த்து விபத்தாகி விட்டாலோ என்ன செய்வதென்று பயந்து கொண்டே வந்தார். அதிகம் கடல் தொழிலுக்கு வந்து பழகாதவர் என்பதால் காற்றின் வேகம் அலையின் வேகம் இதை எதிர்த்துச் செல்லும் வல்லத்தின் வேகம் இவற்றையெல்லாம் பார்த்து பயந்து போயிருந்தார். ‘அம்மாகாரங்க மரணிச்சதிலேருந்து எம்மக எவ்வளதோ கஷ்டப்பட்டிச்சி. இப்பதான் ஒரு நல்ல வாழ்க்க

கெடச்சி சந்தோசமா இருக்கு. அதுக்கு எந்த கொறைவும் வந்துறக் கூடாது' மனதிற்குள் பயமும் வேண்டுதலுமாக நடுக்கத்துடனே உட்கார்ந்து கிடந்தார் அவர். இவ்வளவு நாட்களும் வாழ்க்கை என்பது குடிப்பதும் குடிப்பதற்கு வழிதேடுவதும் என்று மட்டுமே நினைத்திருந்தார். வீடு, மகள், அன்பு, பாசம் என்று எதைப்பற்றியும் யோசித்துப் பார்க்காமல் கண்ணைக் கட்டிக்கொண்டு கிடந்ததைப் போல இருந்து விட்டார். இப்போது திடீரென்று கண்கட்டை அவிழ்த்து விட்டது போல இருந்தது வீரனின் நிலை. மகளையும் மருமகனையும் பாதுகாக்க வேண்டும். அவர்கள் வாழ்வதை கண்குளிரக் காணவேண்டும் என்று ஆசைப்படுகிறார்.

"ஏம்ப்பா, இந்த தீவுக்கு யானத்தீவெண்டு எப்புடி பேர்வந்துது? யானைக இங்கிட்டு கெடந்ததாக்கும்" என்றான் முருகன், சடையனைப் பார்த்து. முருகன் கல்யாணத்திற்குப் பிறகு சடையனை அப்பா என்றும் தன் மாமனாரையும் இசக்கியின் அப்பாவையும் மாமா என்றும் அழைக்க ஆரம்பித்திருந்தான். அவன் மட்டுமல்ல பேத்தையுமே கூட இசக்கியின் அம்மா அப்பாவை அம்மா, அப்பா என்றும் இசக்கியை அண்ணன் என்றும் அழைக்க ஆரம்பித்திருந்தாள். இசக்கியும் பேத்தையை தன் தங்கையாக பாவித்து பாசத்தை காட்டிக்கொண்டு இருக்கிறான்.

"ஏலே, யானத்தீவுங்கிறது யானைக மேஞ்சதால ஏற்பட்டது இல்லயாக்கும், யானய அடக்கம் செய்ததாலயாக்கும்."

"அப்புடியாக்கும்?" என்று ஆச்சரியப்பட்டான் முருகன்.

"அட ஆமாலே. ராமநாடு சேதுபதிக்கு ஊர்வலம் போக யானை இருக்குமாக்கும். அந்த யானக மரணிச்ச போது அதுக்கு மரியாத செய்து இந்த தீவுக்கு கொண்டுவந்து அடக்கம் செய்தாகலாம்."

"நாட்டுக்குள்ள எடமில்லயாக்கும்?"

"ஆமாலே. ராச்சியத்துல யானய பெதைக்க எடமில்லாம போயிருமாக்கும்?"

"வேற எதுக்காவயாம்?"

"யானைக்கு அத்தன மரியாதையாக்கும். யானைக அடக்கம் பண்ணுன மண்ணு மனுசங்க காலுல மிதிபட்ற கூடாதெண்டு இருக்குமாக்கும்."

“ஆமாவே, அப்புடியாத்தான் இருக்கணுமாக்கும்” என்றார் இசக்கியின் அப்பா.

“அது மட்டுயில்லவே, இங்க தீவுல பெதைச்சமெண்டா உப்பு கசுவுக்கு ஊனுல புழு புழுக்காதில்ல.”

“அதாக்கும் காரணம்?” என்றார் வீரைய்யன்.

“அது எப்புடி அவ்வள பெரிய சரீரம் புழு புழுக்காம மக்குமாக்கும்” என்றான் குளியாள் ஒருவன்.

“ஏலே, மனுசங்க நம்ம மரணிச்சாக்க, குழியில வைக்கிறவுகள அப்புடியே குழியில எறக்கி மண்ணபோட்டு மூடிட்டா வாறாக?”

“ஒரு மூட்ட உப்ப கொட்டித்தானலே குழிய மூடுறம். எதுக்காகவாம்?”

“பாவக்கயித்த விட்டுப்பாத்துட்டு நங்காரத்த எளக்குங்கலே” என்றார் சடையன்.

ஆழத்தைப் பார்க்கும் நுனியில் கல்லைக் கட்டியிருக்கும் கயிற்றை விட்டுப்பார்த்த குளியாள் ஒருவன்,

“பதினெட்டு பாவம் இருக்காக்கும்” என்றான்.

“ஓசப்பு தானாக்கும். இருக்கட்டும் ஓடுங்க. பத்துநேரம் கூடதலா ஓடலாம்” என்றார் சடையன்.

இருபத்தைந்து பாகம் வரை தன்மூச்சில் குழியோடி சங்கு எடுத்து வரும் குளியாட்களுக்கு பதினெட்டு பாகம் பெரிய விஷயமில்லைதான். வல்லத்தின் எஞ்சினை நிறுத்திவிட்டு வந்தான் முருகன். குளியாட்கள் ஒன்பது பேரும் குழியோட தயாரானார்கள். ஆளுக்கொரு குழிக்கல் தொடு கயிறு முதலியவற்றை எடுத்துக்கொண்டார்கள். மிகக் கவனமாக வீரைய்யன் தன் மருமகன் முருகனின் பிடி கயிற்றை தன் கையில் வாங்கிக் கொண்டார். அதைப்போல சடையனும் இசக்கியின் கயிற்றை தம் கையில் வாங்கிக் கொண்டார். மச்சான்மார்கள் கையில் பிடித்திருக்கும் கயிறு இது. முருகனுக்கோ இசக்கிக்கோ மச்சான்மார்கள் யாரும் இல்லாததால் அந்த இடத்தில் மாமனார்கள் நின்று தம் மகள்களின் வாழ்க்கையை காப்பாற்றித்தர நினைக்கிறார்கள். குளியாட்கள் ஒன்பது பேருமே இசக்கி, முருகன் போல இளவட்ட பயல்கள்தான். அதனால் களைப்பு தட்டுவதற்குள் முப்பது நேரத்திற்கு மேல் ஓடியிருந்தார்கள். இசக்கியின் அண்ணன் இந்த வல்லத்தில் வரவில்லை. இசக்கிக்கு

துணையாக முருகனும் துடியான ஆளாக நிற்கிறான். அதோடு இல்லாமல் சடையன், இசக்கியின் அப்பா, பேத்தையின் அப்பா என எல்லோரும் இருப்பது போல தோன்றியது. எனவே இசக்கியின் அப்பா தன் மூத்த மகனை அழைத்து

“ஏலே இந்த வல்லத்துல ஓட வலுவா ஓந்தம்பியும் முருகனும் இருக்காங்க. உறவு ஆளுக எல்லோரும் முட்டலா ஒரே வல்லத்துல கெடக்குறமாக்கும். இதுல நீ வேற எதுக்கு. நீ நம்ம கருவா வல்லத்துலயே ஓடுலே. பெரியப்பாவும், அண்ணன்மார்களும் நம்ம தனிச்சி வந்துட்டதா நெனச்சிறக் கூடாதாக்கும்” என்று சொல்லி அனுப்பி விட்டார். அவனுக்கும் காலவாசலிலிருந்து தினம்தோறும் முயல்தீவு வந்து பிறகு இவர்களுடன் சேர்ந்து செல்வது சிரமமான ஒன்றாகத்தான் இருந்தது.

தோடை ஒருவர் அவர்கள் எல்லோருக்கும் வறக்காப்பி போட்டுக் கொடுத்தார். எல்லோரும் வல்லத்தில் உட்கார்ந்து குடித்தார்கள். வானம் இருண்டு திரண்டு வருவது போல இருந்தது. வானத்தைப் பார்த்ததும் வீரைய்யனுக்கு பயம் ஏற்பட்டு விட்டது.

“அண்ண, ஒரே மழ மொசாப்பா இருக்குதாக்கும். வல்லத்த கிளப்பிக்கிட்டு கரைய போயிறலாமா?” என்றார் சடையனிடம்.

“ஏலே வீரைய்யா, நீ என்னாலே இப்புடி பயப்படுற? இதெல்லாம் ஒரு மழையாக்கும்?” என்றார்.

“விளங்க வந்துட்டமாக்கும். காத்து வேற வேகமெடுக்கும் போல இருக்கு. கரைய திரும்பனுமெண்டா அவ்வள சீக்கிரம் போவ முடியாதில்ல?”

“காத்துக்கும் மழைக்கிம் பயந்தமெண்டா கதவடச்சிக்கிட்டு வீட்டுலயே தானாக்கும் கெடக்கணும். இது மாதிரி கடலுக்கெல்லாம் வரக்கூடாதாக்கும்” என்றார் அவருடன் நின்ற தோடை ஒருவர்.

“அதான. வாலிப வயசயெல்லாம் போக்கிட்டு காலம்போன காலத்துல கடலுக்குள்ள வந்தா பயம் வராம என்ன செய்யும்” என்றார் மற்றொரு தோடை.

மழை ஆரம்பித்திருந்தது.

“என்னவே திடீரெண்டு மழ முசாப்பு கூடுதாக்கும். அதிசயமால்ல இருக்கு” என்றார் தோடை.

"இது சும்மாவே. வெயிலு திண்டு கக்குற மழையாக்கும். அப்பப்ப வந்து ஆட்டங்காட்டிட்டு போகுமாக்கும்" என்றார் சடையன்.

"மழயில குழியோட வேண்டாம். வல்லத்துல வந்து உட்காருங்கலே" என்றார் இசக்கியின் அப்பா.

"மழ பேஞ்சா என்ன பேயலெண்டா என்ன? குழியோடுற எங்களுக்கு தெரியவாப்போகுது?" என்றான் குளியாள் ஒருவன்.

"குளியாளுக்கு தெரியாது. ஆனா தோடைக்கு மழ சுடத்தானலே செய்யும்?"

மழை வலுத்து வருவது போல தோன்றியது. காற்றும் சுழன்று சுழன்று வேகமெடுத்தது. வல்லம் அலையில் மேலும் கீழுமாய் வேகமாக ஆடியது.

"எல்லாரும் கூரைக்கு வந்திருங்க."

"ஏலே முருகா வல்லத்த தூக்குது பாருலே. இன்னோரு நங்காரத்தயும் பதியவிடுங்கலே" என்றார் சடையன்.

"ஏலே இசக்கி, தங்கேசா, சக்கர ஆளுக்கொரு காணுல எறங்கி பாருங்கலே. காத்து வல்லத்த தூக்கி தூக்கி போடுதாக்கும்."

"என்னத்த பாக்கணும்?" என்றான் சக்கரை.

"ஏலே, கடல்தொழில் செய்யிறவனாக்கும் நீ? இப்புடி கேக்க?"

"தெரியாமத்தான கேக்கன். இதுக்கு போயி அலுத்துகிவியலாக்கும்?"

"ஏலே, வல்லம் பழசுலே. மரம் பஞ்சையாருந்தா பழுதாயிரும்லே. காத்தும் அலையும் சேந்து மேல தூக்கி பொத்துன்னு போடுதில்ல. அதுல மரம் பேத்துக்கும்லே. சொட்டு தண்ணி உள்ள வந்தாலும் போதுமாக்கும்."

"என்னாகும்லே?" என்றார் வீரைய்யன்.

"கவனிக்காம இருந்தமெண்டா தண்ணி கொஞ்சம் கொஞ்சமா உள்ள வந்து கடைசீல வல்லம் கடல்ல தாழ்ந்து போயிருமாக்கும்."

"யய்யா முனியா அப்புடி எதுவும் ஆயிறக்கூடாதைய்யா" என்று வேண்டிக் கொண்டவர்.

"நான் போயி பாக்குறனாக்கும்" என்று எழுந்து போனார்.

“ஏலே மரத்த புடிச்சிக்கிட்டு ஒக்காருலே. பந்தடிக்கிற மாதிரியில்ல வல்லத்த தூக்கி அடிக்கிதாக்கும். இதுல நீ சமாளிச்சி காணுகுள்ள எறங்குவியாலே.”

“வல்லத்துக்கு எதாவுது ஆயிட்டதெண்டா?”

“ஏலே, வல்லத்துல ஒன்னோட மருமயன் மட்டும் இல்லலே, என்னோட மருமயன், என்னோட சம்மந்தி, இன்னும் பத்துபேரு இருக்காகல்லே. எல்லாரு உசுரும் ஒண்ணுதான்லே” என்றார் கிண்டலாய்.

முருகன் சடையனைப் பார்த்து முறுவலித்தான்.

“ஏன்னலே முருகா, மாமனாரு ஒனக்காக கெடந்து தவிக்கிறதப் பாக்க பூரிப்பா இருக்காக்கும்?” என்றார் சடையன்.

“அப்புடியெல்லாம் இல்லப்பா. அவுக எல்லோருக்கும் சேத்துதான் பயப்படுறாக.”

“மாமனார விட்டுக் கொடுப்பியாக்கும் நீ?” என்றவர்,

“சரிதான்லே. நீ போயி இஞ்சின் காண பாருலே. தண்ணி கிண்ணி பாஞ்சிறப் போகுது” என்றார்.

“எஞ்சின் நனைஞ்சா பாம்பரத்துல ஓடலாமில்லண்ண?” என்றார் வீரைய்யன்.

“கோடையும் கச்சாங்காத்தும் மாறி மாறி அடிக்குதுலே. இதுல பாம்பரத்த கட்டி எங்க போறதாக்கும். பர்மாவுக்கெண்டா போகலாம். போவமாலே?”

“அது எங்கண்ண இருக்கு?”

“எதுலே?”

“பர்மா எண்டு சொன்னியல்ல?”

“இந்த திக்குல இருக்குலே” கையைக் காட்டி.

“நீங்க போயிருக்கியளாண்ணே?”

“நான் எங்கல போனனாக்கும்?”

“காத்து புயலு ஒருநட கூட தள்ளிக்கிட்டு போவலயாக்கும்?”

“யான்லே, பர்மாகாரன் என்னோட முதுவுல லாடம் கட்டிருப்பானெண்டு பாத்தியாலே?”

"என்னண்ண சொல்றிய?"

"ஆமாலே, உசுரு பொழச்சி பர்மால போயி கரயேறுனா அவனுக வயத்துக்கு சோத்தப் போட்டு சொம தூக்க விட்டுருவாய்ங்களாம். ஆறுமாசம் ஒருவருசம் போல வேல செய்ய வச்சித்தான் அப்பறம் நம்ம நாட்டுக்கு அனுப்பி விடுவாய்ங்களாம்."

"நம்ம ஆளுக யாராவுது அந்த மாதிரி போயிருக்காகலாக்கும்?"

"எனக்குத் தெரிஞ்சி இங்க யாரும் அப்புடி போனதில்ல. ஆனா அசலூருகார ஆளுக போயி வந்ததா சொல்லக் கேள்விலே."

"இது மாதிரி காத்து புயலுல நீங்க சிக்குனதே இல்லயாக்கும்."

"நல்லா கேட்டியாக்கும்லே கேள்வி."

"....."

"அஞ்சி வயசிலயே கடல்ல குதிச்சிட்டனாக்கும். அதுலேருந்து கடல்லதான்லே கெடக்கன். காத்து மழையில அடிபடாம இருப்பனாக்கும். எத்தனயோ புயல், எத்தனயோ சூறாவளிய கண்டாச்சி."

"...."

"அதுலயும் அறுவத்தி நாலு புயலெண்டு சொல்றாகல்ல?"

"ஆமாமா நெறய சேதமெண்டு சொல்லுவாக"

"அந்த புயலுக்கு நான் என்னோட இன்னும் ஆறுபேரு, எங்க கெடந்தமெண்டு தெரியுமாக்கும்?"

"....."

அவரது வாயையே பார்த்துக்கொண்டிருந்தார் வீரைய்யன். மற்ற குளியாட்களும் தோடைகளும் கூட வல்லத்தில் இஞ்சின் பெட்டிக்கு மேலேயிருக்கும் கூரையின் கீழ் உட்கார்ந்து கொண்டார்கள். முருகனும் இசக்கியும் உட்காரவில்லை. கம்பியைப் பிடித்தபடி காற்றின் சீற்றத்தையும் மழையையும் பார்த்து வல்லத்துக்கு எதுவும் பாதிப்பு வந்துவிடுமோ என்னும் பதைபதைப்புடன் பார்த்துக்கொண்டிருந்தார்கள்.

"கரைய சல்லித்தீவுல கெடக்கம். தங்கலுக்கு போனமாக்கும். அந்தத் தீவ காட்டுக்கொழும்பெண்டு சொல்லுவாக. தீவு செழிப்பா பாக்க கண்ணுக்கு குளுமையா இருக்கும். சின்ன வல்லம்தான். முத்துசாமி வல்லத்துக்கு சம்மாட்டி. அஞ்சிநாளு தங்கலெண்டு திட்டம். போன மறுநாளுதான் காத்து கடலெண்டு எங்களுக்கு

தெரியிது. தீவுக்கரைய ஒட்டி வல்லத்த நங்காரம் போட்டு பதிய வச்சிட்டம். தீவுல கூடாரம் போட்டு தங்கியிருக்கம். ராவா பகலா எதுவும் தெரியல. ஒரே இருளோகமா கெடக்கு. முத்துசாமி எப்பவும் கைரேடியா ஒண்ணு வச்சிருப்பாரு. கடலுக்குள்ள போனாலுமேகூட இலங்கை வானொலி எடுக்கும். அதவச்சித்தான் புயலுங்குறதயே தெரிஞ்சிக்கிட்டமாக்கும். பதினோரு மணிக்கு புயல் அடிக்க ஆரம்பிச்சிது. புயலோட மழ வேற. காத்து ஆளயே தூக்குற மாதிரி அடிக்குது. கூடாரமெல்லாம் பறந்து போயிட்டு. வல்லம் தாழ்ந்து போயிட்டு. ஒதுங்க எடமில்ல. சாவமா பொழைப்பமா எண்டு தெரியல. ராமேஸ்வரம் சேதமென்குறாக. ரயில் விபத்தாயிட்டு எண்டு ரேடியாவுல பேசுறாக. ஆடு, மாடு செத்து மெதக்குது. சோறுல்ல தண்ணியில்ல. சோறு பொங்க முடியல. கொல பட்டினியா கெடக்கமாக்கும். அரிசி சாமானெல்லாம் நெனஞ்சி போச்சி. மழயும் காத்தும் சாமானியத்துல விடலயாக்கும். நாலாம் நாளு வல்லத்த கரையேத்தி, தண்ணிய எறச்சிட்டு, பாம்பர பாயகட்டி கரைய வளஞ்சி வந்து சேந்தமாக்கும்" அதுக்குள்ள நாங்க ஏழுபேரும் புயல்ல மரணிச்சிருப்பம் எண்டு முடிவு பண்ணி வீட்டாளுக எல்லாம் அழுது பெண்டு கெடக்காக. போலீசுல சொல்லி எங்க ஒடம்பு கர ஒதுங்குதா எண்டு கடக்கர நெடுவ தேடியிருக்காக" என்று சொல்லிக்கொண்டிருந்தார் சடையன்.

"மாமா இன்னைக்கும் கடல் இருக்குற இருப்ப பாத்தா அதுமாதிரி தான் ஆயிருமாக்கும்" என்றான் இசக்கி.

"ஏலே இந்த காத்து மழையெல்லாம் சும்மாலே. அடிக்கயில கண்டாத்தானாக்கும். மறுநாள் பாத்தா எந்த சுவடும் தெரியாதாக்கும். அறுவத்தி நாலு புயல நெனைச்சனெண்டா இன்னைக்கும் ஈரகொல நடுங்குதில்ல."

வீரைய்யன் முனியசாமி பெயரை விடாமல் சொல்லிக் கொண்டிருந்தார்.

முனியசாமி என்றைக்கு இவர்களைக் கைவிட்டார்? காற்று மெல்ல குறையத் தொடங்கியது.

"ஏலே, இசக்கி, முருகா நங்காரத்த தூக்கிட்டு, வல்லத்த விடுங்கலே. கரைய போவம்."

"காத்து நிண்ட பெறவு குளியோடி பாக்கலாமில்ல?"

“கடலும் ஒரு உசுரு மாதிரி தான்லே. காத்து மழயில நம்ம மட்டுமில்ல அதுவும் நிலகொலஞ்சிதான்லே நிக்கிம். நம்ம போட்டு அலசக்கூடாதாக்கும். தாய் மடிப் பண்டம் பிள்ளைகளுக்கு தானாக்கும். நாளைக்கு வந்தா அள்ளிக்கொடுக்கப் போறாக” என்றார் சடையன். அவரது வார்த்தைகளில் இருக்கும் ஞாயத்தை புரிந்து கொண்டு கரையை நோக்கி வல்லத்தை திருப்பினான் முருகன். போகும்போது ஓடிய வேகம் இல்லை இப்போது. தன்னுடைய கடல் அனுபவங்கள் பலவற்றையும் சொல்லிக் கொண்டு வந்தார் சடையன். வானமும் கடலும்கூட அவற்றை கேட்டுக்கொண்டு வந்திருக்க வேண்டும். அதனால் தானோ என்னவோ கடல் அவ்வளவு அமைதியாகக் கிடந்தது. வானமும் ஆரவாரம் காட்டவில்லை.

33

ஆடி பிறந்தது முதல் சடையன் வீட்டு அடுப்பில் எப்போதும் நெருப்பு இருந்து கொண்டே இருந்தது. பேத்தை தன் குச்சலுக்குப் போய் அரிசி குழம்பு சாமான்கள் எடுத்து வருவதாய் சொல்லி வந்திருந்தாள். அரிக்கன்சட்டி கொள்ளுமளவு அரிசியைக் கொட்டி எடுத்துக்கொண்டாள். முறத்தில் ஒரு குழம்பு வைக்க தேவையான அளவு மல்லி மற்றும் மிளகாய் செலவு சாமான்களும் புளியும், பூண்டு, வெங்காயம் போன்ற பொருட்களையும் எடுத்து வைத்துக்கொண்டாள். எண்ணெய் சீசாவை சாய்த்துப் பார்த்தாள். அதில் ஒரு குழம்பு தாளிக்கும் அளவிற்கே கடலை எண்ணெய் இருந்தது. இருநூறு மில்லிக்கு மேல் அந்த சீசாவில் எண்ணெய் வாங்க முடியாது. நூறு மில்லிக்கு மேல் பேத்தை வாங்கவும் மாட்டாள். அந்த நூறு மில்லி எண்ணெயையுமேகூட பத்து குழம்புக்கு மேல் தாளித்து விடுவாள். தாளிக்கும் போது சட்டி வெடிக்காமலிருக்க நான்கைந்து சொட்டு போல ஊற்றுவாள். அவ்வளவுதான். குழம்பை இறக்கி வைத்தபின் பார்த்தால் மீன்களில் இருக்கும் எண்ணெய் சட்டியின் மேற்பரப்பில் அடர்த்தியாக படர்ந்திருக்கும். இந்த எண்ணெய் போதுமென்று நினைத்தவள் அந்த எண்ணெய் சீசாவை அப்படியே எடுத்துக் கொண்டாள். இன்று கருவாட்டுக் குழம்பு வைப்பதாகத்தான் திட்டம். வல்லம் கடலுக்குப் போகவில்லை. எனவே குழம்புக்கு மீன் கிடைக்காது. கருவாட்டு குழம்பை தாளிப்பதும் கிடையாது. அதனால் எண்ணெய் தேவையில்லைதான். ஆனாலும் இசக்கியின் அம்மா கொஞ்சம் கருவாடு வறுத்துக் கொள்ளவும் சொல்லி எடுத்து வைத்திருந்தாள். வறுப்பதற்கு எண்ணெய் வேண்டும்தான்.

வறுப்பதற்குமே நெய்பசையுள்ள சதைப்பற்றான பெரிய கருவாட்டுத் துண்டுகளாகத்தான் எடுத்து வைத்திருந்தாள். அவற்றிலிருந்தே எண்ணெய் திரண்டு வரும். தாளிக்கும்போது சட்டி வெடிக்காமலிருக்க எண்ணெயை துளி காட்டினாலுமேகூட போதும். இங்குள்ளவர்களின் வீடுகளில் பெரும்பாலும் மீன் எண்ணெய் இருக்கும். சுறா போன்ற சில வகையான பெரிய மீன்கள் கிடைக்கும் போது அவற்றின் வயிற்றுப் பகுதி கொழுப்பு நிறைந்த தோல்பகுதி போன்றவற்றை தனியாக எடுத்து தண்ணீரில் போட்டு கொதிக்க வைப்பார்கள். கொழுப்பு உருகி எண்ணெய்யாக மேலே மிதக்கும். தீவில் கிடக்கும் குடைப்புல்லின் குடைபோன்ற பகுதியை நான்கைந்து சேர்த்து கட்டிக்கொண்டு அந்த எண்ணெய்யை பிரித்து எடுப்பார்கள். இப்படி மீனிலிருந்து எண்ணெய் சேகரித்து எடுத்து வைத்துக் கொள்வது வழக்கம் தான். அந்த எண்ணெய் இப்போது வெங்கண்ணியிடமோ பேத்தையிடமோ இல்லை. மீன்நெய் இருந்து சொட்டு ஊற்றினால்கூட போதும் வாசனையும் ருசியும் அப்படி இருக்கும்.

முறத்தில் எடுத்து வைத்திருந்த மிளகாய் செலவு சாமான்கள், அரிசி இவற்றையெல்லாம் எடுத்துக் கொண்டு சடையன் வீட்டுக்கு போகவேண்டும். வெங்கண்ணி தன்வீட்டு ஆட்களுக்கு சோறு குழம்பு ஆக்குவது போல பேத்தையும் இவள் வீட்டு ஆட்களுக்கு ஆக்க வேண்டும். தனித்தனியாக இருவரும் இருவேறு இடங்களில் ஆக்குவதற்கு பதிலாக ஒரே இடத்தில் ஒரே அடுப்புமூட்டி ஒரே உலை கூட்டிவைத்து ஆக்கலாம் என்று சேத்துப்போட்டு பொங்கும்படி இசக்கியின் அம்மா யோசனை சொல்லியிருந்தாள். சமைத்து முடிந்ததும் சமைக்க போட்ட பொருட்களுக்கு ஏற்ப சமைத்த உணவையும் பிரித்து எடுத்துக்கொள்வார்கள்.

எல்லாவற்றையும் எடுத்து வைத்த பிறகும் எதையோ எதிர்பார்த்து காத்திருப்பவளைப் போல வெளியே எட்டி எட்டி பார்த்துக் கொண்டிருந்தாள் பேத்தை. முருகன் வருகிறானா என்று தான் அப்படி ஒரு தவிப்போடு பார்த்துக் கொண்டிருக்கிறாள். இப்போது சமையலாக்க போய்விட்டால் வேலைகள் முடியும்வரை எங்கும் போகவர முடியாது. ஆடிமாதம் பிறந்தது முதலே இசக்கியின் அம்மா வெங்கண்ணிக்கும் பேத்தைக்கும் காவல் இருக்கும் பிடாரியம்மன் போல ஆகிவிட்டாள். புதுக்கல்யாணம் கட்டிக் கொண்ட பெண்களை ஆடியில் அம்மா வீட்டிற்கு அழைத்துச் சென்று பாதுகாப்பது வழக்கம். வெங்கண்ணிக்கும் பேத்தைக்கும் அம்மா இல்லாததால் இருவருக்கும் தானே அம்மாவாகி விட்டாள் முத்துமாரி. சடையன் வீட்டில்

இருவரையும் வைத்து பாதுகாக்கிறாள். பகலில் சோறாக்கவும் தண்ணீர் தூக்கி வரவும் காட்டிலிருந்து அடுப்பெரிக்க குச்சி ஒடித்து வரவுமென்று தன் பார்வைக்குள் வளையவர அனுமதிப்பவள் இரவாகி விட்டால் இன்னும் கொடுமைக்காரி ஆகிவிடுகிறாள். இரு பெண் களையும் தன் இரு கொடங்கைக்குள் தூங்க வைப்பது போல படுத்துக் கொள்கிறாள்.

‘இதுக மறைஞ்சி கெடந்தாலும் ருசிகண்ட பூனைக சும்மா இருக்குமா. பால்பானய உருட்டத்தான் பாக்கும்’ என்று அதற்கு ஒரு உபகதையும் சொல்லிக் கொண்டிருந்தாள்.

பேத்தை மறுபடியும் எட்டிப் பார்த்தாள். முருகன் தலை அவள் கண்ணுக்கு எட்டியவரை தென்படவில்லை. இப்போது பேத்தை தான் திருட்டு பூனையைப் போல பால்பானையை காணாது நோட்டம் விட்டுக் கொண்டிருக்கிறாள். பேத்தையின் அப்பா முள்ளுகம்பி கடைக்கு போயிருக்கிறார். வந்து சேர இன்னும் வெகு நேரம் ஆகும். முருகனின் அம்மா கண்ணு தெரியாதவள். அவளுமேகூட சடையன் குச்சலுக்கு வெளியே ஒடை நிழலில் முடங்கிக் கிடக்கிறாள். எவ்வளவு அருமையான சந்தர்ப்பம் கிடைத்திருக்கிறது. ‘இவுக இந்த நேரம்பாத்து எங்கிட்டு போயி கெடக்காக?’ மனதிற்குள் புலம்பினாள். அவளுடைய எண்ணமெல்லாம் முருகனை ஒருமுறையாவது தனிமையில் காண வேண்டும். அவனது மார்பிலும் தோளிலும் முட்டி மோத வேண்டும். வயிற்றைக் கிள்ளி, முதுகில் பொய்குத்து குத்தி, மடியில் விழுந்து புரண்டு எழுந்து போகவேண்டும் போல இருந்தது. அதற்கு இதுதான் சரியான சந்தர்ப்பம் என்று காத்திருக்கிறாள். ஆனால் முருகன் வரவில்லை. அவனுக்கு இந்த மழை முசாப்பு தெரிந்தால்தானே வருவதற்கு. அவனும் புதுப்பெண்டாட்டி தன்னை கண்டும் காணாது போகிறாளே என்ற ஏமாற்றத்தில் கடற்கரையே கதியென்று கிடக்கிறான். சோறு போடும் போதாவது கையைப் பிடிக்கலாம் என்று நினைத்தால் பக்கத்தில் தன் அப்பாவையும் உட்கார வைத்து பரிமாறு கிறாள். என்னதான் வழி அவளிடம் தனிமையில் நாலு வார்த்தை பேச என எந்த நேரமும் அவனுக்கு பேத்தை பற்றிய சிந்தனையாகத் தான் இருந்தது. ஆடிக்காற்றின் வேகம் அதிகமாய் இருப்பதால் வல்லம் கடலுக்குப் போகவில்லை. இரண்டு மூன்று நாட்களுக்கு ஒருமுறை பக்கத்தில் ஓடிவிட்டு வருகிறார்கள். கடல்போக்கு போனாலாவது வேலை ஞாபகத்தில் கொஞ்சம் நேரத்தை கடத்தலாம். வேலையும் இல்லை. வீட்டுக்கு வந்து பார்த்தால் புதுப்பெண்டாட்டியும் இல்லை என்றால் என்னதான் செய்ய முடியும். அதனால் தான்

வல்லத்திலேயே படுத்து பொழுதை போக்கிக் கொண்டிருந்தான் முருகன். இசக்கியின் நிலையும் இப்படியாகத்தான் இருந்தது.

பேத்தையைத் தேடிக்கொண்டு இசக்கியின் அம்மாவே அங்கு வந்து விட்டாள். 'அவ்வளவுதான் போச்சி. இனி அவுகள ஆசக்கி கிள்ளிகூட பாக்க முடியாது' மனதின் புலம்பலை அவளாலேயே சகித்துக்கொள்ள முடியவில்லை.

"எப்ப பேத்த அரிசி, சாமான்கள எடுக்க இவ்வள நேரமாக்கும்? அங்க ஒல கெடந்து கொதிக்கிதில்ல" என்றாள்.

"இந்தா வந்துட்டம்மா."

"எப்ப, என்ன செஞ்ச இவ்வள நாழியும்?"

அவளிடம் என்ன சொல்லி சமாளிப்பதென்று நினைத்தவள் சற்றும் யோசிக்காமல் "லேசா மண்ட சுத்துன மாதிரி இருந்திச்சிதும்மா. அதான் செத்த நாழி, தலைய கீழ சாய்ச்சிட்டனாக்கும்" என்றாள்.

"எப்ப பேத்த என்னப்ப சொல்ற நீ? மண்ட சுத்தலாவா இருக்கு?"

"ஆமாம்மா." இசக்கி அம்மாவிடம் பொய்தான் சொன்னாள். ஆனால் இப்போது உண்மையாகவே அவளுக்கு தலை சுற்றுவது போலிருந்தது.

"சரிதான்ப்ப, எடுத்து வச்ச அரிசி சாமானுவள கொடு. நானே கொண்டுட்டு போறன். நீ இன்னும் செத்த படுத்து கெடந்து பாரு. சரியாகுதாண்டு பாப்பம்."

"சோறு கொழம்பு ஆக்க வேண்டாமாக்கும்?"

"அதான் நானும் எம்மருமகளும் இருக்கமே. பாத்துகிருவம். நீ போயி படு"

பேத்தைக்கு இப்போது உண்மையாகவே படுத்தால் தேவலாம் போல இருந்தது. படுத்துக் கொண்டாள். வாசலுக்கு நேராய் தலைவைத்து வளைவைத் தாண்டி கடற்கரையிலிருந்து முருகன் வரும் வழியைப் பார்த்தபடி படுத்துக் கொண்டாள். அவளுக்கு உடனே முருகனை பார்க்க வேண்டும் போல ஒரே தவிப்பாக இருந்தது. அவனுக்கு இவள் இப்படி கிடப்பதெல்லாம் தெரிந்தால்தானே.

முருகன் வரும் வழி பார்த்துக் கிடந்தவள் எப்போது கண்மூடினாள் என்று தெரியவில்லை. ஆழ்ந்து உறங்கிப் போனாள்.

இசக்கியின் அம்மா முத்துமாரிக்கு இருப்பு கொள்ளவில்லை. அவள் தன் மருமகள் வெங்கண்ணியிடம் தன் மனதில் இருக்கும் சந்தேகத்தைக் கூறினாள்.

"அத்த நீங்க சொல்றது உண்மையா இருக்குமா?" மனதுக்குள் இனம்புரியாத ஒரு சந்தோசம் வெங்கண்ணிக்கும்.

"நீ நல்லா யோசன பண்ணி பாத்து சொல்லுப்ப. கடைசியா நீ எப்ப ஒதுங்குன? பேத்த எப்ப ஒதுங்கிச்சி?"

"எங்க கல்யாணத்துக்கு அப்பறம் நீங்கதான் கணக்கு பண்ணுனியளேத்த. நான் ரெண்டு தடவ குளிச்சனாக்கும். ஆனா பேத்த அப்பயே ஒருநட குளிச்சதுதான். அதுக்கு பெறகு குளிக்கலயாக்கும். "

"சரிதான். அதானாக்கும் கத. நல்ல விசயந்தான. நல்லாருக்கட்டும். நீ சோத்த மட்டும் ஆக்கி வையிப்ப. நாம்போயி யாராவுது கைபுடிச்சி பாக்குற கிளடுகள பாத்து கூட்டியாறன்" என்றவள் எழுந்து புடவையை உதறிக்கொண்டு சென்றாள்.

"அத்த, கிளடுக வலுசியும் வல கோத்துக்கிட்டு கடக்கரயில தான் கெடப்பாகளாக்கும்."

"சரிப்ப, நான் கடக்கரைக்கே போயி பாக்குறனாக்கும்" என்று கிளம்பிப் போனாள்.

சற்று நேரத்தில் பெற்றுப் பெருகிய வயதான கிழவி ஒருத்தியை அழைத்துக் கொண்டு பேத்தையின் வீட்டுக்கு வந்தாள் இசக்கியின் அம்மா. வெங்கண்ணியால் தன் ஆவலை கட்டுப்படுத்திக்கொள்ள முடியவில்லை. அவளும் உலையில் போட்டிருந்த அரிசி மெல்ல வெந்து கொண்டிருக்கட்டும் என கட்டை விறகை வைத்து அப்படியே போட்டுவிட்டு ஓடி வந்து விட்டாள். தூங்கும் பேத்தை திடுக்கிட்டு எழாத வண்ணம் அவளின் பக்கத்தில் உட்கார்ந்து கொண்டாள் கிழவி. அவளது இடது கையை மெதுவாக எடுத்து நாடி பிடித்துப் பார்த்தாள். முத்துமாரியும் அவளது பக்கத்தில் உட்கார்ந்து கொண்டாள். வெங்கண்ணி மிகுந்த ஆர்வத்தோடு பக்கத்தில் நின்றபடி கவனித்துக் கொண்டிருந்தாள். கிழவி நிதானமாக ஒரு கையைப்பிடித்துப் பார்த்துவிட்டு மறு கையையும் பிடித்துப் பார்க்க வேண்டுமென்று குறிப்பால் உணர்த்தினாள். கிழவியின் உதடுகளில் மெலிதான ஒரு புன்னகை நெளிந்து கொண்டிருந்தது. பேத்தை தன் வலது கையை மடித்து தலைக்கு கொடுத்து படுத்திருந்தாள். தலையைத் தூக்கிக்

கொண்டு அந்த கையை மெதுவாக எடுக்க முயன்றாள் இசக்கியின் அம்மா. ஆனால் இப்போது பேத்தை விழித்துக் கொண்டு சட்டென்று எழுந்து உட்கார்ந்து கொண்டாள். அவளது முகம் கலவரம் அடைந்தது.

“ஒண்ணுமில்ல தாயி. பயப்படாத. மண்டய சுத்துற மாதிரி இருக்கு எண்டு சொன்னியில்ல. அதான் கிழவிய அழைச்சாந்து பாக்க சொன்னன்” என்றாள் இசக்கியின் அம்மா.

பேத்தைக்கு மனம் சட்டென்று கசிந்து போனது. நம் அம்மா இருந்திருந்தாலும் இப்படித்தான் செய்திருப்பாள் என்று நினைத்தவள்,

“அம்மா” என்றபடி அவளது கைகளை பற்றிக்கொண்டாள் பேத்தை.

“இருப்ப, ஒண்ணுமில்ல. கிழடுகிட்ட அந்த கையையும் செத்த காட்டு பாத்துறட்டும்” என்றாள்.

வலது கையையும் பிடித்துப் பார்த்த கிழவி பொக்கை வாயால் சிரித்தபடியே,

“நல்லா பாத்துட்டனாக்கும். வீரைய்யனுக்கு பேரன்தான் பொறக்க போறான். அவனுகிட்ட சொல்லி எனக்கு சீனி சக்கர வாங்கித் தரணுமெண்டு சொல்லிடு” என்று சொல்லிக்கொண்டே எழுந்து போனாள்.

“கிழவி, அந்த முந்தல்காரப்பய கடக்கரயிலதான் கெடப்பான். ஓவ் வாயாலயே விசயத்த சொல்லிருவியா?”

“சொல்லியர்றன். சொல்லியர்றன். ஓடி கெடந்து அலையாம ரெண்டு மாசம் குச்சல்லயே இருக்கச் சொல்லு.”

பேத்தைக்கு ஒன்றும் புரியவில்லை. அழுவதா சிரிப்பதா என்று தெரியாத ரெண்டுங்கெட்டான் மனநிலையில் இருந்தாள் அவள். திடீரென்று கல்யாணம் ஆன போது கூட அவள் இவ்வளவு ஆச்சரியம் அடையவில்லை. ஆனால் இன்று அவளுடைய வயிற்றுக்குள் இன்னொரு உயிர் இருக்கிறது என்பதை அவளால் நம்பவே முடியவில்லை. நிமிர்ந்து வெங்கண்ணியைப் பார்த்தாள். அவள் பேத்தையையே குறுநகையுடன் பார்த்துக் கொண்டு நின்றாள். பேத்தையை விடவுமே ஒரு வாரத்திற்கு முன்னதாக வெங்கண்ணிக்கு கல்யாணம் ஆகியிருந்தது. ஆனாலும் பேத்தைதான் முதலில் தாயாகப் போகிறாள். மனதிற்குள் இதுபோன்ற சிந்தனைகள் ஓடியது. ‘நம்ம ஏன் இப்புடியெல்லாம் நெனைக்கிறம். பேத்த மாசமானதுல நமக்கும்

சந்தோசம் தான?' என தன்னைத்தானே கடிந்து கொண்டாள். எல்லாருக்கும் எல்லாமும் சரியான காலத்தில் கிடைத்து விடுவதில்லை. பத்துநாளு மின்னயும் இருக்கும் பின்னயும் இருக்கும்' மனதிற்குள் சொல்லிக் கொண்டாள்.

“பேத்த படுத்துக்கப்ப. நாங்க போயி சோறு கொழம்பு ஆக்குறம்” என்று கிளம்பினாள் இசக்கியின் அம்மா.

“நானும் வாறன்” பேத்தையும் கிளம்ப எத்தனித்தாள்.

“வேண்டாம்ப்ப, நீ படுத்துக்க. இன்னும் ரெண்டு மாத்தைக்கு நீ இப்புடியெல்லாம் சடார் சடாரெண்டு எழும்ப கூடாதாக்கும்.”

“யாம்மா எனக்கொன்னும் செரமமா தெரியலயே?”

“உடம்புக்கு முடியாம எல்லாம் போகாதுப்ப. நம்ம தூங்குற நேரத்துலதான் கடவுள் வயத்துக்குள்ள கொழந்தைய உருவாக்கி அதுக்கு கையி, காலு, மொகம், மூக்கு, வாயி எல்லாத்தையும் செய்வாகளாம். நம்ம அந்த நேரம் பாத்து சட்டுன்னு எழும்புனாக்க பாதிலயே விட்டுட்டு போயிருவாகலாம்.”

“அடக்கடவுளே அப்பறம்?”

“அப்பறமென்ன. அதானாக்கும் நொண்டி நொடமாவும், கண்ணு, காது, வாயி பேசமுடியாமலும் பெறக்குறது.”

“அப்பறம் எழும்பாமயே கெடந்திறனுமாக்கும்?”

“தானாவுல முழிப்பு வந்தா, அப்ப கைய நீட்டி கால்நீட்டி மெல்லமா எழும்ப வேண்டியதுதான்.”

இதற்கு மேல் பேத்தைக்கு சொல்லித்தர வேண்டியதில்லை என்று நினைத்தவள் கிளம்பி விட்டாள்.

“இனிமே நீ ஒறங்க கொள்ள அங்க வரவேண்டாம்ப்ப. முருகன் வந்திடுவான் படுத்திரு.”

அவள் வெளியேறிய அதே நேரத்தில் முருகன் வளைவுக்குள் நுழைந்தான். கிழவி சொல்லித்தான் வந்திருக்கிறான்.

பேத்தைக்கும் முருகனுக்கும் உலகம் புதுமாதிரியான வண்ணங்கள் நிரம்பியதாக தெரிய ஆரம்பித்திருந்தது.

34

“மாமா நாளைக்கு விடியநேரம் கடலுக்கு ஓடிப்பாக்கலாமா?” என்றான் இசக்கி.

“எங்கலே, காத்து ஒரமா இருக்கில்ல?” என்றார் சடையன்.

“ஓடிப்பாத்தா நல்லாருக்குமெண்டு நெனைக்கன்.”

“ஒழப்பில்லாம கெடக்கமெண்டு நெனக்கியாலே.”

“ஆமாம் மாமா. ரூவா தேவபடுதில்ல?”

“என்னலே இப்ப ஒனக்கு அவசர தேவ கெடக்கு?”

“வல்லத்துக்கு வலயே இல்லயாக்கும்”

“ஏலே, நானும் அத பத்தி யோசிச்சனாக்கும். யாவாரிமாருங்கள பாத்து வலக்கி முன்பணம் வாங்கலாமெண்டு நானும் ஒங்க அப்பாவும் இப்பதான் பேசி முடிச்சமாக்கும்.”

“அதான் சங்கு யாவாரிக்கிட்ட வாங்கிட்டமில்ல மாமா. மீனு யாவாரிமாருக கொடுப்பாகளா?”

“ஏன்லே கொடுக்க மாட்டாக. சங்குளிக்க போனா சங்கு போடப் போறமாக்கும். வலக்கி போனா மீனு யாவாரிகிட்ட போடப் போறமாக்கும்.”

“சங்குளிக்கிற வல்லத்துக்கு வல முன்பணம் தரமாட்டமெண்டு சொன்னா?”

“யாவாரிமாருங்களுக்கு சரக்கு வேணுமிலே. நம்மதான கொடுத்தாகணும். நம்ம சரக்கு அவுகளுக்கு வரணுமெண்டுதான் ஆசப்படுவாக. ”

“யாவாரிமார பாத்து பேசிட்டியளாக்கும்?”

“இன்னும் இல்லலே. பேசி வலய வாங்கி கடல்போக்கு இல்லாத இந்த காத்து காலத்துலயே முடிஞ்சி வச்சிறனும்லே.”

“விடியநேரம் நாங்க கிளம்பட்டுமா மாமா?”

“ஏலே, நாந்தான் சொல்றன்லே.”

“எனக்கு ரூவா தேவவப்படுது மாமா.”

“வேற என்னலே ஒனக்கு இப்ப அவசர மொட?”

“அவசரம் ஒண்ணுமில்ல மாமா. ஆனா எனக்கு ரூவா வேணும்.”

அவருக்கு ஓரளவு புரிந்து போய் விட்டது. அவன் தன் புதுப்பெண்டாட்டிக்கு துணிமணியோ அல்லது மூக்குத்தி கொலுசு போன்ற ஏதோ ஒன்றை வாங்கித்தரத் தான் இவ்வளவு தூரம் பிரயாசைப் படுகிறான் என்று நினைத்தார். அவருக்கும் அதைப்பற்றி தெரிந்துகொள்ள வேண்டும் என்ற ஆவல் ஏற்பட்டது.

“ஏலே இசக்கி, என்னண்டுதான் சொல்லேன்லே. என்னக்கிட்ட கொஞ்சம் ரூவா இருக்கு. அத கொடுப்பேனில்ல.”

“அதெல்லாம் வேண்டாம் மாமா. நான் ஒழச்சிக்கிருவன். ஒழைப்பு இருந்தா போதும்.”

“எதுவும் எனக்கு சொல்லக்கூடாத விசயமாலே?”

“அதுமாதிரி எல்லாம் இல்ல மாமா. நீங்க எதுவும் நெனப்பியலோ எண்டுதான்...”

“ஏலே, நான் என்னல நெனைக்கப் போறன். நானும் ஒன்னோட வயச வாழ்ந்து முடிச்சிட்டு வந்தவன்தான்லே.”

“அது ஒண்ணுமில்ல மாமா. ஒங்க மக ஒரு கைரேடியா கேட்டிச்சி.”

“கைரேடியாவா?”

“ஆமாம் மாமா.”

“அது எதுக்காக்கும் நமக்கு?”

“பாட்டு கேக்கணுமாம். ஆசப்பட்டு கேக்குது. முடியாதெண்டு சொல்ல மனசு வரல மாமா.”

“என்னலே திடீரெண்டு இப்புடி ஆச?”

“வெகுநாளு ஆசதானாம் மாமா. இப்ப கல்யாணத்துக்கு ரேடியா கட்டினமில்ல. அப்பயிலேருந்து ஆச கூடிப்போயிட்டுதாக்கும்.”

“ஓம்மனசுலயும் வாங்கியாவணும் எண்டு திட்டம் இருக்காக்கும்.”

“அதான் சொன்னேனில்ல மாமா. ஒங்க மக மொதமொத ஆசப்பட்டு கேக்கக்குள்ள எப்புடி மாமா மறுக்க?”

“ஒன்ன பெத்தவுகளுக்கு இது தெரியுமாலே?”

“இப்ப தான மாமா ஒங்ககிட்டயே சொல்றன்.”

“அவுக இதெல்லாம் எதுக்கு எண்டு கேட்டா என்ன சொல்லுவலே.”

“வல்லத்துல எடுத்துப் போக வேணும். காத்து மழைக்கி சேதி கேக்க எண்டுதான் சொல்லணும்.”

“நீ எப்புடியோ சொல்லிக்கலே. ஆனா இது இப்ப அவசியமா? அதுனால ஆதாயம் எதுவும் இருக்கா எண்டு மட்டும் யோசிச்சிக்கலே.” அவன் என்ன சொல்கிறான் என்று அவன் முகத்தைப் பார்த்தார். ஆனால் அவனுக்கு தன் மாமனார் மீதே சற்று கோவம் வருவது போலிருந்தது.

“இதுல யோசிக்க என்ன மாமா இருக்கு. ஒங்க மக ஆசப்படுது. எல்லாத்தயும் ஆதாயமா பாக்க முடியாது மாமா” என்றான் முகத்தை வேறு பக்கமாய் திருப்பிக் கொண்டு. சடையனுக்கு உள்ளூர சந்தோசமாகவும் நிம்மதியாகவும் இருந்தது.

“சரிலே அப்படின்னா ஒரு யோசன சொல்றன் கேக்கியால?”

“சொல்லுங்க மாமா.” ஏதோ வருமானத்துக்கு வழி சொல்லப் போகிறார் என்றவுடன் உற்சாகமாகி விட்டான் இசக்கி.

“வல்லத்துல போக வேண்டாம். பாடு இல்லையெண்டா வல்லத்துக்கு போட்ட டீசல் செலவு தலையில பாராங்கல்லு கணக்கா ஏறிக்கிரும். எம்மக ஓடுன வத்தய எடுத்துக்கலே. செலவு கம்மியாத்தானாகும்.”

“சரி மாமா. அஞ்சி பேரு போகலாம். ஆனா எம்மகளும் பேத்தையுமா ரெண்டே பேரு மட்டும் ஓடுனது. எதும் பழுதெல்லாம் இருக்காதாக்கும்.”

“வெளங்க போக முடியாது.”

“ஆடி காத்துக்கு நீ எவ்வள தாவு போனாலும் எதுவும் புண்ணியமிருக்காதுலே.”

“சரி மாமா.”

“நீ, முருகன், அந்த தோட இருக்காரில்ல, மலைச்சாமி, அவரயும் கூட்டிக்க.”

“அவரு எதுக்கு மாமா? வயசானவரு. நான் யாராவது ஒரு குளியாளயே கூட்டிக்கிறனே மாமா.”

“வேண்டாம்லே. பாடு இல்லாத நேரம் குளியாளுகளுக்கு சம்பளம் கொடுக்க நம்ம கையில ரூவா இருக்குதாக்கும்?”

“அதுவும் சரிதான் மாமா.”

“அப்பறம் இன்னொரு விசயம் சொல்லணும்லே.”

“என்ன மாமா?”

“வத்தைக்கான வலைக கெடக்கு. எடுத்து போட்டுகிட்டு போங்க. சங்குளிக்க முடிஞ்சா குளிங்க. இல்லையானா வலய போட்டுப் பாருங்க. அதுவும் சரியில்லயா, கடல்ல ஆமைக மேயும் பாருலே. நல்ல பெரிய ஆமையா பாத்து மல்லாத்திறனும். தண்ணியா இருந்தாலுமே கொட மல்லாத்திட்டமெண்டா அதால நீஞ்ச முடியாதாக்கும்.”

“சரிதான் மாமா.”

“நீ இதுக்கு மின்ன ஆம புடிச்சிருக்கியாலே?”

“நான் புடிச்சதில்ல மாமா. எங்க வீட்டுலயும் யாரும் இதுவரைக்கும் புடிச்சதில்ல.”

“எல்லாரும் புடிக்க மாட்டாக. அதோட தேவையில்லாமயும் புடிக்க மாட்டாகலே.”

“அப்பறம் எதுக்கு மாமா இப்ப புடிக்கச் சொல்றிய?”

“நமக்கு மருந்து வேணுமிலே. வல்லத்துல பதினஞ்சி ஆட்கள நிக்கவச்சி ஓடுறம். சொறி அடிச்சதெண்டா நம்மகிட்ட மருந்திருக்காலே?”

“...”

“குழியோடுற ஆளுகள அப்பப்ப சொறியடிச்சிரும்லே.”

“அஞ்சாறு வருசத்துக்கு மின்னாடி என்னயும் ஒருநட சொறியடிச் சிருக்கு மாமா. தீயால சுட்ட மாதிரி காந்துது. அரிக்கிது. தாங்கிக்கவே முடியல. அப்பகொட வெஷத்த முறிக்க ஆம எண்ணெய்யத்தான் தேய்ச்சி விட்டாக. விஷக் கொடுக்கு எல்லாம் வெளிய கயண்டு வந்துட்டுது. அந்த கொடுக்கெல்லாம் வந்த பெறகு தான் உயிரே வந்த மாதிரி இருந்திச்சிதும்மா. அப்ப வத்தயில தானாக்கும் ஓடுனம். ஆம எண்ணெய் இருந்த சீசாவ வத்தைக்கு பின்னாடி அட்டில கட்டி தொங்க விட்டுருந்தாக.”

“சொறி அடிக்கு ஆம எண்ணெய்தான்லே விஷமுறிவு.”

“ஏன் மாமா சொறிக்கு அவ்வள வெஷமாக்கும்?”

“சொறிலயே நெறைய வக இருக்குலே. நம்மள அடிக்கிறது என்ன எண்டா இந்த அலுவ சொறி, கோம்பை சொறி, காக்கா சொறி இதுகதான். நாலுமூக்கு சொறி போல செல சொறி அடிச்சா மருந்து போடக்கூட முடியாதாக்கும். அதுக்குள்ளயே நெஞ்ச அடைச்சிரும். ஆள சாச்சிரும். கடலோடுற நம்மளுக்கு எதுல மரணம் ஒளிஞ்சிருக் கெண்டு தெரியாதுலே.”

“பாக்க வழுவழுவெண்டு கண்ணாடி கணக்கா இருக்கு. அதுக்கு சொறி எண்டு எதுக்காவ பேரு வந்திச்செண்டு நெனெப்பன். அது அடிச்சா தீயில கருகுன மாதிரியில்ல ஆயிடுது.”

“நம்மதான்லே அத சொறி எண்டு சொல்லுறம். நம்ம அதிகாரி மாருங்கள்லாம் ஜெல்லி மீன் எண்டுதான் சொல்வாக. சொறியெண்டு சொன்னா அவுகளுக்கு புரியாது.”

“நானும் படிச்சிருக்கன் மாமா.”

“ஏலே, எங்கலே நீ படிச்ச?”

“நான் எட்டு படிச்சன்ல்ல மாமா. அறிவியல் புத்தகத்துல போட்டுருந்திச்சி மாமா.

“இதெயெல்லாம் புத்தகத்துல அடிச்சிருப்பாகளாக்கும்?”

“அடிச்சிருப்பாக மாமா. ஆமை பத்தி கூட அடிச்சிருப்பாக.”

“அப்புடியாலே?”

“ஆமாம் மாமா. ஆம ஆயிரம் முட்டயிட்டா கடைசீல ஒரு ஆமதான் அதுலேருந்து மொதலாயி வருமாம்.”

“அப்புயெண்டா எனம் விருத்திக்காதுலே. அதுனாலதான் நம்ம ஆளுக ஆமய பிடிக்கிறதில்லயாக்கும்.”

“ஆமய பிடிக்கிறதால ரூவா கிடைக்குமெண்டா பிடிப்பாக மாமா.”

“அப்புடி இல்லலே. ஆமக்கறி வித்தா வாங்க ஆளில்ல எண்டா நெனைக்க. ஆம ரெத்தம் வாங்கிக் குடிக்க எத்தனபேரு கடக்கரயில நிக்கானுக எண்டு பாருலே நாளைக்கி.”

“அப்படியெண்டா என்னய ஆம பிடிக்கச் சொல்றிய?”

“அட ஆமாலே. ஒருநாள் தானலே.”

“சரிதான் மாமா பிடிக்கிறன்.”

“நீட்டு கயிறு எடுத்துட்டு போங்கலே.”

“எதுக்கு மாமா.”

“ஆமய வத்தையில ஏத்தக்கூடாதுலே.”

“சரி மாமா.”

“கயித்துல கட்டி தண்ணீலயே போட்டு இழுத்து வரணும். கரைய வந்த பெறகு தண்ணிய விட்டு தூக்கி மல்லாக்க போட்டுறணும்.”

“ஆம கரயேத்துனது தெரிஞ்சாலே வந்து நிப்பாக.”

“எதுக்கு மாமா?”

“எப்ப ஆம வெட்டப்போறிய எண்டு கேட்டுத்தான்.”

“கறிக்காக்கும்?”

“மொதல்ல ரெத்தம் வெலையாவும். அப்பறம்தான் கறி. கறிய யாரும் வாங்கல எண்டா உப்புக்கண்டம் போட்டுருவாக.”

“பச்ச ரெத்தமா மாமா?”

“ஆமாலே. நீ இதுவரைக்கும் பாத்ததில்லயாக்கும்?”

“பாத்திருக்கன் மாமா. கடக்கரயில வேகமா ஓடுவாக. ஏனெண்டு கேட்டா ஆம ரெத்தம் குடிச்சிட்டு ஓடுறதா சொல்வாக. அப்ப அதப்பத்தி பெருசா கண்டுக்கிறல.”

“ஆம ரெத்தம் கெட்டியா இருக்கும்லே. சட்டுன்னு ஒறஞ்சி போயிரும். ஆமய வெட்டுன ஒடனே குடிச்சிட்டு நிக்கக் கூடாதுலே. கடக்கரயில ரெண்டு மணி நேரமாச்சிம் ஓடணும்பாக.”

“நீங்க குடிச்சிருக்கியளா மாமா?”

“நாளஞ்சி தடவ குடிச்சிருக்கன்லே.அப்பல்லாம் ஆம ரெத்தம் குடிச்சிட்டு முயல்தீவ மூனுசுத்து ஓடிவருவம்.”

“ஒரு ஆம புடிச்சா போதுமா மாமா?”

“ஆமய பொறுத்து இருக்குலே. ரொம்ப பெரிசா இருந்தா ஒண்ணு போதும். சின்னதாயிருந்தா ரெண்டுகொட புடிக்கலாம்.”

“ஏலே இசக்கி, ஆமய நீ தொடாதலே.”

"யாம் மாமா?"

"சொன்னா கேளுலே. அந்த தோடகிட்ட சொல்லிரு. அவரு கட்டி இழுத்து வரட்டும்."

"முருகனும் தொடக்கூடாதாக்கும்."

"அவனுக்கும் தான்லே சொல்றன்" என்றார். தன் மாமனார் எது சொன்னாலும் அது நல்லதாகத்தான் இருக்கும் என்று எண்ணினான் இசக்கி.

சடையன் சொல்லிய படியே முருகன் மற்றும் தோடை மலைச்சாமியுடன் கடல்போக்கு சென்றான். அதிக ஆழமில்லாத ஒசப்புக்கடலிலேயே இறங்கச் சொல்லி அனுப்பியிருந்தார் சடையன். ஆனால் இதை மட்டும் இருவரும் கேட்கவில்லை. மீனுக்கான வலைகளை எடுத்து வந்திருந்த போதும் சங்குளிக்கவே இருவரும் ஆசைப் பட்டார்கள். தோடை மலைச்சாமி வயதானவர் என்றபோதும் இருவரும் குழியோட அவர் ஒருவர் மட்டுமே வத்தையில் நின்று இருவருக்கான வேலைகளையும் செய்து கொண்டிருந்தார். இசக்கி குழியோடி மேலே வரும்போது முருகன் குழியோடினான். முருகன் மேலே வரும்போது இசக்கி ஓடினான். இருவரும் ஒருவரை ஒருவர் கண்காணித்த படியே ஓடினார்கள் என்றாலும், தோடைக்குத்தான் கால் மாற்றி கை நீட்டி வலியாற்றிக் கொள்ள முடியாமல் இருந்தது. அவர் தன் வேலை மீதும் தன் திறமை மீதும் அபார நம்பிக்கை கொண்டவர். "துடிப்பான இரண்டு இளவட்டப் பயல்களுக்கு ஒருத்தன் மட்டுமே தோடையா நின்னு சமாளிச்சனாக்கும்" என்று பெருமையாய் சொல்லிக்கொள்வார்.

இசக்கியின் முயற்சி வீண்போகவில்லை. இருபது பாகத்துக்கு மேல் தாவு என்பதாலோ என்னவோ மேல் கடல் கலக்கமாக இருந்த போதும் அடியாழத்தில் கடல் தெளிவாகவே இருந்தது. ஓரளவு வெள்ளைச் சங்குகள் கிடைத்தன. பத்து நேரத்தில் இருபது சங்குகள் போல இருவரும் தனித்தனியாக எடுத்திருந்தார்கள். குழியோடி மேலே வரும் ஒவ்வொரு முறையும் வெறுங்கையோடு வராமல் இப்படி சங்கோடு வருவதைப் பார்த்த தோடை மலைச்சாமிக்கும் உற்சாகமாகி விட்டது. அவருக்கு கைகால் வலியெல்லாம் கூட இப்போது மறந்து போனது போல இருந்தது. இருவரும் இருபது முறை ஓடியிருப்பார்கள். சற்று இளைப்பாறிக்கொள்ள நினைத்து வத்தையில் ஏறி உட்கார்ந்து கொண்டார்கள். தோடைக்கும் அப்பாடா என்று இருந்தது.

“ஆளுக்கு கொஞ்சம் கஞ்சி குடிப்பமாலே?” என்றார் தோடை மலைச்சாமி.

“குடிப்பம் பெரியப்பு” என்றவன் “களச்சி பெயிட்டியலாக்கும்?” என்றான்.

“அக்கக்கா கயண்டு போச்சிலே” என்றார் கைகளையும் கால்களையும் தடவியபடி.

“ஒத்தாளா செரமப்படுறியளே எண்டு எங்களுக்கும் பாக்க பாவமாத்தான் பெரியப்பு இருந்திச்சி. ஆனா பாடு நல்லாருக்கும் போது உட்டுட்டு வர மனசு வரல பெரியப்பு.”

“அது சரிதான்லே. நம்ம கஷ்டத்த பாத்தா முடியுமா? கடல்தாயி அள்ளிக்கொடுக்கும் போது வாங்கிக்கத்தான்லே வேணும். கைய வலிக்குது கால வலிக்கிதெண்டு கெடந்தா, அடுத்த நேரம் கெடைக்குமாக்கும்?”

இசக்கி ஆளுக்கொரு ஏனத்தில் கஞ்சியை ஊற்றிக் கொடுத்தான். தொட்டுக்கொள்ள சுட்ட கருவாடும் வெங்காயமும் இருந்தது. பாடு பற்றி பேசிக்கொண்டே கஞ்சி குடித்தார்கள் மூவரும்.

“ஏலே இசக்கி நீ நல்ல சுழிகாரந்தான்லே” என்றார் தோடை.

“எதுக்கவ பெரியப்பு சொல்றிய?” என்றான் இசக்கி.

“ஏலே இந்த ஆடி மாத்தயில, அதுவும் அடிக்கிற காத்துல யாராச்சிம் இப்புடி பாடு பாத்ததுண்டாலே?”

“நான் மட்டுமா பெரியப்பு நீங்க முருகன் மூணுபேரும் தான வத்தயில நிக்கம்.”

“ஆமாலே மூணுபேருந்தான் நிக்கம். மூணுபேருக்கும் தான் பங்கு. எண்டாலும் ஒனக்காவ அமைஞ்சதுலே இந்த பாடு.”

“அப்புடியெல்லாம் ஒண்ணுமில்ல பெரியப்பு.”

“ஏலே, ஒனக்கு ஏதோ அவசாத் தேவையெண்டுல்ல கடலோடணும் எண்டியாம்.”

“எங்க மாமா சொன்னாகளாக்கும்?”

“அது மட்டுமில்லலே. பாடு பாத்துட்டு திரும்பக்குள்ள ரெண்டு ஆமைய கட்டி இழுத்து வரச்சொல்லி இருக்கானாக்கும் ஓம் மாமனாரு.”

“சரிதான் பெரியப்பு. இன்னம் பத்து நேரம் குழியோடி பாக்குறம்” என்று இருவரும் கடலில் குதிக்க ஆயத்தமானார்கள். முதலில் முருகன்

ஓடினான். அவன் மேலே வந்ததும். இசக்கி ஓடினான். இன்று சங்குளிக்க இந்த பகுதியை தேர்வு செய்தது இசக்கிதான். இது சற்று கப்பல் வழித்தடத்தை ஒட்டிய பகுதி. முத்துசிப்பி அதிகம் உற்பத்தியான பாரெல்லாம் இந்த வழித்தடத்தால் அழிந்து போயிருந்தது. பெரிய இயந்திரங்கள் அகழ்து அள்ளி வீசியவை தான் இப்பகுதியெங்கும் மண்மூடிக் கிடக்கின்றன. எத்தனை ஆயிரம் ஆண்டுகளுக்கு முன் விளைந்தவையோ இப்போது இவ்வளவு கடினமான பிரயத்தனத்திற்கு பிறகு இவர்களின் கைகளில் கிடைக்கின்றன. இசக்கி இந்த முறை மேலே வந்தபோது மிகப்பெரிய சங்கு ஒன்றை எடுத்து வந்தான்.

“பெரியப்பு பாத்து புடிங்க. கனமாயிருக்கு” என்று சொல்லிக் கொடுத்தான்.

“ஏலே இது சப்பாத்தி சங்குலே. இது இங்க கெடந்துதாக்கும்? அப்ப இதோட சோடி சங்கும் கெடக்கும்லே”

“ஆமாம். இன்னும் ஒண்ணு பெதஞ்சி கெடக்குமெண்டு நெனைக்கன். மறுநேரம் தேடிக்கலாமெண்டு வந்துட்டன்” என்றவன் முருகனின் தலை தெரிந்ததும் குழியோடினான். இந்த முறை அவன் சப்பாத்தி சங்கின் சோடிச்சங்கை தேடிக்கண்டுபிடிக்கும் எண்ணத்துடன் ஓடினான். வேறு ஏதேதோ சங்குகள் அகப்பட்டனவே தவிர அந்த சப்பாத்தி சங்கு கிடைக்க வில்லை. திரும்பவும் மேலே வந்து பார்த்த போதுதான் அவனுக்குத் தெரிந்தது. தனக்கு கிடைத்தது போலவே ஒரு சப்பாத்தி சங்கு முருகன் கையிலும் கிடைத்திருக்கிறது என்பது.

“சோடி சங்கு எடுத்தா யோகம் எண்டு சொல்லுவாக. நீங்க ஆளுக்கு ஒண்ணு எடுத்துருக்கிய” என்றார் தோடை மலைச்சாமி.

“யாரு எடுத்தா என்ன பெரியப்பு, சோடி கெடச்சிட்டுதில்ல” என்றான் இசக்கி.

“நீ சொல்றது சரிதான் மாப்ள. சோடி சங்கு கெடைச்சிச்சில்ல அதுபோதுமாக்கும் நமக்கு” என்றான் முருகன்.

இருவரும் குழியோடியது போதுமென்று குழிக்கல், கயிறு போன்றவற்றை வத்தையில் எடுத்து போட்டுவிட்டு வத்தையில் ஏறிக் கொண்டார்கள். இருவரும் எடுத்த சங்குகளை தனித்தனி குவியலில் போட்டிருந்தார் தோடை. சங்குகள் கனிசமான எண்ணிக்கையில் இருந்தன.

“ஏலே இசக்கி ஒன்னோட வல்லத்துல போனப்பகொட இவ்வள பாடு இல்லலே.”

“ஆமாம் பெரியப்பு. இது எல்லாமே வெங்கண்ணிக்காவ எண்டுதான் நெனைக்கன்.”

“என்னல சொல்ற?”

“ஆமாம் பெரியப்பு, வெங்கண்ணி கை ரேடியா கேட்டுதாக்கும். ரெண்டு நாளு கடலோடி பாப்பம். கெடைக்கிறதக் கொண்டு வாங்கலாமெண்டு நெனச்சனாக்கும்.”

“ஏலே, அந்த பொண்ண யாரெண்டு நெனைக்க? அது இந்த கடல்தாயோட மகளாக்கும். அதான் கடல் தாயி அள்ளி கொடுத்திருக்காக.” கடலைப்பார்த்து கையெடுத்து கும்பிட்டார் தோடை மலைச்சாமி.

“ஏலே, நங்காரத்த தூக்கிட்டு வத்தைய கரையாக்க விடுங்கலே.” என்றார்.

“பெரியப்பு, ஆம புடிக்கணும் எண்டியல்ல?”

“இன்னைக்கு வேண்டாம்லே. நல்ல காரியத்த செய்ய நெனைக்க. இப்ப போயி அதப்பத்தியெல்லாம் பேசக்கூடாதுலே.”

“ஆமயெண்டா அவ்வள கெட்ட சகுனமா பெரியப்பு?”

“அப்புடியெல்லாம் இருக்காதுலே. ஆண்டவன் படைச்சதுல ஒசந்தது தாழ்ந்தது எண்டு இருக்குமாலே?”

“அப்பறம் எதுக்கு எல்லோரும் ஆமய தொடாதலே. ஆமய வல்லத்துல ஏத்தாதலே. ஆமய வீட்டுக்குள்ள விடாதலே எண்டு சொல்றிய?”

“ஏலே, கூட இருக்கவன் கொணமும் புத்தியும் நமக்கும் வந்துரும்பாலே. ஆம தாமசமான பிராணி. அது வேகம் ஒரு பங்கெண்டா, மனுசன் வேகம் பத்து பங்கு. அது கூட சேந்தா நம்ம ஆயிச கொறச்சிருமாம்.”

“அது எப்புடி பெரியப்பு ஆமயால ஆயிச கொறைக்கமுடியும்?”

“ஏலே, வருசம் கொறையாதுலே. அதோட தாமச புத்தி நமக்கு வந்துட்டா நம்ம வாழ்க்கையும் தாமசமாயிருமாம். நூறு வருசம் வாழ்ந்தாலும் பத்து வருச வாழ்க்கயத்தான் வாழ்வம் என்பாக.”

தோடை மலைச்சாமியிடம் பேசியபடியே முருகனும் இசக்கியும் மாற்றி மாற்றி கனாங்கம்பு போட்டு வலித்துக் கொண்டிருந்தார்கள். வெங்கண்ணிக்காக வாங்கப் போகும் கைரேடியா அவ்வப்போது

இசக்கியின் மனக்கண் முன் வந்து போய்க் கொண்டிருந்தது. வத்தை முயல்தீவுவை நோக்கிப் பயணித்தது.

35

வெங்கண்ணியின் மாமியார் முத்துமாரி வெங்கண்ணியைப் பார்த்து,

“தலை ஒரே கொளைச்சலா கொளையிது. ஓட_ நெழல்ல ஒக்காந்து செத்த குத்தி விடுறியா?” என்றாள்.

“தலையில பேனா கெடக்கு?”

“புளுத்து பெருவி கெடக்காக்கும். அரிப்பா அரிக்கிதுப்ப.”

“ஒங்க தலக்கி எப்புடித்த வந்துது?”

“கல்யாணத்தப்ப எல்லாரும் ஒண்ணறி மண்ணறியா கெடக்க. பேனு தலைக்கி தல தாவி இருக்குமாக்கும்.”

“ஒரு ராத்திரில பேனு எட்டு பாயி தாண்டும் என்பாக.”

“அதுதான்ம்ப்ப, அப்பயிலேருந்து தலய யாருகிட்டயாவுது குடுத்து கிண்டி பாக்கச் சொல்லுவமெண்டு நெனைக்கன். முடியல. பேத்தைகிட்ட கொடுக்கலாமெண்டு பாத்தா அது மசக்கையில தலதூக்காம கெடக்கு.”

“என்னய கிட்ட சொல்லி இருக்கலாமில்ல அத்த?”

“மருமகள தலபாத்துவிட சொல்லக் கூடாதும்பாக தாயி?”

“யாந்த்த?”

“வேலியோரத்துல கண்ணும் மாமியா தலயில கையும்ன்னு சொலவகத சொல்வாக.”

“சரிதான். அதுக்காக நானும் அப்புடி தான் இருப்பேனெண்டு நெனச்சிட்டியளாக்கும்?”

“அதுக்காவயும் இல்ல தாயி. மாமியா தலய பாத்துட்டு மருமகமாருங்க பழிப்பாகலாம். 'யாம் மாமியா தலநெறயா ஈரயும் பேனயும் தான் எனக்கு சேத்து வச்சிருந்தாக' எண்டு பரியாயம் பண்ணுவாகலாம்.”

"நான் அப்புடியெல்லாம் பரியாயம் பண்ணமாட்டந்த்த."

"ஒன்ன அப்புடியும் நெனைக்கல தாயி. தலபாத்து விடுறது ஒனக்கு புடிக்குமோ புடிக்காதோ எண்டு தான் கேக்கல."

"இந்த முயல்தீவுல எத்தன பேருக்கு தலபாத்து குத்தி விட்டுருக்கன்னு கேட்டு பாருங்கத்த."

"அப்புடியாப்ப? அரிச்சதல பாத்து விடுறது எவ்வள புண்ணியம் தெரியுமா."

"எங்கம்மாவும் இப்புடித்தான் சொல்வாக."

"குச்சலுக்கு பக்கத்தில் இருந்த ஒடை மரத்தின் நிழலில் வந்து உட்கார்ந்தாள் இசக்கியின் அம்மா. வெங்கண்ணி அவளது தலையை வகுந்து பார்க்க ஆரம்பித்தாள். நிறைய ஒட்டுகளும் ஈருகளுமாகக் கிடந்தன."

"வச்சிக்குத்திறவா எடுத்து தரவாத்த?"

"ஈரு, ஒட்டயெல்லாம் வச்சிக்குத்திரு, அப்பதான் அரிப்பு அடங்கும். அரப்பேனு, பேனு கெடந்தா பொறுக்கி இப்புடி குடு. என்னோட கையால குத்துனாதான் மனசு ஆரும். என்ன கடி கடிக்கிது தெரியுமா?" என்றாள்.

வெங்கண்ணி மடக்கு மடக்கென்று தன் மாமியாரின் தலையில், மண்டையை ஒட்டிக்கிடந்த ஈருகளையும் ஒட்டுகளையும் தலையோடு சேர்த்து வைத்து குத்தினாள். இடையிடையே தென்படும் பேன் களையும் அரைப்பேன்களையும் அவளின் கைகளில் எடுத்துக் கொடுத்தாள். இப்போது இசக்கியின் அம்மாவுக்கு தலைத் தொல்லை வெகுவாக குறைந்தது போல இருந்தது.

"நீ நல்லாருப்ப" என்றாள். வழக்கமாய் இங்குள்ள பெண்கள் சொல்லுவதைப் போலத்தான் முத்துமாரியும் சொன்னாள். ஆனால் வெங்கண்ணிக்கு அது பெரிய சந்தோசத்தை ஏற்படுத்தியது. சிரித்துக் கொண்டே,

"ஒங்க மயன் காணாம போனதுலேருந்து ஒங்கள கொடுமக்கார பொம்பளயாக்கும் எண்டு நெனைச்சிருந்தன். ஆனா நீங்க கொஞ்சங் கொட அதுமாதிரி இல்ல. மனசார என்னய நல்லாருக்கச் சொல்றிய" என்றாள். இசக்கியின் அம்மாவுக்கு என்ன பதில் சொல்வதென்று தெரியவில்லை. அவளுக்குமே அந்த விசயத்தை நினைத்தால் மனம்

குறுகுறுக்கத்தான் செய்கிறது. ‘ஏதோ புத்திகெட்டுப் போயி தப்பு செய்துட்டம். அது சாவுற வரைக்கும் அப்புடியேத்தான் இருக்கப் போவுது’ மனதிற்குள் விருப்பினாள். தன் மாமியார் அமைதியானதைப் பார்த்து வெங்கண்ணியின் மனது திடுக்கிட்டது. ‘நம்ம நல்ல மாதிரியாத்தான் சொல்ல நெனச்சம். ஆனா அத இவுக குத்திக்காட்டுற மாதிரி நெனச்சிக்கிட்டாகளோ’ என்று வருந்தினாள். இதைப் பற்றி மேற்கொண்டு சமாதானமாய் எதைப் பேசினாலும் மேலும் மேலும் வருத்தம்தான் ஏற்படும் என்று நினைத்தவள் அந்த சிந்தனையிலிருந்து முற்றிலுமாக விலக விருப்பினாள்.

“அத்த ஈருகொல்லி இருந்தா சுத்தமா ஈரயெல்லாம் உறுவி எடுத்துறலாம். சாவட்ட ஈரு தலையில இருந்தா பொடுவு புடிச்சிரும். தலைய நனச்சாலும் சீக்கிரம் காயாது. செடியடிக்குமாக்கும்” என்றாள்.

“நீ வச்சில்லயா?”

“பழசு ஒண்ணு கெடந்திச்சி. எங்கம்மா இருக்கக்குள்ள வாங்குனது. பல்லுபோயி கெடக்குது. அதால ஈத்த முடியாதுத்த” என்றாள்.

“நம்ம குச்சலுல கெடக்குப்ப.”

“நான் கண்டதில்லயே” என்றாள் வெங்கண்ணி.

“காலவாசல்ல இருந்து கொண்டு வந்து வச்சிருக்கனில்ல ரெங்குபொட்டி. அதுல கெடக்காக்கும்” என்றாள்.

முத்துமாரிக்கு அவள் தாய் வீட்டில் சீதனமாக வாங்கிக் கொடுத்த ரெங்குப்பெட்டி அது. அதில் அவளுடைய உடைமைகளை போட்டு வைத்திருப்பாள். சில்லரைகள் ரூவா நோட்டுக்கள் கையில் இருப்பதை போட்டு வைக்கும் அவளுடைய கஜானாவும் அதுதான். அவள் கல்யாணமாகி வந்ததிலிருந்து காலவாசல் வீட்டில்தான் வைத்திருந்தாள். இப்போது என்ன நினைத்தாளோ இங்கு தூக்கிவந்து வைத்து விட்டாள். அந்த பெட்டியை தூக்கிவந்த போதே இசக்கியின் அப்பா புரிந்து கொண்டார். இவள் இனி இங்கேயே இருக்க முடிவு செய்து விட்டாளென்று. முத்துமாரிக்கு முயல்தீவில் வசிக்கவே எப்போதும் பிடிக்கும் என்பதையும் அவர் நன்றாக அறிந்தே வைத்திருந்தார். அவள் பிறந்து வளர்ந்தது எல்லாம் இந்த தீவில்தான். அதனால் அவள் தன் பெட்டி படுக்கையுடன் இங்கு வந்து சேர்ந்ததில் வியப்பெதுவும் இல்லை. சடையன் வெங்கண்ணிக்கு வாங்கிக் கொடுத்த பெட்டிக்கு பக்கத்தில் தான் முத்துமாரியின் பெட்டியும் வைக்கப்பட்டிருந்தது. அந்தப் பெட்டியை இதுவரை வெங்கண்ணி திறந்து பார்த்ததில்லை.

பூட்டு போட்டு பூட்டிவைக்கும் அமைப்பு உள்ள பெட்டிதான் என்றபோதும் இதுவரை அவள் அந்த பெட்டியை பூட்டி வைத்தது கிடையாது. வெங்கண்ணியின் பெட்டியை, கடையில் வாங்கும் போதே பூட்டுசாவியையும் சேர்த்தே கொடுத்திருந்தார்கள். ஆனால் அவளுமே தன் பெட்டியை பூட்டியதில்லை. பூட்டு, சாவியோடு பெட்டிக்குள் கிடக்கிறது. அவளுடைய பெட்டி புதியது. கல்யாணத்திற்கு எடுத்த துணிமணிகள் போன்றவை அந்தப் பெட்டிக்குள் இருந்தன.

“நான் போயி எடுத்தாரவா அத்த?”

“எடுத்துகிட்டு வாயேன்” என்றவள் அப்புடியே பேத்தய எட்டிப் பாத்துட்டு வாப்ப” என்றாள்.

வெங்கண்ணி செல்வதை பார்த்துக் கொண்டிருந்தவள் என்ன நினைத்தாளோ எழுந்து தன் துணியை உதறிக்கொண்டாள். விரித்துக் கிடந்த தலைமுடியை அள்ளி முடிந்தவாறே வெங்கண்ணி சென்ற தடத்திலேயே நடந்தாள். வெங்கண்ணி தன் குச்சலுக்குச் சென்று பார்த்தபோது ஒதுங்க வைக்கப்படாமல் அப்படியே கிடந்தது. ஆடிமாதம் பிறந்தது முதல் இசக்கி, இசக்கியின் அப்பா, சடையன் மூன்று பேருக்கும் இங்குதான் படுக்கை. இன்று எல்லாரும் கடலுக்கு சென்றிருக்கிறார்கள். விடியநேரம் எழுந்து எதையும் ஒதுங்க வைக்காமல் அப்படி அப்படியே போட்டுவிட்டுச் சென்றிருந்தார்கள். வெங்கண்ணி பாய்களை உதறி சுருட்டினாள். குச்சலின் வரிச்சி ஓரம் தலையில் இடிக்காதவாறு கட்டி தொங்கவிடப் பட்டிருந்த பாய்த் தட்டியில் போட்டாள். தரையை சுத்தமாக கூட்டி அள்ளிக்கொண் டிருந்தாள். குச்சலுக்குள் கிடந்த குப்பையை பார்த்த முத்துமாரி,

“ஆம்பளைக தான் படுக்குறாக ஆக்குற வேல, அவிக்கிற வேல எதுவும் கெடையாது. அள்ளிதிங்கிற வேலை மட்டும் தான். ஆனா குப்பய பாரு மொழங்கா கெடக்கு” என்றாள்.

“அவுக கடல் பயணம் கிளம்புறதுக்கு மின்னாடியே முத்தத்துல சாணிகரைச்சிப் போட்டு கூட்டிட்டுப் போனனாக்கும். உள்ள எட்டிப் பாக்கல. இப்ப வந்து பாத்தா இப்புடி கெடக்கு” என்றவள்.

“யாந்த்த நாதான் ஈருகொல்லிய எடுத்து வாறனெண்டு சொன்னேனுல்ல. நீங்க வேற எதுக்கு இப்ப வந்திய?”

“நீ வந்த பெறகு தான் ஒரு விசயம் ஞாபகத்துக்கு வந்திச்சி. அதான் நானும் எழும்பி வந்துட்டன்” என்றாள்.

“என்னத்த இங்க ஏதாவுது வேல கெடக்காக்கும்?”

“வேலயெல்லாம் ஒண்ணுமில்லப்ப” என்றவள் நேராக சென்று தன் ரெங்குபெட்டியைத் திறந்தாள்.

‘அவுக பெட்டிய நம்ம தொறந்துடக் கூடாதெண்டு வந்திருப்பா களோ?’ என்று எண்ணினாள். ‘அடப்பாவத்த. நம்ம எதுக்கு இவுக பெட்டிய தொறந்து ஈரு கொல்லி எடுத்து வாறமெண்டு சொன்னம். ஏதோ அதுலேருந்து அவுக வச்சிருக்க பொதயல எடுத்துறப் போறேங்குற மாதிரியில்ல பின்னாலயே ஓடி வாறாக’ என்று எண்ணினாள். வெங்கண்ணிக்கு தன் மாமியாரின் முகத்தைப் பார்க்க பிடிக்கவில்லை. பெரிதாய் அவமானப் பட்டுவிட்டதைப் போல உணர்ந்தாள். அங்கிருந்து போய்விட வேண்டும் போல இருந்தது. தன் மாமியாரிடம் எதுவும் பேசாமல் போவது சரியாக இருக்காது என்று நினைத்தவள்,

“அத்த நான் பேத்தய பாத்துட்டு வாறன்” என்று சொல்லியவாறே வெளியேற முற்பட்டாள்.

“எப்ப, எங்க நீ போற இப்ப? இதயெல்லாம் ஒன்னகிட்ட கொடுக்க வேணுமெண்டுல்ல ஒக்காந்து கெடந்த நான் துடிச்சி புடிச்சி ஓடி வாறனாக்கும். நீ கிளம்பி போனா இதையெல்லாம் நான் யாருகிட்ட கொடுக்கிறது?”

வெங்கண்ணிக்கு சட்டென்று எதுவும் புரியவில்லை. ‘நம்ம ஒண்ணு நெனச்சா இவுக வேற ஏதோ பேசிக்கிட்டு இருக்காகளே’ என்று எண்ணியவளாக

“என்னத்த சொல்றிய? எத என்னக்கிட்ட கொடுக்கப் போறிய?” என்றாள். வெங்கண்ணி சற்று விரைப்பாய் கேட்டதை முத்துமாரி கவனிக்கவில்லை என்று தான் சொல்ல வேண்டும்.

“இஞ்ச வாப்ப, இப்புடி வந்து ஒக்காரு” வாஞ்சையோடு அழைத்தாள் அவள்.

தயங்கியபடியே அவளருகே உட்கார்ந்தாள். திறந்து கிடக்கும் பெட்டியையும் தன் மாமியார் முகத்தையும் மாறி மாறி பார்த்தாள். ஒருவித குற்ற உணர்வு அவள் மனதை லேசாக அழுத்தியது போலிருந்தது.

பெட்டிக்குள்ளிருந்து ஒரு சுருக்கு பையை எடுத்தாள். அதற்குள் இருந்து மிகச்சிறிய சல்லடை ஒன்றை எடுத்து வெங்கண்ணியின் கையில் கொடுத்தாள். மூன்று அங்குல விட்டமும் ஒரு அங்குல

உயரமும் கொண்டதாக இருந்தது அந்த சல்லடை. பித்தளைதான் என்றபோதும் அப்போதுதான் புளிபோட்டு விளக்கியது போல பளிச்சென்று இருந்தது.

“என்னத்த இது?”

“முத்து சல்லட.”

முத்துமாரியின் முகத்தைப் பார்த்தாள்.

“என்ன பாக்க? இது ஒனக்குத்தான்.”

“இத அதிகாரிமாருங்களும் யாவாரி மாருங்களும்தான வச்சிருப்பா களாம்?”

“பத்து வயசிருக்கும் எனக்கு. அப்ப கெடைச்சது. அதுலேருந்து என்னகிட்டதான் இருக்கு. இதுமாதிரி ஒரு பொருள் இருக்குற விசயம் இதுவரைக்கும் யாருக்குமே தெரியாது.”

“அத்த நான் ஒரு அவசர புத்திகாரியாக்கும்.”

“அப்புடி என்ன அவசர புத்தில செய்துட்ட. ஆத்த வெட்டி கொளத்துல கொட்டினியா? இல்ல கொளத்த வெட்டி ஆத்துல கொட்டினியா?” என்றாள் சிரித்தபடியே.

“நான் பொட்டிய தொறந்துட கூடாதெண்டுதான் நீங்க பின்னாலயே வந்துட்டிய எண்டு நெனச்சிட்டன்.”

“அதுமாதிரி நெனச்சா பொட்டிய பூட்டி போடமாட்டனாக்கும்? பூட்டு தொறப்பு இல்லாமத்தான கெடக்கு.”

“இந்த சல்லடைய நீங்க வாங்குனியளாக்கும்?”

“இதையெல்லாம் எல்லாரும் வாங்க மாட்டாகப்ப.”

“அப்பறம்?”

“எங்க அப்பா வீடு இங்கதான் இருந்திச்சி. நான் பொறந்து வளந்ததெல்லாம் இந்த முயல்தீவுல தானாக்கும். நான் சின்னப் பிள்ளையா இருந்தப்ப இங்கயெல்லாம் விளையாடித்திரிஞ்சவ. வூட்டுல அக்கா ரெண்டுயரு இருந்தாகளா எனக்கு எதுவும் வேல வெட்டி இருக்காது. அப்ப ஆர்பர் அதிகாரிமார் ஒருத்தரு குடும்பம் புதுசா வந்துது. அந்த வீட்டுக்கார அம்மா ஒடம்பு தாட்டியா இருப்பாக. சட்டுன்னு எழும்பி நடக்க முடியாது. வீட்டுல தனியா கிடந்தாக.

அப்பத்தான் என்னய எங்கப்பா கொண்டு போயி அவுகளுக்கு தொணயா விட்டாக.

“பொம்பளப் பிள்ள நேந்துவிட்ட காள கணக்கா முயல்தீவயே சுத்தித் திரிஞ்சிகிட்டுத் தான கெடக்கு. அதிகாரிமாரு வீட்டம்மாவுக்கு தொணயா கெடந்தா நல்ல பழக்க வழக்கத்த கத்துக்கிரும் எண்டு சொல்லி விட்டாக.”

“சம்பளத்துக்கு அமத்துனாகளா?”

“சம்பளத்துக்கெல்லாம் இல்ல. நம்ம சொந்தக்காரவுக வீட்டுக்கு கொழந்த பொறந்தா ஒத்தாசக்கி போயி நிக்கமாட்டம்? அதுமாதிரி தான். சோறு போடுவாக. ரொம்ப நாளு இருந்தா துணி எடுத்துத் தாறனெண்டாக.”

“கைவேல வாங்கி செய்வியளா?”

“எல்லா எடுபுடி வேலைகளயும் செய்து கொடுப்பன். வீட்டுல இது மாதிரி பத்து சல்லட வச்சிருந்தாக. அதையெல்லாம் பளிச்சின்னு வெளக்கி வைக்கச் சொல்வாக. நான்தான் வெளக்கி தொடச்சி காயவச்சி கொடுப்பன். எனக்கு அப்ப தெரியாது, பத்து சல்லடயிலயும் வெவ்வேற அளவுள்ள முத்துக எறங்குமெண்டு. ஆனா சல்லட தொள மட்டும் ஒண்ணு போல இல்லையே எண்டு நெனப்பன். ஒருநாள் நான் கேட்டனாக்கும் இது எதுக்கு எண்டு.” கல் முச்சூடு வெங்கண்ணி புன்னகைத்தபடியே தன் மாமியார் சொல்லும் கதையைக் கேட்டுக் கொண்டிருந்தாள்.

“ராத்திரியில பேய் பிசாசு வந்திச்சிது எண்டா நம்ம கண்ணால அதுகள காண முடியாது. போற போக்குல நம்ம கண்ணக் குத்திட்டு போயிரும். இந்த சல்லடயால பாத்தா பேயிருக்கது. நல்லா தெரியும். நம்ம கண்ண குத்தவும் முடியாது. இந்த சல்லடைய கண்டாக்கவே பேய்க மெரண்டு ஓடிருங்க எண்டாக. நானும் நம்பிட்டன்.”

“இது ஒங்க கைக்கு எப்புடி கெடந்ததாக்கும்?”

“சொல்றன் கேளேன். ஒருநாளு பொழுது போற நேரம் அதிகாரிமாரு அவுக வீட்டுக்காரம்மாவ கூட்டிக்கிட்டு ஆஸ்பத்திரி போயி வாறம். வீட்ட பத்த பேய்பிசாசு நடமாடுற நேரம். இந்த வராண்டாவுலயேத்தான் நாங்க வாறவரைக்கும் படுத்திருக்கணும். எண்டு சொன்னாக. எனக்கு அப்ப சட்டுன்னு ஒரு யோசன வந்திச்சிது. பேய்பிசாசு நடமாடுற நேரம் என்குறாக. நம்ம வேற தனியா இருக்கப்

போறம். பேய் வந்து நம்ம கண்ண குத்தி கொண்டுபோட்டுட்டு போனா என்ன செய்றது எண்டு நெனச்ச நான் அதுலேருந்து தப்பிக்க ஒரு சல்லடய கேட்டு வாங்கிக்குவம் நெனச்சன். ஆனா அவுகளப் பத்தி எனக்கு நல்லா தெரியும். கேட்டா தரமாட்டாக. சல்லட இல்லாட்டியும் நம்மளால பொழக்க முடியாதெண்டு நெனச்சி ஒரு சல்லடைய தெரியாம எடுத்து என்னோட துணிப்பைக்குள்ள மறைய வச்சிக்கிட்டன். அவுக வந்த பெறகு அவுகளுக்குத் தெரியாம வச்சிறலாம் எண்டு நெனச்சிருந்தன். என்ன வராண்டாவுல விட்டுட்டு வீட்ட பூட்டிக்கிட்டு போயிட்டாக. இவுக வீடு ஆர்பர விட்டு தள்ளி நம்ம முயல் தீவு ஒட்டி இருக்கு. அதுனால அக்கம் பக்கம் தொணையெண்டு யாருமே இல்ல. தனியா கெடக்கன். மழ பேஞ்சாகூட தூவானம் அடிக்கிற எடத்துலதான் படுத்துக் கெடக்கன். பகல் முச்சூடும் தண்ணித்தூக்கவும் ஓடவும் உடியாரவுமா இருந்ததுல படுத்ததும் நல்லா தூங்கிட்டனாக்கும். திடீருன்னு ஏதோ சத்தம் கேட்டு முழிச்சிக்கிட்டனாக்கும். குருத சத்தம் கேக்குது. மணிசத்தம் கேக்குது. அடப்பாவத்த. ஏதோ களவு நடக்குதாக்கும். நம்மள நம்பி வூட்ட வுட்டுட்டு போனாகளே. களவ புடிச்சிறணும் எண்டு எழுந்து வெளிய ஓடிவாறன். சத்தம் கேக்குற திக்குல வேகமா ஓடுறன். ரொம்ப தூரம் ஓடி மூச்சு எறக்கிது. அப்பதான் நல்லா பாக்குறன். முனியசாமி கோயில் இருக்குற தெசயில பொகையா தெரியிது. உசிலமரங்க ஆடுது. குருத வேகமா ஓடுறமாதிரி சத்தம் கேட்டுக்கிட்டே இருக்கு. கிணிகிணி கிணிகிணின்னு மணிச்சத்தமும் விடாம கேக்குது. கடல சாஞ்சி ஒசற தீப்பந்தம் எரியிது. அந்த தீப்பந்தம் எரிஞ்சிக்கிட்டே கடலுக்குள்ள போகுது. பயத்துல நெஞ்சடச்சிப் போச்சி. பொரடியில யாரோ தட்டுனமாதிரி இருந்திச்சி. அவ்வளவுதான். குப்பற விழுந்து அப்புடியே கெடந்திருக்கன். விடிஞ்சி அந்த வழியால வந்தவுக, நான் விழுந்து கெடந்தத பாத்துட்டு தூக்கியாந்து வீட்டுல போட்டுருக்காக. எங்கப்பா ஒறவுக்காரவுக எல்லாருக்கும் அதிகாரிமாரு மேல அவ்வள கோவம். இங்கேருந்து பஞ்சாயத்து கேக்க போயிருக்காக. இவுக போன பெறகுதான் அவுக ரெண்டுபேரும் வீட்டுக்கு வாறாகலாம். இதக்கண்டதும் இன்னும் கொஞ்சம் கோவம் வந்திருக்கு.

“உங்கள நம்பி பொம்பள புள்ளய விட்டா இப்புடியா தனியாவுட்டு சாவட்டுமெண்டு போவிய? எண்டு சண்ட போட்டு இனிமே எங்க புள்ள இங்கயெல்லாம் வராது. அதோட துணிமணிய கொடுங்க எண்டு துணிமணிக இருந்த பைய எடுத்து வந்துட்டாக” சொல்லி முடித்த போது வெங்கண்ணியின் மாமியாருக்கு மூச்சு வாங்குவது போலிருந்தது.

“அந்த சல்லடத்த?”

“அத இவுகளும் பாக்கல, அவுகளும் பாக்கல. துணிக்குள்ள இருந்ததால யாரு கண்ணுக்கும் தெம்மடவுமில்ல.”

“அவுக தேடிப்பாத்துட்டு கேக்கலயாக்கும்?”

“அவுகளால கேக்கவும் முடியல. பொண்ண பலி குடுத்துற பாத்ததோட இல்லாம களவு சொமத்தவேற பாக்கியளாக்கும்? எண்டு சண்டைக்கு வந்திருவாக எண்டு பயமிருக்குமில்ல?”

“அந்த சல்லட தானாக்கும் இது?”

“ஆமாம்ப்ப. நான் திருடுனன், களவு செய்தேனெண்டு நெனைக்காத. வளந்த பெறகு கொண்டுபோய் கொடுக்க நெனச்சனாக்கும். ஆனா அவுக எடம் மாறி எங்கயோ போயிட்டாக.”

“இல்லத்த இது ஒங்களுக்கு சேரவேண்டியதாக்கும். அதான் வந்திருக்கு. நீங்க திருப்பிக் கொடுக்க நெனெச்சிம் ஒங்களவிட்டு போகல” என்றாள் வெங்கண்ணி.

“அதாம்ப்ப, இது வந்த பெறகு எந்த கொறைவும் இல்லாம நல்லா இருக்கனாக்கும். இனிமே நான் எப்புடி இருந்தாத்தான் என்ன? இத நீ வச்சிக்க” என்றாள்.

“எனக்கு இத தாறிய. ஒங்க மூத்த மருமகளுக்கு என்ன கொடுப்பிய?”

பெட்டிக்குள்ளிருந்து இன்னொரு சுருக்குப் பையை எடுத்தாள்.

“இஞ்ச பாருப்ப. நான் ஒருத்தருக்கு ஒருத்த வித்தியாசம் பாக்க மாட்டனாக்கும்” என்றாள்.

“அதுவும் சல்லடையாக்கும். ஒண்ணுதான எடுத்தனெண்டிய?”

“இது சல்லட இல்ல. முத்தாக்கும்” என்றவள் அதை பெட்டிக்குள் வைத்து மூடினாள்

“அத்த அந்த ஈரு கொல்லி.”

முத்துமாரி சிரித்தபடியே ஈருகொல்லியை எடுத்து வெங்கண்ணியிடம் கொடுத்தாள்.

36

பேத்தைக்கு தலைச்சுற்றலும் வாந்தியும் அதிகமாகி இருந்தது. எதை உண்டாலும் வாந்தியாக வெளியே வந்து விடுவதால் அவளது உடல் மெலிந்து போயிருந்தாள். எதைப் பார்த்தாலும் குமட்டியது. வெங்கண்ணியும் அவளது மாமியாரும் இல்லையென்றால் பேத்தையின் பாடு திண்டாட்டமாகத்தான் போயிருக்கும். பேத்தை, அவளுடைய அப்பா, மாமியார், முருகன் ஆகிய நான்கு பேருக்கும் சோறாக்கி போடும் புண்ணியத்தை வெங்கண்ணியும் அவளது மாமியாரும் கட்டிக்கொண்டார்கள். பேத்தையின் அப்பாவும் முருகனும் தினம் தோறும் தவறாமல் ஆளுக்கு ஒருமுறை தண்ணீர் கொண்டுவந்து கொடுத்து விடுவார்கள். பேத்தை அவ்வப்போது பாத்திரங்களை விளக்கித் தருவாள். வாசல் வளைவு எங்கும் கூட்டி சுத்தம் செய்வாள். வலை வேலைகள் ஏதாவது இருந்தால் செய்வாள். இதை செய்யும் போதே முத்துமாரி கடிந்து கொள்வாள்.

“அஞ்சி மாத்தைக்கு அப்பறம் நீ எவ்வள வேலயெண்டாலும் செய்யலாம்ப்ப. அது புள்ளய ஈசியா பெத்தெடுக்க ஒடம்ப பழக்கும். ஆனா இப்ப அதிகமா வேல செய்யாம ஓஞ்சி கெடக்குறது தான் புள்ளைக்கி நல்லதாக்கும்” என்பாள்.

“ஒங்கள ஆக்கிப்போட சொல்லி ஒக்காந்து திங்க கஷ்டமா இருக்கும்மா”

“இதுல கஷ்டப்பட என்ன இருக்குப்ப?”

“ஒருத்த ரெண்டு பேரா இருந்தா ஒண்ணுமில்ல. மொத்தம் நாலு பேருக்கு தெனமும் ஆக்கிப் போடுறதெண்டா...”

“நாளைக்கு யாம் மருமக மசக்கையில கெடந்தா நீ பாக்க மாட்டியாக்கும்?” என்றாள்.

“அந்த கொடுப்பின கெடைக்கத்தானாக்கும் நானும் காத்துக் கெடக்கன்.”

“மொதல்ல நீ நல்லபடியா பெத்துப் போடுப்ப. எல்லாம் தானாவுல நடக்கும்” என்றாள் முத்துமாரி.

“சரிதான்ம்மா. நான் போயி என்னோட மாமியாகாரங்கள குளிப்பாட்டுறன்.”

“தெனந்தோறும் குளிப்பாட்டுறியாப்ப?” என்று கேட்டாள் முத்துமாரி.

“ஒருநாளுவுட்டு ஒருநாளுதான் குளிப்பாட்டுவன்ம்மா. நேத்து குளிச்ச பெறவு, என்ன கொண்டு போயி கடக்கரயில போடு எண்டாக. முந்தல்ல கடக்கரையிலயே கெடந்தவுகளா. அந்த நெனப்பு வந்திட்டுது போலருக்கு.”

“எப்ப, கடக்கரயிலயா கொண்ட போட்ட?”

“இல்லம்மா. எங்க குச்சலுக்கும் கெழக்கால இருக்க ஓட நெழலுல போட்டனாக்கும்.”

“அப்பறம்?”

“கடக்கரயில திரியிற நேப்பண்ண ஒண்ணு மரத்துல மூத்தரத்த அடிச்சிருக்காக்கும். அது இவுக மேல பட்டு துணி நனஞ்சி பெயிட்டுது. பொழுது போயி வீட்டுல கொண்டாந்து போட போயி பாத்தாக்க ஒரே நாத்தம் எடுத்து கெடக்காக.”

“கூப்புட்டு சொன்னா என்னவாம்?”

“நானும் அதத்தான் கேட்டனாக்கும். ஓயாம கூப்பிட்டா நான் அலுப்பா நெனப்பனெண்டு நாத்தத்த சயிச்சிகிட்டு கெடந்தாகலாம்.”

“அடக்கடவுளே. அப்பறம் என்ன செஞ்ச?”

“வயசானவுகள பொழுதுபோயி தண்ணில போட்டு நனைக்க வேண்டாமெண்டு தொடச்சி துணிய மாத்தி விட்டனாக்கும்.”

“அது சரிப்ப, நீ முழுவாம இருக்கது கிளடுக்கு தெரியுமாக்கும்?”

“தெரியாதும்மா. நானே எப்புடி சொல்றதெண்டு விட்டுட்டன்.”

“முருகனும் சொல்லலயாக்கும்?”

அவுகளும் அம்மாகாரவுக கிட்ட அவ்வளதா பேசமாட்டாக. என்ன அவசரம். பொறுமையா சொல்லிக்கிருவமே.”

“சரிப்ப. நீ போயி குளிக்க வச்சி குச்சல்லயே கெடக்கப் போடு. நான் கொழம்புக்கு ஒரு அம்மி அரச்சி வச்சிட்டு வாறன்” என்றாள்.

“எங்களால தான் ஒங்களுக்கு இவ்வள செரும” என்றாள் பேத்தை.

“ஒன்னும் செரும இல்ல. ரெண்டு பேரு இருக்கம். ஆளுக்கு ஒரு அம்மியா அரச்சா மலைக்காது அதான்.”

பேத்தை சங்கடப்படுவதிலும் அர்த்தமில்லாமல் இல்லை. வெங்கண்ணி குடும்பத்திற்கு மட்டுமென்றால் ஒரு அம்மி குழம்புக்கு அரைத்தால் போதும். பேத்தை வீட்டிற்கும் சேர்த்து அரைப்பதால் இரண்டு அம்மி அரைக்க வேண்டியுள்ளது. குழம்பும் பெரிய பாத்திரம் நிறைய கொதித்தாக வேண்டும். குழியோடும் இளவட்ட ஆட்கள் இசக்கியும் முருகனும். அவர்கள் சாப்பாட்டில் குறை வைக்கக் கூடாது. அதேபோலத்தான் இசக்கியின் அப்பாவும் சடையனும், வீரைய்யனும். வயதானாலும் செய்யும் வேலைக்கு இரண்டு தட்டு சோறாவது சாப்பிட வேண்டும். அப்புறம் முத்துமாரி, வெங்கண்ணி, பேத்தை, அவளுடைய மாமியார். எத்தனைத்தட்டு சோறு என்றாலும் அவ்வளவு சோத்தையும் குழம்பால் நனைக்க வேண்டும். இரவில் சாப்பிடும் இந்த ஒருவேளை சோறு மட்டும் தான் நிறைவான முழு உணவு அவர்களுக்கு. மற்ற நேரமெல்லாம் கஞ்சோ தண்ணீரோ தான்.

“சங்குளிக்க போறமெண்டு சொன்னாக. மீனு வரலயெண்டா கருவாடு போட்டு வைப்பியளோ?” என்றாள் பேத்தை.

“வலயும் கொண்டு போறாகத்தான். வரக்குள்ள எளக்கி இழுத்தாவுது கறிக்கி கொண்டுவந்திருவாக. இல்லயெண்டா கருவாட்ட அலசிப் போட்டு கொதிக்க வச்சிருவமாக்கும்.”

“சரிம்மா, நான் போறன்” சொல்லிவிட்டுக் கிளம்பினாள் பேத்தை.

அவளுக்கு வெங்கண்ணி மற்றும் அவளது மாமியார் வேலை செய்ய, தானும் தன் வீட்டாள்களும் உட்கார்ந்து தின்பது உறுத்தலாகவே இருந்தது.

அவளுக்குச் செய்ய இதுபோல நமக்கும் ஒரு வாய்ப்பு சீக்கிரத்தில் கிடைத்தால் நன்றாக இருக்கும் என்று நினைத்தாள். குச்சலுக்கு வெளியே நகர்ந்து வந்து கிடந்தாள் கிழவி. அவளை கைத்தாங்கி பிடித்து குளிக்கும் கல்லில் அமர்த்தினாள்.

துணிகளை களைந்துவிட்டு முதுகு தேய்த்து விட்டாள். தலையிலிருந்து கால்வரை தண்ணீரை ஊற்றினாள். உடலை நன்றாகக் கழுவி விட்டு, பின் துவட்டி விட்டாள். மாற்றுத்துணி ஒன்றை உடம்பில் சுற்றிவிட்டு நடத்திக் கொண்டுவந்து படுக்க வைத்தாள். உடம்பில் தண்ணீரை ஊற்றியதே கிழவிக்கு பெரும் களைப்பை ஏற்படுத்தியிருந்தது.

“நல்லாருப்ப தாயி. கண்ணு புரியாத கிளடிய அக்கறயா பாத்துக்கிற. சோறு தண்ணி கொடுக்கிற. குளிப்பாட்டி விடுற. காலகாலத்துக்கும் நல்லா இருப்ப” என்றாள் சற்று நடுங்கும் குரலில்.

“இதெல்லாம் நாங்க செய்ய வேண்டியது எங்க கடமதானாக்கும்.”

இவர்கள் இப்படி பேசிக்கொண்டிருக்கும் போதே அங்கு வந்து சேர்ந்தாள் முத்துமாரி. இவளின் குரலைக் கேட்டு ‘யாரது?’ என்று கேட்டாள் கிழவி.

பேத்தை யாரென்று விளக்கமாக சொல்லிக்கொண்டிருந்தாள். கிழவிக்கு இடம் புதிது என்பதாலும் கண் தெரியாததாலும் யாரையும் இன்னாரென்று எளிதில் புரிந்து கொள்ள முடியவில்லை. அவளுக்கு பக்கத்தில் தன் மெலிந்த கையை நீட்டி தரையை தடவிப்பார்த்தவள், அந்த இடத்தை தட்டிக்காட்டி,

“ஒக்காரும்மா” என்றாள்.

“பாரேன்ப்ப, ஒன்னோட மாமியா கிளவிய. நான் நல்லவார்த்த சொல்லப் போறேனெண்டு மின்னாடியே தெரிஞ்சிட்டுதாக்கும்.”

பேத்த முத்துமாரியின் பேச்சைக் கேட்டு சிரித்தாள். கிழவிக்கு எதுவும் புரியவில்லை. வந்தவளும் தன் மருமகளும் என்ன பேசிக் கொள்கிறார்கள் என்பதை புரிந்து கொள்ளும் முனைப்புடன் காதை கூர்மையாக்கி கிடந்தாள். கிழவியின் பக்கத்தில் உட்கார்ந்த முத்துமாரி,

“யம்மா, ஓம் மருமகள ஒனக்கு புடிச்சிருக்கா?” என்றாள்.

“ம்” தலையாட்டிய கிழவி,

“இந்த மகராசிதான் சோறுதண்ணி கொடுக்குது, குளிப்பாட்டி விடுது. ஒண்ணும் கொறயில்ல. நல்லா பாத்துக்கிது” என்றாள். அவளது உடலைப் போலவே குரலும் நடுங்கியது. வயது முதிர்வைக்காட்டிலும் கவனிப்பாரற்று முந்தலில் தனியே கிடந்தபோது ஏற்பட்ட நலிவே கிழவியை இந்த அளவுக்கு பாதிப்படைய வைத்திருந்தது.

“ஓம் மருமக பேத்த முழுவாம இருக்கு தெரியுமா?” இதைக் கேட்டதும் கிழவி முகம் மலர்ந்து போனது. சிரித்தபடியே,

“மவராசியா இருக்கட்டும்” என்றவள் மறுபடியும் கையால் துழாவினாள் தன் மருமகளைத் தேடி.

பேத்தையின் கையைப் பிடித்து உட்கார வைத்து கிழவின் கையில் கொடுத்தாள் முத்துமாரி. கிழவியால் அதற்கு மேல் படுத்திருக்க முடியவில்லை. தானாகவே எழுந்து உட்கார முயற்சித்தாள்.

“ஒக்காரனுமாக்கும். இரு இரு...” என்ற முத்துமாரி கைதாங்கி பிடித்து உட்கார வைத்தாள்.

“தானாவே எழும்புவாக. அதுக்கெல்லாம் முடியாம போகல இன்னும்” என்றாள் பேத்தை.

“ஓங்கைய வுட்டா ஓடிருவியோ எண்ட பயமாக்கும். கெட்டியா புடிச்சிக்கிட்டாக. பெறவு எப்புடி தானாவுள எழும்புவாக?”

கிழவி அதுவரையுமே பேத்தையை பிடித்திருந்த கையை விட வில்லை. ஏதோ தனக்கு கிடைத்த பொக்கிஷத்தை பாதுகாப்பவளைப் போல அவளது கைகளையும் முகத்தையும் தடவித்தடவி பார்த்தாள். முகத்தை வழித்து முறித்தாள்.

“அய்யா கருப்பா எங்கொலம் வெளங்கணும். இந்த ஒரு கொடியும் ஓராயிரம் கொடியா பெருவி தழைக்கணும்ய்யா” வேண்டிக் கொண்டாள். பேத்தைக்கு மனம் இளகிப்போனது. கண்கள் லேசாக கசிவதைப் போலிருந்தது. முத்துமாரி கிழவியையே பார்த்துக்கொண்டு இருந்தாள்.

“எப்ப பேத்த ஓம்மாமியாளுக்கு மனுச மக்க மேல எவ்வளவு ஆச பாரேன். இனிமே அது கெடந்தா போவுதெண்டு தனியா போட்டுறாத. நீங்க பொழங்குற எடத்துலயே கெடக்கட்டும். நல்லது கெட்டத நீயும் சொல்லு. சும்மா கெடக்குற நேரம் அதுகிட்ட ஒக்காந்து பேசுப்ப. அந்தப் பயலயும் தெனமும் ஒரு நேரமாவுது சாப்பிட்டியா கொண்டியா எண்டு விசாரிக்கச் சொல்லு” என்றாள்.

“சரிம்மா. இத்தன்நாளா சோறு தண்ணி கொடுத்தா போதுமெண்டு இருந்திட்டனாக்கும். இனிமே அப்புடி உட்டுற மாட்டன். நான் பாத்துக்கிருவன்” என்றாள்.

முத்துமாரி கிளம்பிப் போய்விட்டாள். ஆனால் கிழவி பேத்தையின் கையை விட்டு தன் பிடியை கொஞ்சமும் தளர்த்தவில்லை.

“கஞ்சி எடுத்து வாறன், குடிக்கியளா?” என்று கேட்டாள் பேத்தை.

“கஞ்சி வேண்டாம். வறக்காப்பி போட்டுத்தாறியா?” என்றாள் கிழவி சிறுபிள்ளை கேட்பதைப்போல. அவள் கொண்டாட்ட

மனநிலையில் இருக்க வேண்டும். இல்லாவிட்டால் இப்படியெல்லாம் கேட்க மாட்டாள். எப்போதும் கொடுப்பதை தின்றுவிட்டு கிடப்பவள்.

“சரிதான். நீங்க கெடங்க. நாம்போயி வறக்காப்பி போட்டு கொண்டாறேன்” என்றவள் கிழவியின் கையிலிருந்து தன் கையை விடுவித்துக் கொண்டு சென்றாள். தன் வீட்டு அடுப்பை பற்றவைத்து ஒரு அலுமினிய குண்டில் கொஞ்சம் தண்ணீரை ஊற்றி போட்டாள். தனக்கும் கிழவிக்கும் மட்டும் போடாமல் வெங்கண்ணி மற்றும் அவள் மாமியாருக்கும் சேர்த்து போட்டாள். கொதித்ததும் வடிகட்டி ஒரு ரோட்டாவில் ஊற்றி எடுத்துக்கொண்டு முதலில் வெங்கண்ணியின் குச்சலுக்கு சென்று கொடுத்துவிட்டு வந்தாள். பிறகு தனக்கும் தன் மாமியாருக்கும் தனித்தனி டம்ளர்களில் ஊற்றி எடுத்துக் கொண்டு வந்து கிழவியின் பக்கத்தில் உட்கார்ந்தாள். வறக்காப்பி அதற்குள் சற்று ஆறிப்போயிருந்தது. குடிக்க சரியான சூட்டில் இருந்த வறக்காப்பியை எழுந்து உட்கார்ந்து வாங்கிக் கொண்டாள் கிழவி. அவளுக்கு பேத்தையிடம் நிறைய பேசவேண்டும் போலிருந்தது. பேத்தைக்கும் இப்போது எதுவும் வேலையில்லைதான். எனவே அமைதியாய் கிழவியை பார்த்தபடி படுத்துக் கொண்டாள் அவள்.

”ஒங்களுக்கு ரொம்பநாளு செண்டு பொறந்த மகனாக்கும். அவுக இப்பத்தான் எளவட்ட பயலா இருக்காக. நீங்க இவ்வள கெழடா கெடக்கிய?” என்றாள் பேத்தை.

“முருகன் என்னோட பேரனாக்கும்.”

“பேரனா? என்ன புதுசா சொல்றிய? அம்மா எண்டு தான எல்லாரும் சொன்னாக.”

“அவன் பொறந்த மூணாம் நாளே எம்மக செத்துட்டுதாக்கும்.”

“அடப்பாவத்த. அப்பறம்?”

“பிரசவத்துல தெரியாம எம்மக கொடல அறுத்துட்டா போலருக்கு மருத்துவச்சி.”

“அப்புடியா?”

“ஆமா. மூணுநாளு வரைக்கும் போக்கு நிக்கல. ரெத்தம் ஆறா ஓடுது. ஆஸ்பத்திரி கொண்டு போவவும் முடியல. ரெண்டாம் நாளே பெரக்கன தப்பிதான் கெடந்திச்சி. அப்பயே பாத்தவுக எல்லாரும் சொல்லிட்டாக பொழைக்காது எண்டு.”

“...”

"என்ன செய்யிற எமன் ஏட்ட எடுத்து பாத்துட்டானாக்கும். மூணாம்நாளு உசுரு அடங்கிபோச்சி."

"அதுலேருந்து இந்த பயல நாந்தான் வளத்தன். அவன் என்ன அம்மா எண்டு தான் அழப்பானாக்கும். அவனுக்கு தெரியாதில்ல?"

"என்ன செய்யிற சொல்லு. இதெல்லாம் நம்ம செஞ்ச தப்பில்ல. எங்க அப்பாவ பெத்தவுக கட்டி வச்ச பாவக்கோட்டயாக்கும்."

"என்ன சொல்றிய ஆச்சி?"

"நீ ஒண்ணும் பயப்படாத தாயி. மூணு தலமொற தாண்டி வந்தாச்சி. இதுக்கப்பறம் எந்த பாவமும் தொறத்தாது. அதோட இது மயன் வயத்து கிள இல்ல. மக வயத்துக்கொடி தானாக்கும்."

"ஆச்சி வெலாவாறியா சொல்றியலா. அப்பத்தான் புரியும் எனக்கு."

"எங்கப்பா பேரு தொறையப்பன். ஊரு முந்தலு. அவுக அம்மா ஏதோ பொருளு களவு போச்செண்டு சொல்லி கூமுட்ட குடுத்திருக்காக. இப்ப அந்த குடும்பமே அழிஞ்சி போச்சாக்கும்."

"கூமுட்ட குடுத்தது இருக்கட்டும். குடும்பம் எப்புடி அழிஞ்சிது எங்குறிய அதச் சொல்லுங்க."

"எங்கம்மா பொறந்தது கொழும்பு. நல்ல அழகா இருப்பாகலாம். அம்மாவுக்கு அப்ப கல்யாணம் கட்டுற வயசு. வீட்டாளுக மேல ஏதோ கோவம்போல. எங்கயோ தனியா கிளம்பி வந்துட்டாக. இங்கேருந்து போன நாடாக்குமாரு ஒருத்தரு அவுகளப் பாத்து பரிதாவப்பட்டுருக்காரு. 'என்னயகூட வாறியா நான் ஒன்னய கல்யாணம் கெட்டிக்கிறனெண்டு கூப்பிட்டுருக்காரு. அவுகளும் மறுப்பு காட்டாம வந்துட்டாகலாம்."

"....."

"இங்க வந்த பெறகு, ஏதேச்சயா இந்த பொண்ண பாத்த எங்கப்பா, யாரு, எவடமெண்டு எல்லா விசயத்தயும் கேட்டுருக்காரு. எங்கப்பாவுக்கு மனசே கேக்கலயாம். அந்த பொண்ணு இவ்வள அழகா இருக்கே. இந்த பய கொஞ்சம் கொட பொருத்தமில்லாம கெடக்கானே. இவுக ரெண்டுபேருக்கும் கல்யாணம் ஆவக்கூடாது. பாவம் அந்த பொண்ணு. எண்டு நெனச்சிருக்காக. அந்த ஆளுகிட்ட பேசுனதுல அவரு சொல்லிருக்காரு 'நான் கல்யாணம் கெட்டிக்க

ஆசப்பட்டுதான் அழச்சிட்டு வந்தனாக்கும். இப்ப இந்த பொண்ண குடு எண்டு கேட்டா நான் என்ன செய்வன். எனக்கும் தோளுக்கு தோளா தொண வேணுமில்ல. பொண்ணு பாத்து கட்டிக்கிற என்னகிட்ட ரூவா இல்ல. ஒழைப்பும் இல்ல. இதுக்கெல்லாம் வழி பண்ணி கொடுத்திட்டு இந்த பொண்ண நீ கூட்டிபோயி கெட்டிக்க' எண்டு சொல்லிட்டானாம். எங்கப்பாகிட்ட ரெண்டு நாட்டுப்படகு இருந்திருக்கு. அது, அப்பறம் வலைக எல்லாத்தயும் கொடுத்து நீயே வித்து எடுத்துக்க எண்டு சொல்லிட்டு எங்கம்மாவ கூட்டி வந்திட்டாராம். இந்த சேதி ஊர்முழுக்க பரவிட்டுதாம்.

'தொறையப்பன் திரவியம் கொடுத்து கொழும்பு பொண்ண கொண்டுவந்திருக்கானாம்' எண்டு எல்லாரும் படபடயா வந்து பாத்துட்டு போறாகலாம். அந்த காலத்துல அவ்வள திரவியத்த ஒரு பொண்ணுக்காக நம்ம ஆளுக யாரும் கொடுக்க மாட்டாகளாம். ஏன்னா காலத்துக்கும் ஒழச்சதில்லயா அதெல்லாம். எங்கப்பாவ கெட்டிக்கிட்டு தலைச்சன் மயன் ஒருத்தனயும் அதுக்கப்பறம் நாலு பொம்பளயயும் பெத்தாக எங்கம்மா. நான் மூனாங்கச்சிகாரி. எத்துன பெத்தும் என்ன அரகொற ஆயிசிலயே அவுக போயி சேந்தாக. அம்மா போன பெறகு எங்களுக்கு திங்கிறதுல உங்குறதுல கொற வைக்கல எங்க அப்பா. அப்புடி அவுருவமா வளத்தாக. இருந்தாலும் அம்மா செத்த ஏக்கத்துல அப்பா மட்டும் சந்தோசம் இல்லாம சீக்காளி கணக்கா திரிஞ்சாக. அப்பறம் அவுகளும் போயி சேந்தாக. அண்ணன் ஒருத்தன் இருந்தானில்ல அவன், தலக்கிளம்புன நாழிக்கே குடிய பழகிகிட்டான். குடிவெறியால அவனும் போய்ச்சேந்துட்டான். நாங்க அக்கா தங்கச்சி நாலுபேரு. நாலு பேரயும் உள்ளூருகாரவுகளே, கைகாலுத்தெறமய, அழகு அந்திசியப் பாத்து கெட்டிக்கிட்டாக. நாங்களும் நல்லாத்தான் இருந்தமாக்கும். ஆனா செஞ்ச வென சும்மா விடுமா? கூமுட்ட குடுத்த குடும்பம் ஒண்ணுமில்லாம அழிஞ்சி போச்சி எண்டு சொல்ற மாதிரி எல்லாரும் போயி சேந்துட்டாக. என்னயும் எடுத்திட்டு எடுத்திட்டு வுட்டுட்டான். கடைசியா பாத்தா கண்ண பறிச்சிக்கிட்டான். இப்ப ஒரு கொடிய மட்டும் உட்டு வச்சிருக்கான் ஆண்டவன். கணக்கு பாக்க வேணுமெண்டு."

"ஆச்சி என்ன சொல்றிய நீங்க?"

"ஆமாம்ப்ப பாவ கணக்குக்கு ஆண்டவன் அவனே எடுத்துக் கிட்டான். புண்ணிய கணக்கு இருக்குமில்ல அதயெல்லாம் வாங்கிக்கிற ஒரு கொடியாவுது இருக்கணுமில்ல."

"....."

"எங்கப்பா எவ்வள புண்ணியம் செஞ்ச மனுசனாக்கும். அந்த புண்ணியம்தான் முருகன காக்குதாக்கும். இனிமே ஒஞ்சந்ததி எல்லாத்தயும் காக்கும்" என்ற கிழவி நீண்ட பெருமூச்சு ஒன்றை விட்டுக் கொண்டாள். பேத்தை கதை கேட்ட களைப்பில் கண்மூடி உறங்கிப் போனாள். அவள் கருவில் வளரும் குழந்தையின் உருவத்தை கடவுள் வடிவமைக்க ஆரம்பித்திருக்கலாம். யாருக்குத் தெரியும் குழந்தையின் வடிவத்தை முந்தல் துறையப்பனைப் போலவேகூட உருவாக்கலாம்.

37

ஆடிப் பதினெட்டு. புதிதாக கல்யாணம் ஆனவர்கள் என்பதால் வெங்கண்ணி, பேத்தை இருவருக்கும் தாலி பெருக்கிப் போட வேண்டு மென்று அதற்கான வேலைகளை நான்கு நாட்களுக்கு முன்பிருந்தே செய்ய ஆரம்பித்திருந்தாள் முத்துமாரி. பச்சரிசியை அலசி காயப் போட்டாள். அதை திருவையில் கொடுத்து இரண்டும் நாலுமாக்கிக் கொண்டாள். நெறு தேங்காயாகப் பார்த்து வாங்கி வரச்சொல்லி யிருந்தாள். அதை சிறிய சிறிய பற்களாக்கிக்கொண்டாள். வரச்சட்டியில் போட்டு தேங்காய் பற்களை நன்றாக வறுத்து எடுத்துக்கொண்டாள். அதோடு கொஞ்சம் எள்ளையும் வறுத்துப் போட்டு, அதனுடன் பொட்டுக்கடலை போட்டு வைத்திருந்த பச்சரிசி கலவையை, பதினெட்டு அன்று அதிகாலையிலேயே எழுந்து வெல்லப்பாகு காய்ச்சி அதில் அரிசி கலவையைக் கொட்டி கிண்டி வைத்தாள். ஒரு வருடம் ஆனாலும் கெட்டுப் போகாத பதமாக இருந்தது. தாலி பெருக்கிப் போடும் இடத்தில் செலவு செய்வது போக மீதியை வீட்டுக்கு யார் வந்தாலும் சிறிய பாத்திரத்தில் போட்டு மெல்லக் கொடுப்பது. கடல்பயணம் சொல்லும்போது கொடுத்தனுப்பவது சிறு பிள்ளைகளுக்கு திண்பண்டமாக அவ்வப்போது அள்ளிக் கொடுப்பது என ஆடி பதினெட்டு தொடங்கி ஆவணி பாதிநாட்கள் வரை வெல்லப்பாகில் கிளறிய இந்த பச்சரிசி வாசனை முயல்தீவெங்கும் மணத்துக்கொண்டிருக்கும்.

வெங்கண்ணிக்கு கல்யாணத்தின் போது அவளது நாத்தனார் முனீஸ்வரி தங்கக்காசி கோர்த்து நாத்திப்பட்டம் கட்டியிருந்தாள். அதே போல முத்துமாரியும் கட்டியிருந்தாள். அந்த காசுகள் இரண்டும் இருந்தன. தாலியோடு கோர்த்துப்போட இசக்கி இரண்டு குண்டுகளும்

சடையன் இரண்டு குண்டுகளும் எடுத்துக் கொடுக்க வேண்டுமென்று சொல்லியிருந்தாள் முத்துமாரி. ஆனால் உழைப்பில்லாத இந்த நேரத்தில் இரண்டு இரண்டு குண்டுகள் வாங்க முடியாதென்றும் தைமாதம் பாடு நன்றாக இருக்கும். அப்போது இன்னொரு குண்டு எடுத்துக் கொள்ளலாம் என்று சொல்லி இருவரும் சேர்ந்து ஒரு சோடி குண்டு எடுத்துக் கொடுத்தார்கள். தாலிக்கு இரண்டு பக்கமும் ஒரு குண்டு ஒரு காசியாவது கோர்த்துப் போட முடிகிறதே என்று நிம்மதி பட்டுக்கொண்டாள் முத்துமாரி. ஆனால் பேத்தைக்கு இதுபோல் எதுவும் இல்லை. முந்தல் தலைவர் எடுத்துக்கொ நித்த தாலி மட்டுமே அவள் கழுத்தில் இருந்தது. இசக்கியின் அமமா முருகனையும் வீரைய்யனையும் அழைத்து கண்டித்து சொல்லிவிட்டாள்.

“பேத்த தாயில்லா புள்ள. இப்ப புள்ளதாச்சியா வேற இருக்கு. தாலிய மட்டும் கோத்துப்போடக் கூடாது. ரெண்டு குண்டு ரெண்டு காசி எடுத்துக் குடுத்துருங்க.”

“ஒழைப்பில்லாத நேரத்துல இதெல்லாம் வாங்கணுமெண்டா எங்க போறது?” கையை பிசைந்தார் வீரைய்யன்.

“முருகனுக்குமே கூட ஒன்றும் செய்ய முடியாது என்றே தோன்றியது. வேறு யாருடைய வல்லத்திலாவது சென்றால் முன்பணம் கேட்டு வாங்கிக் கொள்ளலாம். இசக்கியும் சிரமத்தில் இருப்பதால் அவனிடமும் கேட்க முடியாமல் என்ன செய்வதென்று எதுவும் புரியாமல் தவித்துக்கொண்டிருந்தான். அக்கம் பக்கம் உறவுகள் நண்பர்கள் என்று இங்கு அவனுக்கு அவ்வளவாய் யாரும் இல்லை. இருந்தாலும் இந்த நேரத்தில் யாரிடமும் காசுபணம் கையில் இருக்காது. முந்தலில் யாரிடமாவது கேட்கலாமா என்று யோசித்துப் பார்த்தான். அங்கும் இதே நிலைதான். அவன் பேத்தையை சமாதானம் செய்யும் முடிவுக்கு வந்திருந்தான்.

“எப்ப கோச்சிக்காதப்ப. இப்ப இத மட்டும் கோத்து போட்டுக்க. தை மாசத்துக்குள்ள ஒனக்கு எல்லாத்தயும் ஒண்ணு ஒண்ணா வாங்கி தந்தர்றன்ம்ப்ப” என்றான்.

“இதெல்லாம் இல்லாட்டின்னாதான் என்ன? எனக்கு ஒங்கள மாதிரி ஒரு மாப்பிள்ள கெடைச்சதே பெரிய புண்ணியமாக்கும்” என்றபடி அவனது தோளில் சாய்ந்தாள். அவள் இதுபோல் சொல்லிய பிறகு அவனுக்கு இன்னும் வைராக்கியம் கூடியது. எப்படியாவது இவளுக்கு செய்ய வேண்டியவற்றை முழுமையாக செய்துவிட

வேண்டும் என்று நினைத்தான். அவன் இசக்கியிடம் பேசிப்பார்க்கலாம் என்று நினைத்தான்.

“மச்சான் நம்ம வல்லத்துல ஓட நல்ல குளியாளுக இருக்காக. மண்டாடியா நீங்கதளே நிப்பிய. தலைவரோட அண்ணன் மயன் வல்லம் வாங்கிருக்காராம். நான் வேணுமெண்டா அந்த வல்லத்துல ஓடட்டுமா?” என்றான். திடீரென்று ஏன் இந்த யோசனை இவனுக்கு வந்ததென்று எதுவும் புரியவில்லை இசக்கிக்கு. பிறகுதான் முன்பணம் வாங்கி தாலி பெருக்கிப் போடும் செலவுகளை சமாளிக்க நினைக்கிறான் என்பது தெரியவந்தது. அவனுடைய கல்யாண செலவுகளுக்காக வாங்கியிருந்த முன்பணத்தில் நான்கில் ஒரு பங்குதான் கழித்திருப்பான். மீதி தொகைக்கு தன் மாமனார் வீரைய்யனை பொறுப்பாக்கிவிட்டு வேறு வல்லத்தில் ஓட முன்பணம் வாங்கிக் கொள்ளலாம் என்று தன் மாமனார் வீரைய்யனுடன் முன்பே பேசி முடித்திருந்தான்.

“முருகா நீ வேற வல்லத்துல போறது பத்தியெல்லாம் யோசிச்சுக் கூட பாக்கக்கூடாது” என்றான் இசக்கி.

“உனக்கு இப்ப ரூவா வேணும். அதான? எங்க கூட இருக்க ஒன்னோட நல்லது கெட்டத பாக்குற பொறுப்பு எங்களுக்கு இல்லையாக்கும்?”

“எவ்வளவுதான் பொறுப்பேத்துக்கிருவியலாம். வாங்கி வாங்கி எனக்குமே கையெல்லாம் கூசுது பாரு” என்றான்.

“ஒங்க தாத்தா அள்ளிக்கொடுத்து கைவீக்கம் கண்டவரெண்டு சொல்றாக. நீ வந்த வழி ஒன்ன இப்புடி கூசவைக்கிது.”

“தாத்தா கதையெல்லாம் என்னக்கோ நடந்தது. அதுக்கும் இன்னைக்கு கதைக்கும் சம்மந்தமில்ல மச்சான்.”

“அது எப்புடியோ இருக்கட்டும். ஒனக்கு நாங்க சும்மாவா கொடுக்குறம்? முக்காலும் வல்லம் ஒன்ன நம்பித்தான் ஓடுது. வஞ்சனயில்லாம வல்லத்துல நிக்கிற. காத்து மழைக்கி ஒன்னோட வல்லமெண்டே நெனச்சி பாதுகாக்க. ஒன்னோட ஒழைப்புக்கு கொடுக்கிற மரியாததானாக்கும்.”

“சரிதான் மச்சான், கொடுக்கிறதுக்கு இப்ப ஒங்க கிட்டயும் இருக்கணுமில்ல.”

“ஒழைப்பு இல்லாத நேரம்தான் முருகா, அதுக்காக செய்ய வேண்டியத விட முடியாதில்ல.”

"......"

"நீ என்ன சொன்னாலும் ஒன்னய வேற வல்லத்துக்கு போவ விடமாட்டனாக்கும்."

முருகனால் பதிலேதும் சொல்ல முடியவில்லை. அமைதியாக நின்றான்.

"நீ போயி வேலயப் பாரு. ரெண்டு குண்டு, ரெண்டு காசி அதான அதுக்கு நான் ஏற்பாடு பண்றன்" என்றவன் அதற்கு மேலும் அவனிடம் பேச்சுக் கொடுத்துக் கொண்டு நின்றால் ஏதாவது சொல்லி விடுவானோ என்ற எண்ணத்தில் அந்த இடத்தை விட்டு சென்றுவிட்டான். முருகனிடம் அப்படி நம்பிக்கையாக நான் பார்த்துக்கொள்கிறேன் என்று சொல்லிவிட்டானே தவிர அவனிடமும் ரூவாவுக்கு யாதொரு வழியும் இருக்கவில்லை. சடையனிடமோ தன் அப்பாவிடமோ இதைச் சொல்லி ரூவா கேக்க முடியாது. இருவரும் இப்போதுதான் யாவாரிமாரிடம் மிகவும் சொற்பமான ரூவா பெற்று வலை முடிந்து கொண்டிருக்கிறார்கள். பருவலை முடிவதென்றால் அவ்வளவு எளிதான காரியமில்லை. ஆழ்கடல் வரை ஓடக்கூடிய வல்லத்தை வைத்துக்கொண்டு அதற்கேற்ப தொழிலுக்கு போக பருவலை இல்லாமலிருப்பது சரியாகாது என நினைத்துத்தான் சடையனும் இசக்கியின் அப்பாவுமாக சேர்ந்து முன்பணம் வாங்கி ஆட்களை வைத்து வலையை முடிந்து கொண்டிருக்கிறார்கள். வலைமுடிய போதுமான பணமும் கிடைக்கவில்லை. இருந்தபோதும் மாதத்தில் பத்து நாள் சரக்கு கொடுத்துவிட வேண்டும் என்ற கண்டிப்புடன் முன் பணத்தை கொடுத்துள்ளார் அந்த யாவாரி. நம்மிடம் முன்பணத்தை வாங்கிக் கொண்டு சங்குளிக்கவே போய்க்கொண்டிருந்தால் என்ன செய்வது? நமக்கு சரக்கு கிடைக்காதே என்ற அச்சம் அவருக்கு. இதுமாதிரி முன்பணம் வாங்குவது சடையனுக்கு எப்போதுமே பிடிக்காது. இசக்கியின் அப்பாவும் அதிகம் எந்த யாவாரியிடமும் முன்பணம் வாங்க மாட்டார். ஆனால் இப்போது முன்பணம் வாங்காமல் எதையும் செய்ய முடியாது என்ற நிலையில் வாங்கியிருக்கிறார்கள். முன்பணம் வாங்கிவிட்டால் இவர்கள் பிடித்துவரும் சரக்கிற்கு விலையை இவர்களே நிர்ணயிக்கலாம். முன்பணம் வாங்கிவிட்டால் யாவாரிமார் வைப்பதுதான் விலை.

எப்பாடு பட்டாவது ஒரு வருடத்திற்குள் வாங்கிய முன்பணத்தை கொடுத்துவிட்டு யாவாரிமார்கள் பிரச்சனையிலிருந்து வெளியே வந்துவிட வேண்டும் என்ற உறுதியோடு இருந்தார்கள் சடையனும் அவரது சம்மந்தியும்.

இசக்கிக்கு எப்படி ரூவா புரட்டுவது என்று எந்த வழியும் தோன்றவில்லை. அவனிடம் வல்லம் மட்டும் இருக்கிறது. மற்றவை கடலில்தான் கிடக்கின்றன. இசக்கிக்கு மட்டுமில்லை இங்குள்ள அத்தனை பேருக்குமே வாழ்க்கை கடலில்தான் கிடக்கிறது. அந்த வாழ்க்கையும் வளங்களும் என்று அவன் கைக்கு வரும் என்பது யாருக்கும் தெரியாது. வேற என்ன இருக்கு, என்ன செய்லாம் என்று இதைப்பற்றியே நினைத்துக் கொண்டிருந்தவனுக்கு சட்டென்று அந்த யோசனை வந்தது. முருகனின் பிரச்சனையைத் தீர்க்க ஒரு வழி கண்டு பிடித்தவுடன் மனதிற்குள் பெரிய நிம்மதி ஏற்பட்டது போலிருந்தது. அதன் பிறகு அவன் கொஞ்சமும் தாமதிக்கவில்லை. நேராக தன் குச்சலுக்குச் சென்றவன் குச்சலின் வரிச்சியில் செறுகியிருந்த குச்சியில் மாட்டி தொங்கிக்கொண்டிருந்த மஞ்சள் பையை எடுத்தான். அதற்குள் பத்திரப்படுத்தி வைத்திருந்த சிறிய குடும்ப அட்டை வடிவிலான அந்த அட்டையை எடுத்து தன் உள் கால்சட்டை பையில் வைத்துக் கொண்டு கிளம்பி விட்டான். வல்லத்துக்கு மானிய விலையில் டீசல் போடும் அட்டை அது. வல்லம் வாங்கும்போதே மீன்வளத்துறை அலுவலகத்தில் பதிவு செய்து இந்த அட்டையை வாங்கியிருந்தான். தங்க நகைகளை அடகு வைப்பது போல சிலர் இந்த அட்டையை அடகு வைத்து தமது அவசரத் தேவைகளை செய்துகொள்வதுண்டு. இசக்கியின் பெயரில் உள்ள இந்த அட்டையை பயன்படுத்தி இசக்கிதான் பெரிய பெரிய கேன்களில் டீசல் பிடித்து வருவான். அதனால் இதுபற்றி சடையனுக்கோ தன் அப்பாவுக்கோ தெரியப்போவதில்லை. தற்போதைய அவசரத்திற்கு இந்த அட்டையை யாரிடமாவது கொடுத்து ரூவா பெற்றுக்கொள்ளலாம். பிறகு யாருக்கும் தெரியாமல் மீட்டுக்கொள்ளலாம் என்று திட்டமிட்டுக்கொண்டான்.

அவன் நான்கு ஆண்டுகள் வரை இங்கு இல்லாமல் போனதால் இன்னாரிடம் சென்றால் இந்த வேலையைச் செய்து முடிக்கலாம் என்பது பற்றிய விபரங்கள் அவனுக்கு அவ்வளவாய்த் தெரியவில்லை. வாகனங்கள் வைத்திருப்பவர்கள்தான் இந்த அட்டைகளை ஆர்வமாக அடகு பிடிக்க முன்வருவார்கள். அப்படிப் பட்டவர்களின் அறிமுக மில்லாமல் இருந்தான் இசக்கி. அவனுக்கு தன் அக்கா கணவன் கண்ணனின் நினைவு வந்தது. கண்ணன் ஏற்றுமதி கம்பெனி ஒன்றில் வேலையில் நிற்கிறான். அவன் பல ஆட்களுடனும் நல்ல அறிமுகப் பட்டவனாக இருப்பான். அவன் வாயிலாக இந்த வேலையை முடித்துக்கொள்ளலாம் என்று நினைத்தான்.

கண்ணன் நல்ல குளியாள். கட்டான உடல்வாகு கொண்டவன். பார்க்க நிறமாய், திடகாத்திரமாய் இருப்பான். கடலுக்குப் போகாத நாளில் உடல் முழுக்க நல்லெண்ணெய்யைத் தேய்த்துக்கொண்டு காலை வெயிலில் கடற்கரையில் ஓடுவான். அப்போது அவனை கல்யாணம் செய்துகொள்ள வேண்டும் என்ற ஆசையுடன் மறைந்திருந்து பார்ப்பார்கள் அங்குள்ள குமருகள். பொங்கல் போன்ற நாட்களில் கடற்கரையில் நடக்கும் போட்டிகளில் முதல் ஆளாய் வருவான். இருநூற்றைம்பது கிலோ, முன்னூறு கிலோ எடை கொண்ட பந்தயப் பாய்மரங்களை அனாயாசமாய் தூக்கி போட்டுவிட்டுப் போவான். அப்படிப்பட்டவனின் காலை சுறா கடித்து தின்றுவிட்டுப் போனது. முப்பது பாகம் குழியோடும்போது கண்ணனின் கண்களுக்கு புதைந்து கிடந்த வெள்ளைச் சங்குகளும் கடலுக்கடியில் துளைபோட்டு மண்ணை அகழ்ந்து செல்லும் உயிர் சங்குகளும் மட்டுமே தெரிந்ததே தவிர, தன்னை நோட்டமிட்டு கவ்வக் காத்திருந்த சுறா தெரியவில்லை.

⋆கண்ணன் சங்குகளை பொறுக்கியெடுத்து இடுப்பு மாலுக்குள் போட்டுக்கொண்டு மேலே வர கயிற்றை அசைத்து தோடைக்கு தகவல் கொடுக்கிறான். அவனைச்சுற்றி மேய்ந்து கொண்டிருந்த சிறிய மீன்கள் கூட்டம் சிதறி ஓடுகின்றன. அதைப் பார்த்து அதிர்ச்சியடைந்த கண்ணன் சுற்றுமுற்றும் பார்க்கிறான். அவன் தப்பித்தே போக முடியாது என்கிற அளவில் வெகு அருகில் பெரிய சுறா நிற்கிறது. தோடை கயிற்றை இழுக்கவும் சரியாக சுறாவின் வாயருகில் வாகாய் வந்து சேர்கிறான். அதன் தலை குன்று போலத் தெரிகிறது அவனுக்கு. வாயா செவுளா என்று எதுவும் தெரியவில்லை அவனுக்கு. ஆனால் அதன் வாய்க்குள் தன் தலையைக் கொடுத்துவிடக் கூடாது என்னும் உறுதியில் தன் இரு கால்களாலும் எட்டி உதைக்கிறான். தோடை சரசரவென கயிற்றை இழுக்கவும் மேலே வருபவனுக்கு பிழைத்து விடலாம் என்கிற நம்பிக்கை வருகிறது. கால்களால் எட்டி எட்டி உதைக்கிறான். சுறாவிடமிருந்து இதுவரை அவனை விழுங்குவதற்கான எந்த அசைவும் தெரியவில்லை. லேசாக வாயைத் திறந்தால்கூடப் போதும் அவன் முழுமையாக உள்ளே போய்விடுவான். இன்னும் துளிநேரம் அது இப்படியே நின்றுவிட்டால் போதும். அவன் வல்லத்தில் தாவி ஏறிவிடுவான்.

ஆனால் அவன் ஆசைப்பட்டது போல அது அப்படியே நிற்கவில்லை. கடைசி நேரத்தில் அது வாய்திறக்கவே அவனது இரு கால்களும் உதைத்த நிலையில் வாயுக்குள் அகப்பட்டது. இடதுகாலில் முழங்கால் வரையிலும் வலதுகாலில் கணுக்கால் வரையிலும் கடித்து

எடுத்துக்கொண்டு போயிருந்தது. கண்ணன் கடலே அதிரும்படி அலறினான். தோடைகள் சேர்ந்து அவனை வல்லத்துக்குள் இழுத்து போட்டபோது வல்லத்தில் ஆறாகப்பெருகியது கொண்டிருந்தது ரத்தம்.★

இரண்டு கால்களையும் இழந்துவிட்ட போதும் அவனை கல்யாணம் கட்டிக்கொள்ள விருப்பப்பட்டாள் இசக்கியின் அக்கா முனிஸ்வரி. கடல்தொழில் செய்ய முடியாது என்றாலும் அவனை நம்பி இருக்கும் குடும்பத்தை காப்பாற்ற வேண்டுமே என்பதற்காக ஏற்றுமதி கம்பெனி ஒன்றில் வேலைக்கு சேர்ந்திருந்தான். ஏற்றுமதி செய்யும் மீன்களின் தலைகளை வெட்டும் வேலையை செய்து கொண்டிருந்தான்.

கண்ணனுக்கு கம்பெனிக்காரர்கள் அனைவருடனும் நல்ல பழக்கமிருந்தது. அவனிடம் கொடுத்தால் நமக்கு இந்த வேலையை நிச்சயம் முடித்துக் கொடுப்பான் என எண்ணிய இசக்கி, கட்டுமரம் ஒன்றை ஓடவிட்டு காலவாசல் வந்து சேர்ந்தான். கண்ணனிடம் இசக்கி தான் தேடி வந்திருக்கும் விசயம் எல்லாவற்றையும் சொன்னான். இசக்கி சொல்வதில் ஞாயமிருப்பதை உணர்ந்த கண்ணன் அவனுக்கு முழு மனதோடு உதவ வேண்டுமென்று ஆசைப்பட்டான். எல்லாவற்றையும் கண்ணன் வழியாக இசக்கியின் அக்காவும் தெரிந்து கொண்டாள்.

அவர்களுக்கு வீட்டைவிட்டுப் போனதிலிருந்து எல்லோரிடமும் அவ்வளவாக ஒட்டாமலும் உறவாடாமலும் இருந்த இசக்கி இப்போது தான் தங்களுடைய வீடு தேடி வந்திருக்கிறான். அதுவும் உதவிகேட்டு வந்திருக்கிறான். அவன் மனது நிறையும் விதமாக செய்ய வேண்டும் என்று இருவரும் ஆசைப்பட்டார்கள். இருவரும் கலந்து பேசி ஒரு முடிவுக்கு வந்திருந்தார்கள்.

“ஏலே தம்பி, ஒனக்கு ரெண்டு குண்டு, ரெண்டு காசி வாங்கத்தான ரூவா வேணும்?” என்றாள் முனீஸ்வரி.

“ஆமாங்க்கா.”

”அப்பன்னா சரிதான். இந்த அட்டய அடகு வச்சா ஒனக்கு எவ்வளது நஷ்டமாகும் தெரியுமா? டீசல் விக்கிற வெலயில அட்டய அடுத்தவுக கிட்ட கொடுத்துட்டு நீ என்ன பண்ணுவ? முழுக் காசயும் கொடுத்து ஒன்னால வல்லத்துக்கு எண்ணெய் போட்டு ஓடவுட முடியுமாக்கும்?” என்றாள்.

“கொஞ்ச நாளுதான்க்கா. பாடு நல்லாருந்தா ரெண்டு மாசத்துல மீட்டுக்கலாங்க்கா.”

“ரெண்டு மாசத்துல எல்லாம் மீட்க முடியாதுலே. கொடுக்க மாட்டாக. வருசம் முடிஞ்சாதான் திருப்பித் தருவாக.”

“அப்புடியாக்கா. இப்ப என்ன செய்றது?” என்றான்.

“தம்பி, இங்க பாருலே” என்று தனது மாராப்புக்குள்ளிருந்து தாலிக்கயிற்றை எடுத்துக்காட்டினாள்.

“நாலு குண்டும், ஆறு பெராங்காசியும் கெடக்கு பாரு. இதுலேருந்து ரெண்டு காசியும் ரெண்டு குண்டும் தாறன். ராவுத்தர் கடையில கொண்டுபோயி கொடுத்தா அழுக்கெடுத்து சுத்தம் பண்ணி, ரோஸ் தாளுல வச்சி மடிச்சி புதுசு போல தருவாக.”

“அக்கா வேண்டாங்க்கா.”

“காலு முடியாதவுகள கெட்டிக்கிறேன் எண்டதும் எனக்கு தெம்பாருக்கும், அவசரமெண்டா கழுத்துல கெடக்குறது ஒதவியா இருக்குமெண்டு நெனச்சித்தான் நம்ம ஒறவுக்காரவுக ஆளுக்கு ஒண்டா பட்டங்கட்டி விட்டாக. ஆனா இவுக காலு முடியல எண்டாலும் எனக்கும் புள்ளைகளுக்கும் எந்த கொறைவும் இல்லாம பாத்துக்கிறாக. இது இப்ப கழுத்துக்கு பாரமா சும்மாதான தொங்கிக்கிட்டுருக்கு. ஒனக்கு ஒதவட்டுமே.”

“வேண்டாங்க்கா.”

“வேண்டாமெண்டு சொல்லாதலே. நான் என்ன சும்மாவா தாறேங்குறேன். ஒழப்பு நல்லாருக்கும் போது எனக்கு எடைக்கி எட சரியா எடுத்துக் கொடுத்திறலாம்லே.”

“மச்சான் தப்பா நெனைக்க மாட்டகளாக்கா?”

“அவுகதானலே இந்த யோசனய சொன்னாக. ஒனக்கு மின்னாடி தான ஒக்காந்து இருக்காக நீயே கேட்டுக்கயேன்லே.”

“மச்சான்.”

இதுவரை அக்காவும் தம்பியும் பேசிக்கொண்டதை கேட்டுக் கொண்டிருந்த கண்ணன், இசக்கியைப் பார்த்து புன்னகைத்தான்.

“நீ ஒண்ணும் யோசிக்காத. வாங்கிக்க பாத்துக்கலாம். இந்த அட்டய வீட்டுல கொண்ட பத்தரமா வையி” என்றான்.

இரண்டு புதிய மஞ்சள் கயிறுகளில் ஒன்றுபோல தாலியும், தாலிக்கு இரண்டு பக்கமும் குண்டு காசி கோர்த்து அதற்கு பூ பொட்டு வைத்து படையலிட்டு, குடி பெருக, குலம் பெருக, நீர் பெருக, வளம் பெருக, வாழ்வு பெருக வேண்டும் என்று வாழ்த்திப் பாடி வெங்கண்ணி, பேத்தை இருவர் கழுத்திலும் அணிவித்து விட்டார்கள் சற்று முதிர்ந்த பெண்கள்.

பாகரிசியும், பழமும் எல்லோருக்கும் வழங்கிக் கொண்டிருந்தாள் முத்துமாரி. அவளுக்கு துணையாக இப்போது அவளது மகள் முனீஸ்வரியும் சேர்ந்து கொண்டாள்.

38

ஆவணி பதினாறு. முன்னிரவு நேரம். முயல்தீவு ஒளி வெள்ளத்தில் மிதந்து கொண்டிருந்தது. இன்று கொடை திருவிழா. கோயில் நிர்வாகம் பொதுவில் பெட்ரோமாஸ் விளக்குகளை ஆங்காங்கே கட்டி தொங்கவிட்டிருந்தது. அதையல்லாமலும் வேண்டதலின் பேரில் நேர்த்திக் கடனாக அலங்கார வண்ண விளக்குகளை சிலர் அமைத்திருந்தார்கள். இங்குள்ள முனியனுக்கு வேட்டு சத்தம் என்றால் ரொம்ப பிடிக்கும். முன்பெல்லாம் நேர்த்திக் கடனாக இத்தனை வாணம் வாங்கி விடுகிறேன் என்றுதான் வேண்டிக்கொள்வார்கள். கொடையின் போது முயல்தீவில் வானத்தை நோக்கி சீறிப்பாய்து பெரும் சத்தத்துடன் வெடிப்பது கடற்கரையை ஒட்டியுள்ள ஏழெட்டு பத்து ஊர்களுக்கு கேட்கும். வானத்தில் வெடித்து வண்ண வண்ண பூக்களாக சிதறும் வண்ண வாணவேடிக்கையை தொலை தூரத்தில் இருந்துகூட கண்டுகளிப்பார்கள் அசலூர் மக்கள். ஆனால் கடந்த நான்கைந்து ஆண்டுகளாக ஆர்பரில் பணியாற்றும் அதிகாரிகள் வாணம், வெடி எதுவும் முயல்தீவுக்குள் வெடிக்கக் கூடாதென்று கட்டுப்பாடு விதித்து விட்டார்கள். நேர்ந்து கொண்டவர்கள் எல்லோரும் வாணத்திற்கு மாற்றாக வண்ண விளக்கு அலங்காரம் செய்து கடன்தீர்த்துக் கொண்டிருக்கிறார்கள்.

இசக்கியின் அப்பாகூட 'நாப்பத்தெட்டு கலர் வாணம் வாங்கி சீறவுட்டு செதற விடுறேன்' என்றுதான் வேண்டிக்கொண்டார். ஆனால் இப்போது அது முடியாமல் போய்விட்டது. அதற்கு மாற்றாகத்தான் இன்று வண்ண விளக்குகள் அலங்காரம் செய்திருக்கிறார்.

முயல்தீவில் வசிக்கும் ஆண்கள் பெண்கள் மற்றும் காலவாசலில் இருந்து வந்திருக்கும் அனைவரும் புதுத் துணிமணிகளை உடுத்தி யிருந்தார்கள்.

பலூன், ஊதுகுழல், கிளுகிளுப்பை, வளையல் மணி விற்பவர்களும் முறுக்கு, மிட்டாய் போன்ற தின்பண்டங்கள் விற்பவர்களும் கூட முயல்தீவு கொடை உற்சவத்தை கேள்விப்பட்டு வந்திருந்தார்கள். பூ, பூமாலை விற்பவர்கள் நான்கைந்து பேர் பூத்தட்டுகளுடன் சுற்றிக் கொண்டிருந்தார்கள்.

பேத்தையும் வெங்கண்ணியும் தங்களுடைய கல்யாண புடவையை கட்டியிருந்தார்கள். முயல்தீவின் அழகு தேவதைகளென தோற்றமளித்துக் கொண்டிருந்தார்கள் இருவரும். அதுமட்டுமல்லாமல் பேத்தை மசக்கையில் இருந்ததால் கூடுதல் பொலிவுடன் தெரிந்தாள்.

முருகனும், இசக்கியும் கூட இன்று புதுமாப்பிள்ளை போலவே உடுத்தியிருந்தார்கள். அவர்கள் இருவரும் பூ விற்பவர்களிடம் பேரம் பேசாமல் வாசனை மிகுந்த மதுரைமல்லி பூச்சரங்களை வாங்கி தம் புது காதல் மனைவியருக்கு கொடுத்திருந்தனர். அவ்வப்போது வண்ண விளக்குகளின் ஒளியில் சொலிக்கும் தம் மனைவியரை நோட்டம் விட்டு களித்தனர். சிறு பிள்ளைகள் கால்புதையும் அந்த மணற் பரப்பில் தம் கால்கொலுசுகள் சத்தமிட ஓடியாடி விளையாடிக் கொண்டிருந்தார்கள்.

முனீஸ்வரி தன் பிள்ளைகளுடன் கொடைக்கு வந்திருந்தாள். இசக்கியின் அண்ணன் குடும்பம், பெரியப்பா குடும்பம் மொத்தமும் வந்திருந்தார்கள்.

"எப்ப பேத்த, வாறியாப்ப நம்ம கடக்கறயில செத்த நேரம் காலாற நடந்துட்டு வரலாம்?" என்றாள் வெங்கண்ணி.

"அதுக்கென்னப்ப போவமே" என்றவள் முருகன் எங்கே நிற்கிறான் என்று கண்களை அலையவிட்டாள்.

"யாரப்ப தேடுற?"

"யாரயும் தேடலப்ப."

"பொய் சொல்லாதப்ப. முந்தல்காரப் பயலதானாக்கும் ஓங்கண்ணு தேடுது."

பேத்தை வெட்கப்பட்டு சிரித்தவாறே,

“நம்ம சொல்லாம பொயிட்டமெண்டா அவுக தேடுவாகல்ல?” என்றாள்.

“அப்புடியாக்கும் ஒங்க கவல?” என்றாள் கிண்டலாய்.

“அதெல்லாம் ஒண்ணுமில்லப்ப. சரிதான் வா நம்ம போகலாம்.”

இருவரும் வெளிச்சத்திலிருந்தும் அந்த ஆரவார சத்தத்திலிருந்தும் விலகி கடற்கரை நோக்கி நடந்தார்கள். பேத்தையும் வெங்கண்ணியும் கடற்கரை நோக்கி செல்வதை முருகனும் இசக்கியும் கவனிக்கத் தவறவில்லை. ஒடைக்கி ஒதுங்கப் போகலாம் என்று நினைத்து அங்கேயே இருந்தபடி திரும்பி வருகிறார்களா என்பதை கவனித்துக் கொண்டிருந்தார்கள். ஆனால் சற்று நேரம் ஆகியும்கூட திரும்பி வராததால் போய் பார்ப்போமென்று இசக்கியும் முருகனும் கடற்கரைக்கு வந்தார்கள்.

பேத்தையும் வெங்கண்ணியும் கடற்கரை மணலில் உட்கார்ந்து தம் பழைய கதைகளை பேசிக்கொண்டிருந்தார்கள்.

“போன வருச கொடைக்கு நீ சாமி தெடலுக்குகொட வர புடிக்கலயெண்டு இங்க வந்து ஒக்காந்து கெடந்தப்ப. ஒன்னய காணலயெண்டு நான் தேடி வந்தனாக்கும். நெனப்பிருக்காப்ப?” என்றாள் பேத்தை.

“நானும் மறக்கலயாக்கும்.”

“நீ பட்ட வேதனைய பார்த்துட்டு, முனியசாமி கிட்ட ‘அடுத்த வருசம் இசக்கிப் பயல இவகிட்ட கொண்டுவந்து சேத்துடுய்யா’ எண்டு கண்ணால தண்ணிவிட்டு வேண்டிக்கிட்டனாக்கும்.”

“எனக்கு தெரியும்ப்ப. நீ நல்ல மனசோட வேண்டிக்கிட்டதால தான் அந்த முனியனே அவுகள நம்ம கிட்ட கொண்டுவந்து சேத்துருக்காரு. அதோட மட்டுமில்லாம இல்லாம ஒனக்கும் நல்ல வழிய காட்டிருக்காரு”

ஆமாம்ப்ப, சத்தியமா நான் என்னய பத்தி இம்மி கூட நெனைக்கலப்ப. எனக்காவ எதுவுமே வேண்டிக்கிறலப்ப.”

“உண்மதாம்ப்ப. எங்கம்மா சொல்லுவாகப்ப. அடுத்தவுகளுக்கு ஒதவ ஒரு அடி எடுத்து வச்சமெண்டா நம்மள தூக்கிவிட சாமி நாலடி எடுத்து வச்சி நம்ம கிட்ட வருமாம்.”

“நான் ஒண்ணு சொன்னா நம்புவியாப்ப?”

"சொல்லுப்ப. நீ என்ன பொய்யா சொல்லப்போற?"

"எனக்கு முனியசாமிய விடவுமே அதிகமா நல்லது பண்ணுனது நீதாம்ப்ப" என்றாள் சற்று தழுதழுத்த குரலில்.

"அப்புடியெல்லாம் ஒண்ணும் இல்லப்ப."

"சொன்னா நீ ஏத்துக்கிறவே மாட்ட. ஆனா அதுதான் உண்மயாக்கும்."

"சரிதான்ம்ப்ப ஒன்னோட ஆசய நான் கொடுக்கல. நீ ஏதோ சொல்லிட்டுப் போ. இப்ப என்ன மொடயா பொயிடப் போகுதாக்கும்?"

இவர்கள் இருவரும் இப்படி பேசிக்கொண்டிருக்க, இவர்களைத் தேடிக்கொண்டு வந்து சேர்ந்தார்கள் இசக்கியும் முருகனும்.

"அங்க தெடலே வெளிச்சமும் வேடிக்கையுமா கெடக்க. நீங்க ரெண்டியரும் இங்க ஒக்காந்துகிட்டு என்ன பண்றீங்க?" என்றான் இசக்கி.

குரல் கேட்டு திடுக்கிட்டு இருவரும் திரும்பிப் பார்த்தனர். வந்திருப்பவர்களைப் பார்த்து இருவர் மனமும் மகிழ்ச்சியில் துள்ளியிருக்க வேண்டும். அதனால் தான் சட்டென்று பதில் சொல்ல முடியாமல் திண்டாடிப் போனார்கள்.

"கேக்கமில்ல. ரெண்டியரும் இங்க என்ன செய்றீக?" என்றான் முருகன்.

"என்ன செய்யிறமெண்டா கேக்கிய? பாத்தா தெரியல?"

"தெரியலயே" என்றான் முருகன் அப்பாவியாக.

"எல்லோரும் கொடையில இருக்கிய. இங்க கடல் மட்டும் தனியால்ல கெடக்கு."

"அதுக்கென்ன?" என்றான் ஒன்றும் புரியாமல்.

"அதான் காவகாத்துக் கெடக்கம். கடல யாராவுது தூக்கிட்டு போயிறக்கூடாதில்ல?" அவள் பரிகாசம் செய்கிறாள் என்பதை புரிந்து கொண்டு பொய் கோபத்துடன் அவளை அடிக்க கை ஓங்கிக் கொண்டு கிட்டே வந்தான். நிலவொளியில் பளபளத்த பேத்தையின் கண்களையும் முகத்தையும் மிக அருகில் பார்த்த முருகனுக்கு பித்தம் தலைக்கு ஏறியது போலிருந்தது. பக்கத்தில் இருவர் இருக்கும் அந்த சூழலிலும்

காதலால் பரிதவித்து நிற்கும் தன் கணவனைப் பார்த்து பழிப்பு காட்டினாள் பேத்தை. அந்தப் பழிப்பு அவனை மேலும் வெறியேற்றி யதோ என்னவோ

"என்ன வாயி ஒனக்கு. எல்லாத்துலயும் எடங்குடுத்து கெடுத்தாச்சி தாக்கும். இங்க வா ஒன்னய என்ன செய்யிறனெண்டு பாரு" என்ற வாறே அவள் கையைப் பிடித்து இழுத்துக்கொண்டு அலைமோதும் கரையில் கொஞ்ச தூரம் சென்றான். மங்கலான நிலவொளியில் இரு நிழல்கள் நடந்து செல்வது போல தோன்றிய அந்த காட்சியைப் பார்த்து ரசித்துக் கொண்டிருந்தார்கள் இசக்கியும் வெங்கண்ணியும். இருவரின் மனங்களும் விரும்பிய, ஏங்கிய காட்சியாக இருந்தது அக்காட்சி. அதுவும் வெகு நேரம் அவர்களுக்குக் கிட்டவில்லை. அங்கு கிடந்த வத்தைக்கு அப்பால் அக்காட்சி தொடர்ந்து செல்லாமல் முடிவுற்றிருந்தது.

இப்போது வெங்கண்ணியும் இசக்கியும் ஒருவரை ஒருவர் பார்த்துக் கொண்டார்கள். அவன் பார்வையின் கனம் தாங்காத வெங்கண்ணி தலை கவிழ்ந்து கொண்டாள். அவள் அருகில் வந்தவன் வாஞ்சையோடு அவளது கையைப் பற்றினான். அவள் உடல் சிலிர்த்தது. ஒருவிதமான பரவசம் உடல் முழுவதும் பரவுவதை உணர்ந்தாள். கல்யாணத்திற்கு பிறகு தினம்தோறும் ஒருமுறையாவது இசக்கி வெங்கண்ணியின் கரங்களை பற்றவே செய்கிறான். ஆனாலும் இந்த அனுபவம் புதுமையாக இருக்கிறது. இவன் கைகளுக்கு அவ்வளவு காந்தசக்தியா நம் உடம்பையும் மனஸையும் இப்படி இழுத்துக்கொள்கிறதே என்ற சிந்தனை அந்த நேரத்திலும் அவள் மனதில் தோன்றியது.

"எப்ப பேசமாட்டியாக்கும்?" என்றான் கவிழ்ந்து நின்ற அவள் முகத்தை இன்னொரு கையால் ஏந்தி.

"ம்" மட்டுமே சொல்ல முடிந்தது அவளால்.

"ஒன்னய பாக்க எப்புடி இருக்குற தெரியுமா?" அவனே சொல்லட்டுமென்று பதில் சொல்லாது நின்றிருந்தாள்.

"அப்புடியே அந்த முத்தாரம்மன் கணக்கா இருக்கப்ப." அவனுடைய ஒவ்வொரு வார்த்தையும் ஓராயிரம் இன்ப அதிர்வுகளை அவளுள் ஏற்படுத்திக் கொண்டிருந்தது.

"ஒன்னய அப்புடியே நெஞ்சோட அணச்சி தூக்கி வச்சிக்கிறவா?" என்றான். அப்படி அவன் செய்தால் அவளுக்கு கசக்கவா போகிறது?

'ம்' என்று சொன்னால் தன்னை பழிப்பானோ என எண்ணியவள் மெல்ல வேண்டாமென்பதுபோல தலையாட்டினாள்.

"அப்பன்னா ஒன்னய உப்பு மூட்ட தூக்கவாப்ப?" என்றான். மனதிற்குள் காதலுணர்வு பிரவாகமெடுத்து அவனை நிலைகுலைய வைத்துக்கொண்டிருந்தது. 'இவுக இப்புடியெல்லாம் கேட்டா என்னால எப்படி பதில் சொல்ல முடியும். என்னக்கிட்ட எதுக்கு கேக்காக. இவுக மனப்போக்குக்கு ஆசப்பட்டத செய்துகிற வேண்டியது தான' என மனதிற்குள் சொல்லிக் கொண்டாள். இவள் மனதிற்குள் நினைத்தது எப்படி அவனுக்கு கேட்டதோ தெரியவில்லை. சட்டென்று அவளை நெஞ்சோடு இறுக அணைத்துத் தூக்கியவன் இப்புடியே தூக்கிக்கொண்டு போயி முனியசாமி மின்னாடி காட்டவா?" என்றான்.

"வேண்டாம்" என்றாள் பதறியபடி.

உறவுக்காரர்கள் கூடியிருக்கும் முனியன் திடலுக்கு அவன் சொல்வதுபோல போக அனுமதித்தால் இந்த பேரானந்த வைபோகம் இன்னும் சிறிது நேரத்திலேயே முடிவுக்கு வந்து விடும். இது இப்போது முடியக்கூடாது. விடியும்வரை கூட தொடர வேண்டுமென்று ஆசைப் பட்டாள்.

"நான் ஒன்னய எறக்கி விடமாட்டம்ப்ப. ராத்திரி முச்சூடும் இப்புடியேத்தான் வச்சிருக்க போறனாக்கும். சொல்லு அப்படியே நிக்கவா? இல்ல கரயோட நடக்கவா?"

இப்போதும் அவள் பதில் சொல்லவில்லை. ஆனால் கையை மட்டும் நீட்டி ஏதையோ காட்டினாள். அவள் சுட்டிக்காட்டிய இலக்கில் கட்டுமரம் கிடந்தது. அவனுக்கு அவளுடைய ஆசை என்னவென்று புரிந்து விட்டது. அவளை சுமந்தபடியே கட்டுமரம் கிடக்கும் இடம் நோக்கி நடந்தான். அவளை கட்டுமரத்தில் உட்கார வைத்தான். நங்கூரத்தை இழுத்து மரத்தில் போட்டவன் தானும் தாவி ஏறிக்கொண்டான். தொளுவை கம்புகளை எடுத்து தொளுவை போட்டபடியே வெங்கண்ணியை இழுத்து தன் மார்பில் சாய்த்துக் கொண்டான். மரம் அலைகளை பின்னுக்குத் தள்ளி முன்னேறி போய்க்கொண்டிருந்தது. இப்படி இருவரும் மட்டும் கடலுக்குள் வரவேண்டும் என்பது வெங்கண்ணியின் நீண்டநாள் கனவு. அது இன்றுதான் நிறைவேறி இருக்கிறது. இப்போது கடலுக்குள் இவர்கள் இரண்டு பேரும் மட்டுமே நிற்கிறார்கள். கோயில் கொடை என்பதால் கடற்கரையில் மூன்று நாட்களுக்கு கடல்போக்கு போகக்கூடாது என்று

சொல்லி கொடி நாட்டியிருக்கிறார்கள். அதனால் யாரும் வருவதற்கும் வழியில்லை. மீன்கள் படைபடையாய் தண்ணீருக்கு மேலே எழுந்து பறவைகள் போல பறந்து பின் தண்ணீருக்குள் பாய்ந்தன. "பறவகோலாவ பாத்தியாப்ப எவ்வள சந்தோசமா விளையாடுதுக எண்டு."

"அதுக மட்டும்தான் சந்தோசமா விளையாடுதுகளா. நீங்க சந்தோசமா இல்லையா?" என்றாள்.

"என்னோட சந்தோசத்தத் தான் இந்த கடல் தாயி என்னோட கையில தூக்கி கொடுத்திருக்காகளே" என்றான் மறுபடியும் ஒருமுறை அவளை இறுக்கி அணைத்தபடி.

"எனக்கு ஒங்கள கொண்டுவந்து கொடுத்தது முனியசாமியாக்கும்" என்றாள் வெங்கண்ணி.

"அதுசரிதான். மொதமொத கொடமுத்தி தீவுகிட்ட கொண்டுவந்து விட்டவுக யாராம்?"

"அது அந்த முத்துராசாவா இருப்பாகளோ?"

"பாண்டிய இளவரசியாத்தான் இருப்பாக."

"நான் ஒரு வேண்டுதல் வச்சிருக்கனாக்கும்."

"என்னப்ப?"

"நம்ம ரெண்டியரும் சேந்து அந்த இளவரசியயும் முத்துராசாவையும் தேடி கண்டு பிடிக்குறமெண்டு"

"அவுகள எப்புடி கண்டுபிடிக்க சொல்லு. அது வெறும் கதையாக்கும்."

"கதையெண்டாலும் மெய்யாலுமே நடந்ததாக்கும்."

"அவுக ரெண்டுயரும் வேற வேற சிப்பிக்குள்ள இருக்காக எண்டுல்ல எல்லாரும் சொல்றாக."

"ஆமாம் அவுக ரெண்டியரும் இருக்க சிப்பிய கண்டுபிடிச்சி ரெண்டியரையும் ஒண்ணு சேத்து வச்சிறனும். அதான் என்னோட ஆச" என்றாள் உறுதியான குரலில்.

"அதுமாதிரி ஒரு வேலய நம்ம கையால செய்யணுமெண்டு விதிச்சிருந்தா செய்யாம தட்டிக்கழிச்சிற முடியாதாக்கும்" என்றவன் "இப்பயெல்லாம் சிப்பியே கெடைக்கிறதில்லப்ப" என்றான்.

"நல்லா தேடித்தான் பாக்கணும். அத கெண்டுபிடிச்சே ஆகணுமாக்கும்" என்றாள்.

"ரெண்டு சிப்பியும் ஒரே மாதிரியிருக்குமாக்கும்?"

"ஆமா அப்புடித்தான் இருக்கும். ரெண்டும் ஒண்ணுபோல இருக்குமெண்டு தான் கிளடுகளெல்லாம் சொல்றாகலாக்கும்."

"அன்னைக்கி நானும் முருகனும் ஆளுக்கு ஒரு சங்கு எடுத்தமில்ல. அத பாத்தியாக்கும் நீ? அதுவும் ஒண்ணுபோலவே இன்னொண்ணு இருக்கு. மாமா கூட பாத்துட்டு சொன்னாக ஒண்ணு ஆண் சங்கு. இன்னொண்ணு பொண்ணு" என்றான்.

"சரிதான். அதுகொட முத்துராசா, இளவரசி இருந்த சங்குகளா இருக்குமோ?" என்றாள் வெங்கண்ணி.

"அந்த சங்குல அவுக ரெண்டியரும் இருந்திருந்தா இந்நேரம் முருகன் வீட்டுல முத்துராசாவும் நம்ம வீட்டுல இளவரசியும் இருப்பாக" என்றான் சிரித்துக்கொண்டே.

உண்மைதான் இளவரசியும் முத்துராசாவும் ஒன்று சேரவேண்டு மென்றால் அவர்கள் சிப்பிக்குள்ளிருந்து புதிதாய் பிறந்து வரவேண்டும். அந்த சிப்பிகள் இரண்டும் பேத்தை மற்றும் வெங்கண்ணியின் வயிற்றுக்குள் உள்ளன என்பதை அந்த கடல்தாய், முனியசாமி, முத்தாரம்மன் இவர்களைத் தவிர வேறு யாரும் அறிந்திருக்க முடியாது தானே.

39

முயல்தீவின் தலைவர் காத்தமுத்துக்கு நிலைகொள்ளவில்லை. நெஞ்சின் மீது யாரோ பெரிய பாராங்கல்லை தூக்கி வைத்ததைப் போல உணர்ந்தார். காத்தமுத்து தலைவராய் பொறுப்பேற்று மூன்று ஆண்டுகள்தான் ஆகியிருந்தது. மூன்றாவது கொடையை கடந்த ஆவணியில் தான் செய்து முடித்திருந்தார். இன்னும் இரண்டு கொடைகளை நடத்தி முடித்தால் அவரது பதவிக்காலம் நிறைவுபெறும். அதற்குள் இப்படி யொரு சோதனையா? ஒரு தலைவராய் இருந்து ஊருக்கு வந்திருக்கும் இந்த பிரச்சனைக்கு எப்படி தீர்வு காணப் போகிறோம் என்று கலங்கினார். ஊர் மக்களோடு நின்று பேசிதான் இதற்கு ஒரு முடிவு காணமுடியுமென்று நினைத்தார்.

இரவு எட்டு மணிக்கு ஊர்க்கூட்டமென்று தண்டக்காரர் பழனியிடம் சொல்லியிருந்தார். பழனி முக்கியப்பட்ட ஆட்களிடம் சொல்லியதோடல்லாமல் கடற்கரையில் எல்லோருக்கும் செய்தி கிடைக்கும்படி செய்திருந்தார். ஊரில் தண்டக்காரருக்கென்றும் ஒரு மரியாதை இருக்கிறது. யார் மீதாவது புகார் கொடுக்க வேண்டு மென்றால் அதை இவரிடம்தான் சொல்ல வேண்டும். ஊரில் ஏதாவது பிரச்சனை என்றாலோ நல்லது கெட்டது எது என்றாலும் தண்டக் காரரிடம் தான் முதலில் சொல்லவேண்டும். அதற்குப் பிறகு செய்ய வேண்டிய மற்றவைகளை அவர் பார்த்துக்கொள்வார். அதுபோல ஊரில் யாருக்காவது கல்யாணம் என்றாலும் தலைவர், செயலாளர், பொருளாளருக்கு அடுத்தபடியாக தண்டக்காரர் பெயரைத்தான் போடுவார்கள். அதற்கு பிறகு தான் உறவுக்காரர்களின் பெயர்களை போடுவார்கள். அதேபோல துஷ்டி என்றாலும் தண்டக்காரருக்குத்தான் முதல் செய்தி போகும்.

முனியன் திடலில் எல்லோரும் கூடியிருந்தார்கள். 'திடீர் கூட்டம் போடுறாக. என்ன காரணமா இருக்கும்? இப்பதான் கொட முடிஞ்சிது வேற எதுவும் அசம்பாவிதம் இல்லயே. என்னத்துக்காக இருக்கும்' என்று ஆளாளுக்கு கேட்டுக்கொண்டார்களே தவிர யாருக்கும் சின்னதொரு முகாந்திரமும் தெரியவில்லை.

தலைவர் முகத்தை பார்த்தவர்களுக்கு சற்று பதற்றமாகவே இருந்தது. அவர் முகத்தில் தெளிவில்லை. முகம் சோர்ந்து கிடக்கிறது. என்னவாக இருக்கும் எல்லோருமே மனதிற்குள் குழம்பித்தான் போயிருந்தார்கள். எப்போது தலைவர் பேசுவார் என்று அமைதியாக காத்திருந்தார்கள். முனியசாமியை வணங்கிவிட்டு வந்த தலைவர் கூட்டத்திடையே பேச ஆரம்பித்தார்.

"ஆர்பரால என்னக்கி இருந்தாலும் நமக்கு ஆபத்துதான்னு நம்ம பெரியாளுக சொன்னது உண்மையா போயிட்டுது" என்று ஆரம்பித்தார்.

"ஆர்பர்ல இருக்க லைட்டோசு சின்னதா கெடக்காம். ரொம்ப பெரிசா கெட்டணுமாம். நம்ம முத்துசாமி வீட்டுலேருந்து அதுக்கு தெக்க ஆதிமுத்து வீடு வரைக்கும் உள்ள எடத்துல கெட்டப் போறாகலாம். அந்த வீடுகள எல்லாம் ஒடனே காலிபண்ணச் சொல்றாக."

"எப்ப வரப்போகுதாம்?" என்றார் வயதான ஒருவர்.

“அதிகாரிமாருக வந்து எடமெல்லாம் பாத்துட்டு போயிருக்காகலாம் பெரியாளு. நமக்குத் தான் தெரியல.”

“அவுக சொல்ற எடத்துல நம்ம ஆளுக நாப்பது பேரு வீடுக இருக்காக்கும்.”

“ஆமா அதான் இப்ப வருத்தமா இருக்கு.”

“லைட்டோசு கெட்ட நம்ம எடம் கொடுத்துதான் ஆவணுமாக்கும்?” என்றான் விடலை ஒருவன்.

“அதான. ஆர்பருக்கும் நம்ம தீவுக்கும் எடையில எவ்வள எடமிருக்கு. அங்க கட்டுனா என்னவாம்? நம்ம குச்சலுக்கு மேலதான் ஏறணுமாக்கும்?” கோவப்பட்டான் இன்னோரு விடலை.

“அதிகாரிமாருங்க கிட்ட அதயும் கேட்டுட்டன்ல்லே. கப்பல்லேருந்து வந்து எறங்குதில்ல எண்ணெய். அத சேமிச்சி வைக்கிறதுக்கு பெரிய டேங்கு கெட்ட போறாகலாம்.”

“எல்லாத்தயும் நம்ம கெடக்குற எடத்துலதான் கொண்டுவந்து நொட்டணுமாக்கும்?” கொதிப்பாயிருந்தது முதியவர் ஒருவருக்கு.

“சரிதான். தெக்க கெடக்க ஐம்பது வீடுகள பிரிச்சி வடக்கால போட்டு கெட்டிக்கிறலாமா?”

“அதுமாதிரி ஒத்துக்கிட்டாதான் நல்லாருக்குமே. நம்ம முயல்தீவ வுட்டே காலிபண்ணி போகணுமெங்கிறாக.”

“ஏல. என்ன கொடுமலே இது. பொறந்து மண்ணுல விழுந்ததுலேருந்து எனக்கு இந்த தீவும் கடலுமாக்கும் கதி. இப்ப வந்து வெளியேறு எண்டா நானெங்க போவனாக்கும்?” என்றார் வயதான ஒருவர்.

“இப்ப நம்ம யாரும் இந்த முயல்தீவ விட்டு போக வேண்டாம். குச்சல பிரிச்சி எடத்த மாத்திப் போட்டு கெட்டிக்குவம்.” என்றார் கூட்டத்தில் ஒருவர்.

“அதுனால நமக்கு தான் ரெட்டிச்ச வேலயும் செலவுமாக்கும். அவுக நம்மள இனிமே இங்க வாழ விடமாட்டாகளாக்கும்.”

“நூத்தம்பது குடும்பம் இந்த தீவுல கெடக்கம். எல்லாரும் ஒட்டுமொத்தமா எங்க போறதாக்கும்?”

“அதிகாரிமாருங்க வேற எடம்பாத்து தாறம் என்குறாக.”

“எடம் தருவாக. எங்கயாவுது ரோட்டு ஓரம் தருவாக. நம்ம அங்க வீட்ட கட்டிக்கிட்டு ரோட்ட பராக்கு பாத்துகிட்டு கெடக்கவா? மண்ணயா அள்ளி உண்க முடியும்? ஒழைப்பு வேண்டாம்? தொழிலுக்கு எங்க போறது?”

“முள்ளுகம்பி பகுதில கொஞ்சம் எடம் கெடக்கு. அங்க போயி தங்கலாம். தொழிலுக்கு தெக்கால கடல்ல எறங்கிகிறலாம்.”

“அந்த கடல்ல தொழிலுக்கு ஓடமுடியாது.”

“ஆர்பர்ல வேலைக்கு நிக்கலாமெண்டு சொல்றாக.”

“நமக்கு ஆபீசர் வேலயா கொடுப்பாக. கப்பல்லேருந்து மூட எறக்கச் சொல்வாக. எடுபுடி ஏவாளி வேலய செய்யச்சொல்வாக. அங்க நிக்கிறதுக்கு நம்ம கரையிலயே நிக்கலாமாக்கும். கவுரவமா கஞ்சி குடிக்கலாம்.”

“ஆமாம். வத்த, வல்லங்க போட்டு ஓடமுடியாதுதான். சும்மா மெதப்புல நின்னு வலபோடலாம். அது நமக்கு சரிப்பட்டு வராதாக்கும்.”

“காலவாசல்ல கடக்கற ஓரம் கொஞ்சம் எடம் கெடக்கு. அங்க போக ஆசப்படுறவுக போயிக்கிறலாம்.”

“எதுக்கு நம்ம அங்கயும் இங்கயுமா அலையணும். அரசாங்கம் எத வேணுமெண்டாலும் கெட்டட்டும். நம்ம ஆளுக யாரும் இங்கேருந்து கிளம்பக்கூடாது.”

“அப்புடியெல்லாம் பேசக்குடாதுலே.”

“ஏனாக்கும் பேசக்கூடாது?”

“ஏல, இந்த எடம் நமக்குதான் சொந்தம் எண்டு யாரும் பட்டா போட்டுக் கொடுக்கலலே”

“பட்டா இல்லையெண்டா என்ன? இந்த தீவு நம்மளோடது தான?”

“இல்லலே, இந்த தீவு அரசாங்கத்து சொத்தாக்கும். அரசாங்கம் சொன்னா போகத்தான் வேணும்”

“போகலயெண்டா?”

“போலீச வச்சி அடிச்சித் தொறத்துவாக.”

“நம்மளையுமா?”

“நம்மளதான்லே.”

“குளியாளுகள போலீசு அடிக்கிமாக்கும்?”

“அரசாங்க உத்தரவுக்கு கெட்டுப்படல எண்டா போலீச விட்டு அடிச்சி விரட்டுவாகத்தான்.”

“குளியாளுகள போலீசு அடிக்கக் கூடாதெண்டு சட்டம் இருக்கில்ல?”

“அது அப்பல்லே. முத்துக்குளிச்சாலும் சங்குளிச்சாலும் அரசாங்கத்துக்கு கொடுத்துக்கொண்டிருந்தமில்ல. அப்ப இருந்தது. குளியாளுக மேல கை வைக்கக்கூடாது. தெரியாமகூட இடுப்புக்கு கீழ அடிச்சிறக் கூடாதெண்டு.”

“அப்ப இருந்தது. இப்ப இல்லாம போச்சாக்கும்?”

“ஏலே, நம்ம ஆளுக போராட்டம் பண்ணுணாகல்ல. சங்கு எடுக்குறவுகளுக்குத் தான் சொந்தம். அரசாங்கம் குளியாளுக உழைப்ப உறிஞ்சக்கூடாது. சங்குளிக்கிறது எங்க உரிமை. எடுக்குற சங்க விக்கிற உரிமையும் எங்களுக்குத்தானெண்டு.”

“.....”

“அந்த போராட்டத்தப்பவே போலீசு அடிக்க ஆரம்பிச்சிட்டு தாக்கும்.”

“....”

“போலீசு குளியாளுக மேல கைவைக்காதெண்ட தகிரியத்துல போயி அரை நிருவானப் போராட்டம் பண்ணுனாக. பட்ட பட்டயா ரெத்தம் கட்டவச்சில்ல அனுப்புனாக.”

“யாரு வேணுமெண்டாலும் எங்க வேணுமெண்டாலும் போங்க. இன்னும் ஒரு வருசமோ ரெண்டு வருசமோ நான் இங்கயே கெடந்தர்றனாக்கும்” என்றார் கிழவர் ஒருவர்.

தலைவரின் வார்த்தைகளுக்கு கட்டுப்படும் சனங்கள் தான். இப்போது அவரது வார்த்தைக்கு கட்டுப்பட முடியாமல் ஒவ்வொரு வரும் ஒவ்வொரு விதமாக வருத்தத்தில் பேசிக்கொண்டிருந்தார்கள்.

இவர்களை எப்படி சமாதானப்படுத்துவது என்று தெரியாமல் தவித்தார் தலைவர்.

“நீங்க எல்லாரும் விடியநேரம் வெள்ளனுமே தொழில்போக்கு போறவுக. இதுக்குமேல இங்க கண்ணுமுழிச்சி கெடக்க வேண்டாம். போயி தூங்குங்க.”

“மண்டைக்குள்ள வேட்டவச்சிடாடிய, படுத்தா தூக்கம் வந்திருமாக்கும்?” என்றான் கூட்டத்திற்குள்ளிருந்து ஒருவன்.

“எல்லாரும் நல்லா யோசிச்சி பாத்து சொல்லுங்க. நாளைக்கி கூடி முடிவு பண்ணுவம்” என்று சொல்லி எல்லோரையும் கலைந்து போகச்சொல்லிவிட்டார்.

ஊர்க்கூட்டம் முடிந்து எல்லோரும் மிகுந்த சோர்வுடன் அவரவர் வீடுகளுக்கு திரும்பிக்கொண்டிருந்நார்கள்.

சடையன், வீரைய்யன், இசக்கி இவர்களின் வீடுகள் புதிதாக கலங்கரை விளக்கம் கட்ட திட்டமிடப்பட்ட இடத்தில் இருந்தது.

முருகன் முகத்தில் கொஞ்சம் கூட தெளிவு இல்லை. எதையோ பறிகொடுத்தவன் போல வந்து கொண்டிருந்தான். இப்போது தான் அவனுக்கு ஒவ்வொன்றாக நல்லது நடந்துவருகிறது என்று நிம்மதியாக இருந்தான். பேத்தை மாசமாக வேறு இருக்கிறாள். இந்த நேரத்தில் இப்படியொரு அலைக்கழிவு வந்தால் என்னதான் செய்ய முடியும்?

சடையன் விவரம் தெரிந்த நாள் முதலாய் இந்த தீவில் இந்த இடத்தில் எத்தனையோ விதமான குச்சல்களை கட்டி வசித்திருக்கிறாரே தவிர இந்த இடத்தை விட்டு அகன்றதில்லை. காலம்போன காலத்தில் இடத்தை பிடுங்கிக் கொண்டு எங்காவது போ என்று சொன்னால் அவரால் என்னபேச முடியும். அவர் சிறுவனாய் இருந்தபோது இதே இடத்தில் பெரிய பெரிய கடல் ஆமைகளின் ஓடுகளை கூரையாக அமைத்து சடையனின் அப்பா குச்சல் போட்டிருந்தார். வெகு ஆண்டுகள் வரை அது நன்றாக உறுதியோடு இருந்தது. அந்த குச்சலுக்குள் அதிகம் புழங்கியது சடையன்தான். அப்போதெல்லாம் இந்த தீவும் கடலும் என்னுடையது என்பது போல தோன்றும். இன்று இந்த தீவுக்கும் உனக்கும் எந்த சம்பந்தமும் இல்லை. நீ இங்கிருந்து போய்விடு என்று சொல்வதை அவரால் ஏற்றுக்கொள்ள முடிய வில்லை. என் கைகால் தலை போல இந்த தீவும் என் உடலோடு ஒட்டியிருந்தால் பிரித்துப் போட்டுவிட்டு போ என்பார்களா. கைகால் தலையை விடவும் இறுக நெஞ்சோடு பிணைந்து கிடக்கும் இந்த தீவை வெட்டிப் போட்டுவிட்டு போ என்கிறார்களே. நான் இதை எப்படி செய்வேன் என்பதுபோன்ற சிந்தனைகளுடன் நடந்து கொண்டிருந்தார். அவருடைய நடை தளர்ந்து போலிருந்தது.

இசக்கிக்கு பிரச்சனை இல்லை. காலவாசலில் அவனுக்கு வீடு இருக்கிறது என்று அவனாவது தெம்பாய் இருப்பானென்று பார்த்தால் அவன் மற்றவர்களைக் காட்டிலும் அதிகமாக துவண்டு போகிறான். மறுபிறவி கிடைத்தது போல புது வாழ்க்கையொன்றை ஆரம்பித்துக் கொடுத்தது இந்த முயல்தீவுதான். இங்கு வந்தது கல்யாணம் ஆனது எல்லாம் ஏதோ கனவில் நடப்பது போல நடத்தது. அதற்குள் கனவு கலைவதுபோல எல்லாம் சட்டென்று கலைந்து போய்விடுமோ என வருந்தினான்.

குச்சலுக்கு வந்த பிறகு எல்லோரும் ஒன்றாக உட்கார்ந்து இதுபற்றி பேசினார்கள்.

“முயல்தீவுலயே வடக்கி கடைசியில குச்சல போட்டுக்கிட்டு நம்ம எல்லாரும் இங்கயே கெடந்திறலாம்” என்றான் இசக்கி.

“அது சரிப்பட்டு வராதுலே. தலைவருதான் விளக்கமா சொன்னாரில்ல. அரசாங்கத்துல முடிவு பண்ணிட்டாக. இப்ப லைட்டோசு என்கிறாக. அப்பறம் எண்ணெய் சேமிப்பு டேங்கு வரப்போகுதாம். ஆர்பரு விவாக்கம் என்பாக. ஒரம் தயாரிக்க போறாகலாம். அதுக்கு கம்பெனி கட்டுவாக. நமக்கு எடமில்ல எண்டு சொல்லிருவாக” என்றார் சடையன்.

“சரிதான் வே. நீங்க சொல்றது மாதிரித்தான் நடக்குமாக்கும்” என்றார் இசக்கியின் அப்பா.

“எனக்கு என்ன எண்டா நம்ம முனியனோட எடத்த மட்டுமாவுது பறிச்சிக்கிறாம விட்டுட்டாக எண்டா போதும்.”

இசக்கியின் அப்பா தன் மகனையும் மருமகளையும் காலவாசலுக்கே அழைத்துப் போய்விடுகிறோம். மகளுடன் நீங்களும் அங்கேயே வந்துவிடுங்கள் என்று சடையனிம் கூறினார்.

வீரைய்யனுக்கு எதுவும் யோசனையில்லை. எனக்கு இதுக்கு மேல் எதுவும் வழியில்லை. மகளும் மருமகனுமே கதி என்பதுபோல முருகனின் முகத்தைப் பார்த்தார். திரும்பவும் முந்தலுக்கே தன் குடும்பத்தை அழைத்துச்சென்று விடலாமா என்று யோசித்தான் முருகன். அதை சொன்னபோது உடனே வேண்டாமென்று மறுத்தாள் பேத்தை.

“முந்தல்ல இருந்த வரைக்கும் குடும்பம் நொடிச்சிப் போனது போறுமாக்கும். நம்ம அங்க எப்பவுமே போவக்கூடாது” என்றாள்.

“எங்க கூடவே காலவாசல் வந்துருங்க. மேட்டுப்பட்டில வசிச்ச ஆளுதான வீரைய்யன்?” என்றார் இசக்கியின் அப்பா.

“இல்ல. அங்க வாறதுக்கு சம்மதமில்ல. அங்கயிருந்து என்னோட பொண்டாட்டி புள்ளய மறக்க முடியாமதான் நான் இங்க வந்தனாக்கும். எம்மக மாசமா இருக்குற இந்த நேரத்துல அங்க கொண்டுபோயி குடும்பத்த வச்சா மனசு கெத்து கெத்துன்னு அடிச்சிக்கிட்டே கெடக்கும். எப்பவும் நிம்மதியா இருக்க முடியாது என்றார்.

“நாங்க முள்ளுகம்பி பகுதியில குச்சல போட்டுக்கிறோம்” என்றான் முருகன்.

வீரைய்யனுக்கும் முருகனின் இந்த யோசனை பிடித்திருந்தது.

மறுநாள் ஊர்க்கூட்டத்தில் என்ன சொல்லப் போகிறார்கள் என்பது பற்றி யோசிக்கவில்லை. மனதளவில் இடமாறுதலுக்கான கட்டாயத்தை உணர்ந்து, அதற்கான வேலைகளை செய்ய ஆரம்பித்தார்கள்.

வெங்கண்ணியை பிரிந்திருக்க வேண்டுமே என்பதை நினைத்து பேத்தை அதிகமாய் அழுதாள். வெங்கண்ணியோடு கடல்போக்கு போக ஆரம்பித்ததிலிருந்து அவளால் தான் பெற்ற பலன்களை யெல்லாம் சொல்லிச் சொல்லி அழுதுகொண்டிருந்தாள் பேத்தை.

40

ஏர்வாடியைச் சேர்ந்த மீனவர் குடும்பம் சின்னக்கருப்பனுடைய குடும்பம். சின்னக்கருப்பனுக்கு ஐந்தாறு பிள்ளைகள். அதில் நான்காவது மகன் முத்துக்கருப்பன். ஏர்வாடி கடலில் முத்துத்துறை கிடையாது. கடலில் மீன்கள் மட்டுமே பிடிக்க முடியும். ஐந்து வயதிலேயே கடலில் குதித்த முத்துக்கருப்பனுக்கு கடல் தாயின் மடியில் புதைந்து கிடக்கும் அனைத்து அற்புதங்களையும் அள்ளிப் பார்க்க வேண்டும். கடலோடான பிணைப்பில் கிடைக்கும் அத்தனை அனுவங்களையும் முழுமையாக பெறவேண்டும் என்ற வேட்கை இருந்தது. தூத்துக்குடியில் முத்துக்குளிப்பது பற்றிய செய்திகளை கேள்விப்பட்டது முதல் தானும் முத்துக்குளிக்க வேண்டும் என்ற ஆசையை மனதில் வளர்த்துக் கொண்டான். தன் அப்பாவிடம் இதுபற்றி கூறி தூத்துக்குடி செல்லவேண்டும் என பலமுறை கேட்டும் அவர் விடவில்லை. சிறு வயது முதலே முத்துக்கருப்பன் மீது

அவர்களின் குடிசாமி கருப்பசாமி வேறு வந்து ஆடுகிறது. அவனை அவன் போக்குக்கு விடுவது சரியாக இருக்காது என்று எண்ணினார்

“நம்ம கடல்ல இல்லாத பாடாலே. எங்கயும் போக வேண்டாம் இங்கயே கெடலே” என்று சொல்லிவிட்டார்.

“அங்க முத்துகுளிக்கலாம்ப்பா.”

“என்னலே பெரிய முத்து? எடுக்குறதயெல்லாம் அரசாங்க ஆளுக புடிங்கிகிருவாக. மூணுல ஒண்ணு எண்டு கழிவடைய தருவாக. நம்ம கடலெண்டா நம்ம புடிக்கிறது நமக்குத் தான். யா நக்கும் கப்பம் கட்ட வேண்டாமாக்கும்.”

“கயத்துல கல்லகட்டி புடிச்சிக்கிட்டே முப்பது பாகம் தம்மூச்சில ஓடுவாகலாம்.”

“ஏலே, ஊரூரா திரியிற பயலுக்கு எவனும் பொண்ணு குடுக்க மாட்டான்லே.” மகனிடம் பதிலுக்கு பதில் பேசி வழிக்கு கொண்டுவர முடியாது என நினைத்த சின்னக்கருப்பன் இதைச்சொல்லி அடக்கி விடுவார். எத்தனை நாட்களுக்கு இந்த வார்த்தைகள் வேலைகள் செய்யும் என்பது பற்றி அவர் சிந்திக்கவில்லை. கல்யாணம் ஆன பிறகு அவனை கெட்டிக்கொள்பவளும் மச்சான்மார்களும் பார்த்துக் கொள்வார்கள் என்று அவர் நினைத்திருக்கக்கூடும். முத்துக்கருப்பன் தனக்கு எப்போது கல்யாணம் கெட்டி வைப்பார்கள் என்று காத்திருக்க ஆரம்பித்து விட்டான். தன்னுடைய ஆசையை நிறைவேற்றிக்கொள்ள தன் அப்பாவின் கட்டுப்பாட்டிலிருந்து விடுபட வேண்டும். அதற்கு கல்யாணம் கெட்டிக் கொள்வதுதான் வழி என்பது போல அவனுக்கு தோன்றியது. பட்டணம்மருதூரில் உள்ள உறவினர் வழியாக பெண் பார்த்து முத்துமாரியை முத்துக்கருப்பனுக்கு கெட்டி வைத்தார்கள். அடிக்கடி முத்துமாரியை கூட்டிக்கொண்டு பட்டணம்மருதூர் சென்று வரத்தொடங்கினான் முத்துக்கருப்பன். இதை தொடர்ந்து கவனித்து வந்த சின்னகருப்பன்

“ஏல, நீ என்ன பட்டணம்மருதுருலயே மச்சான் மாருங்ககூட கெடந்துக்கலாமெண்டு நெனக்கியாக்கும்” என்றார்.

“அதுமாரி எதுவுமில்லயே. எதுக்குப்பா இப்புடி கேக்க?”

“எப்பப் பாத்தாலும் பயணப்பட்ட காலோடயே நிக்கிறியேல. நல்ல குடும்பம் நடத்தத்தானாக்கும் பொண்ணக்கெட்டி வாரது.

நீ மாமியா வீட்டுக்கு சதா நடந்துகிட்டே கெடந்தா இங்க கெடக்க சோலியெல்லாம் யாருல பாக்க?" என்றார்.

"அவுக வீட்டு ஆளுக கண்ணுக்குள்ளயே நிக்கிறாக எண்டு சொல்லுதுப்பா. அதான் ஓடி மொகத்த பாத்துட்டு வாறமாக்கும். இனிமே அதிகம் போகமாட்டோம்" என்றான்.

எதையோ சொல்லாமல் மறைத்து சமாளிப்பதற்காக இப்படிச் சொல்கிறான் என்பதை சின்னக்கருப்பனால் நன்றாக புரிந்து கொள்ள முடிந்தது. இருந்தாலும் என்ன செய்ய முடியும். 'கண்டிப்பும் தண்டனையும் கையடக்க புள்ளைக்கித்தான். தோளுக்கு ஒசந்த புள்ளயோட ரெக்கையில கல்லகட்டி விடுறமெண்டா அது காட்டுமாக்கும்? அவன் மனப்போக்குபடி பறந்துதான் பாக்கட்டுமே' என்று அதற்கு மேல் கண்டும் காணாதது போல விட்டுவிட்டார்.

ஒரு கட்டத்தில் தன் பெண்டாட்டி முத்துமாரியை அழைத்துக் கொண்டு தூத்துக்குடி காலவாசலுக்கு வந்துவிட்டான். அவன் காலவாசல் வந்த போது அங்கொன்றும் இங்கொன்றுமாக வீடுகள் இருந்தன. நல்ல இடமாகப் பார்த்து சிறிய கூரைவீடு ஒன்றை கட்டிக் கொண்டான். தன் இளம் மனைவியோடு தான் விரும்பிய முத்துத் துறைக்கு வந்து சேர்ந்துவிட்ட சந்தோசத்தோடு தொழில் போக்குக்கான வழிகளைத் தேடினான். அப்போது முத்துக்குளிக்க அரசாங்க ஆட்களிடம் அனுமதி பெற வேண்டும். முத்துக்குளிக்க விரும்புவோர் வத்தையையும் தமது பெயரையும் பதிவு செய்ய வேண்டும். வருடத்திற்கு ஆறு சிலாவம். மொத்தம் நூறு கடல்தான் அனுமதி. தினசரி சீட்டு அரை குளியாளுக்கு கொடுப்பார்கள். இரண்டு அரையாளை சேர்த்து ஒருநாள் குழியோட வேண்டும். வத்தைக்கும் சம்மாட்டிக்கும் அனுமதிச் சீட்டு தருவார்கள். சம்மாட்டி தன் வத்தையில் செல்லும் மூன்று குளியாட்கள் இரண்டு தோடைகளின் பெயர்களை எழுதிக்கொடுத்துவிட்டு முத்துக்குளிக்க செல்லவேண்டும். ஒருநாள் சென்றவர்களுக்கு மறுநாள் அனுமதி இல்லாது போய்விடும். சில வேளைகளில் யார் யாருக்கு அனுமதி தருவது என்ற சிக்கல்களும் அரசு அதிகாரிகளுக்கு ஏற்படுவதுண்டு. அப்போதெல்லாம் சம்மாட்டிகளின் பெயர்களை எழுதிப்போட்டு குலுக்கல் முறையில் தேர்வு செய்து அனுப்புவார்கள். சில அதிகாரிகள் நாள் பார்த்து நல்லநேரம் பார்த்து, ராசி பார்த்து அனுமதிப்பார்கள். முத்துக்குளிக்க போன வத்தை கரை வந்து சேரும்வரை குட்டிபோட்ட பூனையைப் போல தவித்துக்

கிடப்பார்கள். குழியோடி எடுத்து வரும் முத்திலும் மூன்றில் இரண்டு அரசாங்கத்துக்கு. கிடைக்கும் வருமானத்தில் குடும்பத்தை ஓட்டத்தான் முடியும். சேர்த்து வைக்க முடியாது. இருந்தாலும் இந்த தொழிலில் குழியோடும் போது கிடைக்கக் கூடிய ஒருவித சாகச உணர்வும், உடல் வலிமையும், என்னால் எதையும் செய்யமுடியும் என்ற நம்பிக்கையும் அவர்களை அத்தொழிலை நோக்கியே ஈர்த்து வைத்திருந்தது. கடலுக்குள் கண்களைத் திறந்து சிப்பிகளைத் தேடும்போது உப்பு நீர் கண்களை காயப்படுத்திவிடும். அதற்கு மருந்தாக தாய்ப்பாலை ஊற்றிக் கொள்வார்கள். கருப்பட்டியைக் கரைத்து கண்களில் ஊற்றிக்கொண்டு குழியோடுவார்கள். கடலுக்குள் பெரிய மீன்களால் ஏற்படக்கூடிய ஆபத்துகளும் அதிகம். புயல், மழை, கடல் கொந்தளிப்பு என்று இயற்கை ஏற்படுத்தும் இன்னல்கள் வேறு. இவை அத்தனையையும் அனுபவித்து பெறும் வருமானமென்று பார்த்தால் அதுவும் பெரிதாக இல்லை. போதுமானதாகக்கூட இல்லைதான். ஆனாலும் 'நான் குளியாளாக்கும்' என்று சொல்லிக்கொள்வதில் அவர்களுக்கு நிறைய பெருமையும் கர்வமும் இருந்தது. தவிரவும் அரசு அவர்களுக்கு சில கௌரவங்களை வழங்கியிருந்தது. குளியாட்கள் மீது யாரும் கைவைக்கக் கூடாது. குறிப்பாக போலீஸ் அவர்களைத் தொடவே கூடாது. கடலில் குளியாளுக்கு ஏதேனும் அசம்பாவிதம் ஏற்பட்டால் அரசு அதற்கு பொறுப்பேற்றுக் கொள்ளும். இது தெரிந்த வேறு சிலர் போலீசில் மாட்டும்போது. நான் காலவாசல்காரன். குளியாளு என்று பொய்சொல்லி தப்பித்துக் கொள்வதும் அவ்வப்போது நடக்கும். இந்த விஷயங்களால் ஈர்க்கப்பட்டுதான் ஏர்வாடியைச் சேர்ந்த முத்துக்கருப்பன் காலவாசல் வாசியாகியிருக்கிறான்.

முத்துக்கருப்பன் தொழிலுக்கு புதியவன். குழியோடி அனுபவம் இல்லாதவன் என்பதால் அவனை தமது வத்தைகளில் அழைத்துப் போக முதலில் தயங்கினர்.

"ஏலே, கெடைக்கிறதே அரையாளு சீட்டு. அதயும் ஓடத் தெரியாத ஓங்கையில கொடுத்துட்டு என்னலே செய்ற?" என்றவர்கள்

"ஏலே, கடல்தாய நம்பி வந்திட்டியாக்கும். அஞ்சாறு நாளு வத்தையில தோடையா நிண்டு குழியோட கத்துக்கலே. அப்பறம் ஓடலாம்" என்றனர். இது போதாதா முத்துக்கருப்பனுக்கு?

இரண்டு வருடங்களில் தனக்கென்று ஒரு வத்தையை சொந்தமாய் வாங்கிக் கொண்டு தன்னுடன் நான்கு ஆட்களை தொழிலுக்கு

அழைத்துப்போக ஆரம்பித்திருந்தான் முத்துக்கருப்பன். சிலாவம் நடைபெறாத நாட்களில் கடலில் நீண்ட தூரம் பயணம் செய்து பெரிய மீன்களை பிடித்துவந்து ஏலத்தில் விடுவான். வெளியூரிலிருந்து மிகுந்த பிரயாசைப்பட்டு இங்கு வந்து சேர்ந்தவன் அவன் ஏமாற்றமடையக் கூடாது என நினைத்தோ என்னவோ கடல்தாய் அவனுக்கு அள்ளிக் கொடுத்தாள். முத்துமாரியும் கடல்தாயைப் போலவே வஞ்சனை வைக்காமல் வருடத்திற்கு ஒன்றாய் ஒன்பது பிள்ளைகளை பெற்றுக் கொடுத்தாள். முத்துக்கருப்பன் கூடுதலாய் ஒரு வத்தையையும் கட்டுமரத்தையும் துறையில் கொண்டுவந்து நிறுத்தியிருந்தான். அவன் வளர்ச்சியைப் பார்த்த அக்கம் பக்கத்தினர் அவனுக்கு கடல்தாயின் அணைசரனை உள்ளது எனவும். கருப்பசாமி துணை இருக்கிறது எனவும் பேசிக்கொண்டார்கள்.

முத்துக்கருப்பனுக்கு எப்போதும் ஒரு மனக்குறை இருந்து வாட்டிக்கொண்டே இருந்தது. தன் அண்ணன் தம்பிகளுடன் கூடியிருக்க முடியவில்லையே. ஒத்தை ஆளாய் வந்து கிடக்கிறேனே என்று அடிக்கடி தன் மனைவியிடம் புலம்பிக்கொண்டிருப்பான். ஓரிருமுறை அவர்களையும் காலவாசல் வந்துவிடும்படி அழைத்துப் பார்த்தான். அவர்கள் யாருக்கும் சொந்த ஊரைவிட்டு வருவதில் விருப்பமில்லாமல் மறுத்துவிட்டார்கள். ஆண்டுக்கு ஒருமுறை கருப்பசாமி கொடையிலும் மற்ற முக்கியமான நிகழ்வுகளை முன்னிட்டும் சாமிவந்து ஆடுவதை மட்டும் நிறுத்தி விடாமல் தொடர்ந்து செய்துகொண்டிருந்தான்.

வலை வேலை செய்யவும், தொழில் இல்லாத சமயங்களில் வத்தை பழுது பார்க்கவும், கருவாடு காயவைக்கவும் என்று அவனுக்கு நிறைய இடங்கள் தேவைப்பட்டது. காலவாசலில் அவன் வீட்டை அடுத்திருந்த இடங்களை இதற்காக வளைந்து போட்டு பயன்படுத்திக் கொண்டான்.

"நமக்கு ஆறு ஆணு மூனு பொண்ணு எண்டு ஒம்பது பிள்ளக இருக்காக. வளந்து கல்யாணம் கெட்டிவச்சா இந்த வீட்டுக்குள்ள அத்தன நறுளும் முண்டி மொழங்க முடியுமாக்கும்?" என்றாள் முத்துமாரி.

"அதுக்கென்ன இப்ப. எடமா இல்ல. நெடுவி வரட்டுமே. ஆளுக்கு ஒரு கூர போட்டுக் கொடுத்துருவம்" என்றான்.

“ஏதோ மீனு ஏந்தும் கம்பெனி வரப்போகுது என்குறாக.”

“வந்தா நல்லதுதானப்ப?”

“வந்தா நல்லதுதான். ஆனா நம்ம கெடக்குற இந்த எடத்துல கட்டுனாகண்டா என்ன செய்வீக?”

“நம்ம வேற எடத்துல கெட்டிக்கிறது. கடக்கரயில எடத்துக்கு பஞ்சமாக்கும்?” என்றான்.

“நீங்களே ஒங்க அண்ணன் தம்பிக கூட சேந்து இருக்க முடியல எண்டு எவ்வளவு பொலம்புறிய? நம்ம புள்ளைக ஒரு எடத்துல கெடக்க வேண்டாமா. அள்ளித் தெளிச்ச மாதிரி நம்ம புள்ளைகளும் ஆளுக்கு ஒரு திக்குல கெடக்கணுமாக்கும்.”

“அதுக்கு இப்ப என்ன செய்யணும்ப்ப?”

“ஆளுக்கு ஒரு வீடு கட்ட எடம் வேணும். ரூவா கட்டி பட்டா வாங்கலாமெண்டு சொல்றாக.”

“கடக்கரயில கெடந்துக்கிட்டு மண்ணுக்கு ரூவா கொடுக்க சொல்ற? பாக்குறவுக பழிக்க மாட்டாக? இங்க எல்லாரும் அப்புடித்தான் மண்ணு வாங்கி வீடு கட்டி வாழுறாகலாக்கும்?” முடியாதென்று மறுத்த போதும் முத்துக்கருப்பன் மணல் மேடாய் கிடந்த முப்பது செண்ட் இடத்தை தனது பெயருக்கு கிரயம் செய்து வாங்கிக் கொண்டார். தனக்கு மட்டும் வாங்கிக்கொள்வது ஞாயமாக இருக்காது என நினைத்த முத்துக்கருப்பன் தொடர்ந்து காலவாசலில் இருந்த இருநூற்றைம்பதுக்கும் மேற்பட்ட குடும்பங்களுக்கு பட்டா வாங்கிக்கொடுத்தார். இந்த வேலையை முத்துக்கருப்பன் செய்து கொடுத்த பின் காலவாசல் சனங்கள் எல்லோரும் அவரை பெரிதாய் மதிக்கத் தொடங்கினார்கள். யாருக்கு என்ன பிரச்சனை என்றாலும் முத்துக்கருப்பனைத் தேடி ஓடினார்கள். நாளடைவில் அவரையே அம்மக்கள் தலைவராக ஏற்றுக்கொண்டிருந்தார்கள்.

41

காலவாசலிலிருந்து இரண்டு கிலோமீட்டர் தள்ளி இருந்தது சின்னக்கோயில். சின்னக்கோயிலுக்கு வரும் பாதிரியார் அலங்காரம் அவ்வப்போது காலவாசல் பகுதியையும் ஒருசுற்று சுற்றிப் பார்த்து விட்டுப் போவார். அப்படி வரும்போதெல்லாம் காலவாசல் பகுதிக்கு

தலைவர் போலிருக்கும் முத்துக்கருப்பனையும் மறக்காமல் பார்த்து பேசிவிட்டுத்தான் போவார். பாதிரியாருடன் பழக்கம் ஏற்பட்ட பிறகுதான் அதுபோல முத்துக்கருப்பனுக்கு கனவில் அந்த காட்சிகள் வரத்தொடங்கியிருக்க வேண்டும்.

தினம்தோறும், ஒரு தாய் குழந்தையுடன் கனவில் வந்து அவருடன் பேசுவதும், அடைபட்டுக் கிடக்கும் தன்னை அங்கிருந்து காப்பாற்றி இங்கு அழைத்துவரும்படி சொல்வதுமாக இருந்தது. ஒரு நாள் இரண்டு நாளில்லை. தொடர்ந்து பத்து நாட்களுக்கும் மேலாக இதே கனவாக வந்து கொண்டிருந்தது. இது பற்றி முத்துக்கருப்பன் ஆரம்பத்தில் பெரிதாய் கண்டுகொள்ளவில்லை. நாள் ஆக ஆக கனவின் தீவிரம் பகலிலும் அவரது மனதில் அலைக்கழிப்புகளை ஏற்படுத்துவது போல இருந்தது. கனவில் தோன்றும் காட்சிகளே திரும்பத்திரும்ப மனதிற்குள் ஓடிக்கொண்டிருந்தது. இதை யாரிடம் சொல்லலாம் என்று யோசித்தவருக்கு பாதிரியார் அலங்காரத்தின் நினைவு வந்தது. இதை பாதிரியாரிடம் சொன்னார் முத்துக்கருப்பன். அவர் முத்துக்கருப்பனை அழைத்துச் சென்று சின்னக்கோயிலில் வைத்து ஜெபித்து அனுப்பினார். இனிமேல் இதுபோன்ற கனவுகள் வராது என்றார். ஆனால் அன்று இரவும் படுத்தால் இதே கனவுதான். வரவர கனவு அவரை தொந்தரவு செய்வது போல இருந்தது அவருக்கு. இந்த விசயம் ஊர் முழுதும் பரவியது. கருப்பசாமி கோயிலுக்குப் போய் பார்த்தார். இவர் மீது சாமி வந்து ஆடுவதை தவிர்த்துட்டு சாமியாடும் வேறு ஒருவரிடம் தன் பிரச்சனைக்கு தீர்வு கேட்டார். வடமேற்கில் கையைக் காட்டி "அங்க அடபட்டு கெடக்க அம்மாவையும் புள்ளயயும் கொண்டுவந்திடு. இருக்க எடத்த நீதான் கொடுக்கணும். போ ஒடனே போ" என்று விரட்டியது கருப்பசாமி.

முத்துக்கருப்பன் மனக்குழப்பத்துடன் காலவாசல் வந்தார். மறுபடியும் பாதிரியாரிடம் இதுபற்றி சொல்லி உதவி கேட்பதுதான் சரியாக இருக்கும் என்று நினைத்தாள் முத்துமாரி. முத்துக்கருப்பனுக்கும் அதுதான் சரியென்று தோன்றியது. சின்னக்கோயிலுக்கு வந்திருந்த பாதிரியார் அலங்காரத்திடம், கருப்பசாமி வந்து சொன்னவை எல்லாவற்றையும் சொல்லி 'இந்த பிரச்சனையிலிருந்து விடுபட நீங்க தான் ஒதவனும்' என்று கேட்டார்.

இதுபற்றி தீவிரமாக யோசித்த பாதிரியார்

“எனக்கு கோவா போற வேல இருக்கு. ஒருவாரத்துக்குப் பெறகு போகலாமெண்டு இருந்தன். உன்னோட அவசரம் கருதி நாளைக்கே போகலாமெண்டு நெனைக்கன். நாளைக்கு வெள்ளனுமே பயணப்பட்டு வந்திரு” என்று சொல்லியனுப்பினார்.

மறுநாள் இருவரும் புறப்பட்டு ரயில் வண்டியிலேறி கோவா சென்றார்கள். அங்கு இரண்டு மூன்று இடங்களில் இருந்த மாதா சிலைகளை காட்டினார். அந்த சிலைகள் எதுவும் முத்துக்கருப்பனின் கனவில் வருவது போன்ற சிலைகளாக இல்லை. “அடச்சிக்கெடக்கன் எண்டு சொல்லுவாக” என்றார்.

“அருங்காட்சியகத்திற்கு அழைத்துச்சென்றார். அங்கு இருந்த பல சிலைகளையும் பார்த்துக்கொண்டே வந்தவர் ஒரு சிலையைக் கண்டவுடன் அப்படியே உறைந்துபோய் நின்றுவிட்டார். இந்த தாய் தான் என் கனவில் வந்து கண்கலங்கியவர். பாதிரியார் அலங்காரத்திற்கு வியப்பாக இருந்தது. அவருக்கு மாதா ஏசுவை இடுப்பில் சுமந்தபடி இருக்கும் எல்லா சிலைகளுமே ஒரே மாதிரியாக இருப்பது போலவே தான் தோன்றியது. முத்துக்கருப்பனுக்கு மட்டும் எப்படி அவ்வளவு துல்லியமாக இத்தனை சிலைகளுக்கிடையே தன் கனவில் வந்த உருவம் இதுதானென்று கண்டுபிடிக்க முடிந்தது என்று.

இரண்டரை அடி உயரமுடைய சுண்ணாம்புக்கல்லால் ஆன சிலை அது. அங்கிருந்த குறிப்பேடுகளில் பார்த்துவிட்டு அதை திரேஸம்மாள் என்றார் பாதிரியார் அலங்காரம். யார்யாரிடமோ பேசி ஒருவழியாக அந்த திரேஸம்மன் சிலையைப் பெற்று முத்துக்கருப்பனிடம் கொடுத்து விட்டார்.

முத்துக்கருப்பன் அதைக் கொண்டுவந்து தான் வளைத்துப் போட்டு பட்டா வாங்கியிருந்த இடத்தில் இருந்த மணல் திட்டின் நடுவில் வைத்தார். அதன்பிறகு அவருக்கு அந்த கனவு வரவில்லை. ஆனால் சதா அந்த தாயின் நினைவாகவே இருந்தது. கடல்போக்கு போய்வந்த பின் களைப்பாயிருக்கும் போதெல்லாம் அந்த மணல்திட்டில் அந்த சிலைக்கு பக்கத்தில் துண்டை விரித்துப்போட்டு படுத்துக்கொள்வார். அந்தி நேரத்தில் அப்படி படுத்திருப்பது அவருக்கு மிகுந்த ஆசுவாசத்தை தரும். மனம் பாரமற்று இலகுவாவது போல இருக்கும். எந்தக் கவலையுமற்று தாய் மடியில் கிடப்பதைப் போல உணர்வார். திரேஸம்மன் மழையில் நனைவதையும் வெயிலில் காய்வதையும் கண்டு மனம் தாங்காத முத்துக்கருப்பன். நான்கு பக்கமும் கால் ஊன்றி

பனைமட்டையால் கூரைபோட்டார். முத்துக்கருப்பனின் மனதிற்குள் இப்போது கருப்பசாமி ஒரு பக்கமும் திரேஸம்மன் மறு பக்கமும் அமர்ந்து கொண்டனர். அப்படியே இருந்துவிட்டு போகட்டுமென்று விட்டிருக்கலாம். ஆனால் பாதிரியார் அலங்காரம் மறுபடியும் காலவாசல் வந்தார். முத்துக்கருப்பன் இந்த திரேஸம்மாள் சிலையால் தனக்கு கிடைத்திருக்கக்கூடிய மன நிம்மதியையும் சந்தோசத்தையும் அப்பாவியாய் பாதிரியாரிடம் சொல்லிக்கொண்டிருந்தார்.

“திரேஸம்மாவ வழிபடணுமெண்டா நீயும் ஒன்னோட மனைவியும் ஞானஸ்தானம் பெறணும்” என்று சொல்லவே திரேஸம்மனை இழக்க மனமில்லாமல் பாதிரியாரின் வார்த்தைக்கு கட்டுப்பட்டார். முத்துக்கருப்பனின் பெயர் சின்னப்பன் என்றும் முத்துமாரியின் பெயர் அலங்காரம்மாள் என்றும் மாற்றப்பட்டது. பிள்ளைகளின் பெயர்கள் ஆரோக்கியம், சிந்தாதுரை, ஜேசய்யா, பிச்சைய்யா, தாசன் அம்பலம், திரேஸம்மாள் என்று மாற்றிக்கொண்டார்கள். பாதிரியாரின் வழிகாட்டுதலின் பேரில் திரேஸம்மாளுக்கு கோயில் கட்டும் பணியில் ஈடுபட்டார் சின்னப்பன் என்கிற முத்துக்கருப்பன். நன்கொடை திரட்டப்பட்டது. முத்துக்கருப்பனுக்கு வேண்டப்பட்டோர் மற்றும் உறவினர்கள் மொய் எழுதிப்போனார்கள். கடல்போக்கில் கிடைத்த ரூவா எல்லாவற்றையும் போட்டு கோயில் கட்டிமுடித்தார். கோயிலில் வழிபாடு ஆரம்பமானது. கருப்பசாமிக்கு சாமிவந்து ஆடுவதுபோல திரேஸம்மாளுக்கு முத்துக்கருப்பனால் ஆடமுடியாது. அதற்கென இருக்கும் பாதியார்களால் தான் முடியும் என்பது புரிந்தபோது முத்துக்கருப்பன் ஓரமாய் நிற்கவேண்டியாகிவிட்டது. வேதக்காரர்கள் நிறைய பேர் வழிபாட்டுக்கு வர ஆரம்பித்திருந்தார்கள். திரேஸம்மாளின் மகிமையும் புகழும் நாலா பக்கமும் பரவ ஆரம்பித்திருந்தது. திரேஸம்மன் புகழால் காலவாசல் மெல்ல மெல்ல திரேஸ்புரமானது. திரேஸ்புரத்தின் தலைவரான முத்துக்கருப்பனுக்கு திரேஸம்மாள் கோயிலில் முதல் மரியாதை கொடுத்தார்கள். ஆனால் கோயில் நிர்வாகம் அனைத்தும் வேதக்காரர்களின் கையில்தான் இருந்தது. முத்துக்கருப்பனும் அவரது மனைவி முத்துமாரியும் அடுத்தடுத்து இறந்து போகவே குடும்பப் பொறுப்பு கோயில் மரியாதை அனைத்தும் முத்துக்கருப்பனின் மூத்த மகன் ஆரோக்கியம் வசம் வந்து சேர்ந்தது. தன் அப்பாவைப் போலவே ஆரோக்கியமும் தன்னைச் சேர்ந்த திரேஸ்புரம் சனங்களின் நலனில் அக்கறை கொண்டவராய் இருந்தார். நீண்ட நாட்கள் ஊருக்குத் தலைவராய் அவரே இருந்தார்.

ஆனால் வேதகாரர்களுக்கு மட்டும் திரேஸம்மாள் கோயில் உரிமை ஆரோக்கியம் கையில் இருப்பது பிடிக்கவில்லை. "நாங்கதான் வழிபடுறோம். பூசை செய்றோம். கோயில் எங்களுக்குத் தான் சொந்தமாகனும். கோயில எங்களுக்கே எழுதிக்கொடுத்திருங்க" என்று வற்புறுத்திக் கொண்டிருந்தார்கள். ஒரு கட்டத்திற்கு மேல் எதுவும் செய்ய முடியாமல் போகட்டுமென்று எழுதிக்கொடுத்துவிட்டு வெளியேறிவிட்டார் ஆரோக்கியம். நல்ல வேலையாக கருப்பசாமி புண்ணியத்தில் கடலோடி உழைத்த ரூவாவைக் கொடுத்து மேட்டுப் பட்டியில் இடம் வாங்கிப் போட்டிருந்தார்கள் ஆரோக்கியமும் அவர்களின் தம்பிகளும். இப்போது ஆறு சகோதரர்களும் ஆளுக்கொரு வீட்டைக் கட்டிக்கொண்டார்கள்.

முயல்தீவில் புதிய கலங்கரை விளக்கம் கட்டுவதற்காக தேர்வு செய்யப்பட்ட இடத்திலிருத்த முப்பத்தெட்டு குடும்பங்களையும் உடனடியாக இடத்தை காலி செய்யச்சொல்லிவிட்டார்கள். அஸ்திவாரம் போட தளவாடப் பொருட்களை கொண்டுவந்து இறக்கி விட்டார்கள். இதற்கு மேல் தாமதிக்க முடியாது. ஐப்பசி பிறக்கப் போகிறது. அடைமழை ஆரம்பித்து விட்டால் ஒண்டுவதற்கு கூரைகூட இல்லாமல் தவிக்க வேண்டியதாகிவிடும் என நினைத்து அந்த இடத்தில் வீடுகளிருந்தவர்கள் மட்டும் தங்களது வீடுகளைப் பிரித்து அடுக்கிக்கொண்டு கிளம்பினர். ஊர்த்தலைவர் காத்தமுத்துவால் இதைத் தாங்கிக்கொள்ள முடியவில்லை. இத்தனை ஆண்டுகள் ஒன்றாக வாழ்ந்துவிட்டு இப்போது முப்பத்தெட்டு குடும்பங்கள் மட்டும் வெளியேறுகிறதே என்று வருந்தினார். ஒவ்வொருவரிடமும் எங்கே போகப் போகிறீர்கள் என்று அக்கறையோடு விசாரித்தார். இருபத்தாறு குடும்பங்கள் காலவாசல் பகுதிக்கு வர விருப்பப் பட்டார்கள். மற்றவர்கள் அரசாங்கம் கைகாட்டி விட்ட முள்ளுகம்பி பகுதிக்கு செல்ல முடிவு செய்திருந்தார்கள். பேத்தையின் கண்ணீரைப் பார்த்து கடைசி நேரத்தில் மனம் மாறினார்கள் முருகனும் வீரைய்யனும். பேத்தை முருகன் குடும்பமும் காலவாசலுக்கு வந்தது. இவர்கள் எல்லாருமே வத்தைகளிலும் வல்லங்களிலும் தங்களது உடைமைகளை ஏற்றிக்கொண்டு காலவாசல் வந்து சேர்ந்திருந்தனர்.

முயல்தீவில் இருந்து இருபத்தேழு குடும்பங்கள் வந்திருப்பதை கேள்விப்பட்டு கடற்கரைக்கு வந்தார் ஆரோக்கியம். காலவாசலில் எல்லா குடும்பங்களுக்கும் பட்டா இருந்தது. ஆரோக்கியத்தின் அப்பா

முத்துக்கருப்பன் இருந்தபோதே அதை அவர்களுக்கு வாங்கிக் கொடுத்திருந்தார். அவர்கள் எல்லோரும் சொந்த பட்டாவில் இருந்ததால் மாதத்திலிருந்து வந்தவர்கள் அதில் பங்குகோர முடியாது. திரேஸ்புரமாக மாறிவிட்ட காலவாசலுக்கும் வடக்கால் கடற்கரையை ஒட்டியிருந்த திடலில் இருபத்தேழு குடுப்பங்களுக்கும் பிறகு பட்டா வாங்குவதற்கு ஏதுவாக இடம் அளந்து கொடுத்து வீடு கட்டிக்கொள்ளச் சொன்னார். பின்னர் தான் சொன்னது போலவே இருபத்தேழு குடும்பங்களுக்கும் பட்டா வாங்கிக் கொடுத்துவிட்டார். அவருக்கு நன்றி சொல்லும் விதமாக அந்த திடலை ஆரோக்கியம் திடல் என்றே பெயரிட்டு அழைத்தார்கள்.

வெங்கண்ணி இசக்கியுடன் அவன் வீட்டிற்கு சென்று விட்டாள். ஆனால் சடையன் எவ்வளவோ வற்புறுத்தி அழைத்தபோதும் மகளுடன் திரேஸ்புரம் செல்லவில்லை. வீரைய்யன் முருகனுடன் வீடுகட்டிக் கொள்ளப்போவதாய் முயல்தீவை விட்டு கிளம்பும் போதே சொல்லியிருந்தார். அதேபோல முருகனுக்கும் சடையனுக்கும் அடுத்த அடுத்த இடங்கள் ஒதுக்கிக்கொடுத்தார் ஆரோக்கியம்.

திரேஸ்புரமும் ஆரோக்கியம் திடலும் அதிக தூர இடைவெளியில் இல்லை. நினைத்த நேரத்தில் ஓடிவந்துவிடும் தூரமே. இந்த ஒரு விஷயம் பேத்தைக்கு அவ்வளவு ஆறுதலைத் தந்தது. உலையில் அரிசியைப் போட்டுவிட்டுப் போனால் பேசிக்கொண்டிருந்துவிட்டு வந்து வடித்துக்கொள்ளலாம். அவள் இங்கே வருவதற்கும் நிறைய வாய்ப்புகள் உள்ளது. சடையனைப் பார்க்கவோ சமைத்த பண்டங்கள் சடையனுக்கு கொடுக்கவோ தினம்தோறும் வந்து போவாள்.

“எப்ப வெங்கண்ணி நீ ஒருத்தி கூட இருந்துட்டா போதும் எனக்கு. ஆயிரம் பேரு கூட இருக்கமாதிரி தெம்பு இருக்குப்ப” என்பாள்.

இசக்கியின் வல்லத்தில் மண்டாட்டியாக முருகனால் தொடர்ந்து ஓட முடிகிறது. இதனால் முருகனுக்கு மட் டுமல்ல இசக்கிக்கும் ஆறுதல் தான்.

ஆரோக்கியம் திடலில் கிழக்கு மேற்காக நான்கு தெருக்களை வகுத்து தெருக்களின் இரண்டு புறமும் மனைகளை அளந்து கொடுத்து இருந்தார் ஆரோக்கியம். திரேஸ்புரமும் இப்படி வடிவமைக்கப்பட்ட தெருக்களைக் கொண்டதுதான். ஆரோக்கியம் பட்டா வாங்கிக் கொடுத்த போது ஒவ்வொரு குடும்பத்துக்கும் போதுமான இடமிருந்தது.

அவர்களின் இரண்டு இரண்டுக்கு மேற்பட்ட பிள்ளைகள் என்றான போது இடவசதி குறைந்து வீடுகள் நெரிசலாய் இருக்கிறது. ஆரோக்கியம் திடல் இப்போது வீட்டுக்கு வீடு போதுமான இடைவெளியுடன் நன்றாக இருக்கிறது. இதுவுமே இன்னும் சில வருடங்களில் திரேஸ்புரம் போல ஆகிவிடும். முருகனின் கண் தெரியாத பாட்டிக்கு நிறைய பேச்சுத்துணை கிடைத்திருக்கிறது இங்கு. பேத்தையின் கவனிப்பில் அவள் உடல்நிலை தேறி நன்றாக இருக்கிறாள். கண்கள் தெரியாத போதும் பிறக்கப்போகும் தன் குடும்பத்தின் வாரிசைத் தூக்கிக் கொஞ்சவும் தாலாட்டுப் பாடி தூங்க வைக்கவும் கடல், கடற்கரை பற்றிய கதைகளையெல்லாம் சொல்லவும் வெகு ஆசையோடு காத்திருக்கிறாள். முத்தையன் வந்து பிறந்தாலுமே கூட பாவம் கிழவியால் அவனை அடையாளம் காண முடியாது.

42

"அம்மா வா... அம்மா வா... இளவரசிய பாக்கப் போவம்" தன் மழலைக்குரலால் அழைத்து, பேத்தையின் புடவையைப்பிடித்து இழுத்து அடம் பிடித்துக்கொண்டிருந்தான் அவளது ஐந்து வயது மகன் முத்தையன்.

"இருலே போவம்"

"வாம்மா" சிணுங்கி அழுதான் சிறுவன்.

"இப்ப என்னலே அவசரம். இப்பதான பள்ளிக்கொடம் விட்டு வந்த. கொஞ்ச நேரம் ஓஞ்சி கெடந்துட்டு போவலாம். எந்தங்கமில்ல வந்து படுங்க"

"நீ வாம்மா. இளவரசிய பாக்கப்போவம்." நன்றாக அழ ஆரம்பித்திருந்தான் சிறுவன்.

சிறுவனின் அழுகுரல் கேட்டு அங்கே வந்த கிழவி சேது

"எப்ப, பிள்ளைய எதுக்காக இப்புடி அழ விடுற?" என்றாள்.

"அவனுக்கு வெங்கண்ணி மகள பாக்கப் போகணுமாம்" என்றாள்.

“பச்சபிள்ளக்கு பச்சபிள்ள பாக்க, வெளையாட ஆசப்படுறானாக்கும். கொண்டுபோயிதான் பாக்கவச்சி கூட்டி வாயம்ப்ப?”

“நீங்க வேற பெரியாச்சி. இவனப்பத்தி ஒங்களுக்குத் தெரியாது. போயிட்டானெண்டா வீட்டுக்கு வரவே சம்மதிக்க மாட்டானாக்கும். அவன் தூங்கின பெறவுதான் தூக்கி வரணுமாக்கும்”

“அப்புடியாக்கும் கத.?”

“ஆமாம் பெரியாச்சி. காலையில பள்ளிக்கொடம் போக மாட்டேனெண்டு அடம்புடிச்சான். எப்புடியாவுது சமாதானப்படுத்த வேண்டி தான் சொன்னன். பள்ளிக்கொடம் பெயிட்டு வந்தியெண்டா இளவரசி வீட்டுக்கு போகலாமெண்டு. பய அதயே நெனச்சிருந்து வந்ததும் கௌம்பு என்கிறானாக்கும்”

“எந்தப் பள்ளியில சேத்துருக்கப்ப?”

“வேதகாரவுக நடத்துற பள்ளியிலதான் பெரியாச்சி சேத்துருக்கம். சேத்து பத்து நாளாவும். அதான் தெனமும் கிளம்பக்குள்ள கொஞ்சம் கிறுக்கு பண்றான்.”

“ஈயடிச்சாம் பள்ளிக்கொடத்துல நம்ம புள்ளகள சேக்கச்சொல்லி நம்ம தலைவருகிட்ட வந்து டீச்சர்மாருக பேசிட்டு போனாகலாம்.”

“அப்புடியா?”

“ஆமாம்ப்ப. உங்க பிள்ளைகளுக்காத் தான இந்த பள்ளிக்கொடம் கட்டினதே. உங்க பிள்ளைக யாரையும் இங்க சேக்கலயெண்டா எப்புடி? தலைவர் நீங்க சொன்னா கேப்பாகத்தான. சொல்லி இங்கயே சேத்துவிடச் சொல்லுங்க. எண்டு கேட்டாகளாம்.”

“அப்புடியா?”

“ஆமாம்ப்ப. ஆனா தலைவரு, இது புள்ளைக விஷயம். இதுல நான் தலையிட முடியாது. பெத்தவுக விருப்பந்தான் எண்டு சொல்லிட்டாராம்.”

“பாவம் பெரியாச்சி டீச்சர்மாருங்க.”

“நல்லா படிச்சிக் கொடுத்தா பிள்ளைக வந்து சேரமாட்டாகலாக்கும்?”

“புள்ளைக சேந்தாதான படிச்சிக்குடுக்க?”

“எல்லாமா ரிச்சா ஏறுது? பத்துல ஒண்ணு இங்க சேருதுல்ல. அவுகளுக்கு படிச்சிக் கொடுத்து பேரு வாங்கலாமில்ல?”

“அம்மா வாம்மா.... இளவரசி பாக்கப்போவம்” அதுவரை பேத்தையும் பெரியாச்சியும் பேசியதைக் கவனித்துக் கொண்டிருந்தவன் மறுபடியும் அழுது அடம்பிடிக்க ஆரம்பித்தான்.

“இருலே வல்லம் வந்துரும். அப்பா களைச்சி போயி வருவாகல்ல. பாத்துட்டு குடிக்க மோரு கலக்கி கொடுத்துட்டு அப்பறம் போவம்.”

“நான் நாளைக்கு பள்ளிக்கொடம் போகமாட்டன் போ” பேத்தைக்கு சிரிப்பு வந்துவிட்டது. இதைக்கேட்டு பெரியாச்சியும் சிரித்தாள்.

“ஏலே, மெரட்டுறியாலே. பெரிய படிப்பாளி ஆகப்போறனெண்ட. இப்ப பள்ளிக்கொடம் போகமாட்டனெண்டு மெரட்டுற?”

“இளவசிய பாத்துட்டு போவன்” என்றான் முறுக்கியபடி.

“சரிதான்ப்ப. வண்டி புடிச்சா போகப்போற? கொண்டுபோயி விட்டுட்டுத்தான் வாயேன். பய சறுவுறானில்ல?” என்றாள்.

“சரி பெரியாச்சி நான் கொண்டுபோயி விட்டுட்டு வாறன்” என்றவள் வீட்டுக்குச் சென்று வாசல் கதவை சாத்தி வைத்துவிட்டு மகனைத் தூக்கி இடுப்பில் வைத்துக்கோண்டு கிளம்பினாள். வழியில் பார்த்த பெண்ணொருத்தி

“என்னப்ப பயல இடுப்புல சொமந்து போற? கடல்ல தூக்கிப் போட்டா நீஞ்சி கரையேறி வாற வயசில்லயா அவனுக்கு?” என்றாள்.

“யான் இல்ல. நல்லாத்தான் வளருறானாக்கும். கடல்ல தூக்கிப் போட்டா நீஞ்சி வாறது மட்டுமில்ல. ரெண்டு கைலயும் ரெண்டு மீனோட வருவானாக்கும்” என்றாள் நொடிப்பு காட்டி. இப்படி இரண்டு தெருக்களை கடந்து வருவதற்குள் ஏகப்பட்ட விசாரிப்புகள்.

இருவரும் வெங்கண்ணியின் வீட்டுக்கு வந்து சேர்ந்தபோது இளவரசியை அப்போதுதான் குளிப்பாட்டி, வாசனைமாவு பூசி, நெற்றியிலும் கன்னத்திலும் கருப்புப் பொட்டு வைத்து, வெங்காய சருகு போன்றதொரு கவுனை மாட்டி விட்டிருந்தாள். இளவரசிக்கு இப்போதுதான் இரண்டு முடிந்து மூன்றாவது தொடங்கியிருக்கிறது. பேத்தையின் மகன் முத்தையன் பிறந்து மூன்று ஆண்டுகள் கழித்து அதே நாளில், பங்குனி பதினான்காம் நாளிலேயே பிறந்தாள் இளவரசி.

குளியாள் முத்தையன் பாண்டியநாட்டு இளவரசி கதையில் இருவரும் கடலில் மூழ்கி இறந்து போனதுகூட பங்குனி மாதமாகத் தான் இருக்க வேண்டும் என்று கனித்திருந்தாள் வெங்கண்ணி. ஐப்பசியில் ஆரம்பமாகும் சிலாவத்தில் ஆறாவது சிலாவம் பங்குனியில் முடியும். ஆறாவது சிலாவத்தின் போதுதான் முத்தையனை கடலில் மூழ்கடித்ததும் பிறகு பாண்டிய இளவரசி அதே கடலில் தானே மூழ்கியதும் நடந்தேறியதாக கதைக்கப்பட்டது. அதையெல்லாம் ஒன்றோடு ஒன்று தொடர்புபடுத்திப் பார்த்த வெங்கண்ணி பேத்தையின் மகன்தான் முத்தையன் என்றும் தனக்கு பிறந்திருப்பவள்தான் இளவரசி என்றும் உறுதியாக நம்பினாள். பேத்தைக்கு ஆண் குழந்தை பிறந்த போதே இதை ஓரளவு கனித்திருந்தாள். இசக்கியிடம் மட்டும் இதைப்பற்றி சொல்லியிருந்தாள். வெங்கண்ணியேதான் பேத்தையின் மகனுக்கு முத்தையன் என்று பெயரும் வைத்தவள். பேத்தையைப் பொறுத்தவரை வெங்கண்ணிதான் அவளுக்கு எல்லாமே என்று நினைப்பவள். அதனால் அவள் என்ன பெயர் வைத்திருந்தாலும் அதை அவளோ அவள் கணவன் முருகனோ மறுக்கப் போவதில்லை. வெங்கண்ணிக்கு பெண் குழந்தை பிறந்த போது இசக்கியும் இதை உறுதியாக நம்ப ஆரம்பித்து விட்டான். இந்த இரு பிள்ளைகளையும் நன்றாக வளர்த்து ஆளாக்கி இருவருக்கும் மணம் முடித்து வைத்து அவர்கள் வாழ்வாங்கு வாழ்வதைப் பார்க்க வேண்டும் என்பதே வெங்கண்ணியின் விருப்பமாக இருந்தது.

“இளவசி பாக்க போவம்... இளவசிய பாக்க போவம்... வா...வா... எண்டு பாடாபடுத்துறாம்ப்ப” என்றாள் பேத்தை.

“எம்மருமகனுக்கு எப்பவும் எம்மக நெனப்புதானாக்கும்?” என்றாள் வெங்கண்ணி சிரித்துக்கொண்டே.

“ஆமாம்ப்ப. நெசமாவே இந்தப் பய நாளு முச்சூடும் நம்ம பாப்பாவ பத்தியே நெனச்சி கெடக்காம்ப்ப. சொன்னா யாரும் நம்ப மாட்டாக. எப்பப் பாரு இளவசி இளவசி எண்டு பாப்பா பேச்சுதான். இந்த வயசுலயே ஏன் இப்புடி இருக்கானெண்டு எனக்கே செலநேரம் கோவம் வருதுப்ப.”

“அவன் கெட்டிக்கப் போற பொண்ணு எண்டு அவனுக்கு தெரிஞ்சிபோச்சோ என்னமோ? அதுக்காவ நீ எதுக்குப்ப கவல படணும்?” என்றாள் வெகு இயல்பாக. ஆனால் வெங்கண்ணியின் வார்த்தைகளை பேத்தையால் நம்ப முடியவில்லை.

“எப்ப வெங்கண்ணி நெசமாத்தான் சொல்றியாப்ப?” என்று கேட்டாள் வியப்பை அடக்க முடியாமல்.

“அவன் ஆசப்பட்டானெண்டா கெட்டிக்கட்டுமே. அதுனால யாருக்கு என்ன செரும?”

“எப்ப வெங்கண்ணி எம்மனசு நொங்கும் நொறையுமா பொங்கிவாற மாதிரி இருக்குப்ப. நெசமாத்தான் சொல்றியாப்ப? எம்மகனுக்கு ஓம்மகள கட்டி வைப்பியாப்ப?”

“இதுதாம்ப்ப நடக்கப் போவுது. இது இன்னக்கி நடக்குறதில்லப்ப. என்னைக்கோ எழுதி வச்சதாக்கும்” என்றவள் முத்தையன் இளவரசி கதையை பேத்தைக்கு நினைவு படுத்தினாள். தனக்கும் இசக்கிக்கும் ஏற்பட்ட பிணைப்பு அப்போது அவள் மனதிற்குள் கடலில் மூழ்கிய இருவரையும் கண்டுபிடித்து சேர்த்து வைக்க ஆசைப்பட்டது. பிறகு பேத்தையுடன் ஏற்பட்ட நட்பு, முருகன் வந்து சேர்ந்தது. முருகனுக்கும் இசக்கிக்கும் ஒரே நாளில் சோடியான பெரிய சப்பாத்தி சங்குகள் ஆளுக்கொன்றாய் கிடைத்தது. அதன் பிறகு பேத்தை முதலில் கருவுற்றது. முத்தையன் பிறந்தது. மூன்றாண்டுகள் கழித்து அதே நாளில் இளவரசி பிறந்தது எல்லாவற்றையும் வெங்கண்ணி சொல்லி முடித்த போது சுய நினைவே இல்லாதவள் போல விக்கித்துப்போய் வெங்கண்ணியையே பார்த்தபடி உட்கார்ந்திருந்தாள் பேத்தை.

“எப்ப பேத்த, என்ன அப்புடியே அசந்து போயி ஒக்காந்துட்ட?”

“என்னால நம்பவே முடியலப்ப”

“நான் பொய்க்கதயா பொணையிறனெண்டு நெனைக்கியோ?”

“நீ சொல்லுறது எல்லாமே உண்மதான். அப்புடியேதான நடந்துருக்கு. ஆனா இவ்வள வரம் வாங்கிவந்த வயறா யாம் வயறுன்னு நெனச்சாதாம்ப்ப நம்பவே முடியல” என்றாள். அவளுடைய கை அவளையறியாமலே வயிற்றை மெல்ல தட்டிக்கொண்டிருந்தது.

“இத யாம்ப்ப என்ன கிட்ட இவ்வள நாளா சொல்லல?”

“நேரம் வரட்டும் சொல்லுவமெண்டு இருந்தனாக்கும்.”

“ஒன்னாலதாம்ப்ப எனக்கு இவ்வள கொடுப்பினையும்” என்றாள். பேத்தையின் குரலும் மனதும் கரைந்துபோயிருந்தது.

“இனிமே இவனப்பாத்தா எனக்கு சிறு பயல பாக்குற மாதிரி இருக்காது. அந்த முத்தைய்யன பாக்குற மாதிரி தான் இருக்கப் போகுது” என்றவாறே தன் மகன் முத்தையனை திரும்பிப் பார்த்தாள். அவளுடன் சேர்ந்து வெங்கண்ணியும் பார்த்தாள்.

வீட்டின் தாழ்வாரத்தில் உட்கார்ந்து பிள்ளைகள் முத்தையனும் இளவரசியும் விளையாடிக்கொண்டிருந்தனர். இருவர் கையிலும் ஒரே மாதிரியான சங்குகள் இருந்தன. முத்தையன் மிகுந்த வாஞ்சையோடு அவளை கவனித்துக் கொள்வதை பார்த்த பேத்தையும் வெங்கண்ணியும் சிரித்துக் கொண்டார்கள்.

“எப்ப வெங்கண்ணி, யாம் மருமகள பாத்தியாப்ப? எவ்வள அழகு. முத்தாரம்மன் கணக்கா இருக்காகல்ல?” என்றாள் பேத்தை.

“எம் மருமயனுக்கு மட்டும் என்ன கொறைவாம்? எம்மகள உள்ளங்கையிலயில்ல தாங்குறாக” என்றாள் வெங்கண்ணி.

“எப்ப வெங்கண்ணி, யாம் மருமகள எங்க வீட்டுக்கு கூட்டிப் போக போறனாக்கும்” என்றாள் பேத்தை.

“சரிதான். கூட்டிப்போ ஆனா எம்மருமயன இங்கயே விட்டுட்டு கூட்டிப் போ” என்றாள். முத்தையன் இளவரசியை விடவும் சின்னப் பிள்ளைகள் போல விளையாடிக்கொண்டிருந்த இருவரும் கடைசியில் வயிறு வலிக்கும் அளவிற்கு விழுந்து விழுந்து சிரித்தனர். இந்த சிரிப்பும் சந்தோசமும் இப்போது பேசிக்கொண்ட வார்த்தைகளால் மட்டும் ஏற்பட்டதில்லை. மனதிற்குள் நிறைந்து கிடக்கும் நிம்மதியாலும் பூரிப்பாலும் பொங்கி வருபவை.

“சரிப்ப வல்லம் கரைக்கி வந்திரும். நான் போகணும். பய இங்க விளையாடி கெடக்கட்டும்” என எழுந்தாள் பேத்தை.

“இருப்ப நானும் வாறன்?”

“நீயா? கடக்கரைக்கா வாறங்க?”

“ஆமா. என்னோட மாப்பிள்ளையும்தான வல்லத்துல வாறாக?”

“இருந்தாலும் நீ நேத்தெல்லாம் வந்தியாக்கும்?”

“நேத்து எங்க அத்த போனாக.”

“இன்னைக்கும் தான் போயிருக்காக”

“போயிருக்கட்டுமே.”

“அப்பறம் நீ வேற எதுக்கு எண்டுதான் கேக்கன்.”

“நான் என்னோட சம்மந்தி கூட பேச்சுத்தொணைக்கி வருவனாக்கும்.” பேத்தைக்கு வெங்கண்ணி என்ன சொல்கிறாள் என்பதை புரிந்து கொள்ள சற்று நேரம் பிடித்தது. புரிந்து கொண்ட பின், நான் மட்டும் உனக்கு சளைத்தவளா என்பது போல

“சரிதான் மயனி கிளம்புங்க போவம்” என்றாள்.

மறுபடியும் இருவரும் சிரித்துக்கொண்டார்கள்.

முத்தையனையும் இளவரசியையும் தூக்கிக் கொண்டு பேத்தையும் வெங்கண்ணியும் கடற்கரைக்கு வந்தார்கள்.

கடலின் அலைகள் ஆர்ப்பரித்துக் கொண்டிருந்தன. வத்தைகளும் கட்டுமரங்களும் வல்லங்களும் அங்கொன்றும் இங்கொன்றுமாக கரைசேர்ந்து கொண்டிருந்தன. இசக்கியின் வல்லம் கண்ணுக்கெட்டிய தூரம் வரை வருவது போல தெரியவில்லை. சடையன் இவர்களுக்கு முன்பாகவே கடற்கரைக்கு வந்திருந்தார். பேரப்பிள்ளைகளைக் கண்டவுடன் வந்து அவர்களின் கன்னம் வழித்து கொஞ்சினார். இசைக்கியின் அம்மா முத்துமாரியும் இவர்களைக் கண்டவுடன் அவ்விடம் வந்து சேர்ந்தாள். சடையன் இப்போதெல்லாம் கடல் போக்கு போவதில்லை. கடல் பயணத்திற்கு கிளம்பும் போது கடற்கரைக்கு வந்து சின்னச்சின்ன வேலைகளை செய்து கொடுப்பார். மழைக்குறி காற்றின் போக்கு ஆகியவற்றை கணித்துச் சொல்லுவார். அதேபோல வல்லம் கரைக்கு வரும்போது வந்து நின்று சரக்கு போடுவது போன்ற வேலைகளில் இசக்கிக்கு உதவுவார். பேத்தையின் அப்பா வீரைய்யன் மட்டும் வீட்டில் கிடக்க பிடிக்காமல் வல்லத்தில் ஓடிக்கொண்டிருந்தார். இன்னும் கொஞ்ச காலம் மருமகன் முருகனுக்கு துணையாய் வல்லத்தில் நிற்போமே என்ற எண்ணத்திலிருந்தார். தவிரவும் அவருக்கு சடையனைப் போல வயதாகி விடவில்லை. உடலில் கொஞ்சம் வலு இருந்தது.

கடற்கரை மணலில் சிறுவனும் சிறுமியும் விளையாட ஆரம்பித்தார்கள். ஒருபுறம் சடையனும் இன்னொருபுறம் இசக்கியின் அம்மா முத்துமாரியும் அவர்களை அருகிருந்து அவர்களுடன் நடந்து பேசி விளையாட விட்டுக்கொண்டிருந்தார்கள். சிறு சிறு வளைகளுக் குள்ளிருந்து சிறுநண்டு குஞ்சுகள் வெளியே வந்து படிந்து கிடக்கும்

ஈரமணலில் ஓடின. அவற்றை விரட்டிப் பிடித்தான் முத்தையன். இளவரசி தன் இரண்டு கைகளையும் விரித்து ஏந்த, அந்த பிஞ்சுக் கையில் நண்டுகளைக் கொடுத்தான் முத்தையன். சிறுநண்டு குஞ்சுகள் ஏற்படுத்தும் குறுகுறுப்பு தாளாமல் மீண்டும் அவனிடமே கொடுக்க நினைத்து மணலில் அவற்றைத் தவறவிடுவாள் சிறுமி. அவளது கைகளிலிருந்து தப்பித்த சிறுநண்டு குஞ்சுகள் மீண்டும் ஓடி தம்முடைய வளைகளுக்குள் புகுந்து கொண்டன.

கரையோர கடலில் நிறுத்தப்பட்டிருந்த வல்லங்களிலும் கட்டு மரங்களிலும் சிறு பயல்கள் ஏறி விளையாடிக்கொண்டிருந்தனர். அவர்களில் சிலர் தூண்டில் முள்ளில் சிறு மீன்களை தக்கையோடு கோர்த்து மிதக்கவிட்டு மீனுக்காக வரும் கொக்கு போன்ற பறவை களைப் பிடித்துக் கொண்டிருந்தனர்.

தூரத்தில் இசக்கியின் வல்லம் வருவது தெரிந்தது.

முருகன் கானாங்கம்பி பிடித்து வல்லத்தை கரைநோக்கி செலுத்திக் கொண்டிருந்தான். காலைமுதல் தெற்கிலிருந்து அடித்த கச்சாங் காற்றால் உடல் முழுவதும் உப்பு ஊறி பிசுபிசுத்துக் கிடந்தது. கரை திரும்பும் நேரத்தில் தான் கிழக்கிலிருந்து வீசும் கொண்டல் காற்று திரும்பியிருக்கிறது. இது உடலை சற்று வருடிச் செல்லும். உடலையும் மனதையும் இலகுவாக்கும். பிசுபிசுக்க வைக்காது. வாடைக் காற்றடித்தால் உடல் குளிர ஆரம்பித்து விடும். இரவானால் கோடை திரும்பும். நிலப்பகுதியிலிருந்து வெப்பத்தையும் சமயங்களில் புழுதியையும் கொண்டுவந்து சேர்க்கும்.

கொண்டல் திரும்பியிருந்ததால் தூரத்தில் வரும்போதே கரையில் இருக்கும் உறவுகளுக்கு தகவல் சொல்லுவது போல பெரும்பாலான வல்லங்கள் அம்பா போட்டு வந்து கொண்டிருந்தன. இசக்கியின் வல்லத்திலிருந்து வரும் அம்பா சத்தம் மிகச் சன்னமாக கேட்கத் துவங்கி வரவர சற்று தெளிவாக கேட்டது.

இன்றைக்கும் கூட இசக்கியும் முருகனும் இரண்டு இணை சங்குகளை ஆளுக்கு ஒன்றாய் எடுத்திருந்தார்கள். இரண்டும் வலம்புரி சங்கு என்பதால் நல்ல விலைபோகும் என்றான் முருகன். அவனிடம் இதை விலைக்குக் கொடுக்கக் கூடாது. இதை நம் பிள்ளைகளுக்குக் கொடுக்க வேண்டும் என்று சொல்லி வெங்கண்ணியும் தானும் நம்பிக் கொண்டிருக்கும் அத்தனையையும் சொல்லியிருந்தான் இசக்கி. இதைக்

கேட்டது முதல் தன்னுடைய மகனை உடனே பார்க்க வேண்டுமென்று ஆசைப்பட்டான் முருகன்.

தூரத்தில் வரும் போதே கடற்கரையில் விளையாடிக் கொண் டிருக்கும் முத்தையனையும் இளவரசியையும் பார்த்து விட்டான் முருகன். அட்டியில் உட்கார்ந்திருந்த இசக்கியைப் பார்த்து,

“மச்சான் நீங்க சொன்னது உண்மதானாக்கும். அங்க பாருங்க. கரையில பாண்டிய நாட்டு இளவரசியும் நம்ம குளியாளு முத்தையனும் நிக்காக” என்றான்.

நம்ம சொன்னத வச்சி கற்பனயா சொல்றானா? இல்ல மனக்கிறுக்கு புடிச்சி போச்சா என்று எண்ணமிட்டவாறே வந்து அணியத்தில் நின்று கரையைப் பார்த்தான் இசக்கி. அவனுக்கும் அதே காட்சிதான் தெரிந்தது.

“பாத்தியளா மச்சான்?”

“ஆமாலே முருகா” என்றவன் கடலைப்பார்த்து கையெடுத்துக் கும்பிட்டான்.

“காலங்காலமா சொமந்து வந்த பாண்டிய மன்னனோட பாவச் சொமைய எங்கள கொண்டு எறக்கி வச்சிட்டியேம்மா?” என்றான் வாய்விட்டு.

முருகன் தானும் கானாங்கம்பியை விட்டுவிட்டு கையெடுத்து வணங்கினான். எதுவுமே புரியாவிட்டாலும் ஏதோ நல்லது நடக்கிறது என்று நினைத்து வீரைய்யனும் வணங்கினார்.

கரையில் நின்ற பேத்தை வெங்கண்ணி, முத்துமாரி, சடையன் எல்லோரையும் பார்த்தான் இசக்கி. அவர்களுக்குப் பின்னால் நின்று கொண்டிருந்த அவரையும் பார்த்தான். அவர் சங்கு யாவாரியாய் சடையனை கொல்கத்தாவுக்கு அழைத்து வந்த அவரேதான்.

“யய்யா முனியா.” வல்லத்திலிருந்தபடியே கைதூக்கி வணங்கினான். அவன் கண்களிலிருந்து ஏனோ ஆறாகப் பெருகிக்கொண்டிருந்தது கண்ணீர்.

•••